காவிரி அரசியல் – தமிழகம் வஞ்சிக்கப்பட்ட வரலாறு

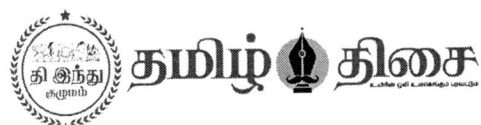

தமிழ் திசை

காவிரி அரசியல்

தமிழகம் வஞ்சிக்கப்பட்ட வரலாறு

கோமல் அன்பரசன்

தமிழ் திசை

Title

KAVERY ARASIYAL

©KOMAL ANBARASAN

ISBN-978-81-939920-9-8

நூல் தலைப்பு

காவிரி அரசியல்

நூல் ஆசிரியர்

© கோமல் அன்பரசன்

முதற்பதிப்பு

ஜனவரி - 2019

விலை: ₹ 250

ஆசிரியர்

கே. அசோகன்

உதவி பொறுப்பாசிரியர்

தி. ஞானபாலன்

செல்வ புவியரசன்

முதன்மை வடிவமைப்பாளர்

என். கணேசன்

தலைமை வடிவமைப்பாளர்

மு. ராம்குமார்

வடிவமைப்பாளர்

ப. ஷங்கர்

KSL Media Limited, Regd. Office: **KASTURI BUILDING** No.859 & 860 Anna Salai, Chennai - 600

https://www.facebook.com/Tamilthisaipublications https://twitter.com/Tamilthisaipublications

Printed by Amutha rajesh, Oliver Graphics, No.26, Muthu Street, Royapettah,Chennai - 600 014, for KSL Media Limited., Chennai - 600 002.

நீர்வழிப்படும் நிலமும் வளமும்...

"**கா**விரி நமக்குப் பயன்படுகிறதே தவிர அதனுடைய உற்பத்தி இடம் நம்மிடத்திலே இல்லை. அது ஓடிவருகின்ற அழகு நம்முடைய தமிழகத்திலேதான் நன்றாக இருக்கிறதே தவிர அது பொங்கி எழுகின்ற இடம் நம்மிடத்திலே இல்லை. அதற்கான ஒப்பந்தம் வருகிற நேரத்தில் நிச்சயமாக மைசூர் சர்க்கார் நமக்குத் தண்ணீர் கொடுக்கக் கூடாது என்ற எண்ணத்தோடு இருப்பார்கள் என்று நான் கருதவில்லை."

1967-ல் தஞ்சை மாவட்டத்தில் நடந்த விவசாயிகள் கருத்தரங்கில் கலந்துகொண்ட அன்றைய முதல்வர் அண்ணாவின் நம்பிக்கை வார்த்தைகள் இவை. அந்த நம்பிக்கை இப்போது கேள்விக்குரியதாக மாறியிருக்கிறது. ஒரே நதியிலிருந்து பயன்பெறும் கரையோர நாடுகள் அல்லது மாநிலங்களுக்கு இடையேயான நீர்ப்பகிர்வு உலகம் முழுவதும் இன்றைக்கு தீர்க்கமுடியாத பெரும்பிரச்சினையாக மாறியிருக்கிறது. நீர்ப்பகிர்வில் நதியின் கடைமடைக்கான பங்கை அளித்தாக வேண்டும் என்பதையே சர்வதேச உடன்பாடுகள் வலியுறுத்துகின்றன. நாடுகளுக்கிடையேயான நீர்ப்பகிர்வில் எழும் சிக்கல்கள் தவிர்க்கவியலாதவை. ஆனால், ஒரே அரசியல் சட்டத்தை, ஒரே நாடாளுமன்றத்தை, ஒரே நீதிமுறை அமைப்பைக் கொண்டிருக்கும் இந்தியாவில் மாநிலங்களுக்கிடையிலான நீர்ப்பகிர்வுக்கு இணக்கமான ஒரு தீர்வுமுறையை உருவாக்க முடியாமலிருக்கிறோம்.

நதியின் வழித்தடத்தில் அமைந்துள்ள மாநிலம் தன்னுடைய உரிமையை சட்டரீதியாக உறுதிசெய்துகொள்ளப் போராட வேண்டியிருக்கிறது. நதி தோன்றும் மாநிலங்கள் சட்டரீதியான தீர்வுமுறைகளிலிருந்து விலகிநின்று, பேச்சுவார்த்தைக்கு அழைப்பதிலேயே எப்போதும் குறியாக இருக்கின்றன. சட்டரீதியான தீர்வுகளை இருதரப்பும் இணங்காமல் செயல்படுத்துவது இயலாதது என்பதுபோலவே, பேச்சுவார்த்தைகள் தற்காலிகத் தீர்வுகளோடு சிக்கலை நீட்டிக்கவும் காரணமாகிவிடுகின்றன. நீதிக்கான போராட்டத்தில் காவிரியின் கடைமடையான தமிழ்நாடும் அப்படி தத்தளித்துக்கொண்டிருக்கிறது. காவிரி நீர்ப்பகிர்வு சிக்கலுக்கான காரணங்கள், அதைக் களைவதற்கான முயற்சிகள், அவற்றின் வெற்றி-தோல்விகளை விரிவாக இந்நூலில் பேசுகிறார் ஊடகவியலாளரும் காவிரிக் கரையைச் சேர்ந்தவருமான கோமல் அன்பரசன். காவிரி நதிநீருக்கான உரிமைப் போராட்ட வரலாற்றைப் பேசும் இந்நூலை வெளியிடுவதில் மகிழ்ச்சி.

அன்புடன்
கே. அசோகன்
ஆசிரியர்
'இந்து தமிழ் திசை'

நுட்பமான அரசியல், சமூக வரலாறு!

"**கா**விரி அரசியல் - தமிழகம் வஞ்சிக்கப்பட்ட வரலாறு" எனும் நூலை எழுதி இருக்கும் கோமல் அன்பரசன் எழுத்தாளர், சமூக செயற்பாட்டாளர், ஊடகவியலாளர். மண் சார்ந்தும், மக்கள் சார்ந்தும் இடையறாது உழைத்து வருகிறவர். அவர், காவிரி ஆறு பாய்ந்தோடும் மயிலாடுதுறையை அடுத்துள்ள கோமல் எனும் ஊரில் பிறந்தவர்.

தஞ்சை மாவட்டத்தில் காவிரி ஆறு தவழ்ந்தோடி கலை, இலக்கியம், இசை, நடனம், பண்பாடு எனப் பலவற்றின் மீது பங்களிப்பு செய்துள்ளதை மக்களிடம் எடுத்துச்சொல்லி அவர்கள் அறியவும், அறிந்து அனுபவிக்க வைக்கவும் தொடர்ந்து பாடுபட்டு வருகிறார்.

காவிரி பிரச்சினையில் தமிழ்நாடு, தமிழர்கள் வஞ்சிக்கப்பட்டு, வாழ்வாதாரம் இழந்து, பஞ்சம் பிழைக்கப் புலம் பெயர்ந்து செல்லும் நிலை ஏற்பட்டதை அரசியல், சமூக வரலாற்றின் அடிப்படையில் விளக்கி எழுதியுள்ளார் கோமல் அன்பரசன்.

வட இந்தியாவில் பெரிய நதிகளாகவும் ஜீவ நதிகளாகவும் சிந்து, கங்கை, பிரம்மபுத்ரா ஓடுகின்றன. அவை பனி கொண்ட இமயமலையில் உற்பத்தியாகும் நதிகள். எப்பொழுதும் நீர் ஓடுகின்றவை. அவற்றிலும் சீனா, பாகிஸ்தானோடு நீர் பங்கீடு பற்றிய பிரச்சினைகள் உள்ளன. அவை நீர்ப் பங்கீடு என்பதைத் தாண்டி ஹைட்ரோ பவர் பிரச்சினைகள்.

மத்திய இந்தியாவில் தபதி, மகாநதி, நர்மதா நதி, அஸ்ஸாம், ஒரிசா பகுதிகளில் உற்பத்தியாகி, குறுக்காக ஓடிவந்து குஜராத்தில் அரபிக்கடலில் கலக்கின்றன. பல மாநிலங்கள் வழியாக நதிகள் ஓடி வந்தாலும் ஜீவநதிகளாக இருப்பதால் பெரிய, பெரிய அணைகள் கட்டி தண்ணீரை சில மாநில அரசுகள் தேக்கி வைத்துக் கொண்டாலும் பிரச்சினைகள் இல்லை.

மேற்குத் தொடர்ச்சி மலையில் கர்நாடகப் பகுதியில் உற்பத்தியாகும் கிருஷ்ணா, துங்கபத்ரா ஆற்று நீர் பற்றி கர்நாடகா, ஆந்திரா, மகாராஷ்டிரா மாநிலங்களுக்கு இடையில் பிரச்சினைகள் இருக்கின்றன. ஆனால் அது மக்கள் வாழ்வாதாரத்தை அடியோடு பாதிக்கும் பிரச்சினையாக மாறவில்லை. ஏனெனில், அந்த ஆறுகளில் தண்ணீர் தொடர்ந்து வந்து கொண்டே இருக்கிறது.

இந்திய ஆறுகளிலேயே பெரும் பிரச்சினைக்குள் சிக்கிக் கொண்டிருப்பது காவிரி ஆறுதான். அது கர்நாடகாவில் தோன்றி தமிழ்நாடு வழியே ஓடி வங்கக்கடலில் கலக்கிறது. மேற்குத் தொடர்ச்சி மலையில் கேரளாவுக்கு உட்பட்ட நிலப்பரப்பில் உற்பத்தியாகும் கபினி, பவானி, அமராவதி ஆறுகள் காவிரியோடு கலக்கின்றன. காவிரியில் இருந்து பிரியும் கிளை நதிகளான

அரசலாறும் அதிலிருந்து பிரியும் சிற்றாறுகளும், குடமுருட்டி ஆற்றிலிருந்து பிரியும் திருமலைராஜன் ஆறும், வீரசோழன் ஆற்று நீரும் காரைக்காலில் பாய்கின்றன. எனவே, கர்நாடகா, தமிழ்நாடு, கேரளா, யூனியன் பிரதேசமான புதுச்சேரி சம்பந்தப்பட்டதாக காவிரி பிரச்சினை உள்ளது.

புதிதாக சுதந்திரம் பெற்ற ஒரு நாடு, பல மொழிகள், பல கலாச்சாரங்கள், பல சமயங்கள், பலதரப்பட்ட சிந்தனைப் போக்குகள் கொண்ட ஒரு நாடு எல்லா மக்களிடமும் நேர்மையாகவும், நாணயமாகவும் நடந்து கொள்ளும் என்று சொல்ல முடியாது. பலம் கொண்ட அரசியல் கட்சிகள், அதிகாரம் படைத்த தலைவர்கள், அதிகாரிகள் தங்கள் விருப்பப்படி காரியங்கள் செய்து விடுவது உண்டு. அதுதான் இந்திய சுதந்திரத்திற்குப் பிறகு ஒரு நாட்டை நிர்மாணிப்பதில் ஏற்பட்ட சிக்கல். சுதந்திரம் வந்தால் - நாடு குடியரசு ஆனால், எல்லாம் சரியாகிவிடும்; மக்கள் வாழ்க்கையில் சுபிட்சம் ஏற்படும்; கல்வி பெறுவார்கள். வேலைவாய்ப்புகள் பெருகும் என்று கருதினார்கள் தேசத் தலைவர்கள்.

மொழிவாரி மாநிலங்கள் அமைக்கப்பட்ட போது புதியதொரு பிரச்சினை எழுந்தது. பொதுவாக கடல், ஆறு, மலை, ஏரிகளை அடிப்படையாகக் கொண்டு புவியியல் ரீதியாக எல்லை வகுப்பதுதான் வழக்கம். ஆனால், இந்தியாவில் மாநிலங்களின் எல்லைகள் பெரும்பான்மையான மொழி பேசும் வாழ்விடங்கள் அடிப்படையில் பிரிக்கப்பட்டன. அதன் காரணமாக காலம்காலமாக இருந்து வரும் ஆறுகள், ஏரிகள், மலைகள் சமச்சீரற்ற முறையில் பிரிக்கப்பட்டன.

உலகத்தில் எந்த நதியும் அது உற்பத்தியாகும் நாட்டிற்கு மட்டும் சொந்தம் கிடையாது. அது பாய்ந்தோடும் எல்லா நாட்டிற்கும் உரியது. ஒரு நாடு என்றால் அதன் நீர்வளம் முழுவதும் நாட்டு மக்கள் அனைவருக்கும் உரியது. எனவேதான் சர்.சி.பி. ராமசாமி ஐயர், 'இந்திய நதிகளை ஒன்றோடு ஒன்று இணைக்க வேண்டும்; நதிகளை பொதுப்பட்டியலுக்கு கொண்டு வரவேண்டும்' என்றார். அவர் அரசியலுக்கும், அரசியல் கட்சிகளுக்கும் வெளியில் இருந்தார். எனவே அவரின் முக்கியமான யோசனை புறந்தள்ளப்பட்டது.

இந்திய தேசிய தலைவர்களுக்கு ஒரு மாநிலத்து நிலவரம் பூரணமாக தெரியாது என்பது சரிதான். ஆனால் மாநிலத் தலைவர்களாகவும், தேசிய தலைவர்களாகவும் இருந்தவர்களும் புரிந்து கொள்ளவில்லை என்பதே பிரச்சினைகளுக்கெல்லாம் காரணம். ராஜாஜி, காமராஜ் ஆகிய பெரும் தலைவர்கள் இருந்தார்கள். அவர்கள் தேசிய காங்கிரஸில் இருந்து உருவானவர்கள். அவர்களுக்குப் புரியாமல் போய்விட்டது. பின்னர்

தமிழகத்தின் முதல்வர்களாகப் பொறுப்பேற்றவர்களாலும் கர்நாடகாவிற்குப் பதில் கொடுக்க முடியவில்லை. தமிழகத்தை வஞ்சிப்பதில் மத்திய அரசோடும், மாநில அரசோடும் நீதிமன்றங்கள் சேர்ந்து கொண்டு விட்டன.

ஒரு நூற்றாண்டு காலமாக காவிரி பிரச்சினையில் தமிழ்நாடு அரசாலோ, அரசியல் கட்சிகளாலோ ஓரடி கூட முன்னெடுத்து வைக்க முடியவில்லை. அந்த வரலாற்றைத்தான் பல்வேறு பரிமாணங்களோடு கோமல் அன்பரசன் எழுதிய 'காவிரி அரசியல் – தமிழகம் வஞ்சிக்கப்பட்ட வரலாறு' நூல் பகர்கிறது. அவர் அதிகமாக உழைத்து, மிகுந்த நியாய உணர்வோடு இதனை எழுதி இருக்கிறார். படிக்கையில் அதன் வழியாக உலகம் முழுவதிலும் நதிநீர்ப் பங்கீட்டில் ஏற்பட்ட பிரச்சனைகள், அவை தீர்த்துக் கொள்ளப் பட்ட விதம் பற்றி எல்லாம் தெரிந்து கொள்ள முடிகிறது.

தண்ணீரை வெட்டிப் பிரிக்க முடியாது; வெட்டப்படும் போதே இணைந்து விடும் என்பது அடிக்கடி சொல்லப்படுகிறது. பல நாடுகளில் அது சாத்தியமாகியிருக்கிறது. ஆனால் காவிரி நதிநீர் பிரச்சினையைத் தீர்க்கவே முடியாத ஒரு பிரச்சினையாக கர்நாடகா மாற்றி வைத்துக் கொண்டிருப்பதும், அதற்கு மத்திய அரசு பணிந்து கிடப்பதும் வாக்கு வங்கி அரசியல் தான். அதில் இந்திய தேசிய காங்கிரஸ், பாரதிய ஜனதா கட்சி என்ற பாகுபாடெல்லாம் கிடையாது.

ஜனநாயக அரசியலில் வாக்குதான் பிரதானம். அதிக வாக்குகள் பெற்று, ஆட்சி அதிகாரத்தைக் கைப்பற்ற அரசியல் கட்சிகள், அதன் தலைவர்கள் எப்படியெல்லாம் நடந்து கொள்வார்கள் என்பதையும் "காவிரி அரசியல் – தமிழகம் வஞ்சிக்கப்பட்ட வரலாறு" சொல்கிறது. கோமல் அன்பரசன் ஒரு மாநிலத்தை மட்டும் குற்றம். குறை சொல்லவில்லை. இரண்டு மாநிலத்தலைவர்களும் பதவிக்காக என்ன செய்கிறார்கள் என்பதை நுட்பமாக ஆராய்ந்து சொல்கிறார்.

பாராட்டுக்கள்.

சா.கந்தசாமி
(சாகித்ய அகாடமி விருது பெற்ற எழுத்தாளர்)
1-20, டர்ன்புல் சாலை, நந்தனம்,
சென்னை - 600035.

யார் பிரச்சினை இது?

காவிரி – இந்த வார்த்தையைப் படித்தவுடன், ‘அட... அது தஞ்சாவூர் விவசாயிங்க பிரச்சினைல்ல...’ என்றுதான் இன்றைக்குத் தமிழர்கள் பலரும் நினைக்கிறார்கள். ஆனால், சென்னை தொடங்கி ராமநாதபுரம் வரையிலும், திருப்பூரிலிருந்து வேலூர் வரையும், ஒகேனக்கல் முதல் நாகப்பட்டினம் வரையும் தமிழகத்தின் 15 மாவட்டங்கள் குடிநீருக்காக காவிரியைத்தான் முற்றாக நம்பியிருக்கின்றன. காவிரியில் தண்ணீர் வந்து வீராணம் ஏரி நிறையாவிட்டால், தலைநகர் சென்னை தவிக்க வேண்டியிருக்கும். இன்னும் 11 மாவட்டங்களில் குடிநீராக மட்டுமல்ல; விவசாயத்திற்கான பாசன ஆதாரமாகவும் இருப்பது காவிரிதான்! தமிழகத்தின் 25 லட்சம் ஏக்கர் நிலங்களுக்கு காவிரி தண்ணீரைவிட்டால் பாசனத்திற்கு வேறு வழியில்லை. தமிழ்நாட்டிற்கான உணவுத்தேவையில் 60 சதவீதத்திற்கு மேல் நெல் உற்பத்தி செய்யப்படுவதற்கு காவிரியே மூல காரணம். தமிழக மக்களில் 85% பேர், அதாவது ஏறத்தாழ 5 கோடி மக்களுக்கு காவிரி தண்ணீரே குடிநீர். மொத்தத்தில் மாநிலத்திலுள்ள 32-ல் தலைநகர் சென்னை உள்ளிட்ட 26 மாவட்டங்களுக்கு உயிர்நாடியாக இருக்கிறது காவிரி தண்ணீர்! இதையெல்லாம் விட தமிழகத்தில் அதிக தூரம் ஓடும் ஒரே நதி காவிரி! அதில் தண்ணீர் ஓடாவிட்டால், ஏற்கெனவே கீழே போய்க் கொண்டிருக்கும் நிலத்தடி நீர் அதல பாதாளத்திற்குப் போகும். இப்போது சொல்லுங்கள்..! காவிரியில் தண்ணீர் வராமல் போனால், அது வெறுமனே தஞ்சாவூர்க்காரன் பிரச்சினையா? இல்லை... ஒட்டுமொத்த தமிழ்நாட்டின் பிரச்சினையா? ஆனால் இந்தப் புரிதல் தமிழகத்தில் இல்லாமலே போய்விட்டது. அந்த முனையில் கர்நாடக அரசு தொடங்கி அத்தனை அமைப்புகளும் பொய்யான புள்ளிவிவரங்களையும் தகவல்களையும் பரப்பி தமது மக்களுக்கு வெறியூட்டி, மாற்றி வைத்திருக்கின்றன. இங்கே வெறியூட்ட வேண்டாம்; குறைந்தபட்சம் காவிரிப் பிரச்சினையைப் பற்றிய விழிப்புணர்வு கூட இல்லை.

உலகளவில் நாகரிகங்களின் அடிப்படையாக ஆறுகள் தான் பார்க்கப்படுகின்றன. பல தேசங்களின் அடையாளங்களாக அவை திகழ்கின்றன. நைல் நதியை அடிப்படையாகக் கொண்டது பழம்பெரும் எகிப்திய நாகரிகம். லண்டன் என்றதும் தேம்ஸ் நதியே மனதில் நிழலாடும். ரஷ்யாவுக்கு வால்கா நதி. சீனாவுக்கு ஒரு மஞ்சள் நதி. இந்தியா என்றதும் கங்கை. இந்த வரிசையில் தமிழ்நாட்டின் நீண்ட நெடிய வரலாற்றோடும் மக்களின் வாழ்வோடும் பின்னிப்பிணைந்திருப்பது காவிரி. புராணங்களும்,

இதிகாசங்களும், இலக்கியங்களும், காப்பியங்களும், கல்வெட்டுகளும் இதனை ஆணித்தரமாக அடித்துச் சொல்கின்றன.

எல்லாம் இருந்தும், இரண்டாயிரம் ஆண்டுகளுக்கு மேலாக காவிரியில் உள்ள உரிமையைக் கடந்த 50 ஆண்டுகளில் படிப்படியாக இழந்து, கர்நாடகாவில் தேக்கிவைக்க முடியாமல் நிரம்பி வழியும் மிச்ச சொச்ச நீரை மட்டுமே பெற்றுக்கொள்ளும் நிலைக்கு வந்திருக்கிறோம். அதிலும் இப்போது சிக்கல். காவிரியின் கடைசிச்சொட்டு நீரையும் தமிழ்நாட்டிற்கு விடாமல் தடுத்திட வேண்டும் என்கிற திட்டத்தோடு, இறுதி யுத்தத்தில் இறங்கி விட்டது கர்நாடகா. மேகேதாட்டுவில் அணை கட்டப்பட்டுவிட்டால், அவ்வளவுதான் முடிந்தது கதை. மூன்று பருவம் சாகுபடி செய்து, அதனை இப்போது ஒரேயொரு பருவமாக சுருக்கிக் கொண்டிருக்கும் தமிழக காவிரி டெல்டா பகுதியில் விவசாயம் மொத்தமாக வீழ்ச்சியடையும்.

உணவு உற்பத்தியில் ஏற்கனவே பற்றாக்குறை மாநிலமாக உள்ள தமிழ்நாடு, இப்போது பெரும் வீழ்ச்சியை நோக்கி பயணிக்கிறது. பஞ்சாப், ஹரியானா மாநிலங்களில் இருந்து இந்திய உணவுக்கழகம் கொள்முதல் செய்யும் அரிசியைத்தான் தமிழகம் நம்பியிருக்கிறது. சராசரியாக ஒரு மாதத்திற்கு ஒரு லட்சம் டன் அரிசியை உணவுக்கழகத்திடம் இருந்து தமிழ்நாடு வாங்குகிறது. இந்த லட்சணத்தில், காவிரிப் பாசனப்பகுதியில் சுத்தமாக அரிசி விளையவில்லை என்றால் தமிழ்நாட்டின் மொத்த உள் மாநில உற்பத்தி (ஜி.எஸ்.டி.பி) குறையும். மாநிலத்தில் அரிசிப் பஞ்சம் ஏற்படும். அதனால் அரிசி விலை தாறுமாறாக உயரும். காவிரி தண்ணீரால் நெல் உற்பத்தியைப் பெருக்கி மிகை அரிசி மாநிலமாக திகழும் கர்நாடகாவிடம், கையேந்தி நிற்கும் சூழல் உருவாகும். பெரும்பான்மையான தமிழக மக்களின் வாழ்க்கைத்தரத்திலும் இது எதிரொலிக்கும். வெறும் தண்ணீர் பிரச்சினை என்பதைத்தாண்டி சமூக, பொருளாதார பிரச்சினையாக மாறும்.

இன்னொரு பக்கம் காவிரிப் பிரச்சினையில் தமிழகத்திற்கு கிடைக்கின்ற தோல்விகள் கேரளா, ஆந்திரா போன்ற அண்டை மாநிலங்களுடன் நமக்கிருக்கும் நதிநீர்ச்சிக்கல்களிலும் எதிரொலிக்கின்றன. கர்நாடகாவைப் பின்பற்றி அவர்களும் தமிழகத்தை வஞ்சிக்கலாம் என்று நினைக்கிறார்கள்; செயல்படுகிறார்கள். எனவே ஒரு வாரமோ, 10 நாட்களோ பேசிவிட்டு, இன்னொரு பெரிய செய்தி வந்தால் அதற்குத் தாவி விடுவதைப் போன்ற சிக்கல் இல்லை இது. எந்தக் கோணத்தில் பார்த்தாலும் தமிழகத்தின்

உயிர்ப்பிரச்சினை. மிகைப்படுத்தியோ, வெறுமனே பயமுறுத்துவதற்கோ சொல்லவில்லை. தமிழகம் உணர மறந்த, மறுக்கிற நிஜம் இது.

உலகெங்கும் நதிநீர்ப் பிரச்சினைகள் இருக்கின்றன. அமெரிக்காவுக்கு, ஜெர்மனிக்கு, பிரான்சுக்கு, சீனாவுக்கு, அவ்வளவு ஏன், பரம எதிரிகளான பாகிஸ்தானுக்கும் இந்தியாவுக்கும் இடையிலும் கூட ஆற்றுநீர்ச் சிக்கல் இருக்கவே செய்கிறது. அவையெல்லாம் சட்டப்படியும் நியாயப்படியும் கையாளப்படுகின்றன. இந்தியாவுக்குள்ளே மற்ற மாநிலங்களுக்கு இடையே இருக்கும் நதி நீர்ப்பிரச்சினைகள், இருதரப்புக்கும் பாதிப்பில்லாத சுமுகமான ஒப்பந்தங்களின் வழியே தீர்க்கப்படுகின்றன. இந்தியாவின் மீது கொலைவெறியோடு இருக்கும் பாகிஸ்தானுடன் கூட நம்மால் சண்டையின்றி தண்ணீரைப் பகிர்ந்து கொள்ள முடியும் போது, கர்நாடகாவுடன் அது சாத்தியப்படாமல் போவதற்கு காரணம் என்ன?

'நதி உற்பத்தியாகிற மேல்பகுதி நாடு, அந்த நதிநீரைப் பயன்படுத்துகிற கீழ்ப்பகுதி நாட்டுக்கு காலங்காலமாக இருக்கிற தண்ணீர் உரிமையைத் தட்டிப் பறிக்க முடியாது; அவர்கள் பாதிப்படைகிற வகையில் எதையும் செய்ய முடியாது; செய்யக்கூடாது' என்பது உலகம் ஒப்புக்கொண்ட, செயல்படுத்துகிற அடிப்படை நதிநீர்ப் பங்கீட்டுத் தர்மம். ஆனால் அதையெல்லாம் காலில் போட்டு மிதித்துவிட்டு, பூமிப்பந்தின் எந்த மூலையிலும் இல்லாத அளவுக்கு பிடிவாதமும் முரட்டுவாதமும் காவிரி விவகாரத்தில் செய்யப்படுவதால்தான் காவிரிப்பிரச்சினை தீர முடியாத இடத்திற்குப் போய் நிற்கிறது. 'அடிப்படை நியாயமா, அரசியலமைப்பா, நடுவர் மன்றமா, உச்சநீதிமன்றமா யார் சொன்னாலும் கட்டுப்பட மாட்டோம்' என்று பட்டவர்த்தனமாக கர்நாடகா நடந்து கொள்கிறது. எதற்கும் அடங்காத கர்நாடகாவைத் தட்டிக்கேட்க வேண்டிய மத்திய அரசு, எல்லா காலத்திலும் தமிழகத்தை மாற்றாந்தாய் பிள்ளையாகவே நடத்திவருகிறது. அதற்கு எந்தக் கட்சியும் விதிவிலக்கல்ல. இதன் சமீபத்திய உதாரணம் தான் மேலாண்மை வாரியம் அமைப்பதில் மத்திய அரசு அடித்த பல்டி. போலவே 'காவிரி' என்று வந்துவிட்டால், கர்நாடகாவில் ஒலிப்பது போன்ற ஒருமித்த குரல் தமிழ்நாட்டில் ஒலிப்பது இல்லை. ஏகப்பட்ட சுருதி பேதங்கள். மாநிலத்தின், மக்களின் நலனைவிட தலைவர்களின் தனிப்பட்ட விருப்பு, வெறுப்புகளே ஓங்கி நிற்கின்றன. அதனால்தான் 'காவிரியாறு கன்னடர்களுடையது; அவர்கள் கொடுத்தால்தானே நாம் வாங்கிக் கொள்ள

முடியும்; வேறென்ன செய்ய?' என்று நம்மூர் அறிவுஜீவிகள் போகிற போக்கில் அள்ளித்தெளித்துவிட்டுப் போகிறார்கள். இது உண்மையா? வரலாற்று, புவியியல் ஆதாரங்கள் சொல்வதென்ன?

காவிரியால் தமிழகத்திற்கும் கர்நாடகாவிற்கும் மோதல் ஏற்பட்டு சற்றேறக்குறைய ஆயிரம் ஆண்டுகள் ஆகிவிட்டன. அணை கட்டி தடுக்கப்பட்ட காவிரி தண்ணீரைப் படை எடுத்துப்போய் சோழமன்னன் விடுவித்து வந்த வரலாற்றிலிருந்து தொடங்குகிறது நேரடி மோதல். இது படிப்படியாக வளர்ந்து தண்ணீர் பிரச்சினை என்பதைத் தாண்டி இன வெறுப்பு அரசியலாக மாறியது எப்படி? ஆங்கிலேயர் ஆட்சிக்காலத்தில் காவிரி விவகாரத்தைக் கச்சிதமாக கையாண்டார்கள். அவர்கள் போட்ட ஒப்பந்தம் சுதந்திரத்திற்குப் பிறகு என்ன ஆனது? இன்று தமிழகம் பேசுகிற எல்லா நியாய, தர்மங்களையும் பேசி, இதே காவிரி தண்ணீரை குடகு அரசிடமிருந்து கர்நாடகம் கேட்ட வரலாறு என்ன? பேச்சுவார்த்தைகள், சட்டப்போராட்டங்கள் எத்தகைய பலன்களை நமக்குத் தந்திருக்கின்றன? ஒப்பந்தங்களை மீறி நினைத்தபடி பாசன பரப்பை தமிழ்நாடு அதிகப்படுத்தி விட்டதாக கர்நாடகா முன் வைக்கும் குற்றச்சாட்டு சரியா? காவிரியை முன் வைத்து கலவரங்களும் படுகொலைகளும் நிகழ்த்தப்பட்ட பின்புலம் என்ன? விடுதலை பெற்ற பிறகு காவிரி விவகாரத்தில் தமிழ்நாடு செய்யத்தவறியவை எவை?

இப்படி காவிரியின் புவியியல் அமைப்பு, வரலாற்றுப் பின்னணி, பிரச்சினையின் ஆழ, அகலங்கள் என எல்லாவற்றையும் முதன்முதலில், முழுமையாக ஆதியோடு அந்தமாக பேசப்போகிறது இந்தப்புத்தகம். காவிரிப்பிரச்சினை பற்றிய அத்தனை கேள்விகளுக்கும் விடை சொல்வதோடு மட்டுமின்றி காவிரி நதியையொட்டிய சுவாரசியங்களும் சோகங்களும் இதில் பகிர்ந்து கொள்ளப்படுகின்றன. வாருங்கள்... வரலாற்றின் பக்கங்களைப் புரட்டுவோம்... ஏனெனில், வரலாற்றைத் தெரிந்து கொள்ளாத எந்த இனமும் நீடித்து வாழ்ந்ததாக வரலாறு இல்லை! அப்படித்தான் தமிழினத்தின் நாடி நரம்புகளில் பின்னிப்பிணைந்திருக்கிறது காவிரியின் வரலாறு!

பேரன்புடன்...

கோமல் அன்பரசன்

komalrkanbarasan@gmail.com

இந்நூல்
இவ்வளவுக்குப் பிறகும்
இன்னமும் விவசாயம் செய்து
சோற்றுப் பஞ்சத்தைத் தடுத்திடும்
காவிரி டெல்டாவின் சேற்றுக் கால்களுக்கு...

உள்ளே...

1. உலகை இயக்கும் இயற்கையின் கணக்கு! — 17
2. அணைகள் இல்லாத காவிரி! — 24
3. ஊட்டியில் நடந்த முதல் பேச்சுவார்த்தை! — 29
4. முதல் ஒப்பந்தமும் முதல் நடுவர் மன்றமும்! — 35
5. அத்துமீறல்களை ஆரம்பித்து வைத்த விஷ்வேஸ்வரய்யா! — 40
6. மைசூர் மகாராஜா போட்ட ஒப்பந்தம்! — 45
7. மேட்டூர் அணை – பெரும் போராட்டத்தின் வெற்றி — 50
8. இன வெறுப்பு அரசியலாக மாறிய தண்ணீர் தகராறு! — 56
9. வழக்கைத் திரும்பப் பெற்ற வரலாற்றுப்பிழை! — 62
10. நம்ப வைத்து ஏமாற்றிய இந்திரா காந்தி! — 67
11. குண்டுராவ் போட்ட அணுகுண்டு! — 71
12. தமிழ்நாட்டு விவசாயிகளின் அதிரடி! — 76
13. உச்சநீதிமன்ற கொந்தளிப்பால் உருவான நடுவர் மன்றம்! — 80
14. ஏமாற்றம் தந்த இடைக்காலத் தீர்ப்பு! — 85
15. இந்தியாவை எதிர்த்து சட்டம் போட்ட கர்நாடகா! — 90
16. இந்தியாவில் ஒரு மாநிலமா? எதிரி நாடா? — 94
17. மானத்தைக் காப்பாற்ற தாலியை மாற்றிய தமிழ்ப்பெண்கள்! — 99
18. நரசிம்மராவின் மௌனமும், ஜெயலலிதாவின் உண்ணாவிரதமும்! — 103
19. உச்சநீதிமன்றம் கொடுத்த உச்சபட்ச அதிர்ச்சி! — 107
20. தேவேகவுடா – பெரிய பதவியில் சிறிய புத்தி! — 111
21. அதிகாரங்கள் இல்லாமல் அமைந்த ஆணையம்! — 115
22. 'பல் இல்லாத ஆணையம்!' — 120

23. உச்சநீதிமன்றத்தை ஏமாற்றிய தந்திரம்!	124
24. நடுவர் மன்ற நீதிபதிகளுக்குள் நடந்த மோதல்!	128
25. இறுதித்தீர்ப்பு – வரமா? சாபமா?	133
26. பறிபோன உரிமைகளின் பட்டியல்!	138
27. சென்னையில் முழங்கிய அண்ணனும் தம்பியும்!	142
28. நீதிபதிகளின் ரத்தக்கொதிப்பு!	147
29. அரசிதழில் வெளியிட நடந்த போராட்டங்கள்!	153
30. கர்நாடகா செய்த ரகசிய வேலை!	157
31. மேட்டூர் நிரம்பும் அளவுக்கு தண்ணீர் போகிறதா? அய்யய்யோ...!	162
32. முதல்முறையாக ஒன்றுபட்ட தமிழ்நாடு!	167
33. வாய்பிளக்க வைத்த கர்நாடகாவின் திட்டங்கள்!	172
34. இன்னொரு கலவரம்! எரிக்கப்பட்ட பேருந்துகள்!	176
35. ஒரே வாரத்தில் அந்தர்பல்டி அடித்த மத்திய அரசு!	181
36. எங்களுக்கு அதிகாரம் இல்லையென்று யார் சொன்னது?	186
37. திரும்பத் திரும்ப சொல்லப்பட்ட பொய்!	191
38. தமிழகத்திற்கு உச்ச நீதிமன்றம் இழைத்த அநீதி!	196
39. கர்நாடகாவின் கடைசி தண்ணீர் யுத்தம் – மேகேதாட்டு!	201
40. சொல்வதெல்லாம் உண்மையா?	207
41. பாடம் சொல்லும் தவறுகள்!	214
42. உலக நீதி நம்ம ஊர் அநீதி!	219
43. ரத்தமும் தக்காளிச்சட்னியும்!	224
44. அங்கேயும், இங்கேயும்!	230
45. காவிரி - தீர்வுதான் என்ன?	236

1

உலகை இயக்கும் இயற்கையின் கணக்கு!

ஒரு சின்னஞ்சிறிய இயற்கை ஊற்று! இதைச்சுற்றி 4 அடிக்கு 4 அடியில் சதுரமாக ஒரு தொட்டி! – இதன் பெயர் பிரம்ம குண்டம். இதற்கு இன்னொரு பெயர் காவிரிக்குண்டம். கோடிக்கணக்கானோரை வாழ வைத்துக்கொண்டிருக்கும் காவிரி ஆறு, குடகு மலையிலுள்ள இந்த இடத்தில்தான் பிறக்கிறது என்றால் நம்புவதற்கு கடினமாக இருக்கும். மேற்குத் தொடர்ச்சி மலையில் பார்க்கும் இடமெல்லாம் பச்சை போர்த்திக்கொண்டிருக்கும் 'குடகு', பழங்காலத்தில் 'சோழர்கள் காடு' என்ற பெயரோடு சோழ மன்னர்கள் ஆட்சி செய்த பூமி. பிற்காலத்தில் ஆங்கிலேயர் இதற்கு வைத்த பெயர் 'கூர்க்'.

மடிக்கேரியைத் (மெர்க்காரா) தலைநகரமாக கொண்டு தனி சமஸ்தானமாக இருந்த குடகு, நாட்டின் விடுதலைக்குப் பின்னும் தனி மாகாணமாக திகழ்ந்தது. 1956-ல் மொழிவழி மாநிலப்பிரிவினையின் போது மைசூருடன் இணைக்கப்பட்டு பின்னர் கர்நாடகாவுக்குச் சொந்தமானது. இந்த குடகு மலையில் உள்ள தலைக்காவிரியில் உற்பத்தியாகிற காவிரிக்கு வயது, சுமார் 5 லட்சம் ஆண்டுகள். கார்பன் 14சி கால நிர்ணய முறை, செயற்கைக்கோள் நிழற்படங்கள் போன்றவற்றைக் கொண்ட தொல்லியல் ஆய்வுச் சோதனை வழிகளின் படி காவிரியின் இந்தத் தொன்மை நிர்ணயிக்கப்பட்டுள்ளது. பல ஆராய்ச்சிகள், வாதப் பிரதிவாதங்களுக்குப் பிறகு வரலாற்று ஆய்வாளர்கள் இம்முடிவுக்கு வந்திருக்கிறார்கள்.

5 லட்சம் ஆண்டுகளுக்கு முன்பு தோன்றிய காவிரி, காலங்கள் தோறும் பல்வேறு போக்குகளில் ஓடி, இறுதியாக ஏறக்குறைய ஆயிரம் ஆண்டுகளுக்குள்ளாக தற்போதைய வடிவத்தைப் பெற்றிருக்கிறது. இன்றைக்கு காவிரி ஓடும் மொத்த தூரம் 800 கி.மீ. இதில் கர்நாடகத்தில் 320 கிலோமீட்டரும், தமிழ்நாட்டில் 416 கிலோமீட்டருமான புவியியல் வடிவத்தைக் காவிரி ஆறு கொண்டிருக்கிறது. இரு மாநில எல்லைப்பகுதியில் 64 கிலோமீட்டர் தூரம் ஓடி வருகிறது. அதாவது ஆற்றின் ஒரு கரை தமிழ்நாட்டில்; இன்னொரு கரை கர்நாடகாவில் இருக்கிறது.

இந்தப் புவியியல் அடிப்படையை வைத்துக்கொண்டுதான் காவிரியின் வரலாற்றை மாற்றி எழுத கர்நாடகா துடிக்கிறது. ஆனால் கர்நாடகாவிற்கு, காவிரி நாலோடு ஐந்தாக ஒரு நதி. அவ்வளவுதான். காவிரி அல்லாமல்

காவேரியா? காவிரியா?

காவிரியில் தண்ணீர் வருவதைப்பற்றி கவலைப்படுகிறார்களோ இல்லையோ அதன் பெயரில் சர்ச்சைகள் ஏற்படுவதுண்டு. காவேரியா? காவிரியா? எதுசரி? கா + விரி = காவிரி. 'கா'என்றால் சோலை என்று பொருள். வழிநெடுக சோலைகளை விரிவாக்கி அல்லது உருவாக்கி வருகிற நதி என்ற அர்த்தத்தில் 'காவிரி' என்றழைக்கப்படுகிறது. இதுவே, அகத்தியரின் கமண்டலத்தில் சிறைபட்ட நதியினைக் காக்கை கவிழ்த்துவிட்டதால், 'காகவிரி' என்றாகி, 'காவிரி'யானதாக கந்தபுராணத்தில் சொல்லப்பட்டுள்ளது. பழந்தமிழ் இலக்கியங்களிலும் 'காவிரி' என்ற பெயரே பயன்படுத்தப்பட்டிருக்கிறது. புறநானூற்றிலும், பத்துப்பாட்டு நூல்களான பட்டினப்பாலை மற்றும் பொருநராற்றுப்படையிலும் காவிரி என்றே குறிப்பிடப்பட்டுள்ளது. சிலப்பதிகாரத்திலும் காவிரி என்றே பல இடங்களில் குறிப்பிடும் இளங்கோவடிகள், கதாபாத்திரங்களே பாடுவது போன்று வரும் இடங்களில் மட்டும் பேச்சுவழக்கில் 'காவேரி' என்று பயன்படுத்தி இருக்கிறார். ஆக, 'காவிரி' என்பதே சரியான சொல். 'காவேரி' என்பது பேச்சுவழக்கிலுள்ள கொச்சை சொல். ஆனால், பெயர்ப்பலகைகளிலும் அரசு ஆவணங்களிலும் ஆங்கிலத்திலும் காவேரி (Cauvery) என்று பயன்படுத்தப்படுவது, ஆங்கிலேயர் காலத்தில் ஆரம்பித்த வழக்கமாகும். நமக்கு வெள்ளைக்காரன் சொன்னது தானே வேதம்..?!

அங்கே பெரும் நதிகள் இருக்கின்றன. கன்னட பூமியை வளப்படுத்த இந்தியாவின் மிகப்பெரிய ஆறுகளில் ஒன்றான 1,300 கி.மீ. நீளம் கொண்ட 'கிருஷ்ணா' உள்ளது. 'துங்கா', 'பத்ரா' என தனித்தனியாக உருவாகி 'துங்கபத்ரா'வாக வடிவெடுக்கும் மற்றொரு பெருநதியும் காவிரிக்கு இணையாக இருக்கிறது. இன்னும் வேதவதி, பாலாறு, வட பெண்ணாறு (வட பினாகினி), கபினி, ஹேமாவதி, லட்சுமண தீர்த்தா, பாபக்னி, கடப்பிரபா, மலப்பிரபா, பீமா, மஞ்சிரா, மந்தவி, ஷராவதி, காளிநதி, சக்ரநதி, நேத்ராவதி, கங்கவள்ளி, வராகி, அஹானஷினி, சுவர்ணவதி, யகாட்சி என கர்நாடகாவின் குறிப்பிடத்தக்க ஆறுகளின் பட்டியல் நீளுகிறது.

தமிழ்நாட்டின் நிலைமையோ இதற்கு நேர் எதிர். இங்கே, காவிரி தான் அதிக தூரம் ஓடும் பெரிய ஆறு. அதாவது 416 கி.மீ. மற்றவை எல்லாம் குறைவான தூரம் கொண்டவையே. தென்பெண்ணை - 315 கி.மீ, பாலாறு - 222 கி.மீ, வைகை - 258கி.மீ, தாமிரபரணி (பொருநை) - 120 கி.மீ, கெடிலம் - 112 கி.மீ இவற்றோடு காவிரியிலிருந்து பிரியும் கொள்ளிடம் - 147 கி.மீ. இவைதான் தமிழகத்தில் பெயர் சொல்லத்தகுந்த பெரிய ஆறுகள். இதில் பாலாறு ஏற்கனவே பாழாறாகிவிட்டது. காவிரியில் தண்ணீர் வந்தால் மட்டுமே கொள்ளிடத்தில் தண்ணீர் ஓடும். மற்றவை எல்லாம் வருடத்தில் முக்கால்வாசி காலம் வானம் பார்த்து வறண்டு கிடக்கும் ஆறுகள்.

குடகு மலையில் தலைக்காவிரி கோயில்

கர்நாடகாவின் மக்கள் தொகை தமிழ்நாட்டை விட குறைவு. ஆனால், தமிழகத்தைக் காட்டிலும் இரண்டரை மடங்கு அதிக நீர்வளம் கொண்ட மாநிலம் கர்நாடகா. அதனால்தான் இயல்பாகவே தமிழ்நாட்டுக்கு காவிரி தண்ணீர் வருவது போன்ற வடிவமைப்பை இயற்கை உருவாக்கி வைத்திருக்கிறது. கர்நாடகா, மலைகள் நிறைந்த மேட்டுப்பகுதியாகவும், தமிழ்நாடு, குறைவான மலைகளுடன் சமவெளிப்பகுதியாகவும் பள்ளமாகவும் இருக்கிறது. உருவாகிற மேகங்களைத் தமிழகத்திற்குள் வராமல் மேற்குத்தொடர்ச்சி மலை தடுக்கிறது. அதனால் மேகங்கள் கர்நாடகாவில் மழையைப் பொழிகின்றன. அந்த தண்ணீரே, பள்ளமான தமிழகத்திற்குள் ஓடி வரும் வகையில் ஒரு சமன்பாட்டை இயற்கை ஏற்படுத்தி இருக்கிறது. இங்கே மட்டுமல்ல; உலகம் முழுக்கவே பெரும் நதிகள் எல்லாம் இவ்வாறே படைக்கப்பட்டிருக்கின்றன. இந்த இயற்கை கணக்கின் அடிப்படையில்தான் உலகம் சுற்றிக்கொண்டிருக்கிறது. அதாவது இயற்கையால் வஞ்சிக்கப்படும் ஒரு பகுதி, பயன் பெறுவதற்கான ஏற்பாட்டையும் அந்த இயற்கையே செய்து தருகிறது.

நெய்வேலியில் கிடைக்கும் நிலக்கரியை வைத்துதானே கர்நாடாகவுக்கும் சேர்த்து மின்சாரம் உற்பத்தி செய்யப்படுகிறது? தமிழ்நாட்டின் காவிரிப்படுகையில் எடுக்கப்படும் எரிவாயு, கன்னட மக்களின் வீடுகளில் அடுப்பெரிக்கவும்தானே கொடுக்கப்படுகிறது? மனிதன் பாடுபட்டு இயற்கையில் இருந்து எடுத்து உருவாக்குவதற்கே இப்படி என்றால், மனித

மருந்தான காவிரி நீர்!

ஒரு காலத்தில் காவிரி தண்ணீர் கை கண்ட மருந்தாக இருந்திருக்கிறது. ‘பதார்த்த குணசிந்தாமணி’ எனும் அரிய தமிழ் மருத்துவ நூல், காவிரி தண்ணீரைக் குடித்தால் வயிற்றுப்பொருமல், ஆஸ்துமா, சோகை, கபக்கட்டு, இளைத்தல், நீர் கோர்த்துக்கொள்ளுதல், ரத்தக்கட்டி, வாய் உலர்தல் போன்ற நோய்கள் குணமாவதோடு, உடலும் அழகு பெறும் என்கிறது...

‘‘காவிரி நீராற் பொருமல், காச,சுவாசஞ், சோபை

நீவு,தொண்டைக் கட்டு, இளைப்பு, நீரேற்றம் – பூவுலகின்

மன்னுதிரக் கட்டியோடு வாயுலர யென்பவை போம்

பின்னுடற்குக் காந்தியுமாம் பேசு’’

– இந்தப் பாடலைப் படித்துவிட்டு இப்போதிருக்கும் காவிரியின் நிலையை எண்ணிப் பெருமூச்சுதானே வருகிறது?!

உழைப்போ, அறிவோ இன்றி இயற்கையாக கிடைக்கும் மழைநீருக்கு கூடுதல் முன்னுரிமை உண்டல்லவா..!

பயன்பாட்டு அளவில் பார்த்தாலும், தமிழ்நாட்டின் மொத்த நிலப்பரப்பில் 34 சதவீதம் பகுதி காவிரிப்படுகையில் அமைந்துள்ளது. கர்நாடகத்தில் 17 சதவீதமே காவிரி பாசனப் பரப்பு. தமிழ்நாட்டின் மொத்த ஆற்று நீர்ப் பாசனத்தில் 60% காவிரிப் பாசனம்தான். தமிழகத்தில் அதிக உணவு உற்பத்தியாவது காவிரிப் பாசன பகுதியில்தான். கர்நாடகாவின் நிலைமை அப்படியில்லை. அதனால்தான் ஆண்டாண்டு காலமாக காவிரி தமிழ்நாட்டின் வாழ்வியலோடு பின்னிப் பிணைந்திருக்கிறது. எகிப்து நாகரிகத்திற்கும் நைல் நதிக்கும் உள்ளதைப் போன்றே, காவிரிக்கும் பழந்தமிழர் நாகரிகத்திற்கும் உயிர்த்தொடர்பு உள்ளது. இன்று நேற்றல்ல; ஈராயிரம் ஆண்டுகளுக்கும் மேலாக தமிழ் இலக்கியங்கள் காவிரியைக் கொண்டாடி இருக்கின்றன.

சோழ நாட்டை, ‘‘தாங்கா விளையுள் காவிரி நாடு’’ என்பதோடு, மன்னனை ‘‘காவிரி நாடனைப் பாடுதும்’’ என்றெல்லாம் சொல்லும் சிலப்பதிகாரம், காவிரியைத் தாயாக போற்றுகிறது.

“வாழி எந்தன் வளநாடு

மகவாய் வளர்க்கும் தாயாகி

ஊழி உய்க்கும் பேருதவி

ஒழியாய் வாழி காவிரி”

இந்தப்பாடலில், தொடர்ச்சியாக காவிரி நிகழ்த்தும் அற்புதங்களைப் படம் பிடித்துக்காட்டி ‘நடந்தாய் வாழி காவிரி’ என்று கொண்டாடி தீர்க்கிறார் இளங்கோவடிகள். புறநானூற்றில் சோழன் கிள்ளிவளவனை

குடகில் பாயும் காவிரி ஆறு

"காவிரி புரக்கும் நல்நாட்டுப் பொருந". (பொருந – தலைவன்) என்று நல்லிறையனார் போற்றுகிறார். "காவிரி புரக்கும் நாடு கிழவோனே" (கிழவோன் - தலைவன்) என கரிகால் சோழனை, பொருநராற்றுப்படையில் முடத்தாமக்கண்ணியார் பாடுகிறார். குடகு மலையில் மழை பொழியும் போதெல்லாம், மலர்த்தாதுக்களுடன் புது வெள்ளத்தைக் கொண்டு வரும் காவிரி என்ற பொருளில்,

" ...குடாஅது
பொன்படு நெடுவரைப் புயல்ஏறு சிலைப்பின்
பூவிரி புதுநீர்க் காவிரி" என, ஆவூர் மூலங்கிழார் புறநானூற்றில் சொல்கிறார். காவிரி எப்படி வற்றாமல் ஓடி வந்து வளம் கொடுத்தது என்பதை,

"வான் பொய்ப்பினும் தான் பொய்யா
மலைத்தலைய கடல் காவிரி" என்று பட்டினப்பாலையில் கடியலூர் உருத்திரங்கண்ணனாரும்

"கோள்நிலை திரிந்து கோடை நீடினும்
தான்நிலை திரியாத் தண்தமிழ்ப் பாவை" என்று மணிமேகலையில் சீத்தலைச்சாத்தனாரும் விவரிக்கிறார்கள். காவிரி என்ற பெயரில் மட்டுமல்லாது,

"பூந்தண் பொன்னி எந்நாளும்
பொய்யா தளிக்கும் புனல் நாடு" எனும் சண்டேசுவர நாயனாரின்

உலகில் இல்லா சிறப்புகள்

உலகின் எந்த நதிக்கும் இல்லாத சில சிறப்புகள் காவிரிக்கு இருக்கின்றன. தலைக்காவிரியில் உருவாகும் ஆறு, காவிரி பூம்பட்டினத்தில் கடலில் கலக்கிறது. தொடங்கும் இடமும் முடியும் இடமும் நதியின் பெயராலேயே அமைந்திருப்பது வேறெந்த ஆற்றுக்கும் இல்லை. ஆதிரங்கம் (ஸ்ரீரங்கபட்டணம்), மத்தியரங்கம் (சிவசமுத்திரம்), கடைரங்கம் (ஸ்ரீரங்கம்) என காவிரி உருவாக்கும் மூன்று தீவுகளும் ஒன்றுபோலவே திருத்தலங்களாக இருக்கின்றன. மூன்றிலும் படுத்தநிலையில் பெருமாள் இருக்கும் கோயில்கள் அமைந்துள்ளன. கங்கை போன்ற எல்லா நதிகளிலும் கரையோரங்களில் கோயில்களும் தலங்களும் இருக்கின்றன. ஆனால், தீவுகளாக தலங்களை உருவாக்கி இருப்பதும் காவிரியின் தனிச்சிறப்பு.

பெரியபுராண வரிகளைப்போல பொன்னி நதியாகவும் எத்தனையோ தமிழ் இலக்கியங்களில், ஏராளமான இடங்களில் காவிரி ஆறு பற்றி பேசப்பட்டிருக்கிறது. பிற்காலத்தில் பாடிய மகாகவி பாரதியும் தமிழகத்தின் ஆறுகளில் காவிரியை முதலில் வைத்துதான் 'காவிரி தென்பெண்ணை பாலாறு...' என்று பாடியிருக்கிறான். 'தண்ணீரும் காவிரியே' என்று ஔவையார் அடித்துச் சொல்கிறார். ஆனால், கன்னட இலக்கியங்களில் காவிரிக்கு இத்தகைய முக்கியத்துவம் இல்லை. ஏனென்றால், இலக்கியங்கள் மக்களின் வாழ்வியலை, நாகரிகத்தை, வரலாற்றைக் காட்டும் காலக்கண்ணாடிகள். இங்கே தெய்வமாக, தாயாக, மகளாக, தமிழ்ப்பாவையாக, சோழனின் மனைவியாக எத்தனையோ வடிவங்களில் காவிரி ஆறு வர்ணிக்கப்பட்டிருக்கிறது. பழங்காலத்து பத்திரங்களில் காலக்கெடுவைக் குறித்திடும் அழியா சாட்சியமாகவும் குறிப்பிடப்பட்டிருப்பது, இந்த நதி தமிழர்களின் வாழ்வியலோடு இரண்டற கலந்திருப்பதின் அடையாளம். மன்னர்களால் வழங்கப்பட்ட கொடைகள் பற்றிய செப்பேடுகளில் 'கல்லும் காவிரியும், புல்லும் பூமியும் உள்ளவரை வழங்கப்படும் கொடைகள் நீடித்து நின்றிட வேண்டும்' என்பதைக் காணமுடிகிறது. வாழ்த்தியவர்கள் கூட 'காவிரி மணலினும் சிறக்க நின் ஆயுள்' என்று வாழ்த்தியிருக்கிறார்கள். தன் மகளுக்கு காவிரி எனப் பெயர் சூட்டிய கவிச்சக்கரவர்த்தி கம்பர், ராமாயணத்தை எழுதி அரங்கேற்றியபோது அவருக்கு நன்கொடை வழங்கிய குலோத்துங்க சோழன்,

"பூமி, ஆகாசம் உள்ளவரைக்கும்
பொன்னி நதி உள்ளவரைக்கும்
குலோத்துங்க சோழ ராசா
கையெழுத்து நாட்டிக்
கம்பருக்குத் தந்தோம்" என்று பட்டயம் தந்திருக்கிறார். இலக்கியங்களில்

மட்டுமின்றி பழமையான இலக்கண நூலான தொல்காப்பியத்திற்கு மதுரை பாரத்துவாசி நச்சினார்க்கினியர் எழுதிய உரையில் கூட, காவிரி சிறப்பிடம் பெற்றிருக்கிறது. காவிரியைப்பற்றி தனித்துவமாக பேசும் 'காவிரி புராணம்', 'காவிரி புஜங்கம்', 'காவிரி மகாத்மியம்' போன்ற நூல்களும் இருக்கின்றன. இவற்றைப்போலவே புராணங்களும் காவிரியைக் கொண்டாடுகின்றன. கவேர மன்னனின் மகளென்றும், விநாயகர் காக்கை உருவெடுத்து அகத்திய முனிவரின் கமண்டலத்தில் இருந்து கவிழ்த்து ஓடவிட்ட நதி என்றும் எக்கசக்கமான கதைகள் உண்டு. கந்தபுராணத்தில் 15 பாடல்கள் காவிரி கதைதான். ராமாயணம், மகாபாரதம் போன்ற இதிகாசங்களிலும் பகவத்கீதையிலும் காவிரி இடம் பெற்றிருக்கிறது. எல்லாவற்றிலும் மேலாக, 'கங்கையிற் புனிதமாய் காவிரி...' என தொண்டரடிப்பொடியாழ்வார், திவ்வியப் பிரபந்தம், திருமாலையில் போற்றியுள்ளார். அதற்கு வலு சேர்ப்பது போல ஆண்டுக்கு ஒரு முறை ஐப்பசி மாத துலா உற்வசம் நடக்கிறது. தண்ணீர் என்ற நிலையைத் தாண்டி புனித நீராக கருதப்படும் காவிரியின் இரு கரைகளிலும் அதற்கேற்றாற் போல ஏராளமான சைவ, வைணவ ஆலயங்கள் நிரம்பியிருக்கின்றன. வரலாற்றுச்சின்னங்கள் காவிரியின் பூர்வத்தைப் பற்றிச் சொல்லி நிற்கின்றன. இப்படிப்பட்ட காவிரி ஆறு, தடுப்பதற்கு அணைகள் ஏதுமின்றி ஓடிவந்த காலம் எப்படிப்பட்டது? காவிரிக்காக படையெடுப்புகள் நடந்தது எப்போது? அரசியல் துரோகங்கள் ஆரம்பித்தது எங்கே?

2

அணைகள் இல்லாத காவிரி!

தலைக்காவிரியில் ஆண்டுக்கு 800 செ.மீ. வரை மழை பொழிகிறது. அதற்கு கீழுள்ள பாகமண்டலாவில் 600 செ.மீ. மெர்க்காராவில் 320 செ.மீ என காவிரி உருவாகி புறப்பட்டு வரும் வழியெல்லாம் சராசரி மழை அளவு பெரிதாகவே இருக்கிறது. தமிழ்நாட்டைப் பொறுத்தவரை மேட்டூரில் 76 சென்டிமீட்டரும், மேலணையில் 96 சென்டி மீட்டருமே ஓர் ஆண்டில் சராசரி மழை. அதைத் தாண்டி கீழே வந்தால் கல்லணையில் 85 செ.மீ. தஞ்சாவூரில் 97 செ.மீ என்பதுதான் இங்கே பெய்கிற மழை . இதுவும் கூட பல நேரங்களில் வெகுவாக பொய்த்துப் போகிறது. ஜூன் முதல் அக்டோபர் வரையிலான தென்மேற்கு பருவக்காற்று காலத்தில் தமிழகம் எப்போதுமே பெருமழையைப் பெறுவதில்லை. அக்டோபரிலிருந்து டிசம்பர் வரையிலான வட கிழக்குப் பருவமழைதான் தமிழகத்தை ரட்சிக்கும். வங்கக்கடலில் இருந்து மேகங்களாக புறப்பட்டுவரும் இந்தப் பருவக்காற்றைத் தடுத்து மழை பெய்விப்பதற்கு ஏற்ற மலைகள் தமிழ்நாட்டின் மத்தியில் இல்லை. இதனால் புயல் சின்னம் உருவானால்தான் நமக்குப் பெருமழை. இயல்பாகவே, போதுமான மழை கிடைப்பதற்கு வாய்ப்பில்லை.

காவிரி நீர்பிடிப்பு பகுதிகள் மட்டுமின்றி கர்நாடகத்தின் ஒட்டுமொத்த நீர்வளமும் ஆண்டுக்கு 3,400 டி.எம்.சிக்கு மேல் இருக்கிறது. ஆனால் எல்லாவற்றையும் சேர்த்து பார்த்தால் கூட தமிழ்நாட்டின் நீர்வளம் 1,500 டி.எம்.சியைத் தாண்டாது. மனமிருந்தால் கர்நாடகா தன்னுடைய வடிநிலத் தேவையை மற்ற ஆறுகளின் நீரை வைத்துகூட பூர்த்தி செய்து கொள்ளலாம். அதே நேரத்தில் தமிழகம் நினைத்தாலும் அப்படி

மெர்க்காராவில் எவ்வளவு?

ஒரு காலத்தில் மழை பெய்த விவரங்களை வானொலியில் சொல்லும் போது, தமிழ்நாட்டின் காவிரிப்படுகையைச் சேர்ந்தவர்கள் காதுகளைக் கூர் தீட்டிக்கொண்டு தயாராக இருப்பார்கள். எதற்கு தெரியுமா? குடகு நாட்டின் தலைநகரான மெர்க்காராவில் (இதன் உண்மையான பெயர் மடிக்கேரி. ஆங்கிலேயர் வைத்த பெயர் மெர்க்காரா) எவ்வளவு மழை என்பதை தெரிந்து கொள்ளத்தான். ஏனென்றால் அங்கே பெருமழை பெய்தால்தான் காவிரியில் தண்ணீர் தாராளமாக வரும்; இங்கே விவசாயம் செழிக்கும்.

கரிகால் சோழன் கட்டிய கல்லணை

செய்வதற்கு வழியில்லை. ஏனெனில் இயற்கையாக இது நீர்ப் பற்றாக்குறை மாநிலம். அதனால் தான் அடிப்படைத் தேவைகளுக்குக் கூட அண்டை மாநிலங்களிடம் கையேந்த வேண்டியிருக்கிறது. இதுபோக கர்நாடகத்தில் வசிப்பவர்களுக்கு ஆண்டுதோறும் கிடைக்கும் தனி நபர் நீரின் அளவு தமிழகத்தைச் சேர்ந்தவர்களைவிட இரண்டே முக்கால் மடங்கு அதிகம். அதாவது தமிழ்நாட்டில் ஒருவருக்கு 1 லிட்டர் கிடைத்தால் கர்நாடகத்தில் 2.7 லிட்டர் கிடைக்கிறது.

தென்னிந்தியாவை ஏகபோகமாக தமிழ் மன்னர்கள் (சோழர்கள்) ஆண்ட காலத்திற்குப் பிறகு, கர்நாடகவில் (அப்போது மைசூர்) வலிமையான மன்னன் வரும்போதெல்லாம் வம்படியாக காவிரியில் பிரச்சினை செய்திருக்கிறான். அப்படி கி.பி. 1141 முதல் 1173 வரை மைசூரை ஆண்ட போசள மன்னன் முதலாம் நரசிம்மன், மைசூருக்குப் பக்கத்தில் அணை கட்டி காவிரியைத் தடுத்தான். இங்கே சோழ நாட்டை ஆண்டு கொண்டிருந்த இரண்டாம் குலோத்துங்கன் மகன் இரண்டாம் ராஜராஜன் (கி.பி.1146 -1163) தண்ணீர் கேட்டு நரசிம்மனுக்கு தூதர்களை அனுப்பினான். பலன் ஏதுமில்லை. பிறகென்ன? படையெடுப்புதான். சோழன் பெரும் படையுடன் சென்று அணையை முற்றிலுமாக உடைத்தெறிந்து காவிரியை விடுவித்தான். படையெடுப்புக்குப் பின் நீண்ட காலத்திற்குப் பெரிய பிரச்சினை ஏதுமின்றி தண்ணீர் வந்து கொண்டிருந்தது.

17-ம் நூற்றாண்டில் மீண்டும் சிக்கல் ஏற்பட்டது. மைசூரை ஆண்ட சிக்கதேவ மகாராயர், காவிரியின் குறுக்கே செயற்கை மலையை உருவாக்கி

இடிக்க முடியாத கல்லணை!

உலகளவில் பயன்பாட்டிலுள்ள மிகப்பழமையான அணையாகவும் பாசன வரலாற்றில் அதிசயமாகவும் திகழ்வது கரிகால் சோழன் கட்டிய கல்லணை. காவிரி மற்றும் கொள்ளிடம் ஆறுகள் பிரியும் இடத்திலும் மீண்டும் சேருமிடத்திலும் உள்ள கரை மட்டங்களை மிகச்சரியாக ஆராய்ச்சி செய்து பொருத்தமான இடத்தில் கல்லணை எழுப்பப்பட்டுள்ளது. அடிக்கடி வெள்ளம் ஏற்படுகிற ஆற்றில் களிமண் காரைகளின் மீது பெரும் பாறைகளை அடுக்கிக் கட்டப்பட்டிருப்பது தமிழரின் நீர்ப்பாசன நுண்ணறிவுக்குச் சான்று. ஆங்கிலேயர் ஆட்சிக்காலத்தில் கல்லணையை இடித்துவிட்டு புதிய அணையைக் கட்ட முயற்சித்தனர். ஆனால் எந்த இடத்திலும் சிறு பகுதியைக் கூட அவர்களால் உடைக்கமுடியவில்லை. வேறு வழியின்றி கல்லணையை அடிப்படையாக வைத்து புதிய மதகுகளை அமைத்து இப்போதுள்ள வடிவத்திற்கு கொண்டு வந்தனர். பல நாடுகளைச் சேர்ந்த ஆய்வாளர்கள் வந்து பார்த்துச் செல்லும் கல்லணைக்கு 'கிராண்ட் அணைக்கட்டு' எனப் பெயரிட்டவர் ஆர்தர் காட்டன். இன்னொரு முக்கியமான செய்தி. பலரும் நினைப்பதைப் போல கல்லணை, தண்ணீரைப் பல நாட்கள் தேக்கிவைத்து தேவையான போது வெளியேற்றும் அணை அல்ல. மிகுதியான தண்ணீர் வழிந்தோடுவது போல ஆற்றின் குறுக்கே கட்டப்பட்ட தடுப்பணை. ஒரு டி.எம்.சி தண்ணீரைக் கூட இதில் சேமித்து வைக்க முடியாது. நீர்ப்பாசனப் பொறியியலில் இதற்கு 'கலிங்குலா' என்று பெயர்.

கரிகால் சோழன்

தண்ணீரைத் தடுத்தான். அப்போது தஞ்சையை ஆண்ட மராட்டிய மன்னன் சாஹஜி. மதுரையை ஆண்ட ராணி மங்கம்மாளின் துணையோடு படையெடுத்தான். இரண்டு படைகளும் ஒன்றுபட்டு மைசூர் போய்ச் சேருவதற்குள் பேய்மழையும் பெருவெள்ளமும் வந்து செயற்கை மலை உடைந்து போனது. காவிரி பாய்ந்தோடி வந்துவிட்டது. இதன் பின்னர் ஸ்ரீரங்கப்பட்டிணம் அருகே காவிரியில் அணை கட்டுவதற்கு திப்புசுல்தான் (1750-1799) அடிக்கல் நாட்டினான். 'மொஹ்லி' அணை என்று அதற்குப் பெயரும் சூட்டினான். ஆனால் அணையாக அது வடிவம் பெறவில்லை. (அடிக்கல் நாட்டியபோது, 'இந்த அணை உருவாவதைத் தடுப்பவர்கள் பாவிகள்' என்று சொல்லி எழுதி வைக்கப்பட்ட பட்டயத்தின்

முப்போகம் என்றால்...

நம்முடைய முன்னோர்கள் பருவநிலைக்கு ஏற்ப பயிரிடும் காலத்தைப் பிரித்து வைத்துள்ளனர். சொர்ணவாரி, கார், குருவை, முன் சம்பா, சம்பா, பின் சம்பா / தாளடி / பிசாணம், நவரை போன்ற பருவங்கள் தமிழகத்தில் நடைமுறையில் உள்ளன. இவற்றைதான் பேச்சு வழக்கில் 'போகம்' என்கிறார்கள்.

சித்திரை முதல் ஆடி மாதம் வரை உள்ள பருவம் சொர்ணவாரி. மானாவாரி எனப்படும் விதைப்பு பயிர்கள் இந்தப் பருவத்தில் அதிகம் பயிரிடப்படும். இவற்றுக்கு அதிகம் தண்ணீர் தேவைப்படாது. ஆடி முதல் மார்கழி மாதம் வரை உள்ள பருவம் சம்பா. மார்கழி கடைசியில் இதனை அறுவடை செய்துதான் தை மாதம் முதல் நாள் புத்தரிசி பொங்கலிட்டு தமிழரின் அறுவடைத்திருநாளான பொங்கல் பண்டிகை கொண்டாடப்படுகிறது. வைகாசி மாத மத்தியிலிருந்து ஆவணி நடு மாதம் வரை உள்ள குறுகியகாலப் பருவம் குறுவை. புரட்டாசி முதல் தை மாதம் வரை உள்ள பருவம் தாளடி. அதாவது, குறுவை அறுவடை முடிந்தவுடன், அதன் வைக்கோல் தாள்கள் வயலில் கிடக்கும். அதனால்தான் அதைத் தாளடி என்று சொன்னார்கள். இதை பின் சம்பா என்றும் பிசாணம் எனவும் அழைப்பார்கள். மார்கழி முதல் மாசி மாதம் வரை உள்ள பருவம் நவரை. இந்தப் பருவங்களில் சம்பா, குறுவை, தாளடி இவை மூன்றும் தான் காவிரிப் பாசனப்பகுதியில் முப்போக நெல் சாகுபடி பருவங்கள்.

வாசகங்களை ஆங்கிலத்தில் மொழிபெயர்த்து, கல்வெட்டாக்கி இப்போது கிருஷ்ணராஜசாகர் அணையில் வைத்துள்ளனர்.)

இதன் பிறகு சில ஆண்டுகள் சிக்கலின்றி காவிரி நீர் தமிழ்நாட்டிற்கு வந்து கொண்டிருந்தது. கர்நாடகத்தில் காவிரி ஓடி வரும் 320 கி.மீ தூரத்திலும் எந்தத் தடையும் இல்லை. காவிரியிலோ அதற்கு வளம் சேர்க்கும் துணை நதிகளிலோ 1900-ம் ஆண்டு வரை எந்த அணைகளும் கட்டப்படவில்லை. அங்கங்கே சிறு படுக்கை அணைகள், வாய்க்கால்கள் மற்றும் ஆற்றின் குறுக்கே அமைக்கப்பட்ட 'கொரம்புகள்' வழியாகவும் பாசனம் நடந்து வந்தது. தேவைப்படுகிற இடத்தில் சிறு கால்வாய்கள் மூலமாக தண்ணீர் திருப்பிவிடப்பட்டு பயிர்கள் சாகுபடி செய்யப்படுவதே வழக்கமாக இருந்தது. அப்படியானதொரு பெரிய ஏற்பாடு தான் இன்றைக்கும் கம்பீரமாக நிற்கும் கல்லணை. வெள்ள காலத்தில் காவிரி தாறுமாறாக ஓடி வருவதால் ஏற்படும் பாதிப்புகளைத் தடுக்கவும் அதில் வரும் தண்ணீரை முறைப்படுத்தி பாசனத்திற்கு பிரித்து அனுப்புவதும்தான் கல்லணை கட்டப்பட்டதன் நோக்கம்.

ராணி மங்கம்மாள்

போலவே காவிரியிலிருந்தோ அதன் துணை ஆறுகளில் இருந்தோ தொழிற்சாலைகளுக்கோ, குடிநீருக்கோ தண்ணீர் எடுப்பதும் அந்தக் காலக்கட்டத்தில் இல்லை. அப்போது குடிநீருக்காக பயன்படுத்தப்பட்ட காவிரி நீரின் அளவு ஆயிரம் மில்லியன் கன அடிகள் (ஒரு டி.எம்.சி) மட்டுமே. ஆக அந்தக் காலத்தில் பழைய ஒருங்கிணைந்த தஞ்சை மாவட்டத்திலும் (இப்போது தஞ்சாவூர், திருவாரூர், நாகப்பட்டினம் என 3 மாவட்டங்கள்) திருச்சி, நாமக்கல், கரூர் உள்ளிட்ட பகுதிகளிலும் காவிரியின் மூலமும் சிறு குளங்கள், ஏரிகள் வழியாகவும் மொத்தம் 16 லட்சத்து 4 ஆயிரத்து 300 ஏக்கர் நிலம் தமிழ்நாட்டில் பாசனம் பெற்றது. குறுவை, சம்பா, தாளடி எனும் மூன்று போக சாகுபடிகளும் நடந்தன. இதே காலக்கட்டத்தில் கர்நாடகத்தில் காவிரியின் மூலம் 3 லட்சத்து 10 ஆயிரத்து 100 ஏக்கர் நிலம் மட்டுமே பாசனம் பெற்றது. காவிரி நீர்ப் பிரச்சினைக்குள்ளே கேரளா அன்றைக்கு வந்திருக்கவில்லை. இவ்வாறாக காவிரிப்படுகை, 'தமிழ்நாட்டின் நெற்களஞ்சியம்' என்ற பெருமையுடன் திகழ்ந்த நேரத்தில் இப்போதிருக்கும் பிரச்சினை எப்போது தொடங்கியது? அதற்கு காரணம் என்ன?

3

ஊட்டியில் நடந்த முதல் பேச்சுவார்த்தை!

தெற்காசியாவிலேயே மிகப்பெரிய பசுமைச் சமவெளியாக தமிழ்நாட்டின் காவிரி டெல்டா பகுதி ஒரு காலத்தில் திகழ்ந்தது. இந்தியாவில் வேறு எங்குமே பார்க்கும் இடமெல்லாம் பச்சை போர்த்திக் கிடக்கும் இத்தகைய பெரும் விளைநிலத் தொடர் கிடையாது. கல்லணையில் இருந்து தெற்கு - வடக்கில் 195 கிலோமீட்டர் வரை முக்கோண வடிவில் பரந்து விரிந்திருப்பது 'காவிரி டெல்டா' எனும் காவிரி கழிமுகப்பகுதி. திருச்சிக்கு கிழக்கே மலைகளே இல்லாத ஒருங்கிணைந்த தஞ்சை மாவட்டமும், சிதம்பரம், காட்டுமன்னார்குடி வட்டங்களும், அந்தப்பக்கம் அறந்தாங்கி வட்டமுமாக 20 லட்சம் ஏக்கர் காவிரி பாசனப் பரப்பு அமைந்துள்ளது. இப்பகுதியில் சுமார் 1,600 கிலோமீட்டரை மொத்த நீளமாக கொண்டிருக்கும் 36 சிற்றாறுகளைப் பெற்றிருக்கிறது காவிரி. வானில் இருந்தபடி பார்த்தால் பசும் போர்வைக்குள்ளாக வலைப்பின்னல் போல ஆறுகளும், வாய்க்கால்களும் தெரியும். இப்பகுதியில் 25 ஆயிரம் கிலோமீட்டருக்கு மேல் நீளம் கொண்டிருக்கும் 29 ஆயிரத்து 880 வாய்க்கால்களின் அமைப்பே தமிழரின் பழங்கால நுணுக்கமான நீர் மேலாண்மையை, வேளாண்மை உற்பத்தி மரபின் சிறப்பைச் சொல்லும்.

இன்றைக்கும் உலகம் வியக்கும் கல்லணையைக் கட்டியது மட்டுமல்ல; ஆறுகளையும் கால்வாய்களையும் ஆண்டுதோறும் முறையாகப் பராமரித்தல், குளங்கள், ஏரிகளைத் தூர்வாருதல், தேவையான இடங்களில் கரைகளை

பெரிய ஆற்றுப்படுகை!

தமிழ்நாட்டில் மொத்தம் 34 ஆற்றுநீர்ப்படுகைகள் உள்ளன. இவற்றில் சிறியவற்றை மற்றவற்றோடு சேர்த்து ஆற்றுப்படுகைகளின் எண்ணிக்கை 17 ஆக நிர்ணயிக்கப்பட்டிருக்கிறது. கொசஸ்தலையாறு, பாலாறு, பொன்னியாறு, வெள்ளாறு, காவிரி, அக்னியாறு, பாம்பாறு, கோட்டகரையாறு, வைகை, குண்டாறு, வைப்பாறு, கோரப்பள்ளம் ஆறு, தாமிரபரணி, நம்பியாறு, கோதையாறு, மேற்கு நோக்கி பாயும் ஆறுகள் ஆகிய 17 படுகைகளில் காவிரி ஆற்றுப்படுகை மட்டுமே பெரியது. மற்றவையெல்லாம் சிறியவைதான்.

'டெல்டா' என்றால்...

ஓர் ஆறு கடலில் கலப்பதற்கு முன் உள்ள தொடுவாய்ப் பகுதியில் முக்கோண வடிவில் அமைந்த சமமான, செழிப்புள்ள வண்டல் மண் பகுதி டெல்டா அல்லது கழிமுகப்பகுதி எனப்படும். இந்தியாவில் கங்கை, காவிரி, மகாநதி, கோதாவரி, கிருஷ்ணா ஆகிய ஆறுகள் டெல்டாக்களை உண்டாக்குகின்றன.

திவான் பூர்ணய்யா

உயர்த்துதல் போன்ற பணிகள் சரியாக நடந்துவந்தன. இதற்காக உருவாக்கப்பட்ட 'குடிமராமத்து' பணிகளில் வீட்டுக்கு ஒருவர் வேலை செய்வது கட்டாயமாக இருந்தது. எப்படி பாசன வாய்க்கால்களை உருவாக்கினார்களோ, அதற்கு இணையான முக்கியத்துவத்துடன் வடிகால்களையும் (வெள்ள காலத்தில் மிகையான தண்ணீர் முறையாக வெளியேறிச் செல்வதற்கான பாதை) ஏற்படுத்தினார்கள். பழைய மைசூரில் தமிழ்நாட்டைப் போன்ற பெரிய வேளாண் மரபு இல்லை. அவர்களின் காவிரிப் பாசனப்பகுதி இங்கேயுள்ளதைப் போல பெரியதும் இல்லை.

திப்புசுல்தானை வீழ்த்தியபிறகு புதிய மைசூர் சமஸ்தானத்தை ஆங்கிலேயர் உருவாக்கினர். ஆட்சிக்கு வரவேண்டிய மைசூர் மகாராஜாவின் வாரிசுக்கு அப்போது வயது 6. அவனுக்கு 16 வயதாகும் வரை ஆட்சிப் பொறுப்பைக் கவனிக்கச் சொல்லி, திப்புவிடம் அமைச்சராக இருந்த பூர்ணய்யாவை மைசூரின் திவானாக (முதலமைச்சர்) நியமித்தார்கள். கோயம்புத்தூரில் பிறந்து, மளிகைக்கடை கணக்குப்பிள்ளையாக வாழ்வைத் தொடங்கிய பூர்ணய்யா, 1799 ஜூன் 30-ம் தேதி மைசூரின் திவானாகப் பொறுப்பேற்றார். பதவி ஏற்ற அடுத்த ஆண்டிலிருந்து பல்வேறு நீர்ப்பாசனத் திட்டங்களைச் செயல்படுத்தும் வேலைகளைப் பூர்ணய்யா தொடங்கினார். புதிது, புதிதாக ஏராளமாக குளங்கள் வெட்டப்பட்டன. காவிரி தண்ணீர் அவற்றிலே திருப்பிவிடப்பட்டது. மைசூரின் இந்தப் பணிகளுக்கு அப்போது பிரிட்டிஷ் ஆளுகையில் இருந்த மெட்ராஸ் மாகாணம் எதிர்ப்பு தெரிவித்தது.

இரண்டு அரசுகளுக்கும் இடையே, 1807-ம் ஆண்டின் தொடக்கத்திலேயே இதுதொடர்பான கடிதப்போக்குவரத்து தொடங்கிவிட்டது. மைசூர் இளவரசர் உரிய வயதுக்கு வந்த பின்னர் 1811-ல் நிர்வாகத்தை அவரிடம் கொடுத்துவிட்டு பூர்ணய்யா பதவி விலகினார். அதன்பிறகு பெரிய அளவில் நீர்ப்பாசனத்திட்டங்கள் முன்னெடுக்கப்படவில்லை. மகாராஜாவின் ஆட்சியில் நிர்வாகம் சரியில்லை என்று குற்றஞ்சாட்டிய வெள்ளைக்காரர்கள், அவர்கள்

காவிரி டெல்டாவில் விவசாயம்

வழக்கப்படி 1831-ம் ஆண்டு முதல் தங்கள் பிரதிநிதியை வைத்து மைசூர் சமஸ்தானத்தை ஆளத்தொடங்கினர்.

பெயரளவுக்குதான் கிருஷ்ணராஜ உடையார் மன்னர்; ஆட்சி முழுதும் பிரிட்டிஷ் நிர்வாகத்தின் கீழ் வந்துவிட்டது. அப்போது மைசூரில் 1856-ம் ஆண்டு ஆங்கிலேய அதிகாரிகள் முதன்முதலில் பொது மராமத்து துறையை (இப்போது பொதுப்பணித் துறை) உருவாக்கினர். இந்தக் காலக்கட்டத்தில் உணவுப்பொருட்களைப் பெருமளவு வெள்ளையர்கள் தங்கள் நாட்டுக்கு அனுப்பியதாலும், மழை பொய்த்துப் போனதாலும் நாடெங்கும் அவ்வப்போது வறட்சியும் பஞ்சமும் ஏற்பட்டன. மைசூரில் பஞ்சத்தைத் தவிர்க்கும் முயற்சியாக, அங்கு பணியாற்றிய பிரிட்டிஷ் அதிகாரி கர்னல் ஆர்.ஜே. சாங்கி 1866-ல் சிறப்பு நீர்ப்பாசனத்திட்டங்களைத் தயாரித்தார். அதாவது, மைசூர் மலைச்சரிவில் விழும் மழைநீரை முழுவதுமாக பயன்படுத்துவதற்கு ஏற்ற வகையில் ஏரி, குளங்களை ஆழப்படுத்தி, ஆற்றுப்பாசனத்தை விரிவுபடுத்துவதே அதன் நோக்கம். சாங்கியின் பரிந்துரையை 1872-ல் பிரிட்டிஷ் இந்திய அரசு ஏற்றுக்கொண்டது. லண்டனில் இருந்த இந்தியாவுக்கான அமைச்சரும் இதற்கு ஒப்புதல் தெரிவித்தார். இதையடுத்து கர்னல் சாங்கியின் திட்டங்களைச் செயல்படுத்துவதற்காக மைசூரில் நீர்ப்பாசனத் துறை உருவாக்கப்பட்டது. இந்தச் சூழலில் பஞ்சங்களின் உச்சமாக 1876-ல் தொடங்கி 1878 வரை ஆட்டிப்படைத்தது 'தாது வருடப் பஞ்சம்'. தமிழ் ஆண்டான 'தாது'வில் ஏற்பட்டதால் இந்தப் பெயர் பெற்ற பஞ்சத்தின் கோரத்தாண்டவம், வரலாற்றில் திகிலோடு

ஆடிப்பெருக்கும் துலா உற்சவமும்!

இந்தியாவின் புனித நீராடல்களில் காவிரியில் நடக்கும் துலா உற்சவம் முக்கியமானது. ஐப்பசி மாதத்தின் 30 நாட்களும் காவிரியில் குளிப்பது சிறப்பு என்று கருதப்படுகிறது. காவிரி உற்பத்தியாகும் தலைக்காவிரியில் ஐப்பசி முதல் நாளில் துலா தீர்த்தவாரி நடக்கிறது. அப்போது காவிரி ஊற்றிலிருந்து பொங்கி வரும் தண்ணீரைப் பார்க்கவும், அதில் நீராடி பாவங்களைப் போக்கவும் லட்சக்கணக்கான பக்தர்கள் வருகிறார்கள். அதே போன்ற நிகழ்வு தமிழ்நாட்டில் மாயூரம் என்றழைக்கப்படும் மயிலாடுதுறையின் காவிரி ஆற்றில் நடைபெறுகிறது. இங்கே ஐப்பசி முதல் தேதியும் கடைசி நாளும் துலா தீர்த்தவாரி நடக்கும். அதிலும் கடைசி நாள் நடைபெறும் 'கடை முழுக்கு' பிரசித்தி பெற்றது. அந்த நாளில் கங்கை உட்பட இந்தியாவின் புனித நதிகள் எல்லாம் மயிலாடுதுறைக்கு வந்து காவிரியில் குளித்து தங்களின் பாவங்களைப் போக்கி கொள்வதாக ஐதீகம். இது போக, காவிரிக்கரையில் ஆண்டுதோறும் கொண்டாடப்படும் ஆடிப்பெருக்கு பிரசித்தமானது. அப்போது புதுமணத்தம்பதிகள் சிறப்பு வழிபாடுகளை மேற்கொள்வார்கள். பெண்கள் தங்களுக்குத் தாலி பாக்கியம் நிலைக்க காவிரித்தாயை வணங்குவார்கள். எல்லா ஊர்களிலும் இது நடந்தாலும் திருச்சியில் பிரசித்தம். அம்மா மண்டபம், ஓடத்துறை படித்துறைகளில் ஆயிரக்கணக்கானோர் கூடுவார்கள். மற்ற பெண்களைப் போலவே ஸ்ரீரங்கம் கோயிலில் இருந்து ரெங்கநாச்சியாரும் வந்து இங்கே தாலிபாக்கியத்திற்காக காவிரியை வழிபடும் ஐதீக நிகழ்வும் நடக்கும்.

பேசப்படுகிறது. சென்னையில் தொடங்கி ஹைதராபாத், மைசூர், பம்பாய் வரை பரவியது. பஞ்சத்தைச் சமாளிக்க சென்னையிலிருந்து மைசூருக்கு உணவுப்பொருட்கள் ரயிலில் அனுப்பப்பட்டன. ஆனாலும் நிலைமை கட்டுக்கடங்காமல் போய் பஞ்சத்தால் ஒரு கோடி பேர் வரை மாண்டனர். பஞ்சத்தின் தொடக்க காலத்தில், வெளியூரில் இருந்து வந்தவர்களுக்கு சோறு போட்ட பழைய தஞ்சாவூர் மாவட்ட சத்திரங்களால் தொடர்ந்து தாக்குப்பிடிக்க முடியவில்லை. ஒரு கட்டத்தில் நெற்களஞ்சியமும் பஞ்சத்தின் வாயில் விழுந்தது.

தாது வருட பஞ்சத்தின் பாதிப்பால் மைசூரில் கர்னல் சாங்கியின் நீர்ப்பாசனத் திட்டங்களை முழுமையாக நிறைவேற்ற முடியவில்லை. இருந்தாலும் விடாப்பிடியாக நின்று குறைந்த செலவிலான திட்டங்களைச் செயல்படுத்தினர். புதுப்புது நீர்த்தேக்கங்களும் அணைகளும் கட்டப்பட்டால் காவிரி நீர்வரத்தில் பாதிப்பு ஏற்படுமே என்ற அச்சத்தில் அப்போதே மெட்ராஸ் மாகாண அரசு, மைசூர் அரசுக்கு கடிதம் அனுப்பியது. அவர்கள் பதில் எழுதினார்கள். பெரிய அளவில் திட்டங்கள் முன்னெடுக்கப்படாததால்

பிரச்சினை அப்படியே அமுங்கிப்போனது. பஞ்ச பாதிப்புக்குப் பிறகு 1881-ல் மைசூர் நிர்வாகம் மீண்டும் மன்னரிடம் ஒப்படைக்கப்பட்டது. கிருஷ்ணராஜ உடையாரின் பேரன், சாம்ராஜ் உடையார் ஆட்சிப் பொறுப்பை ஏற்றுக்கொண்டார். எனினும் முக்கியமான நிர்வாகப்பொறுப்புகளில் பழையபடி ஆங்கிலேய அதிகாரிகளே தொடர்ந்தனர். சாங்கி வகுத்த பாசனத்திட்டங்கள் மீண்டும் முழுவீச்சில் கையிலெடுக்கப்பட்டன. 'இப்படியே நீங்கள் அணைகளைக் கட்டிக்கொண்டே போனால் நாங்கள் தண்ணீருக்கு எங்கே போவது?' - இப்போது மெட்ராஸ் மாகாணம் கடுமையான அதிருப்தியைப் பதிவு செய்தது.

சேஷாத்ரி ஐயர்

பலனளிக்காத கடிதப் பரிமாற்றங்களுக்குப் பிறகு, பேசி தீர்ப்பது என்று முடிவானது. காவிரிக்காக முதல் பேச்சுவார்த்தை 1890-ம் ஆண்டு மே மாதம் 10-ம் தேதி ஊட்டியில் நடந்தது. மெட்ராஸ் தரப்பில் ஆளுநரின் ஆட்சிமன்றக் குழு உறுப்பினர் ஹெச். சி.ஸ்டோக்ஸ், தலைமை பாசனப் பொறியாளர் ஜி.டி. வால்ஸ் ஆகியோரும் மைசூர் சார்பாக பிரிட்டிஷ் ஆட்சிப் பேராளர் (ரெசிடென்ட்) ஆலிவர் செயின்ட் ஜான், தலைமைப் பொறியாளர் கர்னல் சி.பவென், திவான் கே.சேஷாத்திரி அய்யர் ஆகிய மூவரும் பேச்சுவார்த்தையில் பங்கேற்றனர். இரு தரப்பிலுமே நிர்வாகத்தை நடத்திய வெள்ளைக்கார அதிகாரிகளே இருந்தனர். 'மைசூரும் புதிய

மகாராஜா
ஸ்ரீ கிருஷ்ணராஜ
உடையார்

காவிரி தெய்வத்திற்கு ஆரத்தி!

முன்பெல்லாம் தண்ணீர் வருவதற்கு முன்பே தூர்வாரி, கரைகளைச் சீரமைத்து காவிரித்தாயை வரவேற்க மக்கள் காத்திருப்பார்கள். ஆற்றில் நுரைத்துக்கொண்டு முதல் தண்ணீர் வரும் நாளில் தேங்காய், பழம், பூ வைத்து சூடம் ஏற்றி ஆரத்தி காட்டி வரவேற்பார்கள். அப்படியே நெடுஞ்சாண்கிடையாக விழுந்து வணங்குவார்கள். காவிரியைத் தெய்வமாக வழிபடுவதால், ஆற்றுக்குள் காலில் செருப்பு போட்டுக்கொண்டு நடப்பதைத் தவிர்த்த தலைமுறைகளும் உண்டு.

நீர்ப்பாசனத்திட்டங்களைச் செயல்படுத்த வேண்டும்; மெட்ராசும் பாதிக்கப்படக் கூடாது' என்ற அடிப்படையில் வாதங்களும் எதிர்வாதங்களும் வைக்கப்பட்டன. முடிவேதும் எட்டப்படவில்லை.

இரண்டாவது முறையாக 1891, மே மாதத்தில் பேச்சுவார்த்தை நடத்தப்பட்டது. காவிரிக்காக மட்டுமின்றி, பாலாறு போன்று மைசூர் சமஸ்தானத்தில் உற்பத்தியாகியோ அல்லது அதன் வழியாக ஓடியோ வரும் மற்ற நதிகளுக்கும் சேர்த்தே பேசப்பட்டது. இதில் இரு தரப்பும் ஓரளவு இணங்கி வந்தன. இந்தப்பேச்சுக்குப் பிறகு ஒப்பந்தம் போட்டுக் கொள்வதற்கான வரைவினை மைசூர் அரசு வெளியிட்டது. அதில் மெட்ராஸ் சில திருத்தங்களைச் சொன்னது. விளக்கங்களைக் கேட்டுப் பெற்றது. இதைத் தொடர்ந்து 1892-ல் காவிரிக்காக போடப்பட்ட அந்த முதல் ஒப்பந்தத்தில் என்னவெல்லாம் சொல்லப்பட்டிருந்தன? ஆனால், ஒப்பந்தம் போட்ட 5 ஆண்டுகளில் கலகத்தை ஆரம்பித்தது யார்? அதற்கு ஆங்கிலேய அரசாங்கம் சொன்ன தீர்வு என்ன?

4

முதல் ஒப்பந்தமும் முதல் நடுவர் மன்றமும்!

மைசூர் சமஸ்தானத்தின் பாசனப்பணிகளுக்கு மெட்ராஸ் மாகாணம் எதிர்ப்பு தெரிவித்ததையடுத்து இரண்டு ஆண்டுகள் பேச்சுவார்த்தைகளுக்குப் பிறகு இரு தரப்பும் சமரசத்திற்கு வந்தன. 1892, பிப்ரவரி 18-ம் தேதி அன்று காவிரிக்கான முதல் ஒப்பந்தம் கையெழுத்தானது. "மைசூர் அரசின் பாசனப் பணிகள் – சென்னை ஒப்பந்தம் – 1892" என்ற அந்த ஒப்பந்தத்தில் மைசூர் சமஸ்தானத்தின் நதிகள் முக்கியத்துவத்தின் அடிப்படையில் ஏ,பி,சி என்று மூன்று பிரிவுகளாக பிரிக்கப்பட்டன. இவற்றில் துங்கபத்ரா, துங்கா, பத்ரா, வேதவதி (அ) ஹகரி, பெண்ணாறு (அ) வட பினாகினி, சித்திராவதி, பாபக்னி, பாலாறு, பெண்ணாறு (அ) தென் பினாகினி, காவிரி, ஹேமாவதி, லட்சுமண தீர்த்தா, கபினி, சுவர்ணவதி, யகாட்சி (பேலூர் பாலம் வரை) ஆகிய 15 பெரிய ஆறுகளும் 'ஏ' பிரிவில் வைக்கப்பட்டன. துணை ஆறுகள் 'பி' பிரிவிலும், ஓடைகள் 'சி' பிரிவிலும் சேர்க்கப்பட்டன.

1892 – ஒப்பந்தத்தின் முக்கிய அம்சங்கள்:

1) 'ஏ' பிரிவில் உள்ள ஆறுகளில் மெட்ராஸ் அரசின் ஒப்புதல் இன்றி மைசூர் அரசு அணைகளையோ, நீர்ப்பாசனத் திட்டங்களையோ செயல்படுத்தக்கூடாது. அதிலும் குறிப்பாக துங்கபத்ராவில் ஹான்ஹள்ளிக்கு கீழோ, காவிரியில் ராமசாமி அணைக்கட்டிற்கு கீழோ, கபினியில் ராம்பூர் அணைக்கு கீழோ, மெட்ராஸ் அரசின் ஒப்புதல் இன்றி அணை எழுப்பக்கூடாது.

2) 'பி' மற்றும் 'சி' பிரிவில் உள்ள சிற்றாறுகள், ஓடைகளில் மைசூர் அரசு தமது விருப்பம் போல செயல்பட்டுக் கொள்ளலாம்.

3) 'ஏ' பிரிவு ஆறுகளில் புதிய அணையோ, நீர்த்தேக்கமோ கட்ட மைசூர் விரும்பினால் முன்கூட்டியே அது குறித்த திட்ட விவரங்களை மெட்ராஸ் அரசுக்குத் தெரிவித்து ஒப்புதல் பெற வேண்டும். 30 ஆண்டுகளாக பராமரிப்பு இன்றி கிடந்த நீர்நிலைகளுக்கோ, பாசனத் திட்டங்களுக்கோ உயிர் கொடுத்தாலும் அது புதிய திட்டமாகவே கருதப்படும்.

4) புதிய அணை கட்டுவதில் இரு தரப்புக்கும் உடன்பாடு ஏற்படாவிட்டால், இரு அரசுகளாலோ அல்லது இந்திய அரசாலோ நியமிக்கப்படும் தீர்ப்பாளர்களின் (Arbitrators) முடிவுக்கு விட்டுவிட வேண்டும்.

டி.எம்.சி - எவ்வளவு தண்ணீர்?

குறைந்தளவு நீரை லிட்டர் அளவீட்டில் சொல்வதைப் போல மிக அதிக தண்ணீரை அளப்பதற்கான குறியீடு டி.எம்.சி. (Thousand Million cubic Feet) அதாவது 100 கோடி கன அடி. ஒரு கன அடி என்பது 28.3 லிட்டர். துல்லியமாக சொல்வதானால் ஒரு டி.எம்.சி என்பது 28,316,846,592 லிட்டர்.

5) ஏற்கனவே உள்ள பாசனத் திட்டங்களுக்குப் பாதிப்பு வராது என்ற நிலை இருக்கும் என்றால், மைசூரின் புதிய திட்டங்களுக்கு மெட்ராஸ் அரசாங்கம் மறுப்பு தெரிவிக்கக்கூடாது.

6) தமிழகம் பெற்றுள்ள உரிமையின் இயல்பும் அதைப் பயன்படுத்தும் வழியும் ஆற்றுநீர் பயன்பாட்டிற்கான மரபுரிமை குறித்த சட்டங்களுக்கு ஏற்ப அனைத்து சூழ்நிலையிலும் அறிவுப்பூர்வமாகவும், நியாயமானதாகவும் எல்லா வழக்குகளிலும் தீர்மானிக்கப்படும்.

1892 ஒப்பந்தத்தின் மூலம் மேல் பகுதியிலுள்ள ஆறுகளில் கீழ் பகுதியிலிருக்கும் மெட்ராஸ் மாகாணத்திற்கு உள்ள ஆண்டாண்டு கால உரிமை பாதுகாக்கப்பட்டது. அதே நேரத்தில் மேலே உள்ள மைசூர், தங்களுக்குரிய பாசனத் திட்டங்களைச் செயல்படுத்திக் கொள்ளவும் வழிகாணப்பட்டது. இரு அரசுகளாலும் ஏற்றுக்கொள்ளப்பட்ட இந்த ஒப்பந்தப்படி காவிரியில் உள்ள சிவசமுத்திரம் அருவியில் நீர் மின் நிலையம் அமைக்க மைசூர் அனுமதி கேட்டது. காவிரி ஆற்றின் நீரோட்டப் பகுதியில் இத்திட்டம் அமைவதால், பாசனத்திற்கு பாதிப்பில்லை என்பதை உணர்ந்து, 1900-ம் ஆண்டு மெட்ராஸ் ஒப்புதல் அளித்தது. அதன்பின்னர் உருவானதுதான் ஆசியாவின் முதல் நீர் மின் உற்பத்தி நிலையமான சிவசமுத்திரம். இங்கிருந்து கோலார் தங்க வயலுக்கு மின்சாரம் போனது. பெங்களூர் நகரத்தில் நாட்டிலேயே முதலாவதாக அமைக்கப்பட்ட தெருவிளக்குகள் சிவசமுத்திரம் காவிரி மின்சாரத்தால் எரிந்தன.

1892-ம் ஆண்டு ஒப்பந்தப்படி சுமூகமாக போய்க்கொண்டிருந்தாலும், தங்களுடைய நீர்ப்பாசனத் திட்டங்களுக்கு மெட்ராசிடம் அனுமதி வாங்க வேண்டியிருந்ததை மைசூர் எரிச்சலோடுதான் பார்த்தது. முணுமுணுப்புகள் எழுந்தாலும் பெரிதாக பிரச்சினை ஏற்படவில்லை. மெட்ராஸ் விவசாயிகளுக்கு ஏற்பட்ட நிம்மதி 5 ஆண்டுகள் கூட நீடிக்கவில்லை. 1906-ல் மைசூர் அரசு பெரிய திட்டத்தை முன்வைத்தது. மைசூரிலிந்து 16 கி.மீ தொலைவில் உள்ள கண்ணம்பாடி என்ற இடத்தில் முதற்கட்டமாக 11 டி.எம்.சி கொள்ளளவு கொண்ட அணை கட்டப்போவதாகவும், இரண்டாவது கட்டமாக அதன் கொள்ளளவை 41.5 டி.எம்.சி ஆக உயர்த்தப்போவதாகவும் திட்டத்தில் கூறப்பட்டிருந்தது. அதாவது காவிரியின் நீர்வளத்திற்கு பெரும் பங்களிப்பு செய்யும் ஹேமாவதி மற்றும் லட்சுமண தீர்த்தா ஆறுகள் காவிரியுடன்

கர்நாடகாவில் அமைந்துள்ள சிவசமுத்ரம் அருவி

கலக்கும் கண்ணம்பாடியில் அணையை உருவாக்குவதே மைசூர் அரசின் திட்டம்.

கண்ணம்பாடி அணை திட்டம் முன்வைக்கப்படுவதற்கு முன்பே, காவிரியில் மைசூர் திறந்துவிடும் தண்ணீரைச் சேமித்து வைத்துப் பயன்படுத்த மேட்டூரில் ஓர் அணை கட்டிக் கொள்வதற்கு மெட்ராஸ் அரசு தொடர்ந்து கோரி வந்தது. ஆனால், பிரிட்டிஷ் இந்திய அரசு இதற்கு அனுமதிக்கவில்லை. இப்போது கண்ணம்பாடியில் அணை கட்டிவிட்டால் தங்கு தடையின்றி வந்து கொண்டிருக்கின்ற காவிரி தண்ணீரின் அளவு குறையும் என்றதும் மெட்ராஸ் அரசாங்கமும் மேட்டூரில் அணை கட்டும் திட்டத்தை வலியுறுத்தியது. உடன்பாடு ஏற்படவில்லை. பிரச்சினை பிரிட்டிஷ் இந்திய அரசிடம் போனது.

கண்ணம்பாடியில் மைசூர் கட்ட நினைக்கும் அணைக்கும் மேட்டூரில் தாங்கள் கட்டப்போகும் அணைக்கும் வித்தியாசம் இருக்கிறது என்பது மெட்ராசின் வாதம். "கண்ணம்பாடியில் அணை கட்டினால் அங்கே இருந்து இங்கே தண்ணீர் வருவதில் பிரச்சினை ஏற்படும். மேட்டூர் அணை அப்படிப்பட்டதல்ல. எங்களுக்கு என்று நீங்கள் திறந்துவிடுகிற தண்ணீரைச் சேமித்து வைத்து பயன்படுத்திக் கொள்வதற்கே மேட்டூரைப் பயன்படுத்தப் போகிறோம்" – என்ற மெட்ராஸ் அரசின் கருத்தை பிரிட்டிஷ் இந்திய அரசு ஏற்கவில்லை. கண்ணம்பாடி அணைக்குச் சமமாகவே மெட்ராசின் மேட்டூர் அணை கோரிக்கையைப் பார்த்தார்கள். எனவே இரு மாநிலங்களுக்கும்

வெள்ளைக்கார நீதிபதியின் வருத்தம்!

காவிரி விவகாரத்தை முதன் முதலில் விசாரித்து தீர்ப்பளித்த ஆங்கிலேய நீதிபதி கிரிஃபின் அந்த அனுபவம் பற்றி கூறியிருக்கிறார். ''இரு தரப்புக்கும் திருப்தியளிக்கும் ஒரு தீர்வைத் தர முடியாததற்காக நான் வருந்துகிறேன். இரண்டு தரப்பினர் முன்வைத்த கோரிக்கைகளும் ஏற்கத்தக்கவையாக இல்லை. இரு தரப்பினருமே சமாதான உடன்படிக்கையை எட்டுவதற்கு ஆர்வமற்றவர்களாக இருந்தனர். சென்னை மாகாணத்தின் நலன்களைப் பாதுகாக்க வேண்டியது அவசியம். அதே சமயம், மைசூர் அரசு சென்னை மாகாணத்துக்குத் தந்தது போக மிச்சமிருக்கும் நீர் முழுவதையும் பயன்படுத்திக்கொள்ளலாம்'' என்று நீதிபதி தெரிவித்திருந்தார்.

இடையிலான பிரச்சினை தீரும் வரை மேட்டூர் அணை கட்டுவதற்கும் அனுமதி இல்லை என்று சொல்லிவிட்டார்கள்.

கண்ணம்பாடி அணை விவகாரத்தில், 'சிவசமுத்திரம் நீர் மின் நிலையத்தைத் தண்ணீர் பற்றாக்குறை இல்லாமல் இயக்குவதற்கே 11 டி.எம்.சி. கொள்ளளவில் புதிய அணையைக் கட்டுகிறோம்' என்றது மைசூர். 11 டி.எம்.சி கொள்ளளவு நீர்த்தேக்கத்தைக் கட்டிக் கொள்வதில் மெட்ராஸ் அரசுக்கு எந்த எதிர்ப்பும் இல்லை. ஆனால், 41 டி.எம்.சி தண்ணீருக்கு ஏற்றபடி அணைக்கு அடித்தளம் போடுவதை ஏற்க மறுத்தார்கள். இது தொடர்பான கருத்துப் பரிமாற்றங்கள் நடந்து கொண்டிருக்கும் போதே 1911-ல் கண்ணம்பாடியில் அணையைக் கட்டுவதற்காக மைசூர் அரசு அடிக்கல் நாட்டியது. மெட்ராஸ் அரசு கடுமையான எதிர்ப்பு தெரிவித்ததால், பணிகள் தற்காலிகமாக நிறுத்தப்பட்டன.

கண்ணம்பாடியில் மைசூரும் மேட்டூரில் மெட்ராசும் அணைகளை கட்டிக்கொள்வதில் உடன்பாடு ஏற்படாததால், 1892-ம் ஆண்டு ஒப்பந்தப்படி நடுவரை நியமிக்க இந்திய அரசு முடிவெடுத்தது.

1913-ம் ஆண்டு ஜூன் மாதம் அலகாபாத் உயர்நீதிமன்ற நீதிபதி எச். டி. கிரிஃபின் நடுவராக நியமிக்கப்பட்டார். இந்திய அரசின் பாசனத் துறை தலைமை ஆய்வாளர் எம்.நெதெர் ஹோல், அவருக்கு உதவியாக செயல்படுவார் என்று அறிவிக்கப்பட்டது. காவிரி விவகாரத்தில் முதலில் அமைக்கப்பட்ட தீர்ப்பாயம் இதுதான். இன்றைக்கு புழக்கத்தில் இருக்கும் வார்த்தைகளில் சொல்வதானால் முதல் காவிரி நடுவர் மன்றம்.

1913, ஜூலை 16-ம் தேதி விசாரணை தொடங்கியது. சரியாக 300 நாட்கள் நடந்த விசாரணைகளுக்குப் பிறகு 1914-ல் நீதிபதி கிரிஃபின் தீர்ப்பளித்தார். அதன்படி கண்ணம்பாடியில் மைசூர் சமஸ்தானமும் மேட்டூரில் மெட்ராஸ் அரசும் அணைகளைக் கட்டிக் கொள்ளலாம். மெட்ராஸ்

சிவசமுத்ரமில் கட்டுமானப் பணி

அரசாங்கத்தின் அனுபவ உரிமைக்கு பாதிப்பு ஏற்படாமல் இருக்கவும் பழைய பாசனத்திற்கு சிக்கல் இல்லாமல் இருக்கவும் மேலணையில் ஆறரை அடி உயரத்திற்கு தண்ணீர் ஓடும்படி பார்த்துக்கொள்ள வேண்டும். அதாவது அந்த இடத்தில் ஒரு நொடிக்கு 22,750 கன அடி நீர் ஓடும் அளவுக்கு மைசூர் தண்ணீர் விட வேண்டும் என்று நீதிபதி தீர்ப்பில் குறிப்பிட்டிருந்தார். கண்ணம்பாடி அணையை அனுமதிக்கக்கூடாது என்ற மெட்ராசின் கோரிக்கை நிராகரிக்கப்பட்டதுடன், பழைய ஒப்பந்தப்படி மைசூர் கொடுக்க வேண்டிய தண்ணீரின் அளவும் தீர்ப்பில் குறைக்கப்பட்டது. அன்றைக்கு சென்னை ராஜதானியின் பாசனப்பரப்பு 2,25,500 ஏக்கர். மைசூரில் பாசனம் செய்யப்பட்ட நிலப்பரப்பு 1,15,000 ஏக்கர். எனவே நீதிபதி கிரிஃபின் தீர்ப்பை (கிரிஃபின் அவார்டு) எதிர்த்து பிரிட்டிஷ் இந்திய அரசிடம் முறையிட்டது மெட்ராஸ். அங்கே என்ன நடந்தது? லண்டன் வரை போய் வழக்காட வேண்டிய நிலை ஏற்பட்டது ஏன்? அதற்குள்ளாக மைசூர் தரப்பு செய்த அதிரடி என்ன?

5

அத்துமீறல்களை ஆரம்பித்து வைத்த விஷ்வேஸ்வரய்யா!

காவிரிக்காக ஆங்கிலேய அரசாங்கம் அமைத்த முதல் நடுவர் மன்றம் 'கண்ணம்பாடியில் அணை கட்டலாம் என்று அளித்த தீர்ப்பைக் கெட்டியாக பிடித்துக்கொண்ட மைசூர் அரசு, அசுர வேகத்தில் பணிகளைத் தொடங்கியது. அதன் பின்னணியில் மோசகுண்டம் விஷ்வேஸ்வரய்யா எனும் ஆளுமையின் பிடிவாதமும் நிர்வாகத்திறனும் இருந்தது. பின்னாளில் கிருஷ்ணராஜசாகர் அணை என பெயரிடப்பட்ட இந்த கண்ணம்பாடி அணை முழுக்கவும் அவரது ஆகப்பெரிய கனவு. விஷ்வேஸ்வரய்யா மைசூர் சமஸ்தானத்தின் தலைமைப் பொறியாளராக பதவி ஏற்றவுடன் மன்னரிடம் கொடுத்த முக்கியமான திட்டம்தான் கிருஷ்ணராஜ சாகர் அணை. கோலார் மாவட்டத்தில் பிறந்த பொறியாளரான விஷ்வேஸ்வரய்யா, இந்தியாவின் பல பகுதிகளில் பணியாற்றிய பழுத்த அனுபவம் கொண்டவர். முதன்முதலில் அணைக்காக அவர் போட்டுக்கொடுத்த திட்டத்தின் மதிப்பீடு ரூ.2 கோடியே 53 லட்சம். அப்போது மைசூர் சமஸ்தானத்தின் ஆண்டு வருமானமே ரூ.2 கோடியே 23 லட்சம்தான். இதனால் திட்டம் கிடப்பில் போடப்பட்டது.

விஷ்வேஸ்வரய்யா மனம் தளரவில்லை. 'காவிரியில் நிலையான நீர்வரத்து இல்லாததால், சிவசமுத்திரத்தில் இருந்து ஒரே சீராக மின் உற்பத்தி செய்யமுடியவில்லை. கண்ணம்பாடியில் அணை கட்டி தண்ணீரைத் தேக்கிவிட்டால், கோலார் தங்க வயலுக்கு கொடுத்தது போக கூடுதலாகவே மின்சாரத்தை உற்பத்தி செய்யலாம்' என்றெல்லாம் விளக்கினார். தேவைக்கு அதிகமாக மின் உற்பத்தி செய்ய வேண்டியது ஏன்? என்று மைசூரின் நிதித் துறை அதிகாரிகள் கேள்வி எழுப்பினர். 'அந்த மின்சாரத்தைக் கொண்டு அரசே புதிய தொழில்களைத் தொடங்கலாம். அதன் மூலம் வருவாய் பெருகும்' என்றார் விஷ்வேஸ்வரய்யா. கோரிக்கை ஏற்கப்படாததால் மனம் ஒடிந்த அவர், 6 மாதங்கள் விடுப்பு எடுத்துக்கொண்டு வட இந்திய சுற்றுப்பயணம் போய்விட்டு வந்தார்.

'வேலையில் இருந்து ஓய்வு பெற்றுவிடலாமா?' என்ற யோசனையோடு, உற்சாகமில்லாமல் தினமும் அலுவலகத்திற்குச் சென்ற விஷ்வேஸ்வரய்யாவை

விஷ்வேஸ்வரய்யா

மன்னர் கூப்பிட்டு விசாரித்தார். தன்னுடைய திட்டங்கள் ஏற்கப்படாததால் வேதனை அடைந்திருப்பதாகச் சொன்னார். வேலையின் மீது விஷ்வேஸ்வரய்யா கொண்டிருந்த பக்தி மன்னரைச் சிலிர்க்க வைத்தது. அந்த நேரத்தில் கண்ணம்பாடியில் அணை கட்டவேண்டிய வேறொரு கட்டாயமும் மைசூர் அரசுக்கு ஏற்பட்டது. கோலார் தங்கச் சுரங்கத்தை நடத்தி வந்த ஜான் டெய்லர் & சன்ஸ் நிறுவனத்துடன் போட்டிருந்த ஒப்பந்தபடி அவர்களுக்கு மின்சாரம் வழங்க முடியாமல் மைசூர் அரசு திணறியது. இதனால் கோலார் சுரங்கக்காரர்களுக்கு அதுவரை 38 ஆயிரம் பவுண்ட் தொகையை மைசூர் அரசு அபராதமாக கொடுத்திருந்தது. ஒழுங்காக மின் விநியோகம் செய்யாவிட்டால் ஒப்பந்தத்தை ரத்து செய்துவிடுவதாக இப்போது அவர்கள் மிரட்டினார்கள். தனது கனவுத்திட்டத்திற்கு உயிர் கொடுக்க இந்த வாய்ப்பை இறுக்கிப் பிடித்துக்கொண்டார் விஷ்வேஸ்வரய்யா.

புதிய அணையைக் கட்டி 1915 ஜூலைக்குள் உரிய மின்சாரம் கோலாருக்கு வழங்க முடியும் என்று உறுதியளித்தார். அவரது வார்த்தைகளில் மன்னரும் நம்பிக்கை கொண்டு பச்சைக்கொடி காட்டினார். மின்சார உற்பத்திக்கு மட்டுமின்றி பாசன வசதிகளைப் பெருக்கவும் சேர்த்தே திட்டமிட்டு 130 அடி உயரத்தில் அணை கட்டுவதற்கான வரைவு அறிக்கையை மெட்ராஸ் மாகாணத்தின் ஒப்புதலுக்கு அனுப்பினார் விஷ்வேஸ்வரய்யா. மெட்ராஸ் நிர்வாகத்தின் எதிர்ப்பையடுத்து பிரிட்டிஷ் இந்திய வைஸ்ராய் ஹார்டின்ஜ் கவனத்திற்கு பிரச்சினை போனது. அலகாபாத் நீதிபதி நடுவராக இருந்து 11 டி.எம்.சி தண்ணீரைத் தேக்குமளவிற்கு அணையைக் கட்டிக்கொள்ள அனுமதி அளித்தார்.

இதையடுத்து 1911-ல் நிறுத்தப்பட்ட கண்ணம்பாடி அணை கட்டும் பணி மீண்டும் தொடங்கியது. ஆனால் மிகப்பிடிவாதமாக தனது பழைய திட்டப்படியே 130 அடி அணைக்குத் தேவையான அடித்தளத்தை போட்டார் விஷ்வேஸ்வரய்யா. எப்படியும் அதற்கு அனுமதி வாங்கிவிடலாம் என்ற எண்ணத்தில் அடித்தளத்திற்கு மட்டும் ரூ.65 லட்சத்தை செலவழித்தார். முன்பு அடிக்கல் நாட்டியபோது தலைமைப்பொறியாளராக இருந்த விஷ்வேஸ்வரய்யாவுக்கு 1912-ல் மைசூரின் திவானாக (முதலமைச்சர்) பதவி உயர்வு கிடைத்தது. தலைமைப்பொறியாளராக இருந்தபோதே அவ்வளவு தீவிரம் காட்டியவர், திவானாகிவிட்டால் கேட்க வேண்டுமா? கட்டுமானப்பணிக்கு ஏற்கனவே திட்டமிடப்பட்டிருந்த 10 ஆயிரம் பேருடன் மேலும் இரண்டாயிரம் தொழிலாளர்களையும் களமிறக்கினார்.

புகழ் பெற்ற பிருந்தாவன நந்தவனம்!

கிருஷ்ணராஜ சாகர் அணையைக் காலங்கள் தோறும் மெருகேற்றிக் கொண்டே வந்து, இப்போது பெரிய சுற்றுலாத்தலமாக்கி இருக்கிறார்கள். அணையின் முன்பகுதியில் உலகப்புகழ் பெற்ற பிருந்தாவன நந்தவனம் (பிருந்தாவன் கார்டன்ஸ்) அமைக்கப்பட்டது. மைசூர் திவானாக இருந்த மிர்சா இஸ்மாயில், 1927-ல் எடுத்த முயற்சியினால் 60 ஏக்கர் பரப்பளவு கொண்ட இந்த கண்கவர் பூங்கா உருவானது. வண்ண விளக்குகளில் மின்னும் நீர் ஊற்றுகள் இதன் தனிச் சிறப்பு. காஷ்மீரிலுள்ள சாலிமார் பூங்காவை மாதிரியாக கொண்ட பிருந்தாவனம் முதன்மை வாசல், தெற்கு பிருந்தாவன், வடக்கு பிருந்தாவன் மற்றும் குழந்தைகள் பூங்கா ஆகியவற்றைக் கொண்டிருக்கிறது. இதற்குப் பக்கத்தில் 75 ஏக்கரில் கர்நாடக அரசு பழப்பண்ணையும் 30 ஏக்கரில் நகுவனம் மற்றும் 5 ஏக்கரில் சந்திரவனம் எனும் தோட்டக்கலை பண்ணைகளும் அமைக்கப்பட்டுள்ளன. காலடியில் முதலையுடன் கையில் அமுத கலசம் ஏந்தியபடி நிற்கும் காவிரி அன்னையின் சிற்பம் கிருஷ்ணராஜ சாகர் அணையின் முகப்பில் நிறுவப்பட்டுள்ளது. 2018-ல் புதிதாக அங்கே பொழுதுபோக்கு பூங்காவை (டிஸ்னிலேண்ட்) ரூ.1,500 கோடியில் அமைக்க கர்நாடகா திட்டமிட்டது.

வெளிச்சத்தை உமிழும் 'வாஷிங்டன் விளக்கு'களைப் பொறுத்தி இராப்பகலாக வேலைசெய்ய வைத்தார். கண்ணம்பாடியில் நடக்கும் பணிகளின் முன்னேற்றத்தை அரை மணி நேரத்திற்கு ஒருமுறை மைசூரிலுள்ள தன் அலுவலகத்திற்கு தொலைபேசி மூலம் சொல்ல வேண்டும் என்று உத்தரவு போட்டார். அலுவலக வேலை முடிந்ததும் மாலை 5 மணிக்கு மைசூரிலிருந்து காரில் புறப்பட்டு அவரும் கண்ணம்பாடிக்கு வந்துவிடுவார். திவானே வந்து நிற்பதால் அதிகாரிகளும் தொழிலாளர்களும் புயல் வேகத்தில் வேலை பார்த்தார்கள். அந்த நேரத்தில் மலேரியா காய்ச்சல் வந்தது. அதனைச் சமாளிக்க தனி மருத்துவர்கள் குழுவை அங்கே தங்க வைத்தார். தலைமைப் பொறியாளர், காவல் துறை ஐ.ஜி போன்றோரும் கண்ணம்பாடியில் முகாமிட்டனர்.

வெளிநாட்டிலிருந்து சிமெண்ட் இறக்குமதி செய்ய விரும்பாத விஷ்வேஸ்வரய்யா, சுண்ணாம்பு, செங்கல் சூளை சாம்பல், மணல் ஆகியவை கலந்த 'சுர்கி' என்ற கலவை மூலம் உறுதி கொண்ட அணையை எழுப்பினார். 25 கிராமங்களைச் சேர்ந்த மக்களை வெளியேற்றிவிட்டு 23,533 ஏக்கரில் பிரம்மாண்டமாக கட்டி முடிக்கப்பட்டது கண்ணம்பாடி எனும் கிருஷ்ணராஜசாகர் அணையின் முதல் கட்டம். சொன்னபடியே 1915 ஜூலைக்குள் கோலார் தங்கச் சுரங்கத்திற்கு ஒப்பந்தபடி உரிய மின்சாரம் வழங்கப்பட்டது. லட்சிய வெறியோடு தனி மனிதர் நினைத்துவிட்டால்,

கண்ணம்பாடி அணை

புதிய வரலாற்றை எழுதமுடியும் என்பதை விஷ்வேஸ்வரய்யா நிரூபித்தார். அதே நேரத்தில், காவிரி நதி நீர் விவகாரத்தில் இன்றைய கர்நாடக அரசியல்வாதிகளுக்கு எல்லாம் அண்ணனாக இருந்து, முதல் சட்ட மீறலை நிகழ்த்திக் காட்டினார். அதன் மூலம் எதற்கும் கட்டுப்படாத இப்போதைய அத்துமீறல்களுக்கு எல்லாம் விதை போட்டார்.

இன்னொரு பக்கம், மெட்ராஸ் அரசு நீதிபதி கிரிஃபின் அளித்த தீர்ப்பினை ஏற்கவில்லை. பழைய பாசன பகுதியைப் பாதுகாப்பதற்கு மேலணையில் ஏழடி உயரமும் நொடிக்கு 26,750 கன அடி தண்ணீரும் விட வேண்டும் என்றது. அப்போதுதான், அனுபவ உரிமைப்படியிலான அளவுக்கு தண்ணீர் கிடைக்கும் என்று இந்திய அரசிடம் மெட்ராஸ் அரசு மேல்முறையீடு செய்தது. இதனை இந்திய அரசு ஏற்கவில்லை. 'நீதிபதி கிரிஃபின் அளித்த தீர்ப்பில் எந்த மாறுதலும் இல்லை, அதனை அப்படியே செயல்படுத்த வேண்டும்' என்று இரண்டு ஆண்டுகளுக்குப் பிறகு 1916 ஏப்ரலில் ஆணையிட்டது. இதன் பிறகு தமது முறையீட்டுடன் லண்டனுக்குப் போனது மெட்ராஸ் அரசாங்கம்.

அப்போது, பிரிட்டிஷ் ஆளுகைக்கு கீழ் இருந்த காலனி நாடுகளுக்கெல்லாம் லண்டனில் தனித்தனியாக அமைச்சர்கள் இருப்பார்கள். அவர்கள்தான் அந்தந்த நாடுகள் தொடர்பான பிரச்சினைகளில் இறுதி முடிவுகளை எடுப்பார்கள். அந்தந்த நாடுகளுக்குள் தீர்க்க முடியாத சிக்கல்கள்

பிருந்தாவனம் கார்டன்

அவர்களிடம் போகும். அப்படி காவிரியின் குறுக்கே அணை கட்டும் பிரச்சினையை, இந்தியாவுக்கான அமைச்சரிடம் எடுத்துச் சென்றது மெட்ராஸ் அரசு. ஏறக்குறைய மூன்றாண்டுகளுக்குப் பிறகு மெட்ராஸ் அரசின் மேல்முறையீட்டுக்கு அடிப்படை முகாந்திரம் இருப்பதாக 1919-ல் இந்தியாவுக்கான அமைச்சர் அறிவித்தார். மெட்ராசின் மேல்முறையீடும் ஏற்கப்பட்டது. பிரச்சனையைத் தீர்த்துக்கொள்ள மைசூர் அரசுக்கு மூன்று வாய்ப்புகள் வழங்கப்பட்டன. அவை

1. இந்தியாவுக்கான அமைச்சரின் முடிவை எதிர்த்து சட்டப்படி முறையீடு செய்வது.

2. புதிய நடுவரை அணுகுவது.

3. மெட்ராஸ் அரசுடன் பேச்சு நடத்தி புதிய உடன்பாடு காண்பது.

இவற்றில் பேச்சுவார்த்தை நடத்தும் வாய்ப்பை மைசூர் அரசு தேர்வு செய்தது. லண்டன் முடிவு வருவதற்கு முன்பே (1918) திவான் பதவியில் இருந்து ஓய்வு பெற்றுவிட்ட விஷ்வேஸ்வரய்யா, மைசூர் அரசு சட்ட ரீதியாக சந்திக்கும் வாய்ப்பையே தேர்வு செய்ய வேண்டும் என்று அறிவுரை கூறினார். அதை ஏற்காத மைசூர் நிர்வாகம், பேச்சுவார்த்தை நடத்த முடிவெடுத்தது. அந்தப் பேச்சுவார்த்தை வெற்றி பெற்றதா? 1924-ம் ஆண்டு ஒப்பந்தம் போடுவதற்கு கர்நாடகாவுக்கு இயற்கை கொடுத்த நிர்பந்தம் என்ன?

6

மைசூர் மகாராஜா போட்ட ஒப்பந்தம்!

பிரச்சினையைத் தீர்க்க லண்டன் நீதிமன்றத்தில் மைசூர் தேர்வு செய்த வாய்ப்பின்படி, 1920 ஏப்ரலில் மெட்ராஸ் அரசுக்கும் மைசூர் சமஸ்தானத்திற்கும் பேச்சுவார்த்தை தொடங்கியது. மைசூர் தலைமைப்பொறியாளர் எஸ். கடம்பி, மெட்ராஸ் அரசின் தலைமைப்பொறியாளர் டபிள்யூ. ஜெ.ஜெ. ஹவ்லி, இந்திய அரசின் பாசன தலைமை ஆய்வாளர் ஜெ.ஆர்.ஜெ. வார்டு ஆகியோர் இதில் பங்கேற்றனர். பேச்சு விவரங்களைப் பதிவு செய்து கொள்ளக்கூடாது என்ற நிபந்தனையுடன் இரு தரப்பும் தொடர்ந்து பேசினர். ஓராண்டுக்குப் பிறகு 1921 ஜூலை மாதம் கண்ணம்பாடி அணை கட்டுவதற்கான விதிமுறைகளை இரு மாநில அரசுகளும் இறுதி செய்தன. இதற்கான வரைவு ஒப்பந்தத்தில் மைசூர் தலைமைப் பொறியாளர் கடம்பி, அப்போதிருந்த மெட்ராஸ் தலைமைப் பொறியாளர் ஏ.எச்.மோரின் ஆகியோர் கையெழுத்திட்டனர்.

காவிரி நீரில் மெட்ராஸ் அரசாங்கத்திற்கு அனுபவ உரிமை(Prescriptive right) உண்டு என்பதை, முதன் முதலாக இந்த வரைவு ஒப்பந்தம் திட்டவட்டமாக அறிவித்தது. மேலணையில் எவ்வளவு உயரத்திற்கு தண்ணீர் ஓட வேண்டும் என்பதை நிர்ணயிக்கும் வரம்பு நீரோட்டம் (Limit Flow) ஏற்படுத்தப்பட்டதும், அதற்கு முன்னுரிமை தண்ணீர் விட்ட பிறகே கண்ணம்பாடி அணையில் நீர் தேக்க வேண்டும் என்பதும் வரைவு விதிமுறைகளில் முக்கிய அம்சங்கள். எனினும் மழை குறைவான காலத்தில் என்ன செய்வது என்பது பற்றிய தெளிவு அதில் இல்லை.

இதனால், மெட்ராஸ் மாகாணத்தின் குறைந்தபட்ச பாசன உரிமைக்கு உத்தரவாதம் இல்லை என்ற குரல்கள் எழுந்தன. இன்னொருபுறம் இந்த வரைவு ஒப்பந்தத்தையே மைசூர் திடீரென ஏற்க மறுத்தது. 'அனுபவ உரிமையில் தண்ணீர் பெறுவதோடு நிறுத்திக்கொள்ள வேண்டும்; அணை கட்டுவதைப் பற்றியெல்லாம் கேள்வி கேட்கக்கூடாது' என்றார்கள். மேலும் உபரிநீரைப் பகிர்ந்துகொள்வதில் உரிமை கோரக்கூடாது என்ற வாதங்களையும் மைசூர் சார்பில் வைத்தனர். 1921 முதல் பல முறை இரு மாநிலங்களுக்கும் இடையே பேச்சுவார்த்தைகள் நடைபெற்றன. மெட்ராஸ்

கவர்னர் வெல்லிங்டன்

அரசு தஞ்சாவூரில் மிராசுதார்களை கூட்டி கருத்து கேட்டது. வெள்ளையர்கள் நடத்திய அரசாட்சியில் இப்படியொரு கூட்டம் நடந்திருக்கிறது என்பது கவனித்து, மனத்தில் பதிக்க வேண்டிய செய்தி. அக்கூட்டத்தில் உபரிநீரைப் பகிர்ந்துகொள்ள வழியில்லாத ஒப்பந்தத்தை மிராசுதார்கள் எதிர்த்தனர். ஒரு கட்டத்தில் மைசூர் மகாராஜா நான்காம் கிருஷ்ணராஜ உடையார், மெட்ராஸ் ஆளுநர் வெல்லிங்டன் ஆகியோரும் கூட காவிரிப்பிரச்சினைக்காக பேசினர். மற்றொரு புறம் பிரான்ஸ் நாட்டின் ஆளுகைக்கு உட்பட்டிருந்த புதுச்சேரியின் பிரெஞ்சு ஆளுநர் லூயிஸ் இன்னொசன்ட், காவிரி பாசனம் பெறும் காரைக்கால் பகுதியின் நலன்களையும் மெட்ராஸ் அரசாங்கம் பாதுகாத்து தர வேண்டுமென முறைப்படி கோரிக்கை வைத்தார்.

பேச்சுவார்த்தைகள் இழுத்துக்கொண்டே போன நிலையில் 1923-ம் ஆண்டின் இறுதியில் காவிரி நீர்ப்பிடிப்பு பகுதிகளில் பெரும் மழை கொட்டியது. கூடவே, முன் எப்போதும் இல்லாத அளவுக்கு வெள்ளப்பெருக்கு. விநாடிக்கு 4 லட்சத்து 65 ஆயிரம் கன அடி தண்ணீர் பொங்கி வந்து, இரு மாநிலங்களிலும் பல இடங்களை வெள்ளக்காடாக்கியது. (அதற்குப் பிறகு இன்று வரை அப்படியொரு வெள்ளம் வரவே இல்லை) வெள்ளத்திற்குப் பிறகு மைசூருக்கும் மெட்ராசுக்கும் இடையே நடந்துவந்த நீண்டகால பேச்சுவார்த்தைகள் ஒப்பந்தமாக வேண்டிய காலம் வந்தது. 1924 பிப்ரவரி 18-ம் தேதி மைசூர் மகாராஜாவுக்கும் மெட்ராஸ் அரசுக்குமான வரலாற்றுச் சிறப்புமிக்க ‘காவிரி நதி நீர் ஒப்பந்தம் - 1924’ கையெழுத்தானது. 32 ஆண்டுகளுக்கு முன்பு, 1892-ல் காவிரிக்காக முதல் ஒப்பந்தம் போடப்பட்ட அதே பிப்ரவரி 18-ம் நாளில் புதிய உடன்பாடும் காணப்பட்டது வியப்புக்குரிய ஒற்றுமை. மைசூர் அரசின் திவான் ஏ.ஆர்.பானர்ஜி, மெட்ராஸ் அரசின் பொதுப்பணித் துறை செயலாளர் பி.ஹாக்கின்ஸ் ஆகியோர் இதில் கையொப்பமிட்டனர்.

1892 ஒப்பந்தத்தின் தொடர்ச்சியாக புதிய ஒப்பந்தம் உருவாக்கப்பட்டு இருப்பதையும் அதன் பின்னணி உள்ளிட்டவற்றையும் 10 அம்சங்களாக பிரித்து இதில் கூறப்பட்டிருந்தது. கண்ணம்பாடி அணை விவகாரம், நீதிபதி சர். ஹெச்.டி.கிரிஃபின் வழங்கிய தீர்ப்பு ஆகியவை சுட்டிக்காட்டப்பட்டிருந்தன. 1921, ஜூலை 26-ம் தேதி இரு மாநில தலைமைப்பொறியாளர்கள் ஒப்புக்கொண்ட ‘கிருஷ்ணராஜசாகர் அணை ஒழுங்குமுறை விதிகள்’ ஒப்பந்தத்தின் பின்னிணைப்பாக சேர்க்கப்பட்டிருந்தன. மெட்ராஸ் தலைமைப்பொறியாளரும் கிருஷ்ணராஜ சாகர் திட்ட சிறப்பு அதிகாரியும் பெங்களூரில் 1923, செப்டம்பர் 23-ல் சந்தித்துப் பேசியதன் விவரங்கள்

இன்னொரு பின்னிணைப்பாக இருந்தது. ஒப்பந்தத்தின் 10-வது விதியில் உட்பிரிவுகளாக காவிரி நீர்ப்பகிர்வு குறித்த வழிமுறைகள் 15 அம்சங்களில் குறிப்பிடப்பட்டிருந்தன. அந்தப் பதினைந்தும் இவைதான்:-

கிருஷ்ணராஜ உடையார்

1) மைசூர் அரசு கண்ணம்பாடியில் கிருஷ்ணராஜசாகர் அணையைக் கட்டுவதற்கு 1892 ஒப்பந்தபடி மெட்ராஸ் அரசு உடனடியாக அனுமதி அளிக்க வேண்டும்.

2) மைசூர் அரசு கட்டவிருக்கும் கிருஷ்ணராஜ சாகர் அணையிலிருந்து நீர்ப்பங்கீடு விதிகளின்படி மெட்ராஸ் மாகாணத்திற்கு தண்ணீர் வழங்க வேண்டும்.

3) காவிரி, லட்சுமணதீர்த்தா, ஹேமாவதி ஆகிய ஆறுகளில் 1910 வரையில் மேற்கொள்ளப்பட்ட பாசனத்திட்டங்கள் பற்றிய வரைபடங்கள் உள்ளிட்ட முழு விவரங்களை இந்த ஒப்பந்தம் கையெழுத்தானதில் இருந்து இரண்டாண்டுகளுக்குள் மைசூர் அரசு, மெட்ராஸ் அரசுக்கு வழங்க வேண்டும்.

4) கிருஷ்ணராஜ சாகர் அணையின் மூலம் பாசன வசதி பெறவிருக்கும் 1,25,000 ஏக்கர் பரப்புடன் சேர்த்து, 1910-ம் ஆண்டுக்கு முன்பிருந்த கால்வாய் பாசனப்பரப்பில் மூன்றில் ஒரு பங்கினைத் தாண்டாமல் புதிய பாசன வசதிகளை மைசூர் செய்துகொள்ளலாம். அதாவது கூடுதலாக 1,10,000 ஏக்கர் கூடுதலாக பாசனப்பரப்பை விரிவுபடுத்தலாம்.

5) காவிரியின் குறுக்கே மேட்டூரில் மெட்ராஸ் அரசு 93.5 டி.எம்.சி கொள்ளளவுடன் புதிய அணை கட்டிக் கொள்ளலாம். அதன் மூலம் 3,01,000 ஏக்கருக்கு மிகாமல் பாசன வசதி செய்து கொள்ளலாம்.

6) இந்த ஒப்பந்தத்தின் 4 மற்றும் 5 விதிகளின்படி, கட்டப்படவிருக்கும் புதிய நீர்த்தேக்கங்கள் பற்றிய தகவல்களையும் அதன் மூலம் பாசனம் பெறும் பரப்பு, சராசரி பாசனம் உள்ளிட்ட விவரங்களை இரு அரசுகளும் அலுவல் (அ) நாட்காட்டி ஆண்டு முடிவதற்குள் பகிர்ந்துகொள்ள வேண்டும்.

7) இந்த ஒப்பந்தத்தின் 4 விதியின்படி, 1892 ஒப்பந்தத்தின் 'ஏ' பிரிவில் குறிப்பிடப்பட்டுள்ள ஆறுகளில் மொத்தம் 45 டி.எம்.சி கொள்ளளவுக்கு மிகாமல் புதிய பாசன வசதிகளை மைசூர் அரசு ஏற்படுத்திக் கொள்ளலாம். இதற்கென உருவாக்கப்பட்டுள்ள 'கிருஷ்ணராஜ சாகர் அணை ஒழுங்குமுறை விதிகள்' இந்த ஒப்பந்தத்தில் இணைப்பாக இடம் பெற்றுள்ளது.

8) புதிய நீர்ப்பாசனத்திட்டங்கள் பற்றிய முழு விவரங்களையும் மெட்ராஸ் அரசு திருப்தியடையும் வகையில் மைசூர் அரசு அளிக்க வேண்டும்.

மிரட்டிப் போட்ட ஒப்பந்தமா?

மைசூர் மகாராஜாவை பிரிட்டிஷ் இந்திய அரசாங்கம் வற்புறுத்தியே 1924 ஒப்பந்தத்தைப் போட்டதாக கர்நாடகா வம்படியாக கூறுவதை வழக்கமாக வைத்திருக்கிறது. ஆனால் ஒப்பந்தத்திற்கு முன்பு நடந்த வழக்கு, பேச்சுவார்த்தை உள்ளிட்ட நிகழ்வுகளையும் ஒப்பந்தத்தின் விதிமுறைகளையும் பார்க்கும் போதே அதில் உண்மை இல்லை என்று பட்டவர்த்தனமாக தெரியும். அதை நிரூபிக்கும் வகையில் இன்னொரு முக்கியமான சாட்சியும் வரலாற்றில் பதிவாகி இருக்கிறது.

ஒப்பந்தத்தில் மைசூர் சார்பில் கையெழுத்திட்ட அந்த அரசின் பிரதம அமைச்சர் (திவான்) ஏ.ஆர். பானர்ஜி, 21.02.1924 அன்று 'தி ஹிந்து' நாளிதழில் காவிரி ஒப்பந்தம் நிறைவேறிய விதம் குறித்து எழுதியுள்ளார். அதில், "தொழில்நுட்ப அதிகாரிகளைப் பொறுத்த அளவில் அவர்கள் செய்த பணி அத்தனை எளிதானது அல்ல. எண்ணிலடங்காத அம்சங்களில் வேறுபாடுகள் இருந்தன. இரு தரப்புக்கும் இடையே சமாதானம் வராது என்ற நிலை பல கட்டங்களில் ஏற்பட்டதை ஒப்புக்கொண்டுதான் ஆக வேண்டும். மெட்ராஸ் தரப்பைச் சேர்ந்த திருவாளர்கள் ஹவ்லி, மோரின், ராமலிங்க அய்யர் மற்றும் மைசூர் தரப்பின் திருவாளர்கள் கடம்பி, கர்ப்பூர் சீனிவாசராவ் ஆகியோர் வரலாற்றில் நிற்பார்கள். தங்கள் தரப்பு கருத்துகளை முன்வைப்பதில் பரந்துபட்ட அறிவும், முதல்தரமான ஆற்றலும் பெற்றிருந்தனர். அதே நேரத்தில் மொத்த பேச்சுவார்த்தையிலும் 'கொடுத்து – பெறும்' உணர்வு இவர்களிடம் மேலோங்கி இருந்தது. அவரவர் பகுதி மக்களின் நலனுக்கும் செழுமைக்கும் பாதிப்பு ஏற்படாதவாறு உயிரோட்டமான கருத்துகளை எடுத்து வைத்தனர்" என்று தெளிவாக குறிப்பிட்டுள்ளார்.

9) கிருஷ்ணராஜ சாகரிலோ அல்லது கட்டப்போகும் புதிய அணைகளிலோ மின் உற்பத்திக்காக தண்ணீரைத் தேக்கிவைத்து, தமது வசதிப்படி மைசூர் அரசு பயன்படுத்திக் கொள்ளலாம். ஆனால் அது அனுமதிக்கப்பட்ட நீரின் அளவுக்குள்ளேயே இருக்க வேண்டும்.

10) புதிய நீர்த்தேக்கங்களை உருவாக்கும் போது, மின் உற்பத்திக்காக கிருஷ்ணராஜசாகர் அணையில் தேக்கி வைத்திருக்கும் நீரை விதிகளுக்குட்பட்டு பாசனத்திற்கு திறந்துவிடுவது பற்றி மைசூர் அரசு முடிவெடுக்க வேண்டும்.

11) இந்த ஒப்பந்தம் செயல்பாட்டுக்கு வந்த நாளில் இருந்து 50 ஆண்டுகள் முடிவடையும் போது, அதுவரை கிடைத்த அனுபவத்தின் அடிப்படையில், 4 முதல் 8 வரையுள்ள விதிமுறைகளை மறுஆய்வு செய்ய மைசூர் அரசும், மெட்ராஸ் அரசும் ஒப்புக்கொள்கின்றன. அப்போது அவரவர் எல்லைக்குட்பட்ட பாசனப்பரப்பை விரிவாக்கம் செய்வது உள்ளிட்டவை பற்றி இருதரப்பும் ஏற்றுக்கொள்ளும் வகையில் தேவையான

ஏ.ஆர்.பானர்ஜி

திருத்தங்களை செய்து கொள்ளவும், கூடுதல் அம்சங்களைச் சேர்த்துக்கொள்ளவும் இரு அரசுகளும் ஒப்புக்கொள்கின்றன.

12) தற்போதைய பாசனப்பரப்பில் செய்யப்படும் மேம்பாட்டுத் திட்டங்களினால் கிடைக்கும் நீர் சேமிப்பின் மூலம் விரிவாக்கப்படும் பாசனப்பரப்பை, இரு மாநிலங்களிலும் உருவாக்கப்படும் புதிய பாசனப்பரப்பின் வரம்பு கட்டுப்படுத்தாது.

13) 1892 ஒப்பந்தபடி 'ஏ' பிரிவில் உள்ள நதிகளைத் தவிர மற்ற ஆறுகளில் மைசூர் அரசு மேற்கொள்ளும் நீர்ப்பாசனத்திட்டங்களை இந்த ஒப்பந்தம் கட்டுப்படுத்தாது.

14) காவிரியின் துணை ஆறுகளான பவானி, அமராவதி, நொய்யல் ஆகியவற்றில் மெட்ராஸ் அரசு நீர்த்தேக்கங்களைக் கட்ட முற்பட்டால், அவற்றுக்கு ஈடாக தமது எல்லையிலுள்ள துணை ஆறுகளில் நீர்த்தேக்கங்களைக் கட்டி கொள்ளலாம். ஆனால் மைசூர் கட்டும் அணைகளின் கொள்ளளவு மெட்ராஸ் கட்டும் அணைகளின் கொள்ளளவில் 60% க்கு மேல் போகக்கூடாது.

15) இந்த ஒப்பந்தத்தைச் செயல்படுத்துவதில் இரு தரப்புக்கும் ஏதாவது பிரச்சினை ஏற்பட்டால், அதனை நடுவர் தீர்ப்பாயம் மூலமோ அல்லது இந்திய அரசை அணுகியோ தீர்த்துக்கொள்ள வேண்டும்.

இந்த ஒப்பந்தத்தில் முக்கியமாக கவனிக்க வேண்டிய அம்சம், ஒப்பந்தம் செயல்பாட்டில் இருக்கும் காலக்கெடு பற்றியதாகும். 50 ஆண்டுகளோடு இரு மாநிலங்களுக்கும் இடையிலான ஒப்பந்தம் முடிவுக்கு வருகிறது என்று எந்த இடத்திலும் கூறப்படவில்லை. (ஆனால், 50 ஆண்டுகளோடு ஒப்பந்தம் காலாவதி ஆனது என்ற தோற்றத்தை கர்நாடகா பிற்காலத்தில் திட்டமிட்டே உருவாக்க முயன்றது.) ஒப்பந்த அம்சங்கள், அதற்கு முந்தைய நடைமுறைகள் நியாயமாகவே ஆங்கிலேய அரசால் செயல்படுத்தப்பட்டிருந்தாலும், இது மைசூரை மிரட்டி போடப்பட்ட ஒப்பந்தம் என்ற விஷ விதைகளை கன்னட மக்கள் மனங்களில் அங்கிருந்த சிலர் விதைத்துக் கொண்டே இருந்தனர். 'இரு சமமற்ற தரப்புகளுக்கு இடையிலான ஒப்பந்தம் இது. ஒரு பக்கம் ஏகாதிபத்திய சக்தி (மெட்ராஸ்). மற்றொரு புறம் நிலப்பிரபுத்துவ ஆட்சியாளர் (மைசூர்). இந்த இடத்தில் பலவீனமானவர் வீழ்வதைத் தவிர வேறு வழியில்லை'- மிகப்பெரிய மேதையான விஷ்வேஸ்வரய்யா ஒப்பந்தம் பற்றி கூறிய வார்த்தைகள் அதற்கு உதாரணம். உடன்பாட்டுக்கு பிறகு வேகமாக அரங்கேறிய நிகழ்வுகள் எவை? பெரும் தடைகளுக்குப் பின்னர் மேட்டூர் அணை கட்டுவதற்கு மெட்ராஸ் மாகாணம் அனுமதி பெற்றது எப்படி?

7

மேட்டூர் அணை – பெரும் போராட்டத்தின் வெற்றி

இருதரப்புக்கும் இடையே ஒப்பந்தம் கையெழுத்தானதும் கிருஷ்ணராஜ சாகர் அணையின் இரண்டாம் கட்ட கட்டுமான பணிகள் வேகமெடுத்தன. ஏற்கனவே 11 டி.எம்.சி வரை தண்ணீர் தேக்கும் அளவுக்கு கட்டப்பட்டிருந்த அணையின் மொத்த கொள்ளளவு 49.45 டி.எம்.சி. ஆக உயர்த்தப்பட்டது. இதில் 45 டி.எம்.சி வரை தண்ணீரைத் தேக்கி வைக்கலாம். ஆற்றின் அடிப்பகுதியில் இருந்து 130.8 அடி உயரமும் 8597 அடி நீளமும் கொண்டது. அணையில் நீர் தேக்குவதற்கான உயரம் 124.8 அடி. அணையின் மேல் இருபுறமும் கைப்பிடி சுவர் கொண்ட சாலை போடப்பட்டது. மின்சக்தியால் இயங்கும் பெரிய 'ஸ்லூயிஸ்' மதகுகள் அமைக்கப்பட்டன. இரண்டாம் கட்டப் பணிகள் 1938-ல் முடிக்கப்பட்டன.

கே.ஆர்.எஸ் அணையின் பணிகள் மீண்டும் தொடங்கப்பட்ட போது, ஒன்றே கால் நூற்றாண்டு கோரிக்கையான மேட்டூர் அணையின் கட்டுமான பணிகளும் ஆரம்பமாயின. மேட்டூரில் அணை கட்ட வேண்டுமென்று 1801-ல் அப்போதைய கிழக்கிந்திய கம்பெனி நிர்வாகம், மைசூர் அரசாங்கத்திற்கு கோரிக்கை விடுத்தது. மைசூர் தரப்பில் கடும் எதிர்ப்பு தெரிவிக்கப்பட்டதால் அப்படியே கிடப்பில் போடப்பட்டது. பழைய மெட்ராஸ்

இரண்டு கோட்டைகள்

நந்தி சிலைக்கு வடக்கே கோட்டையூர் என்ற ஊர் இருந்திருக்கிறது. அங்கிருந்த கோட்டை மைசூர் சமஸ்தானத்தின் கிழக்கு எல்லையாக திகழ்ந்திருக்கிறது. இந்த ஊரில் பாதுகாப்பு, வரிவசூல் போன்றவற்றைச் செய்த அதிகாரிகள் குடும்பத்தோடு வசித்திருக்கின்றனர். அணையில் மூழ்கிய கோட்டையின் இரண்டு வாயில் சுவர்கள் மட்டுமே இப்போது எஞ்சி நிற்கின்றன. இதேபோல, வீரபத்திரன் கோயிலுக்கு கொஞ்சம் கிழக்கு பகுதியில் ஒரு கோட்டை இருந்திருக்கிறது. 5 ஏக்கர் பரப்பளவிலான அக்கோட்டையில் மக்களுக்குத் தேவையான உணவுப்பொருட்கள் சேமித்து வைக்கப்படுவது வழக்கம். அந்த கோட்டையில் இரண்டு கண்காணிப்பு கோபுரம் தவிர மீதி எல்லாம் இடிந்தும் கரைந்தும் போய்விட்டன.

மேட்டூர் அணையின் ஒரு பகுதி

மாகாணத்தில் நிறைய பாசனத்திட்டங்களை மேற்கொண்ட ஆங்கிலேய அதிகாரி ஆர்தர் காட்டன் 1835-ல் மேட்டூர் அணை திட்டத்தை மீண்டும் கையிலெடுத்தார். அவரே நேரில் போய் மைசூர் சமஸ்தான அதிகாரிகளோடு பேச்சு நடத்தினார். அப்போதும் அவர்களின் மனநிலையில் மாற்றமில்லை. திட்டத்திற்கு வலுவாக முட்டுக்கட்டை போட்டார்கள்.

சி.பி.ராமசாமி அய்யர்

காலம் ஓடியது. 1923-ம் ஆண்டில் மெட்ராஸ் மாகாணத்தை ஆட்சி செய்த 'கவர்னர்ஸ் எக்சிக்யூட்டிவ் கவுன்சில்' உறுப்பினராக புகழ்பெற்ற சட்ட மேதை சி.பி.ராமசாமி அய்யர் ஆங்கிலேயர்களால் நியமிக்கப்பட்டார். இன்றைய அமைச்சர் பதவிக்குச் சமமான அப்பொறுப்பில் சட்டம் – ஒழுங்கு, காவல், பொதுப்பணி, நீர்வள மேலாண்மை, மின்சாரம், துறைமுகங்கள் நிர்வாகம் ஆகிய துறைகள் சி.பி.ஆர் வசம் வந்தன. இதையடுத்து அன்றைய தஞ்சாவூர் ஜில்லா விவசாயப் பிரதிநிதிகள், அய்யரைச் சந்தித்து மேட்டூரில் அணை கட்டுவதற்கான முயற்சிகளை முன்னெடுக்குமாறு கோரிக்கை வைத்தனர். மைசூர் அரசிடம் சி.பி.ஆர் பேசினார். இப்போதும் அவர்கள் அசைந்து கொடுக்கவில்லை. இதையடுத்து மெட்ராஸ் நிர்வாகம் அதிரடியாக

நந்தி சிலையும், தேவாலய சிலுவையும்!

மேட்டூர் அணையில் அமைந்துள்ள 40 அடி உயர நந்தி சிலை

மேட்டூர் அணைக்குள் மூழ்கிய கிராமங்களில் ஒன்றான காவிரிபுரத்தின் ஜலகண்டேஸ்வரர் கோயிலும் அதற்கு முன்னாலுள்ள 40 அடி உயர நந்தி சிலையும் இப்போதும் இருக்கின்றன. (கோயிலுக்குள் இருந்த லிங்கத்தை மட்டும் எடுத்துச்சென்ற அந்த ஊர் மக்கள் அதைவைத்து தங்கள் புதிய வாழ்விடத்தில் கோயிலைக் கட்டிவிட்டனர்.) அணை நிரம்பி வழியும் காலத்தில் வெளியில் தெரியாத நந்தி, நீர் மட்டம் கீழிறங்கத் தொடங்கியதும் மெல்ல வெளியில் தலை காட்டும். இதனால் மேட்டூர் தண்ணீரை நம்பி இருப்போரின் சோகக்குறியீடாக இன்றைக்கு மாறியிருக்கிறது சிதிலமடைந்திருக்கும் அந்த நந்தி சிலை.

ஒரு வேலை செய்தது. 'புயல் – மழைக்காலங்களில் காவிரியில் வரும் வெள்ளத்தால் ஏற்படும் பாதிப்புகளுக்காக ஆண்டுதோறும் ரூ.30 லட்சம் ரூபாய் தஞ்சை மாவட்ட விவசாயிகளுக்கு மைசூர் அரசு இழப்பீடு வழங்க வேண்டும்' என்று மாவட்ட ஆட்சியர் மூலம் நோட்டீஸ் அனுப்பப்பட்டது. ஒரு பவுன் தங்கம் 21 ரூபாய்க்கு விற்ற நேரத்தில், இது எவ்வளவு பெரிய தொகை என்பதை கணக்கிட்டுக் கொள்ளலாம்.

இப்போது ராமசுவாமி அய்யர் மீண்டும் பேசினார். 'வருடா வருடம் இழப்பீடு கொடுக்கப் போகிறீர்களா? இல்லை... நாங்கள் அணை கட்டி கொள்ளலாமா? – இதற்கேற்றாற் போல 1924-ல் பெரும் வெள்ளம் வந்தது. 'பணம் கொடுத்து மாளாது; அணைக்கு ஒப்புதல் கொடுத்துவிடுவோம்' என்ற முடிவுக்கு மைசூர் வந்தது. நீண்ட காலம் பேச்சுவார்த்தையிலேயே இருந்த காவிரி நதி நீர் ஒப்பந்தம் 1924-ல் கையெழுத்தானது.

மேட்டூர் அணையில் அமைந்துள்ள கிறித்துவ ஆலய கோபுரம்

இதைப்போன்றே காவிரியின் கிழக்கு கரையில் சோழப்பாடியில் அமைந்திருக்கும் வீரபத்திரன் கோயிலும், மேட்டூர் அணையின் பிரசித்தமான அடையாளங்களில் ஒன்று. சேற்றுக்குள் புதைந்து பாதி கோபுரம் மட்டும் இப்போது வெளியில் தெரிகிறது. காவிரி ஆற்றுக்குத் தென்புறத்தில் அமைந்த இருந்த 'நியாயம்பாடி' கிராமத்தில் இரட்டைக்கோபுர கிறித்துவ ஆலயம் சேற்றுக்குள் மூழ்கியது போக எஞ்சிய பகுதி மிஞ்சி நிற்கிறது. இதன் உச்சியில் இருந்த சிலுவை மீன்பிடி வலைகளைக் கிழித்ததால் 10 அடிக்கும் அதிகமான உயரத்தை மீன்பிடித்தவர்கள் அடித்து உடைத்து மொட்டையாக்கிவிட்டனர்.

இதற்குள்ளாக அணைக்கான திட்ட ஆய்வறிக்கையை மெட்ராஸ் மாகாணம் தயார் செய்திருந்தது. அணை கட்டுவதற்காக முதலில் தேர்வு செய்யப்பட்ட இடம் தற்போதைய மேட்டூருக்கு தெற்கே உள்ள செக்கானூர். அங்கே பால மலைக்கும், கோணநாயக்கன்பட்டிக்கு அருகில் இருக்கும் வனவாசி மலைக்கும் இடையே அணையைக் கட்ட தீர்மானித்தார்கள். இப்போதைய மேட்டூரைக் காட்டிலும் அதிக தண்ணீரை அங்கே தேக்கும் வாய்ப்பு இருந்தாலும் பாதுகாப்பு காரணங்களுக்காக கடைசியில் அந்த இடத்தைத் தவிர்த்துவிட்டு, சாம்பள்ளியில் அணையைக் கட்டுவதற்கு முடிவானது.

1924 மார்ச் 31-ம் தேதி பிரிட்டிஷ் இந்திய அரசின் ஒப்புதலுக்காக வரைவுத்திட்டம் அனுப்பப்பட்டது. அதே ஆண்டு டிசம்பர் 11-ல் அனுமதி

அணைக்குள் மூழ்கிய 60 கிராமங்கள்

காவிரிப்படுகைக்கு, தமிழ்நாட்டுக்கு கிடைத்த வரமாக மேட்டூர் அணை மாறினாலும் அதன் பின்னணியில் 60 கிராமங்கள் மூழ்கிப்போன சோக வரலாறும் இருக்கிறது. இப்போது அணையின் சுவர் உள்ள இடம் முன்பு சாம்பள்ளி கிராமம். அணைக்காக நிலம் எடுக்கப்பட்ட பெரிய ஊர்களில் இது முக்கியமானது. சாம்பள்ளியில் வசித்தவர்கள்தான் இப்போதைய மேட்டூருக்கு குடி பெயர்ந்தவர்கள். அணை கட்டி முடிக்கப்பட்டதும் ஊரை காலி செய்துவிட்டுப் போன மக்கள், பெரும்பாலும் தங்களின் பழைய ஊரின் பெயரிலேயே கிராமங்களை உருவாக்கிக் கொண்டு வாழத்தொடங்கினர். இப்போது கர்நாடக எல்லையில் இருக்கும் செங்கப்பாடி, ஆலாம்பாடி, ஆத்தூர், கவுதள்ளி, மாடால்லி, தோமையார்பாளையம், நல்லூர் போன்ற தமிழர்கள் வசிக்கும் கிராமங்களைச் சேர்ந்தவர்கள் மேட்டூர் அணையால் மூழ்கிய ஊர்களில் இருந்து போனவர்கள்தான். காவிரி ஆற்றுத் தண்ணீரில் விவசாயம் செய்த நிலங்களை அணைக்காக கொடுத்தவர்களின் வாரிசுகள் இன்றைக்கும் கூட அதன் கரையில் ஆடு – மாடு மேய்த்துக்கொண்டும், விறகு வெட்டியும், மீன் பிடித்தும் வாழ்க்கையை ஓட்டிக்கொண்டிருக்கிறார்கள்.

வழங்கப்பட்டது. 1925 ஜூலை 20-ல் மேட்டூர் அணை கட்டும் பணிக்கு அடிக்கல் நாட்டப்பட்டது. அணை கட்டுமானத்தின் தலைமை வடிவமைப்பு மற்றும் கண்காணிப்பு பொறியாளராக கர்னல் வில்லியம் மார்க் எல்லீஸ் பொறுப்பேற்றார். நிர்வாகப் பொறியாளர் வெங்கட்ராமய்யர், முதன்மை தலைமைப் பொறியாளர் முல்லிங்கஸ் ஆகியோர் தலைமையில் 24 பொறியாளர்கள் அடங்கிய குழு அணை கட்டும் பணியைத் தொடங்கியது.

பத்தாயிரத்திற்கும் மேற்பட்ட தொழிலாளர்கள் ஒன்பது ஆண்டுகள் வேலை செய்தனர். கடல் மட்டத்திலிருந்து 586 அடி உயரத்தில் மேட்டூர் அணையின் அடித்தளம் ஆரம்பிக்கப்பட்டு, 791 அடி உயரத்தில் முடிக்கப்பட்டது. மொத்தம் 205 அடி உயரத்துக்கு சுவர் எழுப்பப்பட்டது. இதில் நாற்பது அடி அகலத்தில், நூற்றைம்பது அடி உயரத்துக்கு இரும்புத் தூண்கள் மூலம் இணைக்கப்பட்ட தண்டவாளங்கள் நிறுத்தி அணை கட்டப்பட்டது.

171 அடி அகலத்தில் ஆரம்பிக்கும் அணையின் கீழ் தளம், மேலே செல்ல, செல்ல குறைந்து கொண்டேபோய், கடைசியில் 12 அடி அகலம் மட்டுமே உள்ளதாக அமைக்கப்பட்டது. அணையின் மொத்த நீளம் 1,700 மீட்டர் (5,325,அடி). 124 அடி உயரமுள்ள அணையில், நீரை தேக்கி வைத்துக் கொள்ள அனுமதிக்கப்பட்ட உயரம் 120 அடி. அணையின் முழு உயரமான 124 அடிக்கு 93.4 டி.எம்.சி தண்ணீர் கொள்ளளவு. நீர் நிறைந்திருக்கும் போது அணையில் 1 டி.எம்.சி. தண்ணீர் குறைந்தால், அணையில் தண்ணீரின் உயரம் 1.25 அடி குறையும். உயர்ந்த அளவான 120 அடியை நீர்மட்டம்

சவலைப்பிள்ளையான மேட்டூர் அணை!

மேட்டூர் அணையை இதுவரை மூன்றுமுறை மின்னல் தாக்கி இருக்கிறது. இருந்தும் எந்தச் சேதமும் ஏற்படவில்லை. அதே நேரத்தில், முறையாக தூர்வாரி பராமரிக்காததால், அணையின் பல இடங்களில் 20 அடி உயரத்திற்குச் சேறும் சகதியுமாக கிடக்கிறது. அணையில் சுமாராக இருப்பது பூங்கா ஒன்றுதான். 75 ஆண்டுகள் கழித்து அணையின் பவளவிழாவின் போது, அணையின் வலது புறக் கரையில் 75 அடி உயர கோபுரமும் அதன் அருகில் அணை வரலாறு தொடர்பான நூலகமும் அமைக்கப்பட்டன. அப்போதுதான் 'ஸ்டான்லி அணை' என்று இரவில் ஒளிரும் பெரிய எழுத்துகளும் வடிவமைக்கப்பட்டன. உள்ளூர் மக்கள் முதல் உலகப் பயணிகள் வரை வியந்து பார்க்கும் வகையில் திகழும் கர்நாடகாவின் கே.ஆர்.எஸ். அணையை (கிருஷ்ணராஜசாகர்) ஒப்பிட்டுப் பார்க்கும்போது, தமிழ்நாட்டின் மேட்டூர் அணை சவலைப்பிள்ளையைப் போல கிடப்பதை மறுக்க முடியாது.

தாண்டிவிட்டால், அதுவாகவே வழிந்தோடி வெளியேறும் வகையில் அணை உருவாக்கப்பட்டது.

இப்படி பல பிரம்மாண்டங்களோடு ஆசியாவிலேயே மிக உயரமானதாகவும் உலகளவில் பெரிய நீர்த்தேக்கங்களில் ஒன்றாகவும் 1934 ஜூலை 14-ம் தேதி மேட்டூர் அணை கட்டிமுடிக்கப்பட்டது. அணையின் கட்டுமானச் செலவு ரூ.4 கோடியே 80 லட்சம். அன்றைய மெட்ராஸ் ஆளுநர் ஜான் பெடரிக் ஸ்டான்லி 1934, ஆகஸ்ட் 21-ம் தேதி பாசனத்திற்காக தண்ணீரைத் திறந்துவிட்டு, அணையை நாட்டுக்கு அர்ப்பணித்தார். பேச்சு வழக்கில் மேட்டூர் அணை என்று சொல்லப்பட்டாலும், திறந்து வைத்தவரின் பெயரில் 'ஸ்டான்லி நீர்த்தேக்கம்' என்றே அதிகாரப்பூர்வமாக அழைக்கப்படுகிறது. மேட்டூர் நீர்த்தேக்க வளாகத்திலேயே 240 மெகாவாட் மின்சாரம் உற்பத்தி செய்யும் நீர் மின்நிலையமும் அப்போதே கட்டப்பட்டது.

ஆங்கிலேயர் ஆட்சியிலேயே அத்துமீறிய மைசூர், விடுதலை பெற்றபிறகு என்ன செய்தது? மொழிவாரியாக மாநிலங்கள் பிரிக்கப்பட்டபிறகு கர்நாடக முதலமைச்சரின் அதிரவைத்த நடவடிக்கை என்ன? தண்ணீர் தகராறு, தமிழர் – கன்னடர் இன வெறுப்பு அரசியலாக மாற்றப்பட்ட புள்ளி எது?

8

இன வெறுப்பு அரசியலாக மாறிய தண்ணீர் தகராறு!

காவிரியில் அங்கே கிருஷ்ணராஜ சாகரும் இங்கே மேட்டூரும் பெரிய திட்டங்களாக எழுந்து நின்றன. கிருஷ்ணராஜ சாகரால் 1,23,000 ஏக்கர் நிலம் பாசனம் பெற்றது. மேட்டூரால் 3,01,000 ஏக்கர் நிலங்களில் பயிர் செய்ய தண்ணீர் ஒழுங்காக கிடைத்தது. தமிழ்நாட்டு காவிரி டெல்டா பகுதியின் பாசனம் முறைப்படுத்தப்பட்டது. வெள்ளப்பாதிப்புகளும் கட்டுப்படுத்தப்பட்டன. இரு தரப்பிலும் பெரிய சல, சலப்புகள் எழவில்லை.

1947-ல் நாட்டிற்கு விடுதலை கிடைத்தது. ஆங்கிலேயர்கள் வெளியேறினர். நம்மவர்களே நம்மை ஆளத்தொடங்கினார்கள். பிரிட்டிஷ் இந்திய அரசின் நேரடி நிர்வாகத்தில் இருந்த மெட்ராஸ் மாகாணம் அப்படியே இந்திய அரசோடு இருந்தது. ஆங்கிலேயருக்கு வரி செலுத்திக்கொண்டு தன்னாட்சி பெற்ற சமஸ்தானமாக திகழ்ந்த மைசூர், விடுதலைபெற்ற இந்தியாவின் ஒரு மாநிலமாக 1947 அக்டோபரில் இணைந்தது.

விடுதலையின் தொடர்ச்சியாக 1956-ல் மொழிவாரியாக மாநிலங்கள் மறுசீரமைப்பு செய்யப்பட்டன. அதன்படி கன்னடம் பேசும் மக்கள் வசித்த மாவட்டங்களான தென் கனரா, உடுப்பி மெட்ராஸ் மாகாணத்திலிருந்தும், பெல்லாரி ஆந்திராவிலிருந்தும், கோப்பால், ராய்ச்சூர், குல்பர்கா, பிடார் ஆகியவை ஹைதராபாத் சமஸ்தானத்திலிருந்தும், பெல்காம், பிஜப்பூர், தல்வார், வட கனரா ஆகியவை பம்பாய் மாகாணத்திலிருந்தும் பிரித்து மைசூருடன் சேர்க்கப்பட்டன. கூடவே தனி மாநிலமாக செயல்பட்டு வந்த காவிரி உற்பத்தியாகும் குடகு மாநிலமும் ஒரு மாவட்டமாக இணைக்கப்பட்டு, புதிய மைசூர் மாநிலம் உருவாக்கப்பட்டது. பின்னர் இதற்கு 'கர்நாடகா' என்றும் பெயர் மாற்றப்பட்டது.

விடுதலைக்குப்பிறகு 'சம்யுக்த கர்நாடகா' என்ற பெயரில் மொழிவாரி மாநிலம் கேட்டுப் போராடும்போதே, 1924 காவிரி ஒப்பந்தத்தை கடுமையாக எதிர்த்து வந்த கன்னட அமைப்புகள் புதிய மாநிலம் அமைந்த பிறகு காவிரிக்காக உக்கிரமாக குரல் கொடுக்க ஆரம்பித்தன. இதற்கேற்றபடி மொழிவாரி கர்நாடகத்தை உருவாக்கிய சிற்பிகளில் ஒருவரும் மூத்தகாங்கிரஸ் தலைவருமான எஸ்.நிஜலிங்கப்பா, கர்நாடகத்தின் முதலமைச்சராக பொறுப்பேற்றார். முதல் வேலையாக நீர்ப்பாசன

காமராஜர்

நிஜலிங்கப்பா

கே.எல்.ராவ்

அமைச்சரை தமிழகத்திற்கு அனுப்பி, 1924 காவிரி ஒப்பந்தத்தை மறுஆய்வு செய்ய வேண்டும் என்று அப்போதைய முதலமைச்சர் காமராஜரிடம் வலியுறுத்தச் செய்தார். காமராஜர் கர்நாடகாவின் கோரிக்கையை நிராகரித்துவிட்டார்.

அதே 1956-ல் காவிரியின் முக்கிய துணை நதியான கபினி ஆற்றின் குறுக்கே புதிய அணை கட்டுவதற்கு கர்நாடகா திட்டமிட்டது. இது ஒன்றும் புதிதல்ல. 1933-ம் ஆண்டிலேயே இதைப்பற்றி பழைய மைசூர் அரசு யோசித்திருக்கிறது. இப்போது அந்தப் புதிய அணையின் கொள்ளளவு குறித்து இரு மாநிலங்களுக்கும் இடையே கருத்து வேறுபாடு ஏற்பட்டது. கர்நாடகா 1924 ஒப்பந்தத்தை மீறுவதாக தமிழகம் கருதியது. ஆனால் மைசூர் மகாராஜா போட்ட ஒப்பந்தம் தங்களைக் கட்டுப்படுத்தாது என்ற முழக்கத்தை கர்நாடகா வம்படியாக முன்னெடுத்தது. அதுவரை தண்ணீர் பிரச்சினையாக மட்டும் இருந்த காவிரி விவகாரம், அரசியலும் இன வெறுப்பும் சேர்ந்த தற்போதைய கோரமுகத்திற்குத் திரும்பியதன் தொடக்கப் புள்ளி அதுதான். கபினியில் அணைகட்டுவது தொடர்பாக இரு மாநில அரசுகளும் கடித யுத்தத்தில் ஈடுபட்டிருந்தன.

காவிரி ஒப்பந்தத்தை மீறி கபினி ஆற்றில் கர்நாடகா அணை கட்ட முயன்றதற்கு மெட்ராஸ் எதிர்ப்பு தெரிவித்தது. இதே காலக்கட்டத்தில் நாட்டின் வேறு சில பகுதிகளிலும் நதி நீர்ச்சிக்கல்கள் வெடித்துக் கிளம்ப ஆரம்பித்தன. அவற்றைப் பேசி தீர்ப்பதற்காக மத்திய அரசு செய்த முயற்சிகள் பலன் அளிக்கவில்லை. அதற்கென வழிகாட்டும் சட்டங்களும் இல்லை. எனவே மாநிலங்களை மறு சீரமைப்பதற்கு முன் மாநிலங்களுக்கிடையே, தண்ணீரைப் பகிர்ந்து கொள்வதில் ஏற்படும் தகராறுகளைச் சரி செய்வதற்கான சட்டத்தை உருவாக்க வேண்டிய அவசியம் மத்திய அரசுக்கு ஏற்பட்டது.

இதற்காக நீர்ப்பாசனம், தொழிற்நுட்பம் மற்றும் சட்டத் துறை நிபுணர்களைக் கொண்டு 'மாநிலங்களுக்கு இடையிலான நதி நீர் தகராறு சட்டம் – 1956'-ஐ மத்திய அரசு கொண்டு வந்தது. 1956, ஆகஸ்ட் 28-ம் தேதி நடைமுறைக்கு

யார் இந்த கே.எல்.ராவ்?

காவிரி பிரச்சினையைத் தீர்ப்பதில் கொஞ்சம் ஆர்வம் காட்டிய கே.எல். ராவ் (கே.லட்சுமணராவ்), இந்திய அளவில் குறிப்பிடத்தக்க நீர்ப்பாசனத் துறை நிபுணர். மேட்டூர் அணை கட்டுமானப் பணிகள் நடந்தபோது தஞ்சை மாவட்டம் ஒரத்தநாடு – வெட்டிக்காடு மகாராஜபுரம் ஆற்று நீர்வழி மேம்பால கட்டுமானப் பணியில் உதவிப்பொறியாளராக பணியாற்றியவர். 'கங்கையையும் காவிரியையும் இணைத்து 3,060 மைல்கள் (4,924.5 கி.மீ) நீளமுள்ள கால்வாய் வெட்டி பற்றாக்குறை உள்ள மாநிலங்களுக்கு தண்ணீர் கொடுக்கலாம்' என்ற திட்டத்தை மத்திய நீர்வளத் துறை அமைச்சராக இருந்தபோது அறிவித்தவர். அவரது திட்டப்படியான பாதை இன்றும் பாசனவியல் துறையில் 'கே.எல்.ராவ் நீர்வழிப்பாதை' என்று அறியப்படுகிறது.

வந்த இச்சட்டம், தொலைநோக்குப் பார்வையோடும், பிரச்சினைகளுக்கு நுணுக்கமாக தீர்வு சொல்லும் விதமாகவும் உருவாக்கப்பட்டிருந்தது. அதன் முக்கிய அம்சங்கள்:

1. இரண்டு அல்லது அதற்கு மேற்பட்ட மாநிலங்களுக்கு இடையே ஆற்று நீரைப் பங்கிட்டு கொள்வதில் பிரச்சினை ஏற்பட்டால், பேச்சுவார்த்தைகளின் வழியாக அதனைத் தீர்க்க மத்திய அரசு முயற்சிக்க வேண்டும்.

2. பேச்சுவார்த்தை பலன் தராவிட்டால் ஒரு மாநிலத்திடம் இருந்தோ, அல்லது தொடர்புடைய மாநிலங்களிடம் இருந்தோ கோரிக்கை வந்தால் மத்திய அரசு தீர்ப்பாயம் (டிரிபியூனல்) அமைக்க வேண்டும்.

3. தீர்ப்பாயம் அமைப்பதை முறைப்படி அரசிதழில் வெளியிட்டு, அதற்கான உறுப்பினர்களை (நடுவர்களை) நியமிப்பது மத்திய அரசின் வேலை.

4. மாநிலங்களை அழைத்து விசாரித்தல், புள்ளி விவரங்களைச் சேகரித்தல், நேரடி ஆய்வு செய்தல், யாருக்கு வேண்டுமானாலும் அழைப்பாணை அனுப்புதல், ஆவணங்களைக் கோருதல் உள்ளிட்ட அதிகாரங்கள் தீர்ப்பாயத்திற்கு உண்டு.

5. தீர்ப்பாயம் அளிக்கும் இடைக்கால அல்லது இறுதி அறிக்கைகளை அரசிதழில் மத்திய அரசு வெளியிட வேண்டும். அப்படி அரசிதழில் வெளியான அறிக்கைகள் உச்சநீதிமன்ற உத்தரவுக்கு இணையான சட்டத் தகுதி பெற்றவை.

6. தீர்ப்பாய அறிக்கையை நடைமுறைப்படுத்துவதற்கான திட்டத்தை வகுப்பதும் மத்திய அரசின் பணியே. (இந்த இடத்தில் பயன்படுத்தப்படும் 'திட்டம்' என்ற வார்த்தையை வைத்துக்கொண்டுதான் உச்சநீதிமன்றம் 2017-ல் வார்த்தை விளையாட்டு நடத்தியது)

7. இங்கே, 'திட்டம்' என்ற சொல்லுக்கான பொருளை 'இந்திய நதி நீர் வாரியச் சட்டம் -1956' தெளிவாக குறிப்பிடுகிறது. இந்த சட்டம், ஆற்றுநீர்ப் பிரச்சினைகளுக்கு கண்டறியப்படும் தீர்வுகளை எப்படி செயல்படுத்துவது என்பதை விளக்குவதற்காக, அதே 1956-ம் ஆண்டு செப்டம்பர் 12-ம் நாளில் கொண்டுவரப்பட்டது. தீர்ப்பாயம் அளிக்கும் இறுதி தீர்ப்பைச் செயல்படுத்த மேலாண்மை வாரியம் அமைக்க வேண்டும் என்பதே வாரியச் சட்டத்தின் முதன்மையான அம்சம்.

ஒட்டுமொத்த இந்தியாவுக்கும் இத்தகைய வலுவான சட்டங்கள் இயற்றப்பட்டாலும் அதை கண்டுகொள்ளும் மனநிலையில் கர்நாடகா இல்லை. 1956-ம் ஆண்டு முதல் இரண்டு வருடங்கள் முதலமைச்சராக இருந்த நிஜலிங்கப்பா, அடிப்படையில் விவசாயக் குடும்பத்தைச் சேர்ந்தவர். அவர், கர்நாடகத்தில் விவசாயம் மற்றும் நீர்ப்பாசன மேம்பாட்டுத் திட்டங்களைக் கொண்டு வருவதில் முழுவேகம் காட்டினார். மாநிலம் முழுவதும் 25 ஆயிரம் நீர் நிலைகள் தூர்வாரி சீரமைக்கப்பட்டன. புதிதாகவும் ஏரி, குளங்கள் வெட்டப்பட்டன. 1962-ல் மீண்டும் முதலமைச்சரான நிஜலிங்கப்பா, 1968 வரை பதவியில் இருந்து விவசாய மேம்பாட்டுத்திட்டங்களுக்கு முழு வடிவம் கொடுத்தார்.

இடைப்பட்ட 1959-ம் ஆண்டில் தமிழகத்தின் எதிர்ப்பைப் பற்றியெல்லாம் கவலைப்படாமல், கபினியில் அணை கட்டுவதற்கான பூர்வாங்கப் பணிகளை கர்நாடகா அரசு தொடங்கிவிட்டது. நிஜலிங்கப்பா, மறுபடியும் முதலமைச்சரான போது அதனை மேலும் முடுக்கிவிட்டார். அப்போது, தமிழகத்தின் முதலமைச்சர் காமராஜர். இங்கேயும் காங்கிரஸ் அரசு; அங்கேயும் காங்கிரஸ் அரசு; மத்தியிலும் காங்கிரஸ் அரசு. ஆயிரம் தான் நம்மை அடிமைப்படுத்தினாலும், வளங்களைச் சுரண்டினாலும் பிரச்சினை என்று வந்துவிட்டால் அடிப்படை நியாயத்தோடு அதை தீர்த்துவைத்த ஆங்கிலேயரின் தார்மீக உணர்வும், வல்லமையும், தேசியம் பேசி ஒன்றுபட்ட இந்தியாவை உருவாக்கிய நம்மவர்களிடம் இல்லாமல் போனது.

நிஜலிங்கப்பா கபினியோடு நிறுத்தவில்லை. காவிரி ஒப்பந்தத்தில் சேர்க்கப்படாத, குடகு பகுதியில் காவிரிக்கு முக்கிய பங்களிக்கும் ஹேரங்கி ஆற்றின் குறுக்கேயும் அணை கட்டுவதற்கான பணிகள் 1964-ல் தொடங்கப்பட்டன. (1892 & 1924 ஒப்பந்தங்கள் கையெழுத்தாகும் போது, குடகு தனி மாநிலமாக இருந்ததால், ஹேரங்கி முதன்மை துணை ஆறுகளைக் குறிக்கும் 'ஏ' பிரிவில் இணைக்கப்படவில்லை). சொர்ணாவதி ஆற்றில் 1965-ல் அணை கட்டுவதற்கு அடித்தளம் போட்டார்கள். 1968-ல் ஹேமாவதியிலும் அணை அமைப்பதற்கான வேலைகளை ஆரம்பித்தார்கள்.

1968-ல் நிஜலிங்கப்பா தேசிய அரசியலுக்குச் சென்று அகில இந்திய காங்கிரஸ் தலைவரான போது கூட, தமக்கு மிக நெருக்கமான வீரேந்திர பாட்டீலை கர்நாடகாவின் முதலமைச்சராக்கிவிட்டுப் போனார்.

நிஜலிங்கப்பாவையும் பாட்டீலையும் கர்நாடக அரசியலில் 'லவ-குச' என்று ராமனின் இரட்டைப்பிள்ளைகளின் பெயரால் அழைப்பார்கள் என்றால் பார்த்துக்கொள்ளுங்களேன்.

கர்நாடகத்தில் புதிய திட்டங்கள் செயல்படுத்தப்பட்ட காலத்தில், தமிழகத்திலும் பாசனத் திட்டங்கள் மேற்கொள்ளப்பட்டன. 1924 காவிரி ஒப்பந்தப்படி தமிழகப் பகுதியில் நீர்ப்பாசனத் திட்டங்கள் நிறைவேறின. முதல் ஐந்தாண்டு திட்டத்தின் மூலம் 1958-ல் கீழ்பவானி அணை கட்டப்பட்டது. இதனால் 2,10,000 ஏக்கர் நிலங்கள் பாசனவசதி பெற்றன. அதே ஆண்டில், மேட்டூர் மேல்மட்ட கால்வாய் வெட்டப்பட்டு 45,000 ஏக்கருக்கு தண்ணீர் கிடைத்தது. 1959-ல், அமராவதி அணை கட்டப்பட்டு 22,000 ஏக்கர் நிலங்கள் நீர் பெற்றன. இரண்டாவது ஐந்தாண்டு திட்டத்தில் உருவாக்கப்பட்ட புதிய கட்டளைக் கால்வாய் திட்டத்தின் வழியாக 20,600 ஏக்கருக்கும், 1961-ல் புள்ளம்பாடி கால்வாய் திட்டத்தினால் 21,000 ஏக்கருக்கும் பாசனம் கிடைத்தது.

தமிழகத்தைவிட கர்நாடகாவில் காரியங்கள் வெகுவேகமாக நடந்து கொண்டிருந்த சூழலில். கபினி ஆற்றில் அணை கட்டுவது தொடர்பான கடிதப் பரிமாற்றங்களைத் தொடர்ந்து, இரு மாநில அதிகாரிகளும் பலமுறை பேச்சு நடத்தினர். இதெல்லாம் நடந்து கொண்டிருக்கும் போதே தமிழகத்தில் அரசியல் மாற்றங்கள் நிகழ்ந்திருந்தன. நாட்டின் விடுதலைக்குப் பிறகு 20 ஆண்டுகள் தொடர்ந்து ஆட்சிக்கட்டிலில் இருந்த காங்கிரஸ் கட்சி, 1967-ம் ஆண்டு சட்டப்பேரவைத் தேர்தலில் தோல்வியைச் சந்தித்தது. தி.மு.க ஆட்சியைப் பிடித்தது; அண்ணா தமிழகத்தின் முதலமைச்சரானார். இந்த நேரத்தில் கபினி அணை விவகாரம் உச்சத்திற்குப் போனது. அதிகாரிகள் மட்டத்திலான பேச்சுவார்த்தைகள் பலன் அளிக்காததால், இரு மாநில முதலமைச்சர்களும் சந்தித்துப் பேசுவது என்று முடிவானது.

1968, ஆகஸ்ட் 19-ம் தேதி மத்திய நீர்வளத் துறை அமைச்சர் கே.எல்.ராவ் (கே. லட்சுமண ராவ்) தலைமையில் நடந்த பேச்சுவார்த்தையில், கர்நாடக முதலமைச்சர் வீரேந்திர பாட்டீல் பங்கேற்றார். தமிழக முதலமைச்சர் அண்ணா புற்றுநோயால் பாதிக்கப்பட்டிருந்ததால், பொதுப்பணித் துறை அமைச்சர் கலைஞர் மு.கருணாநிதி கலந்து கொண்டார். அவரோடு தமிழக சட்ட அமைச்சர் செ.மாதவனும் பங்கேற்றார். 1892 மற்றும் 1924 ஆண்டுகளில் போடப்பட்ட காவிரி நீர்ப்பங்கீட்டு ஒப்பந்தங்களை கர்நாடகா தொடர்ந்து மீறி வருவதாகவும், அதனை மத்திய அரசு தடுத்துநிறுத்த வேண்டும் என்று அவர்கள் வலியுறுத்தினர். ஆனால், புதிய அணைகளைக் கட்டுவதில் எந்த விதிமீறலும் இல்லை என்ற கர்நாடக முதலமைச்சர், ஒப்பந்த விதிமுறைகளைப் பின்பற்றியே எல்லாம் செய்யப்படுவதாகச் சொன்னார். இதில் சுமுக முடிவு எதுவும் எட்டப்படவில்லை.

அதுவரை 'மெட்ராஸ் மாகாணம்' என்றிருந்ததை 'தமிழ்நாடு' என்று பெயர் மாற்றிய அண்ணா, 1969-ல் மறைந்துவிட்டார். கருணாநிதி

தமிழக முதலமைச்சரானார். 1970-ம் ஆண்டில் மட்டும், அமைச்சர்கள் மட்டத்தில் 5 முறை பேச்சுவார்த்தைகள் நடத்தப்பட்டன. பிரச்சினை இருந்த இடத்தைவிட்டு நகரவில்லை; சொல்லப்போனால் இன்னும் அதிகமானது. கபினி மட்டுமல்ல; கூடுதல் பிரச்சினையாக ஹேமாவதி ஆற்றில் அணை கட்டுவது குறித்தும் சேர்த்து பேசுவது என்ற தீர்மானத்திற்கு வந்தார்கள். அது ஒன்றுதான் இப்பேச்சுகளால் கண்ட பலன்.

எந்தக் கட்டத்திலும் 1924 ஒப்பந்தப்படி நடந்துகொள்ள கர்நாடகா மறுத்துவிட்டது. பேச்சுவார்த்தையில் முடிவு வரும் வரை கபினி மற்றும் ஹேமாவதி ஆறுகளில் புதிய அணைகள் கட்டுவதை நிறுத்திவைக்கவும் அவர்கள் தயாரில்லை. நிஜலிங்கப்பாவால் பொம்மைபோல ஆட்டுவிக்கப்பட்டவர் என்று சொல்லப்பட்ட வீரேந்திரபாட்டீல், காவிரி பிரச்சினையில் அவருக்கு இவர் சளைத்தவர் அல்லர் எனும் வகையில் நடந்து கொண்டார்.

பிரச்சினையைக் கேட்டு தீர்த்துவைக்க வேண்டிய மத்திய அரசு, மத்திய நீர்வள ஆணையம் எனும் அமைப்பை உருவாக்கிவிட்டதோடு கண்டும் காணாமல் இருந்தது. அப்போது மத்திய அரசிடம் தமிழ்நாடு வைத்த புதிய கோரிக்கை என்ன? காவிரி விவகாரத்தில் தமிழகம் வரலாற்றுப்பிழை செய்தது எப்படி?

9

வழக்கைத் திரும்பப் பெற்ற வரலாற்றுப்பிழை!

தமிழ்நாடு – கர்நாடகா மாநிலங்களுக்கு மட்டுமிருந்த காவிரி பிரச்சினையில் கேரளாவும் இணைந்தது, 1970-ம் ஆண்டு பேச்சுவார்த்தைகளில் முக்கியமான அம்சம். காவிரியின் முதன்மையான துணை ஆறுகளில் ஒன்றான கபினி, கேரளாவின் வயநாட்டில் உருவாகி கிழக்கு நோக்கி ஓடி, கர்நாடகாவின் நர்சிப்பூர் திருமுக்கூடலில் காவிரியுடன் கலக்கிறது. இதுபோக, தமிழ்நாட்டில் காவிரியில் வந்து கலக்கும் பவானி மற்றும் அமராவதி ஆறுகளின் பூர்வீகமும் கேரளா தான். எனவே, 'காவிரிப் பாசனத்தில் எங்களுக்கும் பங்குண்டு' என்ற கோரிக்கையை எழுப்பி பேச்சுவார்த்தைகளில் கேரள அரசும் பங்கேற்கத் தொடங்கியது.

பேசிப்பேசி பலன் இல்லை என்ற நிலை வந்தது. இதனால் 1970, பிப்ரவரி 17-ல் மு.கருணாநிதி தலைமையிலான தமிழக அரசு, மத்திய அரசுக்கு புதிய கோரிக்கையுடன் கடிதம் அனுப்பியது. அதில்தான் முதன்முறையாக காவிரி நடுவர் மன்றம் வேண்டும் என்ற கோரிக்கை வைக்கப்பட்டது. 'மாநிலங்களுக்கு இடையேயான நதி நீர்ப் பிரச்சினை சட்டம் - 1956' (ISWD Act -1956)-ன் படி, காவிரி பிரச்சினைக்குத் தீர்வு காண தீர்ப்பாயம் (Tribunal) அமைக்க வேண்டும் என்பதே தமிழ்நாட்டின் வேண்டுகோள். இதே கோரிக்கையுடன், 1971 ஜூலை 8-ம் தேதி தமிழக சட்டப்பேரவையிலும் தீர்மானம் நிறைவேற்றி மத்திய அரசுக்கு அனுப்பினர். ஏனென்றால், அப்படியொரு தீர்ப்பாயம் அமைத்து, அதில் தீர்ப்பு வழங்கப்பட்டால், அது உச்சநீதிமன்றத் தீர்ப்புக்குச் சமமானது என்கிறது இந்திய அரசியல் சட்டம். ஆனால் தமிழகத்தின் கோரிக்கையை மத்திய அரசு ஏற்கவில்லை.

கருணாநிதி தமிழக முதலமைச்சரான அதே 1969-ல், காங்கிரஸ் கட்சி தேசிய அளவில் உடைந்தது. அந்த ஆண்டு நடந்த குடியரசுத்தலைவர் தேர்தலின் போது காங்கிரசுக்குள் காமராஜர், நிஜலிங்கப்பா போன்ற மூத்த தலைவர்களுக்கும் பிரதமர் இந்திரா காந்திக்கும் இடையிலான மோதல் வெட்டவெளிச்சமானது. தமிழகத்தைப் பொறுத்த அளவில் காமராஜர் இருந்த காங்கிரசே வலுவாக இருந்தது. ஆகவே, அவர்களுக்கு எதிரான இந்திரா காங்கிரசுடன் தி.மு.க. நட்பு பாராட்டியது. காங்கிரசின் அதிகாரப்பூர்வ குடியரசுத்தலைவர் வேட்பாளருக்கு எதிராக இந்திரா

இந்திரா காந்தியுடன் கருணாநிதி...

நிறுத்திய வி.வி.கிரி, தி.மு.கவின் ஆதரவைப் பெற்றதால்தான் வெற்றி பெற முடிந்தது. அதன் பிறகு, இந்திரா காந்தி அரசு மீது கொண்டுவரப்பட்ட நம்பிக்கையில்லா தீர்மானத்தைத் தோற்கடிக்கவும் தி.மு.க அவருக்கு உதவியது. கருணாநிதிக்கும் இந்திரா காந்திக்கும் இடையிலான இந்த நட்பு, தேர்தல் கூட்டணி அமைக்கும் அளவுக்கு வளர்ந்தது.

1971-ல் நாடாளுமன்றத் தேர்தல் வந்தது. அண்ணாவுக்குப் பிறகு முதலமைச்சரான கருணாநிதி அரசின் பதவிக்காலம் இன்னும் ஓராண்டு இருந்தது. ஆனால் சட்டப்பேரவையைக் கலைத்துவிட்டு, நாடாளுமன்றத்தோடு சேர்த்து தேர்தலைச் சந்தித்தார். தி.மு.க.வுடன் கூட்டணி வைத்து 9 மக்களவைத் தொகுதிகளில் இந்திரா காங்கிரஸ் போட்டியிட்டது. சட்டப்பேரவைத் தேர்தலில் ஒரு தொகுதியில் கூட போட்டியிடாமல் தி.மு.க.வுக்கு ஆதரவளித்தது. மத்தியில் இந்திரா காந்தி மீண்டும் பிரதமரானார். தமிழ்நாட்டில் கருணாநிதி மீண்டும் முதலமைச்சரானார். இப்படியாக தி.மு.கவுக்கும் இந்திரா காங்கிரசுக்கும் மிக இணக்கமான கூட்டணி உறவு தொடர்ந்தது.

என்னதான் கூட்டணியும் நெருக்கமும் இருந்தாலும், காவிரி நடுவர் மன்றம் கேட்கும் தி.மு.க அரசின் கோரிக்கையை இந்திரா காங்கிரசின் மத்திய அரசு கண்டுகொள்ளவில்லை. இதையடுத்து காவிரி நடுவர் மன்றம் அமைக்க வேண்டும் என்று 1971 ஜூலை 8-ம் தேதி தமிழக சட்டப்பேரவையிலும், சட்ட மேலவையிலும் தீர்மானங்கள் நிறைவேற்றப்பட்டன. அது தவிர, அரசியலமைப்புச் சட்டத்தின் 131-வது பிரிவின் கீழ், 1971 ஆகஸ்ட் 4-ம்

கருணாநிதி சொன்னது என்ன?

1972-ல் காவிரி வழக்கைத் திரும்பப்பெற்றது குறித்து தி.மு.க மீது தொடர்ந்து வைக்கப்பட்ட குற்றச்சாட்டுகளுக்கு 2016 சட்டப்பேரவைத் தேர்தல் நேரத்தில் மு.கருணாநிதி விளக்கம் அளித்தார். அதில், " 21-5-1972 அன்று தமிழகத்துக்கு வருகை தந்த பிரதமர் இந்திரா காந்தி, 'வழக்கு இல்லாமலே பேச்சுவார்த்தை மூலமே சுமுகத் தீர்வு காணலாம்' என்று கூறினார்கள். அப்போது இந்திரா காந்தி அம்மையார், 'இந்தப் பிரச்சினையில் நான் பேசுவதென்றால், இடையில் நீங்கள் ஒரு வழக்குப் போட்டிருக்கிறீர்களே, இந்த வழக்கு இருக்கும்போது பேச முன்வருவார்களா? எனவே, என்னை நம்பி இந்த வழக்கைத் திரும்பப் பெறுங்கள்' என்று கேட்டார்கள். அப்போதுகூட நான் தன்னிச்சையாக எந்த முடிவையும் எடுக்காமல், அனைத்துக் கட்சித் தலைவர்களின் கூட்டத்தைத் தலைமைச் செயலகத்திலே கூட்டிக் கலந்துபேசி, அந்த வழக்கைத் தமிழக அரசு திரும்பப் பெறுவது என்று தீர்மானித்து - அப்படித் திரும்பப் பெறுகின்ற நேரத்திலேகூட மீண்டும் வழக்குப்போட வழி வைத்துக் கொண்டுதான் அந்த வழக்கை, தற்காலிகமாகத் திரும்பப் பெறுவதென முடிவெடுக்கப்பட்டது. உச்ச நீதிமன்றத்தில் இருந்த வழக்கைத் தமிழக அரசு திரும்பப் பெறக் காரணம் இதுதான்'' என்று தெரிவித்திருந்தார்.

ஜி.கே.மூப்பனார்

தேதி தமிழக அரசு உச்சநீதிமன்றத்தில் வழக்கும் தொடர்ந்தது. 'மாநில நதி நீர்ப்பிரச்சினை சட்டம் 1956-ன் கீழ் காவிரி நடுவர் மன்றம் அமைக்க மத்திய அரசுக்கு உத்தரவிடவும், கர்நாடகாவில் புதிய அணைகள் கட்டுவதற்கு தடை விதிக்கவும் வேண்டுமென அதில் கோரப்பட்டிருந்தது. இதே கோரிக்கைகளுடன் பழைய தஞ்சை மாவட்டத்தைச் சேர்ந்த அரசியல் தலைவர்களான ஜி.கே.மூப்பனார், முரசொலி மாறன், மன்னை நாரயணசாமி ஆகியோரும் விவசாயிகளின் சார்பில் உச்சநீதிமன்றத்தில் வழக்குகளைப் போட்டனர். இதைப் பார்த்த கேரள அரசும், உச்சநீதிமன்றத்தை நாடியது. கர்நாடகாவும் தமிழ்நாடும் காவிரியில் மேற்கொள்ளும் பாசனத்திட்டங்களால் தங்கள் மாநிலம் பாதிக்கப்படும் என்பதால், நடுவர் மன்றம் அமைக்க வேண்டும் என்று கேரளா தமது மனுவில் கூறியிருந்தது.

1971 பாகிஸ்தான் போரில் வென்று, வங்க தேசத்தை உருவாக்கியதால் பிரதமர் இந்திரா காந்தியின் செல்வாக்கு ஏகத்திற்கும் உயர்ந்திருந்தது. 1972-ல் நாட்டின் பல மாநிலங்களுக்கு நடந்த தேர்தலில் இந்திராவின் காங்கிரஸ் வென்றது; கர்நாடகாவும் அதில் ஒன்று. இந்திரா காந்தியின் தென்னிந்திய

சர்க்காரியாவுக்கும் வழக்கு வாபசுக்கும் தொடர்புண்டா?

ஊழல் குற்றச்சாட்டுகள், சர்க்காரியா கமிஷன் அறிக்கை ஆகியவற்றை வைத்து இந்திரா காந்தி தன் மீது நடவடிக்கை எடுத்துவிடுவார் என்று பயந்துதான் கருணாநிதி காவிரி வழக்கைத் திரும்பப்பெற்றதாக சமூக வலைத் தளங்களில் அண்மைக்காலமாக தகவல்கள் பரவிக்கிடக்கின்றன. அவை உண்மை அல்ல. ஏனெனில், வழக்கு திரும்பப்பெறப்பட்டு ஏறக்குறைய 5 மாதங்கள் கழித்து 1972 நவம்பரில்தான் கருணாநிதி மீது ஊழல் குற்றச்சாட்டுகளை முன்வைத்து ஆளுநர் மற்றும் குடியரசுத்தலைவரிடம் எம்.ஜி.ஆர் மனு கொடுத்தார். அதனை அடிப்படையாக வைத்து நான்காண்டுகளுக்குப் பிறகு 1976-ம் ஆண்டில்தான் சர்க்காரியா விசாரணை கமிஷன் அமைக்கப்பட்டது.

தளபதி என்று வர்ணிக்கப்பட்ட தேவராஜ் அர்ஸ் அம்மாநிலத்தின் முதலமைச்சரானார்.

காவிரிக்காக 3 ஆண்டுகள் பேச்சுவார்த்தைகள் நடந்தபோதும், தமிழகம் நடுவர் மன்றம் கேட்ட போதும் வாய் திறக்காத பிரதமர் இந்திரா காந்தி, முதலமைச்சர்கள் சந்தித்துப் பேசினால் பிரச்சினைக்குத் தீர்வு கிடைக்கும் என்று இப்போது திடீரென்று சொன்னார். தொடர்புடைய மாநில முதலமைச்சர்களைப் பேசுமாறு வலியுறுத்தினார். 1972, மே 21-ம் தேதி தமிழ்நாட்டுக்கு வந்த பிரதமர் இந்திரா காந்தி, முதலமைச்சர் கருணாநிதியை அழைத்து காவிரி குறித்துப் பேசினார். உச்சநீதிமன்றத்தில் தமிழக அரசு தொடர்ந்திருக்கும் வழக்கினை திரும்பப்பெற்றுவிட்டால், காவிரிப் பிரச்சினையில் சுமுகத் தீர்வினை ஏற்படுத்தித் தருவதாக உறுதியளித்தார்.

முரசொலி மாறன்

1972, மே 29-ம் தேதி கர்நாடகா, தமிழ்நாடு மற்றும் கேரளா முதலமைச்சர்களான தேவராஜ் அர்ஸ், மு.கருணாநிதி, சி.அச்சுத மேனன் ஆகியோர் டெல்லியில் சந்தித்தனர். மத்திய நீர்ப்பாசன அமைச்சர் கே.எல்.ராவ் முன்னிலையில் மூன்று நாட்கள் நடந்த இச்சந்திப்பின் முடிவில்,

தேவராஜ் அர்ஸ்

பேச்சுவார்த்தைகளின் மூலம் காவிரி பிரச்சினையை விரைந்து தீர்ப்பது என்று தீர்மானிக்கப்பட்டது. அதாவது நடுவர் மன்றம் தேவையில்லை என்ற முடிவுக்கு வந்தார்கள். மத்திய அரசு 'காவிரி உண்மை அறியும் குழு'வினை (Cauvery Fact Finding Committee) அமைப்பது எனவும் தீர்மானமானது. இந்தக்

குழு, "அப்போது (1972) காவிரியில் இருந்து பயன்படுத்தப்படும் பாசன நீர் போதுமானதா அல்லது கூடுதல் நீர் தேவை இருக்கிறதா என்பது குறித்து ஆய்வு செய்யும். எனினும் இக்குழு புள்ளி விவரங்களை மட்டுமே சேகரிக்கும்; பரிந்துரைகள் எதையும் அளிக்காது. குழு அளிக்கும் அறிக்கையின் அடிப்படையில் முதலமைச்சர்கள் மீண்டும் அமர்ந்து பேசி, மத்திய அரசின் உதவியுடன் நீர்ப் பங்கீடு குறித்த தீர்வினை 6 மாதங்களுக்குள் எட்டுவது; இடைப்பட்ட காலத்தில், காவிரி நீர்ப் பயன்பாட்டில் புதிய செயல்பாடுகளை எந்த மாநிலமும் மேற்கொள்ளக்கூடாது" என்று முதலமைச்சர்கள் பேச்சில் தீர்மானிக்கப்பட்டது.

அடுத்தது என்ன? தமிழகத்தின் வழக்கைத் திரும்பப்பெறுவதுதான். இந்திரா காந்தியின் வாக்குறுதியையும், அதைத்தொடர்ந்த மத்திய அரசின் செயல்பாடுகளையும் நம்பி, நடுவர் மன்றம் கேட்டு தொடரப்பட்ட வழக்கை தமிழக அரசு திரும்பப்பெற்றது. முன்னெச்சரிக்கையாக , தேவைப்பட்டால் மீண்டும் வழக்கு தொடரும் வாய்ப்பை வைத்துக்கொண்டே வழக்கு திரும்பப் பெறப்பட்டது. விவசாயிகளின் சார்பாக என்று சொல்லி வழக்கு போட்ட ஜி.கே.மூப்பனாரும், மன்னை நாராயணசாமியும், முரசொலி மாறனும் தங்கள் கட்சிகளின் தலைவர்கள் எடுத்த முடிவின்படி அவர்களின் வழக்குகளையும் திரும்பப் பெற்றுக்கொண்டனர். இந்நிகழ்வு காவிரி பிரச்சினையில் தமிழகம் செய்த வரலாற்றுப் பிழையாக இன்றளவும் பார்க்கப்படுகிறது. இதற்காக இப்போதும் கருணாநிதியின் மீது குற்றச்சாட்டுகள் வைக்கப்படுகின்றன. வழக்கு வாபஸ் பெறப்பட்ட பிறகு மத்திய அரசு செய்தது என்ன? வாக்குறுதி கொடுத்த இந்திரா காந்தி என்ன செய்தார்?

10

நம்ப வைத்து ஏமாற்றிய இந்திரா காந்தி!

காவிரி நடுவர் மன்றம் கேட்டு தொடர்ந்திருந்த வழக்கை தமிழக அரசு திரும்பப் பெற்றவுடன் மத்திய அரசு படுவேகத்தில் செயல்பட்டது. 1972, ஜூன் 12-ல் 'காவிரி உண்மை அறியும் குழு' அமைக்கப்பட்டது. பொறியாளர்கள் பி.ஆர். அஹூஜா, ஜதீந்த்ர சிங், ஓய்வுபெற்ற வேளாண் ஆணையர் ஜே.எஸ்.படேல், நீதிபதி பி.டி.பால் ஆகியோர் குழுவில் இடம்பெற்றிருந்தனர். செப்டம்பர் 15-ம் தேதிக்குள் அறிக்கை அளிக்க வேண்டும் என்று காலக்கெடுவும் நிர்ணயிக்கப்பட்டது.

அந்த கால அவகாசம் அவர்களுக்குப் போதவில்லை. காவிரி உண்மை அறியும் குழுவினர் கர்நாடகாவுக்கும் தமிழ்நாட்டிற்கும் மூன்று முறை வந்து பார்வையிட்டனர். புள்ளிவிவரங்களைச் சேகரித்து அதே ஆண்டு டிசம்பர் மாதம் தமது முதல் அறிக்கையை அளித்தனர். 1973 ஏப்ரலில் மீண்டும் முதலமைச்சர்கள் சந்தித்துப் பேசினர். காவிரியால் பாசனம் பெறும் பகுதிகள் பற்றிய விவரங்களை இன்னும் கொஞ்சம் சரிபார்க்குமாறு உண்மை அறியும் குழுவை முதலமைச்சர்கள் கேட்டுக்கொண்டனர். மீண்டும் களமிறங்கிய வல்லுனர்கள் அதே ஆண்டு ஆகஸ்ட் மாதம் கூடுதல் அறிக்கையை வழங்கினர். இது போதாதென்று, ஒரு நபர் கமிட்டியாக அக்டோபரில் மத்திய நீர்ப்பாசனத்துறை கூடுதல் செயலாளர் சி.சி. பட்டேல் நியமிக்கப்பட்டார். காவிரி பிரச்சினைக்கான தீர்வுகள் குறித்து அவரும் ஆய்வு செய்தார்.

ஏற்கனவே தீர்மானித்தபடி உண்மை அறியும் குழுவின் அறிக்கையை வைத்துக்கொண்டு முதலமைச்சர்களின் பேச்சுவார்த்தைகள் நடந்தன. ஒவ்வொரு கூட்டத்திற்கும் தலைமை தாங்கும் மத்திய நீர்வள அமைச்சர்கள் மட்டுமே மாறினார்கள். 1973 அக்டாபரில் கே.எல்.ராவ் தலைமை வகித்தார். 1974 ஜூனில் கே.சி.பந்த் வந்தார். 1974 நவம்பரில் ஜெகஜீவன் ராம் தலைமை ஏற்று பேச்சுவார்த்தையை நடத்தினார். நவம்பர் 29-ம் தேதி நடந்த இக்கூட்டத்தில், காவிரிச் சிக்கலைத் தீர்ப்பதற்கு மத்திய அரசு உருவாக்கிய வரைவு ஒப்பந்தம் முதலமைச்சர்கள் முன்பு வைக்கப்பட்டது.

காவிரி விவகாரத்தில் தொடர்புடைய மாநிலங்கள் பயன்பெறும் அளவில் தயாரிக்கப்பட்டிருந்த வரைவு ஒப்பந்தத்திற்கு வழக்கம்போல, கர்நாடகா எதிர்வினைகளை முன்வைத்தது. அம்மாநில அமைச்சர்கள் வாய்க்கு வந்தபடி

உண்மை அறியும் குழு சொன்னது என்ன?

காவிரி ஆற்றின் மூலம் ஏற்கனவே பயன்பெறும் மற்றும் புதிதாக மேற்கொள்ளப்படவிருக்கும் பாசனத்திட்டங்களுக்கும் சேர்த்து, தேவைப்படும் மொத்த நீரின் அளவை உண்மை அறியும் குழு மாநில வாரியாக துல்லியமாக கணக்கிட்டுக் கொடுத்தது. அதன்படி கர்நாடகாவுக்கு 410.10 டி.எம்.சி, புதுச்சேரியையும் சேர்த்து தமிழ்நாட்டிற்கு 641.50 டி.எம்.சி, கேரளாவுக்கு 208.70 டி.எம்.சி ஆக மொத்தம் 1,260.30 டி.எம்.சி என்று அறிக்கை அளிக்கப்பட்டது.

எல்லாம் மத்திய அரசின் வரைவு ஒப்பந்தத்தைக் குறை கூறிப் பேசினார்கள். வரைவு ஒப்பந்தம் குறித்து 1975 பிப்ரவரியில் மீண்டும் முதலமைச்சர்கள் கூடிப் பேச்சு நடத்தினர். கடைசியாக மத்திய அரசின் புதிய ஒப்பந்தத்தை மாநிலங்கள் ஏற்றுக்கொள்ளவில்லை. மொத்தத்தில் 50 ஆண்டுகள் கழித்து புதுப்பிக்க வேண்டிய '1924-ம் ஆண்டு காவிரி நதிநீர்ப்பகிர்வு ஒப்பந்தம்' புதுப்பிக்கப்படாமலேயே, 1974-ம் ஆண்டு ஓடிவிட்டது. பிரச்சினையைத் தீர்த்துவிடுவதாகச் சொல்லி, தமிழகத்தின் வழக்கைத் திரும்பப்பெற வைத்த பிரதமர் இந்திரா காந்தி, சாய்ந்தாற் போல இருந்துவிட்டார்.

'காவிரி நடுவர் மன்றம் வேண்டும்' என்ற கோரிக்கையை 1975 மே மாதத்தில் மீண்டும் மத்திய அரசின் முன்வைத்தது தமிழக அரசு. அனைத்துக்கட்சிக் கூட்டத்தைக் கூட்டி தீர்மானித்துவிட்டு, இதற்கான கடிதத்தை மத்திய அரசுக்கு எழுதினார் முதலமைச்சர் கருணாநிதி. தி.மு.க நாடாளுமன்ற உறுப்பினர்கள் குடியரசுத்தலைவர் பக்ருதீன் அலி அகமது, பிரதமர் இந்திரா காந்தி ஆகியோரை நேரில் சந்தித்து தமிழகத்தின் கோரிக்கையை வலியுறுத்தினர். ஆனால், காவிரி நடுவர் மன்றம் அமைக்க வேண்டும் என்ற தமிழகத்தின் வேண்டுகோளை இந்திரா காந்தி நிராகரித்தார். மத்திய அரசு ஏற்கனவே தயாரித்த ஒப்பந்த வரைவில் சில திருத்தங்களைச் செய்து, மீண்டும் முதலமைச்சர்கள் கூட்டத்தில் உட்கார்ந்து பேசுவது என்று முடிவெடுத்தார்கள். கூடவே, 'நாட்டிலுள்ள அனைத்து நதி நீர்ப்பிரச்சினைகளையும் ஆறே மாதங்களில் மத்திய அரசு தீர்க்க விரும்புகிறது' என்றும் அறிக்கையும் விட்டார் இந்திரா காந்தி.

அடுத்த சில நாட்களில் ஒட்டுமொத்த இந்தியாவும் அல்லோலகல்லோலப்பட்டது. இந்திரா காந்தி எம்.பி. ஆனது செல்லாது என்று அலகாபாத் உயர்நீதிமன்றம் அளித்த தீர்ப்பை அடுத்து, நாட்டில் எமர்ஜென்சி எனப்படும் அவசர நிலை அறிவிக்கப்பட்டது. பதவி பறிபோய்விடும் என்று தெரிந்தும் இந்திராவின் சர்வாதிகார நடவடிக்கையைக் கருணாநிதி கடுமையாக எதிர்த்தார். தி.மு.க. ஆட்சி கலைக்கப்பட்டது. தமிழ்நாடு குடியரசுத்தலைவர் ஆட்சியின் கீழ் வந்தது. ஆளுநர் கே.கே.ஷா தலைமையில் அதிகாரிகள் அரசாட்சியை நடத்தினர்.

இந்திரா காந்தி

மோகன்லால் சுகாடியா

ஜெகஜீவன் ராம்

எமர்ஜென்சி நேரத்தில் நாட்டின் பல்வேறு பகுதிகளில் இருந்த நதி நீர்ச்சிக்கல்களுக்கு தீர்வு காணும் முயற்சிகள் முழு வேகத்தில் மேற்கொள்ளப்பட்டன. 5 மாநிலங்கள் தொடர்புடைய ஆற்றுநீர்ப் பிரச்சினைக்காக ஏற்கனவே அமைக்கப்பட்ட கோதாவரி நடுவர் மன்றம் செயல்பாட்டுக்கு வந்தது. அசாம் – மணிப்பூர் இடையிலான பராக் நதி நீர் பகிர்வு, பஞ்சாப் – ஹரியானா மாநிலங்களுக்கான ராவி - பியாஸ் ஆற்று நீர் பிரச்சினை ஆகியனவற்றைத் தீர்க்க நடுவர் மன்றங்கள் அமைக்கப்பட்டன. மற்ற மாநிலங்களில் எல்லாம் பேசித்தீர்க்க முடியாத நதி நீர்ப் பிரச்சினைகளுக்கு சட்டப்படி நடுவர் மன்றங்களை அமைத்த மத்திய அரசு, காவிரி விவகாரத்தில் மட்டும் மீண்டும் மீண்டும் பேச்சுநடத்தவே முனைந்தது.

முன்பு உருவாக்கப்பட்ட மத்திய அரசின் வரைவு ஒப்பந்தம், அவசரநிலையின் போது மாற்றங்களுடன் புதிதாக தயாரிக்கப்பட்டது.1976 ஆகஸ்ட் 26-ல் நடத்தப்பட்ட முதலமைச்சர்கள் கூட்டத்தில் புதிய ஒப்பந்த வரைவு முன்வைக்கப்பட்டது. இந்தக் கூட்டத்தில் கர்நாடக முதலமைச்சர் தேவராஜ் அர்ஸ், கேரள நீர்ப்பாசன அமைச்சர் கே.ஜி.அதியோதி பங்கேற்றனர். தமிழ்நாட்டின் சார்பில் ஆளுநர் மோகன்லால் சுகாடியா கலந்து கொண்டார். இதிலும் எந்த முடிவும் அதிகாரப்பூர்வமாக எட்டப்படவில்லை.

ஆனால் தீர்வுக்கான சில அம்சங்களை சாதாரண முறையில் மாநிலங்கள் ஒப்புக்கொண்டதை மத்திய நீர்வளத் துறை அமைச்சர் ஜெகஜீவன் ராம் வெளியிட்ட அறிக்கையின் மூலம் தெரிந்துகொள்ள முடிந்தது. விவசாயம் மற்றும் நீர்வளத் துறை அமைச்சராக இருமுறை இருந்து, இந்தியாவின் பசுமைப் புரட்சி நடந்த காலங்களில் முக்கிய பங்காற்றிய ஜெகஜீவன்ராம் காவிரிப் பிரச்சினையில் தனி ஆர்வம் காட்டினார். திருத்தப்பட்ட காவிரி வரைவு ஒப்பந்தம் குறித்து அடுத்த நாள் ஆகஸ்ட் 27-ம் தேதி நாடாளுமன்றத்தில் அவர் சொன்ன விவரங்கள் இவைதான்:

தற்போது காவிரி ஆற்று நீரின் மொத்தப் பயன்பாட்டு அளவு 671 டி.எம்.சி. இதில் தமிழ்நாடு 489 டி.எம்.சியும், கர்நாடகா 177 டி.எம்.சியும் கேரளா

5 டி.எம்.சியும் பயன்படுத்தி வருகின்றனர். தற்போதுள்ள பாசனப் பரப்புக்கு எந்த பாதிப்பும் இல்லாமல் தண்ணீரைப் பயன்படுத்திக் கொள்ளும் வாய்ப்பு இருக்கிறது. தண்ணீரைச் சரியாகப் பயன்படுத்திச் சேமிப்பதன் மூலம் கூடுதலாகப் பல்வேறு பலன்களையும் பெற முடியும். தண்ணீர் விநியோகத்தை முறைப்படுத்தவும், சரியான முறையில் பயன்படுத்தப்படுகிறதா என்று கண்காணிக்கவும் பாசனப்பகுதியில் உள்ள அணைக்கட்டுகளை ஒருங்கிணைந்த நிர்வாகத்தின் கீழ் கொண்டுவர வேண்டிய அவசியம் இருக்கிறது. தேவையான மழை பொழிகிற ஆண்டுகளில் ஏற்கனவே பாசனம் பெறும் பகுதிகளின் நலன் முழுவதுமாக பாதுகாக்கப்படுகிறது. போதுமான மழை இல்லாத நேரங்களில் எப்படி தண்ணீரைப் பகிர்ந்து கொள்வது என்பதை முடிவுசெய்ய மத்திய, மாநில அரசுகளின் பிரதிநிதிகளைக் கொண்ட குழு ஒன்றினை உடனடியாக அமைக்க வேண்டும். தற்போது பயன்படுத்துவதற்கு ஏற்ற வகையில் இருக்கும் உபரி நீரின் அளவையும் இந்தக் குழு கண்டறியும். முதலமைச்சர்களின் அடுத்த கூட்டத்தில் விவாதிக்கப்படுவதற்கு ஏதுவாக இந்தக்குழு மூன்று மாதங்களுக்குள் அறிக்கை அளிக்கும்.

'காவிரி பள்ளத்தாக்கு ஆணையம்' உருவாக்கப்பட வேண்டும். இதில் மூன்று மாநிலங்களிலிருந்தும் தலா ஒரு நீர்ப்பாசனப் பொறியாளர் இடம் பெற வேண்டும். மத்திய அரசினால் நியமிக்கப்படும் நீர்ப்பாசனப் பொறியாளர் ஒருவர் இவர்களுக்கு தலைமை ஏற்று ஆணையத்தை நடத்துவார். காவிரி பள்ளத்தாக்கு ஆணையத்தின் விதிமுறைகள், செயல்பாடுகளை மூன்று மாநிலங்களின் செயலாளர்களைக் கொண்ட குழு வரையறை செய்யும்'' என்று ஜெகஜீவன்ராம் தெரிவித்தார்.

மத்திய அமைச்சர் சொன்னது போல இரு குழுக்கள் அமைக்கப்பட்டன. செயலாளர் தகுதியிலான அதிகாரிகள் கொண்ட ஒரு குழுவும், சல்தானா என்பவர் தலைமையில் தொழிற்நுட்ப வல்லுனர்களைக் கொண்ட மற்றொரு குழுவும் அமைக்கப்பட்டது. 1976 அக்டோபர் முதல் செப்டம்பர் 1977 வரை பல முறை குழுவினர் கூடிக்கூடிப் பேசினார்கள். ஒத்தக்கருத்துடன் ஓர் அறிக்கையைக் கூட அவர்களால் உருவாக்க முடியவில்லை.

அப்போது கர்நாடகா செய்த அதிரடிகள் என்னென்ன? இந்திரா காந்தி அவர்களுக்கு செய்த இன்னொரு பேருதவி என்ன? முதலமைச்சரான எம்.ஜி.ஆர். மத்திய அரசின் திட்டத்தை ஏற்க மறுத்தது ஏன்?

11

குண்டுராவ் போட்ட அணுகுண்டு!

காவிரி பிரச்சினையைத் தீர்க்க எமர்ஜென்சி காலத்தில் மேற்கொள்ளப்பட்ட முயற்சிகளும் பலனளிக்காத நிலையில் மத்திய, மாநில அரசியல் சூழல்கள் மாறிப்போய் இருந்தன. அவசர நிலையைத் திரும்பப்பெற்றுக்கொண்டு நாடாளுமன்றத் தேர்தலைச் சந்தித்த இந்திரா காந்தி தோல்வியடைந்து பிரதமர் பதவியை இழந்தார். தேர்தலுக்கு முன் காங்கிரசில் இருந்து வெளியேறிய ஜெகஜீவன்ராம், புதிதாக அமைந்த மொரார்ஜி தேசாய் அரசில் துணைப் பிரதமரானார். தமிழகத்தில் தி.மு. கவில் இருந்த வெளியேற்றப்பட்ட எம்.ஜி.ஆர், அ.தி.மு.கவைத் தொடங்கி 1977 தேர்தலில் ஆட்சியைப் பிடித்திருந்தார். இத்தனையும் நடந்திருந்தாலும் 'காவிரிப்பள்ளத்தாக்கு ஆணையம்' மட்டும் அமைக்கப்படவில்லை.

இந்தக் காலக்கட்டத்தில் தமிழ்நாடு உள்ளிட்ட ஒட்டுமொத்த காவிரிப் பாசனப்பகுதிகளுக்கும் சேர்த்து கர்நாடகாவே சிறப்புத்திட்டம் (மாஸ்டர் பிளான்) ஒன்றைத் தயாரித்தது. புகழ்பெற்ற பொறியாளர் என்.டி.குல்ஹத்தி இதற்கு வழிகாட்டினார். அதில் 3 மாநிலங்களுக்கும் நன்மை செய்வதைப் போன்ற தோற்றத்துடன் கர்நாடகாவின் பாசனப்பரப்பை உயர்த்திக் கொள்ளும் வகையில் திட்டங்கள் சொல்லப்பட்டிருந்தன.

1978 ஆகஸ்ட் மாதம் முதலமைச்சர்கள் கூட்டம் மீண்டும் நடந்தது. அதில் பங்கேற்ற எம்.ஜி.ஆர், '1976-ம் ஆண்டில் முன்வைக்கப்பட்ட மத்திய அரசின் 'காவிரி வரைவு ஒப்பந்தம்' தமிழ்நாட்டிற்கு ஏற்புடையதல்ல' என்று தெரிவித்துவிட்டார். செப்டம்பர் 1978 முதல் டிசம்பர் 1980 வரை மத்திய நீர்வள அமைச்சர்கள் தலைமையில் நான்கு முறை முதலமைச்சர்கள் கூட்டம் நடத்தப்பட்டது. இதுவரை கர்நாடகா, தமிழ்நாடு, கேரளா என மூன்று மாநிலங்களுக்கு இடையிலான காவிரிப் பிரச்சினையில் மத்திய அரசின் ஆட்சிப் பகுதியான (யூனியன் பிரதேசம்) புதுச்சேரியும் 1978 முதல் இணைந்தது. காவிரியின் முக்கிய கிளை ஆறுகளான வீரசோழன், குடமுருட்டி, அரசலாறு ஆகியவற்றின் 7 கால்வாய்கள் மூலம் புதுச்சேரியின் ஆளுகைக்குட்பட்ட காரைக்கால் பகுதி நிலங்கள் பாசனம் பெறுகின்றன. அவற்றின் நலன்களைப் பாதுகாக்க புதுச்சேரியும் காவிரிப் பிரச்சினையில் சேர்க்கப்பட்டது.

குண்டுராவ் - எம்.ஜி.ஆர் சந்திப்பு...

இந்திராவை வீழ்த்திவிட்டு மொரார்ஜி தேசாய் தலைமையில் அமைந்த மத்திய அரசு ஒன்றே முக்கால் ஆண்டில் கவிழ்ந்தது. அதற்குப் பிறகு வந்த சரண்சிங் அரசில் அ.தி.மு.க அங்கம் வகித்தது. நாட்டின் வரலாற்றிலேயே திராவிடக் கட்சி ஒன்றிலிருந்து முதன்முறையாக புதுச்சேரி எம்.பி. பாலா பழனூர் 1979 ஜூலையில் மத்திய அமைச்சரானார். அ.தி.மு.க. அங்கம் வகித்த சரண்சிங் அரசு, 6 மாதங்களுக்கு குறைவாக பதவியில் இருந்த நேரத்திலும் காவிரிக்கு தீர்வு எட்டப்படவில்லை.

எட்டாண்டுகளுக்கு முன் காவிரிப் பிரச்சினையைத் தீர்த்துவிடுவதாக தமிழகத்தின் வழக்கை திரும்பப்பெற வைத்த இந்திரா காந்தி, 1980-ல் மீண்டும் பிரதமரானார். அந்த ஆண்டில் 10 அம்ச செயல்திட்டம் ஒன்றை கர்நாடகா முதலமைச்சர் குண்டுராவ் முன்வைத்தார். 'நீ அரிசி எடுத்து வா; நான் உமி எடுத்து வருகிறேன். இரண்டு பேரும் சேர்ந்து குத்தி சாப்பிடுவோம்' என்ற கிராமத்து கிண்டல் மொழியைப் போல, அத்திட்டத்தின் பெரும்பாலான அம்சங்கள் கர்நாடகாவுக்கே சாதகம் இருந்தன. மற்ற மாநிலங்கள் அதுகுறித்து பேசக்கூட விரும்பவில்லை.

1981-ல் தமிழ்நாடும் கர்நாடகாவும் தனித்தனியாக வரைவு திட்டங்களைத் தயாரித்தன. பேச்சுவார்த்தைக்கு முன்பாக முதலமைச்சர் எம்.ஜி.ஆர் கூட்டிய தமிழக அனைத்துக் கட்சிக் கூட்டத்தில், 1924-ம் ஆண்டு, ஒப்பந்தத்தைப் புதுப்பிப்பது பற்றி எந்த அழுத்தமும் கொடுக்க வேண்டாம் என்று முடிவெடுக்கப்பட்டது. அதற்குப் பதிலாக நடைமுறையில் இருந்த தமிழக பாசன பரப்புக்கு பாதிப்பு இல்லாமல் பேசினால் போதும் என்று தீர்மானித்தார்கள். 1981, அக்டோபர் 14, 15 தேதிகளில் எம்.ஜி. ஆரும் குண்டுராவும் பேச்சு நடத்தினார்கள். காவிரி நீரை தமிழ்நாட்டுக்கும் தமக்கும் சம பங்காக ஆளுக்கு 47% என்று பிரித்துக் கொள்ளலாம் என கர்நாடகா புதிய யோசனையை முன்வைத்தது. 'ஆகா... காவிரி பிரச்சினையைத் தீர்க்க அருமையான வாய்ப்பு. நழுவ விடக்கூடாது. நாம் கையெழுத்துப் போட்டுவிடலாம்' என்று தமிழ்நாட்டுப் பொறியாளர்களும், அதிகாரிகளும் முதலமைச்சர் எம்.ஜி.ஆரிடம் சொன்னார்கள். ஆனால், தமிழகம் அனுபவித்து

மேகேதாட்டுப் பகுதி

வந்த தண்ணீரின் அளவு கொஞ்சம் கூட குறைவதை ஒப்புக்கொள்ள முடியாது என்று, கர்நாடகாவின் ஒப்பந்தத்தை ஏற்றுக்கொள்ள அவர் மறுத்துவிட்டார். பெரிதும் எதிர்பார்க்கப்பட்ட அந்த பேச்சுவார்த்தையும் அவ்வளவுதான்! மு.கருணாநிதி முதலமைச்சராக இருந்தபோது வழக்கைத் திரும்பப்பெற்று செய்த பிழையைப் போல, கர்நாடகாவின் சரிபாதி தண்ணீர் என்ற ஒப்பந்தத்தை எம்.ஜி.ஆர் ஏற்காமல் போனதும் காவிரி விவகாரத்தில் மறைந்து கிடக்கும் இன்னொரு தவறு என்கிறார்கள் தமிழக நீர்ப்பாசன வல்லுநர்கள்.

இரண்டு நாள் பேச்சுவார்த்தை தோற்றுப்போன நிலையில், சென்னையில் மீண்டும் பேசுவது என்று முடிவு செய்திருந்தார்கள். ஆனால், 'காவிரி பிரச்சினையில் கர்நாடகாவின் செயல்பாடுகள் ஆக்கப்பூர்வமானதாக இல்லை. இந்தியாவின் ஒருமைப்பாட்டுக்கு எதிராக இருக்கிறது' என்று எம்.ஜி.ஆர் குற்றஞ்சாட்டினார். அடுத்த பேச்சுவார்த்தை நடக்கவே இல்லை.

இந்தக் காலக்கட்டத்தில் (1973-லிருந்து 1980 வரை) நினைத்தபடி எல்லாம் அணைகளைக் கட்டி முடித்தது கர்நாடகா. கபினி அணை (19.520 டி.எம்.சி), ஹேரங்கி அணை (8.50 டி.எம்.சி), ஹேமாவதி அணை (37.130 டி.எம்.சி), யாகாச்சி (3.60 டி.எம்.சி), சுவர்ணவதி அணை (1.26 டி.எம்.சி) ஆகிய ஐந்து அணைகளையும் யாருடைய ஒப்புதலும் இன்றி கட்டி சுமார் 70 டி.எம்.சி. தண்ணீரைத் தேக்கி வைத்தது. மத்திய அரசின் ஒப்புதலோ, நேரடி நிதியோ பெறாமல், செலவில்லா செலவினங்கள்

அரசை மாற்றிய விவசாயிகள்!

கர்நாடகாவிலுள்ள மலப்பிரபா ஆற்றில் அணை கட்டுவது உள்ளிட்ட பணிகளுக்காக அந்த பகுதி விவசாயிகளுக்கு தலைக்கு ரூ.1,500/- மேம்பாட்டு வரி விதிக்கப்பட்டது. இதை எதிர்த்து நர்குண்டு, நவல் குண்டு பகுதி விவசாயிகள் நடத்திய பேரணியில் காவல்துறையினரின் துப்பாக்கிச்சூட்டில் இரண்டு விவசாயிகள் சுட்டுக்கொல்லப்பட்டனர். 1980 ஜூலை 21-ல் வெடித்த கலவரத்தில் அரசு ஊழியர்கள் 23 பேரை விவசாயிகள் அடுத்தடுத்து படுகொலை செய்தனர். குண்டூராவ் அரசு மீது அதிருப்தி அலையடித்தது. இதனைச் சமாளிக்க வரி ரத்து செய்யப்பட்டு, மேகேதாட்டு அணை அறிவிப்புகளை வெளியிட்டாலும் 1983 தேர்தலில் குண்டூராவ் தோற்றுப்போக இச்சம்பவம் முக்கிய காரணமாகிவிட்டது. கர்நாடகாவில் அரசை மாற்றும் சக்தி விவசாயிகளுக்கு இருக்கிறது பாருங்கள்!

பழ.நெடுமாறன்

உள்ளிட்ட பிரிவுகளின் கீழ் மாநில அரசின் நிதியை ஒதுக்கி கட்டுமானங்களை மேற்கொண்டனர். ‘குதிரை கீழே தள்ளி, குழியும் பறித்த கதையாக’ தமிழ்நாட்டின் வழக்கை திரும்பப்பெற வைத்த இந்திரா காந்தி, கர்நாடகாவின் திட்டங்களுக்கு உலக வங்கியின் மூலம் 900 கோடி ரூபாய் கடன் உதவியும் பெற்றுக்கொடுத்தார். ஏற்கனவே கட்டிய அணைகள் போதாதென்று கர்நாடக புதிய குண்டு போட்டது.

1982 ஜனவரி 1-ம் தேதி... காங்கிரஸ் கட்சியைச் சேர்ந்த அப்போதைய கர்நாடக முதலமைச்சர் குண்டுராவ் அறிவிப்பு ஒன்றை வெளியிட்டார். காவிரியில் தமிழக எல்லைக்கு முன்பாக வனப்பகுதியில் உள்ள மேகேதாட்டு என்ற இடத்தில் புதிய அணை கட்டப்படும் என்பதே அந்த அதிரடி. ‘கன்னட மக்களுக்கு இது என் புத்தாண்டு பரிசு’ என்றும் பெருமை பொங்க குண்டுராவ் கூறினார். பிப்ரவரி மாத இறுதிக்குள் குடியரசுத்தலைவர் நீலம் சஞ்சீவரெட்டி மேகேதாட்டுவில் அணைக்கு அடிக்கல் நாட்டுவார் என்பதும் கர்நாடக முதலமைச்சரின் அறிவிப்பில் முக்கியமான அம்சம்.

‘மேகேதாட்டுவில் அணை எழுந்துவிட்டால் காவிரியைத் தமிழகம் மொத்தமாக மறந்துவிட வேண்டியதுதான்’ என்று, தமிழ்நாட்டு விவசாயிகள் பொறி கலங்கிப்போனார்கள். தமிழ்நாடு காமராஜர் காங்கிரஸ் என்ற கட்சியை நடத்தி வந்த பழ.நெடுமாறன் பிரச்சினையை அரசின் கவனத்திற்கு கொண்டு சென்றார். அ.தி.மு.கவுடன் கூட்டணி சேர்ந்து அவர் எம்.எல்.ஏ.வாக இருந்தார். ஏற்கனவே ஜனதா அரசுக்கு ஆதரவான செயல்பாடுகளால் இந்திரா காந்தியின் அதிருப்தியை எம்.ஜி.ஆர் சம்பாதித்து இருந்தார். மேலும்

நீலம் சஞ்சீவ ரெட்டி

1980 நாடாளுமன்றத் தேர்தலில் இந்திரா காந்தி, தி.மு.கவுடன் கூட்டணி வைத்து தமிழ்நாட்டில் பெரும் வெற்றி பெற்றிருந்தார். எம்.ஜி.ஆர் இருந்தபோதே அ.தி.மு.க பெருந்தோல்வியைச் சந்தித்து இரண்டே இரண்டு எம்.பி.க்கள் மட்டுமே கிடைத்திருந்தனர்.

மத்தியிலும் கர்நாடகாவிலும் காங்கிரஸ் ஆட்சி நடந்த இத்தகைய பின்னணியில், பிரதமர் இந்திரா காந்தியை நேரடியாக பகைத்துக்கொள்வது சரியாக இருக்காது என்று எம்.ஜி.ஆர் நினைத்தார். ஆனாலும் பிரச்சினை வீரியமானது என்பதால் எதிர்வினையாற்றாமலும் விட்டுவிடமுடியாது. 'என் மூத்த மகன்' என்று இந்திரா காந்தியால் முன்பு வர்ணிக்கப்பட்ட பழ.நெடுமாறனை வைத்து, காய்களை நகர்த்தினார். அவரது கோரிக்கையின் பேரில் அனைத்துக்கட்சி கூட்டத்தைக் கூட்டினார். அதில் மேகேதாட்டுவுக்கு எதிராக நெடுமாறனை வைத்தே தீர்மானம் கொண்டுவரச் செய்தார். பின்னர், சட்டப்பேரவையில் நெடுமாறன் முன்வைத்த சிறப்பு கவன ஈர்ப்பு தீர்மானம் அரசின் ஆதரவோடு நிறைவேற்றப்பட்டது. 'அணைக்கு அடிக்கல் நாட்ட வரக்கூடாது' என்று குடியரசுத்தலைவருக்கு எம்.ஜி.ஆர் கடிதம் எழுதினார். சர்ச்சையானதை அடுத்து மேகேதாட்டூ அடிக்கல்நாட்டு விழாவுக்கு வர சஞ்சீவ ரெட்டி மறுத்துவிட்டார். திட்டமும் அப்படியே கிடப்பில் போடப்பட்டது. அப்போது அரசாங்கத்தை நம்பாமல் தமிழக விவசாயிகள் செய்த அதிரடி என்ன? இந்திராவுக்குப் பிறகு பிரதமரான ராஜீவ் காந்தி என்ன செய்தார்? அவர் சொன்னதை எம்.ஜி.ஆர் கேட்க மறுத்தது ஏன்?

12

தமிழ்நாட்டு விவசாயிகளின் அதிரடி!

கர்நாடகாவின் மேகேதாட்டு அணை அடிக்கல் நாட்டப்படுவது தடுக்கப்பட்ட நிலையில் காவிரி பேச்சுவார்த்தைகள் தொடர்ந்தன. 1983, ஏப்ரல் 5-ம் தேதி மத்திய அமைச்சர் ராம் நிவாஸ் மிர்தா தலைமையில், கர்நாடகாவின் புதிய முதலமைச்சராக பதவியேற்றிருந்த ராமகிருஷ்ண ஹெக்டேவும், எம்.ஜி.ஆரும் பேச்சு நடத்தினர். பேசினார்கள்; அவ்வளவுதான். வழக்கம் போலவே தீர்வேதும் எட்டப்படவில்லை. அந்த நேரத்தில் இன்றைய சட்டப்போராட்டங்களுக்கு எல்லாம் உத்வேகம் கொடுத்த, காவிரிப்பிரச்சினையின் முக்கிய திருப்பங்களில் ஒன்று நடந்தேறியது.

பேச்சுவார்த்தைகளில் வெறுத்துப்போன கட்சி சாராத விவசாயிகள், காவிரி நடுவர் மன்றம் கேட்டு, 1983 நவம்பர் மாதம் 18-ம் தேதி உச்சநீதிமன்றத்தில் ரிட் மனு (வழக்கு எண் : 13347/ 1983) தாக்கல் செய்தனர். திட்டை குப்புசாமி ரெட்டியாரைத் தலைவராகவும் மன்னார்குடி ரங்கநாதனைப் பொதுச்செயலாளராகவும் கொண்டு 40 விவசாயிகள் சேர்ந்து உருவாக்கிய, 'தமிழ்நாடு காவிரி நீர்ப்பாசன விளைப்பொருட்கள் - விவசாயிகள் நல உரிமைப் பாதுகாப்பு சங்கம்' என்ற அமைப்பின் பெயரில் வழக்கு போடப்பட்டது.

இன்னொரு பக்கம், தமிழகமும் கர்நாடகமும் மட்டும் பங்கேற்ற கூட்டங்கள் ஜனவரி 1984 மற்றும் நவம்பர் 1985 என ஆண்டுக்கு ஒரு முறை நடந்தன. 1986 ஜூன் மாதத்தில் மத்திய நீர்வள அமைச்சர் சங்கரானந்த் தலைமையில் முதலமைச்சர்கள் கூட்டம் நடந்தது. பேச்சுகளால் பலனளில்லை என்றானதும் நடுவர் மன்றம் அமைக்க வேண்டும் என்று மத்திய அரசுக்கு தமிழக அரசு முறைப்படி கடிதம் அனுப்பியது. எம்.ஜி.ஆர் அரசு அப்போதுதான் முதன்முறையாக நடுவர் மன்றம் வேண்டும் என்று கேட்டது.

நடுவர் மன்றம் கேட்டு தொடர்ந்த வழக்கை 1972-ல் திரும்பப்பெற்ற போது, தேவைப்பட்டால் மீண்டும் வழக்கிற்கு உயிர் கொடுக்கலாம் என்ற வாய்ப்பு தமிழக அரசின் கையில் இருந்தது. ஆனால் பேச்சுவார்த்தைகள் இவ்வளவு சொதப்பலான பிறகும் அந்த வாய்ப்பைப் பயன்படுத்தி மீண்டும் வழக்கினைக் கையிலெடுக்க தமிழக அரசு முயற்சிக்காதது புரியாத புதிர். கலைஞரும் அதைச் செய்யவில்லை; எம்.ஜி.ஆரும் அதைச் செய்யவில்லை.

கருணாநிதி மற்றும் எஸ்.ஆர்.பொம்மை

மன்னார்குடி ரங்கநாதன்

1977-ல் ஆட்சிக்கு வந்த எம்.ஜி.ஆர் அரசு, 1983-ல் விவசாயிகள் ஒன்று சேர்ந்து தொடர்ந்த வழக்கில், மூன்றாண்டுகளுக்குப் பிறகு 1986-ல் தம்மையும் இணைத்துக்கொண்டது. அரசும் சேர்ந்ததால் வழக்கு வலுவானது. ஆனால் 1972-ல் விட்ட அதே இடத்திலேயே 14 ஆண்டுகளுக்குப் பிறகு மீண்டும் வந்து நின்றது காவிரி விவகாரம்.

1984-ல் இந்திரா காந்தி கொல்லப்பட்டார். அவரது மகன் ராஜீவ் காந்தி புதிய பிரதமரானார். அந்த நேரத்தில் உடல் நலம் பாதிக்கப்பட்ட முதலமைச்சர் எம்.ஜி.ஆர் அமெரிக்கா போய் சிகிச்சை பெற்று வந்தார். அவர் தமிழ்நாட்டில் இல்லாதபோது நடந்த 1984 சட்டப்பேரவைத் தேர்தலில் வென்று மீண்டும் முதலமைச்சரானார். ஆனால், முன்போல அவரால் செயல்பட முடியவில்லை.

வழக்கு போட்ட பிறகும் காவிரிப் பிரச்சினைக்காக பேச்சு நடத்த முதலமைச்சர்களுக்கு 1987-ல் மத்திய அரசு அழைப்பு விடுத்தது. அம்மாவுக்குப் பிள்ளை சளைத்தவர் இல்லை. காவிரி நடுவர் மன்றம் கேட்ட தமிழகத்தின் கோரிக்கையைக் கண்டு கொள்ளாத ராஜீவ் காந்தி அரசு, 'இன்னொரு முறை பேசிப்பாருங்கள்' என்பதையே ஒவ்வொரு முறையும் சொன்னது. அதுவரை நடந்த பேச்சுவார்த்தைகளில் எந்தப் பலனும் கிடைக்காததால் கூட்டத்தில் கலந்துகொள்ள முடியாது என்று எம்.ஜி.ஆர் அறிவித்தார். அதோடு, அந்த ஆண்டு டிசம்பரில் அவர் மறைந்தும் போனார். அதன் பிறகு முதலமைச்சரான அவரது மனைவி ஜானகியின் அரசு, 24 நாட்களில் கவிழ்ந்து தமிழ்நாட்டில் குடியரசுத்தலைவர் ஆட்சி நடைமுறைக்கு வந்தது.

அப்போது காவிரி வழக்கை விசாரித்த உச்சநீதிமன்றம், தமிழ்நாடு, கர்நாடக முதலமைச்சர்கள் இன்னொரு முறை பேச்சு நடத்த வேண்டும் என்றது. பேசிப்பேசி சலித்துப் போய்தானே கடைசிப்புகலிடமான நீதிமன்றத்திற்குப் போனார்கள்? நீதிமன்றம், அதிலும் நாட்டின் உச்சநீதிமன்றம் சொல்லிவிட்டது. வேறென்ன செய்ய முடியும்? கர்நாடக முதலமைச்சர் ராமகிருஷ்ண

தனிப்பட்ட நட்பும் தண்ணீரும்

கர்நாடக முதலமைச்சர்களுடன் தனிப்பட்ட நட்பு கொண்டிருந்த எம்.ஜி.ஆர், சத்தமில்லாமல் காவிரியில் தண்ணீர் விடச்செய்த சம்பவங்களும் உண்டு. முதலமைச்சராக இருந்த ராமகிருஷ்ண ஹெக்டே மருத்துவமனையில் அனுமதிக்கப்பட்டிருந்த போது, அவரைப் போய் எம்.ஜி.ஆர். பார்த்தார். கூடவே தமக்கு நெருக்கமான கர்நாடக அமைச்சர் ரகுபதியையும் உடன் அழைத்துச் சென்று, காவிரியில் தண்ணீர் வருவதற்கு ஏற்பாடு செய்தார். ஆனால், ஹெக்டேவுடன் மிக நெருக்கமாக இருந்த இரா.செழியனை தமிழ்நாட்டில் இருந்து மாநிலங்களவை எம்.பி. ஆக்கவே எம்.ஜி.ஆர் ஒப்பந்தம் பேசி வந்தார் என அதைக் குறை சொன்னவர்களும் உண்டு.

இதைப்போலவே குண்டுராவுடன் எம்.ஜி.ஆர் நெருங்கிய நட்பு வைத்திருந்தார். 'இதயக்கனி' படத்தில் இடம்பெற்ற 'ஒன்றும் அறியாத பெண்ணோ..' என்ற பாடல், குடகு மலையில் உள்ள குண்டுராவுக்குச் சொந்தமான விருந்தினர் மாளிகையில்தான் படமாக்கப்பட்டது. 'எம்.ஜி.ஆரின் ரசிகன் நான்' என்று குண்டுராவும் சொன்னதுண்டு. இந்தப் பழக்கத்தைப் பயன்படுத்தி ஒரு முறை காவிரியில் தண்ணீர் வாங்கியிருக்கிறார் எம்.ஜி.ஆர். தி.மு.க. ஆட்சியின்போது, கர்நாடக முதலமைச்சராக இருந்த தேவராஜ் அர்சையும் எதிர்க்கட்சித்தலைவரான தேவேகவுடாவையும் சந்தித்து கருணாநிதி தண்ணீர் பெற்றிருக்கிறார்.

ஹெக்டேவும் தமிழக ஆளுநர் பி.சி.அலெக்சாண்டரும் 1988 செப்டம்பரில் பார்த்துப் பேசினர். தோல்வி என்பது தெரிந்த செய்திதானே! சரி, வந்ததற்கு எதாவது சொல்ல வேண்டுமே..! 'மத்திய அரசு விரைவாக நடுவர் மன்றம் அமைப்பதே இதற்கு தீர்வு' என்று வலியுறுத்திவிட்டு வந்தார் தமிழக ஆளுநர்.

1989 தேர்தலில் வென்று 12 ஆண்டுகளுக்குப் பிறகு மீண்டும் தமிழகத்தின் முதலமைச்சரானார் மு.கருணாநிதி. மத்தியில் வி.பி.சிங் தலைமையில் தி.மு.கவும் அங்கம் வகித்த தேசிய முன்னணி அரசு பதவியேற்றது. அப்போது ஜனதா கட்சியைச் சேர்ந்த எஸ்.ஆர்.பொம்மை கர்நாடக முதலமைச்சராக இருந்தார். 'ஒரு முறை பேசிப்பார்க்கலாம்' என்றார் கருணாநிதி. ஏப்ரல் கடைசியில் பேசலாம் என்று முடிவான நிலையில் பொம்மையின் அரசை மத்திய அரசு கலைத்துவிட்டது. கர்நாடக ஆளுநர் வெங்கடசுப்பையாவுடன் பேசுவதற்கு கருணாநிதி தயாராக இருந்தார். நாளும் குறிக்கப்பட்டது. 'மக்களின் உணர்வு சார்ந்த விவகாரத்தில் அவர்களால் தேர்ந்தெடுக்கப்பட்டவர்கள் பேச்சுநடத்துவதே சரியாக இருக்கும்' என்று சொல்லிப் பேச்சுவார்த்தையை கர்நாடக ஆளுநர் தவிர்த்துவிட்டார்.

இதையடுத்து நடுவர் மன்றம் அமைக்குமாறு 1989 ஆகஸ்ட் மற்றும் டிசம்பரில் மீண்டும் மத்திய அரசை தமிழக அரசு வலியுறுத்தியது. இதற்காக 1989 ஜுலை 27-ல் நடந்த அனைத்துக்கட்சி கூட்டத்தில் அ.தி.மு.க (ஜெ. பிரிவு) தவிர எல்லாக் கட்சிகளும் பங்கேற்று தீர்மானம் நிறைவேற்றின. அதுவரை காவிரி விவகாரத்தில் அரைகுறையாக இருந்த தமிழகத்தின் ஒருங்கிணைந்த செயல்பாட்டை தனி மனித வெறுப்பு அரசியலுக்குள் தள்ளிய தொடக்கப்புள்ளி இதுதான். தமிழக அரசியலில் தலைவராக உயர்ந்த ஜெயலலிதா, எல்லாவற்றையும் போல காவிரி விவகாரத்தில் கருணாநிதி செய்த தவறுகளையே சொல்லி கடுமையாக தாக்கினார். தி.மு.கவும் பதிலுக்கு அதையே செய்தது. இரு பெரும் கட்சிகளும் எதிரெதிர் முனைகளில் பேச காவிரியில் தமிழகத்தின் குரல் சுருதி பேதமாகிப் போனது.

இன்னொரு பக்கம், உச்சநீதிமன்றத்தில் விவசாயிகள் சங்கம் போட்ட வழக்கில் கர்நாடகா வாய்தா வாங்கி, வாங்கி இழுத்தடித்து வந்தது. ஒவ்வொரு முறையும் நேரடிப்பேச்சு நடத்தப்போவதாக கூறி வழக்கை ஒத்தி வாங்குவது கர்நாடாகவின் வாடிக்கையான நாடகமானது. இந்த தந்திரத்திற்கு எதிர்ப்பு தெரிவித்து பிரச்சினைக்குத் தீர்வு காணும் இடத்தில் இருந்த மத்திய அரசு அதைச் செய்யாமல் அவர்களுக்கு ஒத்து ஊதிக்கொண்டிருந்தது.

1990 பிப்ரவரியில் தமிழகத்தின் வழக்கு உச்சநீதிமன்றத்தில் விசாரணைக்கு வந்தது. 'என்ன முடிவு செய்தீர்கள்?' என்று தலைமை நீதிபதி ரெங்கநாத் மிஸ்ரா கேட்க, இப்போதும் அதே பழைய பல்லவியைக் கர்நாடகா பாடியது. 'பேச்சு நடத்தவிருக்கிறோம்; ஆகவே இப்போது தீர்ப்பளிக்க வேண்டாம்' என்று கர்நாடகாவின் வழக்கறிஞர் சொன்னார். கடுப்பானார் நீதிபதி. 'எவ்வளவு தடவை வழக்கை ஒத்தி வைப்பது? 1990 ஏப்ரல் 24-ம் தேதி கடைசி வாய்தா. அதற்குள் பேசி தீர்த்துக்கொண்டால் சரி. இல்லாவிட்டால் பிரச்சினையின் தன்மைக்கு ஏற்ப உச்சநீதிமன்றம் உரிய தீர்ப்பளிக்கும்' என்று தலைமை நீதிபதி பொட்டில் அடித்தது போல சொல்லிவிட்டார்.

கர்நாடகத்தைப் பொறுத்தவரை பேச்சுவார்த்தை என்பது, நீதிமன்றத்தில் காரணம் காட்டவும் பிரச்சினைக்குத் தீர்வு வந்துவிடாமல் முடிந்தவரை இழுத்தடிப்பதற்கான உத்தியாகவுமே பயன்பட்டது. இதில் எந்தப் பக்கமும் சார்பு இன்றி அதிகாரத்தோடு நடந்து கொண்டு பிரச்சினையைத் தீர்க்க வேண்டிய மத்திய அரசோ, எல்லா காலங்களிலும் கர்நாடகாவின் பிடிவாதத்திற்குப் பக்க பலமாகவே இருந்திருக்கிறது. அதற்கு மாறாக காவிரி வரலாற்றில் மத்திய அரசு எடுத்த உறுதியான முடிவு என்ன? அதற்கு யார் காரணம்?

13

உச்சநீதிமன்ற கொந்தளிப்பால் உருவான நடுவர் மன்றம்!

அரசுகளை நம்பாமல், தமிழக விவசாயிகள் போட்ட வழக்கில் தொடர்ந்து வாய்தா வாங்கும் கர்நாடகாவை உச்சநீதிமன்றம் கண்டித்தது.இதையடுத்து, கடைசி முயற்சி என்று கூறி மத்திய அரசு மீண்டும் ஒரு பேச்சுவார்த்தைக்கு ஏற்பாடு செய்தது. 1990 ஏப்ரல் 5-ம் தேதி நீர்வளத் துறை அமைச்சர் மனுபாய் கொட்டாடியா தலைமையில் தமிழகம், கர்நாடகா, கேரளா, புதுச்சேரி மாநில முதலமைச்சர்கள் பேச்சு நடத்தினர். இதில் பங்கேற்ற கருணாநிதி, "1968-ம் ஆண்டிலிருந்து 25 முறை பேசியாகிவிட்டது. பலன் ஏதுமில்லை. நடுவர் மன்றம் அமைப்பதுதான் தீர்வு" என்று சொன்னார். இதில் கடைசியிலும் கடைசி முயற்சியாக தமிழக மற்றும் கர்நாடக முதலமைச்சர்கள் ஏப்ரல் 19-ல் சந்தித்துப் பேசுவது என்று முடிவானது.

சென்னையில் இரு மாநில அமைச்சர்கள், அதிகாரிகள் புடைசூழ தமிழக முதலமைச்சர் மு.கருணாநிதியும், கர்நாடக முதலமைச்சர் வீரேந்திர பாட்டீலும் சந்தித்துப் பேசினர். எதிர்பார்த்தபடியே எந்த முடிவும் எட்டப்படவில்லை. இந்தக்கூட்டத்தில் காலம் போட்ட ஒரு சுவாரசிய முடிச்சு இருந்தது. சுதந்திரம் பெற்ற இந்தியாவில் காவிரிக்காக 1968-ல் நடந்த முதல் பேச்சுவார்த்தையில் பங்கேற்ற அதே இரு தலைவர்களே இப்பேச்சுவார்த்தையிலும் கலந்து கொண்டனர். ஒரே வித்தியாசம் என்னவென்றால், 22 ஆண்டுகளுக்கு

தீர்ப்பாயமா? நடுவர் மன்றமா?

'டிரிபியூனல்' (Tribunal) என்பது நீதித் துறை சார்ந்த அதிகாரமிக்க சொல்லாக சர்வதேச அளவில் பயன்படுத்தப்படுகிறது. தமிழில் அதைத் 'தீர்ப்பாயம்' என்று சொல்வது வழக்கம். ஆனால், காவிரி விவகாரத்தில் அமைக்கப்பட்ட தீர்ப்பாயத்தை யாரோ போகிறபோக்கில் 'நடுவர் மன்றம்' என்று சொல்லிவைக்க, அதுவே புழக்கத்திற்கு வந்துவிட்டது. தீர்ப்பாயம் என்ற சொல்லுக்கு இருக்கிற வலிமை, நடுவர் மன்றத்திற்கு இல்லை என்பது சொல்லும் போதே தெரியும். இருந்தாலும் அதுவே பழக்கத்திலிருப்பதால், குழப்பத்தைத் தவிர்க்க இந்நூலிலும் நடுவர் மன்றம் என்றே குறிப்பிட்டிருக்கிறோம்.

முதல்வர்கள் மாநாட்டில் பிரதமர் வி.பி.சிங்குடன் கருணாநிதி, என்.டி.ராமாராவ் உள்ளிட்டோர்

முந்தைய கூட்டத்தில் பொதுப்பணித் துறை அமைச்சராக பங்கேற்ற கருணாநிதி, இப்போது முதலமைச்சராக இருந்தார்.

சென்னை பேச்சுவார்த்தை தோற்றதையடுத்து, தமிழக பொதுப்பணித்துறை அமைச்சர் துரைமுருகன் தலைமையில் எம்.பி.க்கள் குழுவினர் பிரதமர் வி.பி.சிங்கைச் சந்தித்து, நடுவர் மன்றம் அமைக்க மனு கொடுத்தார்கள். அ.தி.மு.க எம்.பிக்கள் தனியாக பிரதமரைப் பார்த்தார்கள். உச்சநீதிமன்றத்தில் மத்திய அரசின் கருத்தைச் சொல்வதற்கு முன்பாக பிரதமர் வி.பி.சிங், முதலமைச்சர் கருணாநிதியைத் தொலைபேசியில் தொடர்பு கொண்டு பேசினார். அப்போது, 'இனி பேச்சு வார்த்தை வேண்டாம்' என பிரதமரிடம் கருணாநிதி தெரிவித்துவிட்டார். நடுவர் மன்றம் அமைக்கக் கோரி தமிழக சட்டப்பேரவையிலும் தீர்மானம் நிறைவேற்றப்பட்டது.

சொன்னபடி 1990 ஏப்ரல் 24-ம் தேதி உச்சநீதிமன்றத்தில் வழக்கு வந்தது. 'இனிமேல் பேச்சுவார்த்தையில் பங்கேற்க தமிழ்நாடு தயாரில்லை'என்று அதன் வழக்கறிஞர் தெரிவித்தார். தமிழக சட்டப்பேரவையின் தீர்மானத்தைச் சுட்டிக்காட்டி, 'இனி சமரசம் செய்யத் தயாரில்லை; நீதிமன்றத்தின் முடிவுக்கே விட்டுவிடுகிறோம்' என மத்திய அரசின் வழக்கறிஞரும் கூறிவிட்டார். காவிரி விவகாரத்தில் மத்திய அரசு தரப்பில் இத்தனை உறுதியான கருத்தை நீதிமன்றத்தில் தெரிவித்தது அதுவே முதல்முறை. காவிரி விவகாரத்தில் வரலாற்று முக்கியத்துவம் வாய்ந்த தீர்ப்பினை, தலைமை நீதிபதி ரெங்கநாத் மிஸ்ரா, நீதிபதிகள் பி.பி.சாவந்த், கே.ராமசாமி ஆகியோரடங்கிய அமர்வு வழங்கியது. அதில், 'மாநிலங்களுக்கு இடையிலான தண்ணீர்த் தகராறு சட்ட விதி 4-ன் படி, காவரி நடுவர் மன்றம் அமைக்கப்பட வேண்டும். நடுவர் மன்றம் அமைத்து, அது பற்றிய அறிவிப்பை ஒரு மாதத்திற்குள் அரசிதழில் (கெசட்) மத்திய அரசு வெளியிட வேண்டும்' என்று ஆணையிடப்பட்டிருந்தது.

தீர்ப்பில் மத்திய அரசுக்கும் தலைமை நீதிபதி குட்டு வைத்திருந்தார். 'இது போன்ற பிரச்சினைகள் தொடர்புடைய மாநில மக்களிடையே தேவையற்ற

இருவகை அணைகள்

நீர்ப்பாசனத்தில் இரண்டு வகையான அணைகள் கட்டப்படுகின்றன. ஒன்று ரிட்டன்சன் ரிசர்வாயர்(Retention Reservoir), இன்னொன்று டிட்டன்சன் ரிசர்வாயர்(Detention Reservoir). ரிட்டன்சன் ரிசர்வாயர் என்றால், கொஞ்ச காலத்திற்குத் தண்ணீரைத் தேக்கிவைப்பது; முழுவதுமாக தேக்கி வைப்பதில்லை. வெள்ளம் வந்தால் நீரைத் தேக்கி வைத்துவிட்டுத் தேவையான நேரத்தில் திறந்துவிடுவது. மேட்டூர் அணை இதற்கு உதாரணம். இதற்கு நேர்மாறாக டிட்டன்சன் ரிசர்வாயர் என்பது வரும் மொத்த தண்ணீரையும் சேமித்து வைத்துக்கொள்வது. கர்நாடகா கட்டிய அணைகள் இந்த வகையைச் சேர்ந்தவைதான். காவிரியில் வரும் மொத்த தண்ணீரையும் அவற்றில் தேக்கி வைக்கலாம். கொடுத்தே ஆக வேண்டிய கட்டாயம் இல்லை; விரும்பினால் தமிழ்நாட்டுக்கு திறந்து விடலாம். இல்லாவிட்டால் அணைகளிலேயே வைத்துக்கொள்ளலாம்.

கசப்புணர்வுகளை ஏற்படுத்திவிடும். தீர்வு காண்பதற்குத் தாமதிப்பதால் கசப்புணர்வு அதிகமாகும். அனைத்து மாநில மக்களின் பாதுகாவலன் என்ற அடிப்படையில் மத்திய அரசு இத்தகைய பிரச்சினைகளில் காலம் தாழ்த்தாமல் அரசியலமைப்புச் சட்ட எந்திரத்தை முடுக்கிவிட வேண்டும்.

நல்ல வேளையாக இதற்கொரு சட்டத்தை நாடாளுமன்றம் இயற்றி வைத்திருக்கிறது. அது மத்திய அரசுக்குக் கொடுத்துள்ள அதிகாரத்தைப் பயன்படுத்தி நடுநிலையான தீர்ப்பாயத்திற்கு விட முடியும். இவ்வளவு நீண்ட காலத்திற்கு இப்பிரச்சினை நீண்டு போனதற்கு காரணம் எதுவுமில்லை. சட்டப்படியான நடவடிக்கையை எடுப்பதற்கு இன்னும் தாமதித்தால் அது மக்களை எரிச்சலூட்டும்; கசப்புணர்வை அதிகப்படுத்தும். பிரச்சினை மேலும் பெரிதாவதற்கு முன் சட்டப்படியான செயல்பாடுகளை முன்னெடுக்க வேண்டும். நகத்தால் கிள்ளி எடுக்காமல் விட்டதைப் பின் கோடரி கொண்டே வெட்ட வேண்டும். தனி நபருக்கு எது பொருந்துமோ, அதுவே நாட்டிற்கு கூடுதலாகப் பொருந்தும்' என்று காரசாரமாக சொன்னது உச்சநீதிமன்றம்.

காவிரி நடுவர் மன்றம் அமைக்க வேண்டும் என்ற உச்சநீதிமன்றத்தின் தீர்ப்பை கர்நாடகாவால் ஜீரணிக்கவே முடியவில்லை. 1990, மே 9-ம் தேதி அங்கே அனைத்துக்கட்சிக் கூட்டம் கூடியது. அத்தனை கட்சிகளும் ஒன்று சேர்ந்து உச்சநீதிமன்ற தீர்ப்பை எதிர்ப்பது என்று ஒரே குரலில் தீர்மானம் நிறைவேற்றின. அதற்கான மனுக்களைத் தயார் செய்ய சட்டம், நீர்ப்பாசனம், பொறியியல் வல்லுநர்களைக் கொண்ட குழு உடனடியாக அமைக்கப்பட்டது. இதெல்லாம், எதிர்க்கட்சித்தலைவரின் ஆலோசனையுடன் மேற்கொள்ளப்பட்டதை அம்மாநில நீர்ப்பாசன அமைச்சர் புட்டாசாமி கவுடா

வெளிப்படையாகத் தெரிவித்தது முக்கியமானது. அது கர்நாடகா...!

ரங்கநாத் மிஸ்ரா

ஒரே வாரம்... ராப்பகலாக உட்கார்ந்து தயாரித்து, 1990, மே 17-ம் தேதி உச்சநீதிமன்றத்தில் சீராய்வு மனுவை தாக்கல் செய்தது கர்நாடகா. நடுவர் மன்றம் அமைப்பதற்குப் போட்ட உத்தரவை மறுபரிசீலனை செய்ய வேண்டும் என்பதே அதன் சாரம். ஆனால், உச்சநீதிமன்றம் அதனை நிராகரித்து, தமது தீர்ப்பை உறுதி செய்தது.

வி.பி.சிங்

உச்சநீதிமன்றம் அழுத்தந்திருத்தமான தீர்ப்பளித்தபோது, மத்தியில் இருந்த வி.பி.சிங் தலைமையிலான தேசிய முன்னணி அரசுக்கு, கர்நாடக எம்.பிக்களின் ஆதரவு வேண்டியிருந்தது. மத்திய அமைச்சரவையில் இருந்த ராமகிஷ்ண ஹெக்டே, எஸ்.ஆர்.பொம்மை, குருபாதசாமி ஆகியோர் நடுவர் மன்றம் அமைக்கக் கூடாது என்று பிரதமருக்கு நெருக்கடி கொடுத்தனர். தமிழ்நாட்டில் இருந்து வி.பி.சிங்கின் கூட்டணி அரசை ஆதரிக்கக்கூடிய மக்களவை உறுப்பினர்கள் ஒரே ஒருவர் கூட இல்லை. தேசிய முன்னணியை உருவாக்குவதில் பங்கு வகித்ததற்காகவும், கருணாநிதி மீது கொண்டிருந்த தனிப்பட்ட நட்பிலும் தி.மு.கவுக்கு அமைச்சரவையில் வி.பி.சிங் இடம் கொடுத்திருந்தார். அதன்படி மத்திய அமைச்சரான முரசொலி மாறன் மாநிலங்களவை உறுப்பினராகத்தான் இருந்தார்.

வீரேந்திர பாட்டீல்

கர்நாடகா எம்.பிக்களின் தயவு வேண்டியிருந்தும், தமிழ்நாட்டால் தமக்கு பயன் இல்லை என்று தெரிந்தும், உச்சநீதிமன்றத் தீர்ப்பைத் தார்மீக அடிப்படையில் ஏற்று நடுவர் மன்றம் அமைக்க முடிவு செய்தார் வி.பி.சிங். கர்நாடகாவில் இருக்கும் வாக்கு வங்கியை மனதில் வைத்து இந்திரா காந்தி, மொரார்ஜி தேசாய், சரண்சிங், ராஜீவ் காந்தி என எந்தப் பிரதமரும் செய்யத் துணியாத செயல் இது. காவிரி தண்ணீரில் தமிழ்நாட்டின் உரிமைக்கு சட்டப்பூர்வப் பிடியை வழங்கிய முன்னோடி நடவடிக்கை இது என்றால் மிகையல்ல. அப்போது மு.கருணாநிதி தமிழ்நாட்டின் முதலமைச்சராக இருந்ததால், உச்சநீதிமன்றத் தீர்ப்பு செயல்வடிவம் பெறுவது எளிதானது.

1990, ஜூன் 2-ம் தேதி காவிரி நடுவர் மன்றத்தை (Cauvery Water Disputes Tribunal) மத்திய அரசு அமைத்தது. பம்பாய் உயர்நீதிமன்றத்தின் தலைமை நீதிபதி சித்ததோஷ் முகர்ஜி அதன் தலைவராக நியமிக்கப்பட்டார். அலகாபாத் உயர்நீதிமன்ற நீதிபதி எஸ்.டி.அகர்வாலா, பாட்னா உயர்நீதிமன்ற நீதிபதி என்.எஸ்.ராவ் ஆகியோர் உறுப்பினர்களாக அமர்த்தப்பட்டனர்.

எப்படியும் நடுவர் மன்றத்தை அமைக்க விட்டுவிடக்கூடாது என்பதற்காக ஆண்டுக்கணக்கில் செய்த முயற்சிகள் வீணாகிப்போனதை கர்நாடகாவினால் ஏற்றுக்கொள்ள முடியவில்லை. 'நடுவர் மன்றம் அமைத்தது கர்நாடகாவுக்கு வி.பி.சிங் அரசு செய்த மிகப்பெரிய துரோகம்' என்றார் முதலமைச்சர் வீரேந்திர பாட்டீல். அந்த மாநில ஆட்சியாளர்களும் அரசியல் தலைவர்களும் நடுவர் மன்றத்தைத் தங்களுக்கான தனிப்பட்ட தோல்வியாகக் கருதினர். மத்திய அரசை பல வழிகளிலும் நெருக்கினர். கர்நாடக உயர்நீதிமன்றத்தில் நடுவர் மன்றத்திற்கு எதிராக வழக்குகளும் தொடரப்பட்டன. பிறகு என்ன ஆனது? நடுவர் மன்றத்தை விட்டுவிட்டு மீண்டும் உச்சநீதிமன்றத்தின் கதவுகளைத் தட்ட வேண்டிய நிர்பந்தம் தமிழகத்திற்கு ஏற்பட்டது ஏன்?

14

ஏமாற்றம் தந்த இடைக்காலத் தீர்ப்பு!

உச்சநீதிமன்றத்தின் தீர்ப்புக்கு கட்டுப்பட்டு காவிரி நடுவர் மன்றத்தை அமைத்துவிட்டதே தவிர, தொடர்ந்து அதற்கான பணிகளை முழு மனதோடு மத்திய அரசு செய்யவில்லை. கர்நாடக தரப்பில் இருந்து அந்த அளவுக்கு அவர்களுக்கு அழுத்தம் கொடுக்கப்பட்டது. ஆரம்பத்தில் நடுவர் மன்றத்திற்கு ஒழுங்கான அலுவலகம் கூட டெல்லியில் ஒதுக்கித்தரப்படவில்லை என்பது இதற்கு உதாரணம்.

ஒரு வழியாக 1990 ஜூலை 28-ல் நடுவர் மன்றத்தின் முதல் விசாரணை அமர்வு நடந்தது. அதில், காவிரியில் இடைக்கால நிவாரணமாக தண்ணீர் வழங்க கர்நாடகாவுக்கு உத்தரவிட வேண்டும் என்று கேட்டு தமிழ்நாடு அரசு மனு செய்தது. அதில்,

- 1972 மே மாதத்தில் பயன்படுத்தியதைத் தாண்டி கூடுதல் நீரை பயன்படுத்தக்கூடாது என்று அந்த ஆண்டு நடந்த கூட்டத்தில் இரு மாநில முதலமைச்சர்களும் ஒப்புக்கொண்டபடி செயல்பட கர்நாடகாவுக்கு ஆணையிட வேண்டும்.
- புதிய நீர்த்தேக்கங்களையோ, அணைகளையோ, பாசனத்திட்டங்களையோ தமிழகத்தின் ஒப்புதல் இல்லாமல் நிறைவேற்றக்கூடாது என்று 1972-ல் உறுதி அளித்ததுபோல நடந்துகொள்ள கர்நாடகாவுக்கு உத்தரவிட வேண்டும்.
- இடைக்கால ஏற்பாடாக காய்ந்து கிடக்கும் குறுவைப் பயிர்களைக் காப்பாற்ற தமிழகத்திற்கு உடனடியாக 20 டி.எம்.சி. தண்ணீர் திறந்துவிடச் சொல்ல வேண்டும்.

ஆகிய கோரிக்கைகள் முன்வைக்கப்பட்டிருந்தன. தண்ணீர் கேட்டு இதே போன்றதொரு மனுவை புதுச்சேரி அரசும் நடுவர் மன்றத்திடம் அளித்தது. கதறி அடித்து தண்ணீர் கேட்டு தமிழகமும் புதுச்சேரியும் கொடுத்த மனுக்களை ஒரே அடியில் நடுவர் மன்றம் நிராகரித்தது. நடுவர் மன்றத்திற்கு இடைக்கால ஆணை கொடுக்கும் அதிகாரம் இல்லை என்றும், அதனை மத்திய அரசு வழங்கவில்லை எனவும் 1991 ஜனவரி 5 அன்று அறிவித்துவிட்டது.

வாராது வந்த மாமணியாக, போராடிப்பெற்ற நடுவர் மன்றம் கவலைகளைத் தீர்த்துவைக்கும் என நம்பிய தமிழ்நாட்டிற்கு அதன் முதல்

பில்லிகுண்டுலு பகுதியில் காவிரி ஆறு

ஆணையே பேரதிர்ச்சியைக் கொடுத்தது. வேறு என்ன செய்வது? ஜனவரி 10-ம் தேதி, தமிழக அரசு உச்சநீதிமன்றத்தின் கதவுகளை மீண்டும் தட்டியது. அரசியலமைப்புச் சட்டம் 136-வது பிரிவின்படி தொடரப்பட்ட இவ்வழக்கில், புதுச்சேரி அரசும் தமிழ்நாட்டோடு சேர்ந்து கொண்டது.

1991 ஜனவரி 30-ம் தேதி மு.கருணாநிதி தலைமையிலான தி.மு.க அரசு கலைக்கப்பட்டது. காங்கிரஸ் ஆதரவில் ஆட்சியிலிருந்த பிரதமர் சந்திரசேகர் இதனைச் செய்தார். தேர்தல் காய்ச்சல் அடித்துக்கொண்டிருந்த நேரத்தில், 1991 ஏப்ரல் 26-ம் தேதி காவிரி நடுவர் மன்ற இடைக்கால ஆணை தொடர்பான வழக்கில் உச்சநீதிமன்றம் தீர்ப்பளித்தது. நடுவர் மன்றம் கேட்டு விவசாய சங்கம் தொடர்ந்த வழக்கில், தம்மையும் இணைத்துக் கொள்வதற்காக தமிழக அரசு 1986 ஜூலை 6-ம் தேதி எழுதிய கடிதத்தை நீதிபதி மேற்கோள் காட்டினார். அதில் இடைக்கால நிவாரணம் வேண்டும் என்றிருந்ததைச் சுட்டிக்காட்டினார். எனவே இடைக்கால ஆணை வழங்குவதும் நடுவர் மன்றத்தின் பணிதான் என்ற உச்சநீதிமன்றம், தகுதி அடிப்படையில் அதுகுறித்தும் கவனிக்க வேண்டும் என்று தீர்ப்பு வழங்கியது.

இடைக்கால ஆணை குறித்து உச்சநீதிமன்றத்தில் வழக்கு நடந்த போது, அப்படியொரு நிவாரணம் வழங்குவதை கர்நாடகாவும் கேரளாவும் ஏற்றுக்கொண்டன. ஆனால் அதனை மரபுரிமையாகவோ அனுபவ உரிமையாகவோ பரிசீலிக்காமல், அப்போதைய சூழலின் தன்மைக்கு ஏற்ப இடைக்கால நிவாரணம் அமைய வேண்டும் என்று வலியுறுத்தின.

நீதிமன்ற ஆணையைத் தொடர்ந்து இடைக்கால நிவாரணம் குறித்து நடுவர் மன்றம் விசாரிக்க ஆரம்பித்தது. அப்போது தமிழ்நாடு ஏற்கெனவே கொடுத்தவற்றோடு கூடுதலாக சில கோரிக்கைகளையும் முன்வைத்தது.

திருச்சியில் பாயும் காவிரி ஆறு

"அணைகளில் வைத்திருக்கும் தண்ணீரை உரிய நேரத்தில், தேவையான அளவு திறந்துவிடுவதை உறுதி செய்ய கர்நாடகாவுக்கு உத்தரவிட வேண்டும். மேட்டூர் அணைக்கு சரியான அளவு தண்ணீர் வருவதை வாராவாரம் உறுதி செய்ய வேண்டும்" - எனும் கோரிக்கையுடன் அதனை நிறைவேற்றுவதற்கான அட்டவணையும் தமிழகம் சார்பில் வழங்கப்பட்டது.

இந்தக் காலக் கட்டத்தில் தமிழகத்திலும் தேசிய அளவிலும் பெரிய அரசியல் மாற்றங்கள் நிகழ்ந்துவிட்டன. தேர்தல் பரப்புரைக்காக தமிழகம் வந்த காங்கிரஸ் தலைவர் ராஜீவ் காந்தி கொல்லப்பட்டார். கொலையாளிகளுக்குத் துணை போனதாக தி.மு.க. மீது பழி விழுந்தது. காங்கிரசோடு கூட்டணி அமைத்திருந்த அ.தி.மு.க. சட்டப்பேரவைத் தேர்தலில் வென்றது. ஜெ. ஜெயலலிதா முதன்முறையாக தமிழ்நாட்டின் முதலமைச்சரானார். மத்தியில் காங்கிரஸ் ஆட்சியைப் பிடித்தது. நரசிம்மராவ் பிரதமராக வந்தார்.

ஜெயலலிதா பதவியேற்ற அடுத்த நாள், 1991 ஜூன் 25-ம் தேதி நடுவர் மன்றம் இடைக்கால ஆணையை அளித்தது. அதில்,

- ஓர் ஆண்டுக்கு 205 டி.எம்.சி. தண்ணீரை மேட்டூருக்கு கர்நாடகா வழங்க வேண்டும். இதில் 6 டி.எம்.சி. நீரை புதுச்சேரியின் காரைக்கால் பகுதிக்கு தமிழ்நாடு வழங்க வேண்டும்.
- 205 டி.எம்.சி. தண்ணீரைக் கொடுக்கப்பட்டுள்ள அட்டவணைப்படி பிரித்துத் தர வேண்டும்.
- மாத வாரியாக விடவேண்டிய நீரை ஒவ்வொரு மாதமும் நான்காக பகிர்ந்து, வார வாரியாக கொடுக்க வேண்டும்.
- ஒரு வாரம் குறிப்பிட்ட அளவுக்குக் குறைவாக வழங்கினால், அதில்

நீரை அளப்பதிலும் பஞ்சாயத்து!

தமிழக – கர்நாடக எல்லைப்பகுதியான பில்லிகுண்டுலு கிராமத்தில் காவிரி ஆற்றின் மீது நீரளவை நிலையம் உள்ளது. 1971-ம் ஆண்டு உருவாக்கப்பட்ட இந்நிலையம், மத்திய நீர்வள ஆணையத்தின் கட்டுப்பாட்டில் உள்ளது. இங்கே தான் கர்நாடகா காவிரியில் திறந்துவிடும் தண்ணீர் அளக்கப்படுகிறது. அது சரியா என மேட்டூரில் மீண்டும் அளந்து பார்க்கப்படுகிறது. இவை போக முசிறி, கொடுமுடி, ஊராச்சிக்கோட்டை ஆகிய இடங்களிலும் நீரளவை நிலையங்கள் உள்ளன. இதிலே பில்லிகுண்டுலு தான் முக்கியமானது. அங்கே அளந்து விடப்படும் தண்ணீரின் அளவு மேட்டூர் வந்துசேரும்போது 20% வரை குறைந்து போய் விடுகிறது என்பது தனி பஞ்சாயத்து! 'நிலம் உறிஞ்சுவது, ஆவியாவது, கரைகளில் ஏற்படும் கசிவு ஆகியவற்றால் சிறிய அளவு இழப்பு மட்டுமே இருக்கும். இந்தளவுக்கு வேறுபாடு இருக்காது. எனவே, இரு இடங்களிலும் அளவைக் கருவிகள் மற்றும் முறைகளை நவீனப்படுத்த வேண்டும்' என்ற கோரிக்கை இருக்கிறது. இதனை விசாரிப்பதற்காக 1994-ம் ஆண்டு மத்திய நீர்வளத் துறை அமைத்த நிபுணர் குழு தீர்வு ஏதும் சொல்லவில்லை.

மீதமுள்ள நீரையும் அடுத்த வாரம் சேர்த்து திறந்துவிட வேண்டும்.

- 205 டி.எம்.சி தண்ணீரை வழங்க வேண்டிய விகிதம் குறித்து நடுவர் மன்றம் அளித்த அட்டவணை:-
- ஜூன் – 10.16, ஜூலை - 42.76, ஆகஸ்ட் – 54.72, செப்டம்பர் – 29.36, அக்டோபர் – 30.17, நவம்பர் – 16.05, டிசம்பர் – 10.37, ஜனவரி – 2.51, பிப்ரவரி – 2.17, மார்ச் – 2.40, ஏப்ரல் – 2.32, மே – 2.01.

காவிரிப் பிரச்சினையில் நடுவர் மன்றத்தின் இடைக்கால ஆணை குறிப்பிடத்தக்க அம்சம் என்றாலும் முக்கியமான பலவற்றைக் கருத்தில் எடுத்துக்கொள்ளாமல் உத்தரவு போடப்பட்டதை மறுக்க முடியாது. தமிழகத்திற்குப் பாதகமாகவும் கர்நாடகத்திற்குச் சாதகமாகவும் இடைக்கால ஆணை அமைந்து விட்டது.

தொடக்கத்தில் இடைக்கால ஆணை கொடுக்க முடியாது என்றதும் தமிழகம் உச்சநீதிமன்றத்தை நாடி உத்தரவு வாங்கி வந்தது, நடுவர் மன்றத்தினருக்கு எரிச்சலூட்டியது. என்னதான் விருப்பு, வெறுப்பு இல்லாத நீதித் துறை என்று நாம் பேசினாலும், அங்கே தீர்ப்பளிக்கும் நீதிபதிகளும் மனிதர்கள்தானே! ஆரம்பத்தில் தமிழ்நாட்டின் மீது அவர்களுக்கு ஏற்பட்ட எரிச்சல், விசாரணைகளின் போதும் இடைக்கால ஆணையிலும் எதிரொலித்தது.

- 1892 மற்றும் 1924 ஒப்பந்தங்கள் சட்டப்படி செல்லுபடியாகுமா என்பதற்குள் இப்போது போகமுடியாது.

- 1972-ல் தமிழக – கர்நாடக முதலமைச்சர்கள் ஒப்புக்கொண்ட அன்றிருந்த தண்ணீர்ப் பகிர்வு விவரங்களைக் கணக்கில் எடுத்துக் கொள்ள முடியாது. 18 ஆண்டுகள் ஆகிவிட்டதால் அதுபற்றி பேசுவதற்கில்லை.
- தமிழ்நாட்டில் 28 லட்சம் ஏக்கரில் விளைவிக்கப்பட்டுள்ள பயிர்கள் தண்ணீரின்றி காய்வதைப் பற்றியும் கணக்கில் எடுக்க முடியாது.
- ஆவணங்களின் படியும், உண்மை நிலையாகவும் 1972 வரை 177 டி.எம்.சி தண்ணீரை மட்டுமே பயன்படுத்தி வந்த கர்நாடகா, தாங்கள் 310 டி.எம்.சி தண்ணீரைப் பயன்படுத்துவதாக சொன்னதை நடுவர் மன்றம் அப்படியே ஏற்றுக்கொண்டது.
- 1934 ஆண்டிலிருந்து 1970 வரை கர்நாடகாவிலிருந்து மேட்டூர் பெற்ற நீர் சராசரியாக 378.4 டி.எம்.சி. 1972-ல் மத்திய அரசு நியமித்த காவிரி உண்மை அறியும் குழுவும் உறுதி செய்த இந்த விவரம் ஏற்கப்படவில்லை. மாறாக கபினி,ஹேமாவதி, ஹேரங்கி அணைகளை தமிழ்நாட்டின் ஒப்புதல் இல்லாமல் கட்டி காவிரி தண்ணீரைக் கர்நாடகா தேக்கி வைத்துக்கொண்ட 1972-க்குப் பிறகான நீர் வரத்து கணக்கினையே நடுவர் மன்றம் எடுத்துக்கொண்டது.
- அதாவது, காவிரியில் கர்நாடகா ஒழுங்காக தண்ணீர் வழங்க மறுத்துவந்த 1980 – 1990-க்கு இடையிலான பத்து ஆண்டுகளை எடுத்து, அதில் அதிக தண்ணீர் வந்த 1980-81 & 1981-82 ஆண்டுகளையும் குறைவாக நீர் வந்த 1985-86 & 1987–88 ஆண்டுகளையும் நீக்கிவிட்டு மீதியுள்ள ஆறு ஆண்டுகளிலிருந்து சராசரி தண்ணீரைக் கணக்கெடுத்தது. அந்த அளவுதான் 205.3 டி.எம்.சி. இதை அடிப்படையாக வைத்தே ஆண்டுதோறும் 205 டி.எம்.சி தண்ணீர் விட வேண்டும் என கர்நாடகாவுக்கு ஆணையிட்டது.
- இப்படி தமிழகத்தின் இழப்புகளை அதிகப்படுத்திய இடைக்கால ஆணையில், ஆறுதல் அளிக்கும் ஒன்றிரண்டு அம்சங்களும் இருந்தன. அவை:-
- கர்நாடகா திறந்துவிடும் தண்ணீர் மேட்டூருக்கு வரும்போது குறைவதால் காவிரி டெல்டா விவசாயம் பாதிக்கப்படுவதாக தமிழகம் கூறியதை ஏற்றுக்கொண்ட நடுவர் மன்றம், வாரம் தோறும் திறந்துவிடுவதற்கான அட்டவணையைக் கொடுத்தது.
- அப்போது பாசனம் செய்ததாக கூறப்பட்ட 11.2 லட்சம் ஏக்கருக்கு மேல் கர்நாடகா தனது பாசனப்பரப்பை விரிவாக்கக்கூடாது. தமிழ்நாட்டின் சில கோரிக்கைகள் இறுதி தீர்ப்பில் கவனிக்கப்படும்.

காவிரி நடுவர் மன்றத்தின் இடைக்கால ஆணைக்கு தமிழகம் மற்றும் கர்நாடகாவின் எதிர்வினைகள் என்ன? எதைப்பற்றியும் அலட்டிக்கொள்ளாமல் கர்நாடகா அரசு செய்த கொலை பாதகம் என்ன?

15

இந்தியாவை எதிர்த்து சட்டம் போட்ட கர்நாடகா!

காவிரி நடுவர் மன்றத்தின் இடைக்கால ஆணை தனித்தனியாகவும் மொத்தமாகவும் பாதகமாக வந்திருந்தாலும், வழக்கம்போல தமிழ்நாட்டிலிருந்து பெரிதாக எதிர்ப்புக்குரல்கள் எழவில்லை. குரல் கொடுத்த ஓரிருவரும், "நடுவர் மன்றம் சொன்ன தண்ணீரையாவது ஒழுங்காக திறந்து விடுங்கப்பா.." என்றார்கள். காலங்காலமான உரிமை என்பதில் தொடங்கி கண்ணுக்குத் தெரிந்த நியாயம்வரை எடுபடாமல்போனாலும் எதாவது கிடைக்கட்டுமே என்ற மனநிலைக்கு தமிழகம் வந்துநின்றது. கர்நாடகாவின் நிலை அப்படி இல்லை. தமிழ்நாட்டிற்கு இடைக்கால நிவாரணம் வழங்க முன்பு உச்சநீதிமன்றத்தில் ஒப்புக்கொண்ட கர்நாடகா, இப்போது அதற்கு நேர் எதிரான நிலையை எடுத்தது.

1991, ஜூலை 6-ம் தேதி... கர்நாடக சட்டப்பேரவையின் இரு ஆவைகளின் சிறப்புக்கூட்டத்தைக் கூட்டி நடுவர் மன்றத்தின் இடைக்கால ஆணைக்கு எதிராக ஒருமனதாக தீர்மானங்களை நிறைவேற்றினர். "அதிகார வரம்பை மீறி காவிரி நடுவர் மன்றம் அளித்துள்ள இடைக்கால ஆணை கர்நாடகாவின் நலன்களுக்கு எதிரானது. சட்டப்படியாகவோ, உண்மை விவரங்களின் அடிப்படையிலோ, நடைமுறைக்கு ஏற்றவகையிலோ நடுவர் மன்ற ஆணை அமையவில்லை. எனவே இதனை கர்நாடகா அரசு ஏற்கக்கூடாது. தேசிய நீர்வளக் கொள்கையை உருவாக்கி, அதன் அடிப்படையில், மாநிலங்களுக்கு இடையிலான தண்ணீர்த் தகராறு சட்டம் – 1956ஐ திருத்தியமைக்கும் வரை நடுவர் மன்றத்தின் செயல்பாடுகளை மத்திய அரசு நிறுத்தி வைக்க வேண்டும்." – இதுதான் கர்நாடக சட்டப்பேரவைத் தீர்மானம்.

அப்போது, கர்நாடக சட்டப்பேரவையில் முதலமைச்சர் பங்காரப்பா உள்ளிட்ட அனைத்துக்கட்சித் தலைவர்கள் பேசியவை எல்லாம் தெருவோர கூட்டங்களில் கூட பேசக்கூடாத நாலாந்தரப் பேச்சுகள். " தமிழ்நாட்டுக்கு ஒரு சொட்டுத் தண்ணீர் கூட கொடுக்க முடியாது. நடுவர் மன்றத்தின் ஆணையை ஏற்க மாட்டோம். கர்நாடகாவை அது கட்டுப்படுத்தாது. தமிழ்நாடே என்ன வேண்டுமானாலும் செய்து பார்" என்பதே அவற்றின் நாகரிகமான சாராம்சம். சட்டப்பேரவைக்கு வெளியே கர்நாடகாவின் வீதிகளில், மோசத்திலும் மோசமாக தமிழகத்திற்கு எதிரான போராட்டக் குரல்கள் ஒலித்தன.

'விதான் சவுதா' - கர்நாடக சட்டப்பேரவை மற்றும் தலைமைச் செயலகம்

சட்டப்பேரவையில் நிறைவேற்றிய தீர்மானத்தின்படி நடுவர் மன்ற ஆணையைச் செயல்படுத்தக் கூடாது என்று கர்நாடக காங்கிரஸ் அரசு, அதே கட்சியின் நரசிம்மராவ் தலைமையிலான மத்திய அரசிடம் கோரிக்கை வைத்தது. இதற்காக அனைத்துக்கட்சித் தலைவர்கள், நாடாளுமன்ற உறுப்பினர்களுடன் பங்காரப்பா பிரதமரை நேரில் சந்தித்தார். அதாவது இடைக்கால ஆணையை மத்திய அரசிதழில் வெளியிடக்கூடாது என்பதே அதன் ஒற்றைவரி. ஏனெனில் அரசிதழில் வெளியிட்டால் மட்டுமே நடுவர் மன்ற ஆணைக்கு அதிகாரம் கிடைக்கும்.

மத்திய அரசை நெருக்கிய அதே நேரத்தில், 'காவிரி பிரச்சினையை சட்டத்தால் தீர்க்க முடியாது; பேச்சுவார்த்தை நடத்துவோம். வாருங்கள் என்று 3 மாநில முதலமைச்சர்களையும் பங்காரப்பா அழைத்தார். நடுவர்மன்றத்தின் இடைக்கால உத்தரவை முடக்க நினைக்கும் கர்நாடகாவின் முயற்சிகளுக்கு நரசிம்மராவ் அரசு துணை போவதாக தமிழக கட்சிகள் குற்றஞ்சாட்டின. 1991, ஜூலை 8-ம் தேதி தமிழக சட்டப்பேரவையைக் கூட்டிய ஜெயலலிதா, நடுவர் மன்றத்தின் இடைக்கால உத்தரவை உடனடியாக மத்திய அரசிதழில் வெளியிட வேண்டும் என்று தீர்மானம் நிறைவேற்றினார். இதற்கு கர்நாடகாவின் கல்வி அமைச்சர் வீரப்ப மொய்லி மிரட்டும் தொனியில் எதிர்வினையாற்றினார். "இடைக்கால உத்தரவிடும் அதிகாரம் நடுவர் மன்றத்திற்கு கிடையாது. எனவே, அதனைச் செயல்படுத்தும் முன்பு இந்திய அளவிலும் உலகளவிலும் சட்ட நிபுணர்களையும் கலந்தாலோசிக்காவிட்டால், இரு மாநிலங்களிலும் கொந்தளிப்பான சூழல் உருவாகிடும்" என்றார் வீரப்பமொய்லி.

எதையும் கண்டுகொள்ளாமல் இருந்த பிரதமர் நரசிம்மராவைக் கண்டித்து ஜெயலலிதா அறிக்கை விட்டார். 1991, ஜூலை 22-ல் அனைத்துக்கட்சிக்

பங்காரப்பா

கூட்டத்தையும் கூட்டினார். தி.மு.க., காங்கிரஸ் உள்ளிட்ட அனைத்து எதிர்க்கட்சிகளும் அதில் கலந்துகொண்டன. ஜூலை 26-ம் தேதி தமிழகம் முழுவதும் மறியல் போராட்டம் நடத்துவதென முடிவெடுக்கப்பட்டது.

அ.தி.மு.க. எம்.பி.க்கள் ஜி.விசுவநாதன், பி.ஜி.நாராயணன் தலைமையில் பிரதமரைச் சந்தித்து, 'இடைக்கால ஆணையைச் செயல்படுத்துவதற்கான நடவடிக்கைகளை எடுக்குமாறு வலியுறுத்தினர். இல்லாவிட்டால், நரசிம்மராவ் அரசுக்கு வெளியில் இருந்து கொடுத்துவரும் ஆதரவை விலக்கிக்கொள்வோம்' என்று ஜெயலலிதா எழுதிய கடிதத்தையும் அவர்கள் அளித்தனர். மறியல் போராட்டத்திற்கு முதல்நாள் நரசிம்மராவுடன் ஜெயலலிதா தொலைபேசியில் பேசினார். 'இடைக்கால உத்தரவை அரசிதழில் வெளியிடாததைக் கண்டித்து பதவி விலகத்தயார்' என்று திண்டுக்கல் சீனிவாசன், கடம்பூர் ஜனார்த்தனம் உள்ளிட்ட அ.தி.மு.க. எம்.பிக்கள் 9 பேர் அறிவித்து அழுத்தத்தை அதிகப்படுத்தினர்.

தமிழக விவசாயிகளின் எதிர்காலத்தையும், அரசியலமைப்புச் சட்டத்தையும், நாட்டின் ஒருமைப்பாட்டையும் மனதில்கொண்டு மத்திய அரசு செயல்பட வேண்டும் என்று தி.மு.க வலியுறுத்தியது. காங்கிரஸ் கட்சி இரண்டு பிரிவாக சென்று பிரதமரைப் பார்த்து கோரிக்கை விடுத்தனர். மத்திய அமைச்சர் ரங்கராஜன் குமாரமங்கலம், துளசி அய்யா வாண்டையார், பழனியாண்டி ஆகிய காங்கிரஸ் தலைவர்களுடனும், இரா.அன்பரசு தலைமையில் காங்கிரஸ் எம்.பி.க்களும் தனித்தனியாகச் சென்று கர்நாடகாவுக்கு அழுத்தம் தரச் சொன்னார்கள். இவை எதற்கும் மசியவில்லை நரசிம்மராவ்.

மத்திய அரசின் மறைமுக ஆதரவு கர்நாடகாவுக்குத் தார்மீக வலுவைக் கொடுத்தது. அம்மாநிலத்தின் அரசியல் கட்சிகள், அமைப்புகள் எல்லாம் ஒன்று சேர்ந்து 'காவிரி நடவடிக்கைக்குழு' வை ஏற்படுத்தி, 'காவிரி கன்னடர்களின் உரிமை' என்ற முழக்கத்துடன் போராட்டங்களை முன்னெடுத்துவந்தன. கர்நாடக அரசும் சளைக்கவில்லை. வெறித்தனமான தமிழக எதிர்ப்பின் உச்சமாக, யார் என்ன செய்துவிட முடியும் என்ற மதர்ப்பில், இந்தியா என்ற நாட்டுக்குள் ஓர் அங்கம் என்பதை மறந்துவிட்டு கர்நாடக அரசு அடுத்து ஒரு வேலை செய்தது. கர்நாடகாவில் கட்டி முடிக்கப்பட்ட, கட்டப்பட்டு கொண்டிருக்கும் நீர்த்தேக்கங்களையும் அவற்றின் மூலம் பயன் பெறும் 21 லட்சத்து 24 ஆயிரத்து 250 ஏக்கர் பாசனப்பரப்பையும் பாதுகாப்பதற்கு அவசர சட்டம் போட்டது. 'கர்நாடகா காவிரி பள்ளத்தாக்கு பாதுகாப்பு சட்டம் -1991' என்று அதற்கு பெயரும் வைத்தது. (நடுவர் மன்றத்தின் இடைக்கால ஆணையில் கர்நாடகாவின் பாசனப் பரப்பு 11,20,000 ஏக்கர்

சட்டம் போட்ட சல்மான் அப்பா!

இந்தியாவின் இறையாண்மைக்கு எதிராக கர்நாடகா போட்ட அவசர சட்டத்தினைப் பிறப்பித்தவர், அப்போதைய ஆளுநர் குர்ஷித் ஆலம்கான். அவசர சட்டத்தில் இவருக்கும் முக்கிய பங்குண்டு. இவரது மகன்தான் இப்போதைய காங்கிரஸ் மூத்தத் தலைவர்களில் ஒருவராக இருக்கும் சல்மான் குர்ஷித். மன்மோகன்சிங் அரசில் வெளியுறவு அமைச்சராக இருந்தவர் சல்மான்.

என்று கூறியிருந்ததைப் பார்த்தோம். அதைவிட இரு மடங்கு அளவுக்கு பாசனப்பரப்பு இருப்பதாக, கர்நாடகவே இப்போது கூறிவிட்டது. அப்படி என்றால் எந்த லட்சணத்தில் நடுவர் மன்றம் ஆணை வழங்கியது என்பதைப் புரிந்து கொள்ளலாம்).

1991, ஜூலை 25-ம் தேதி கர்நாடக அரசு பிறப்பித்த இந்த அவசரச் சட்டம், அரசியல் சட்ட வல்லுநர்களிடமும், நாட்டின் இறையாண்மையின் மீது நம்பிக்கை கொண்டோரையும் அதிர்ச்சியில் உறைய வைத்தது. கொடுமை என்ன தெரியுமா? இடைக்கால ஆணை வந்ததில் இருந்து அவசரச் சட்டம் போடும் வரை கர்நாடகா அரசு அடித்த கூத்துகளை எல்லாம் மத்தியில் இருந்த நரசிம்மராவ் அரசு வாய்மூடி மௌனியாக வேடிக்கை பார்த்தது. 'காவிரியா..? கர்நாடகாவா...? அவசரச் சட்டமா..?' எதற்கும் சம்பந்தமில்லாதது போல நடந்து கொண்டது. இந்திய அரசியலமைப்புக்கு எதிராகப் போட்ட அவசரச் சட்டத்துக்கு தமிழகத்தில் கிளம்பிய கடும் எதிர்ப்புகளும், தேசிய அளவில் ஏற்பட்ட அதிர்வலைகளும் மத்திய அரசைச் செயல்பட வேண்டிய கட்டாயத்திற்குத் தள்ளின. தூங்கி விழித்ததைப் போல கர்நாடக அவசரச் சட்டம் குறித்து விவாதிக்க, ஜூலை 27-ம் தேதி அரசியல் விவகாரங்களுக்கான மத்திய அமைச்சரவைக் குழு கூடியது. பிறகு குடியரசுத்தலைவர் ஆர். வெங்கட்ராமனை, பிரதமர் நரசிம்மராவ் சந்தித்தார். அதன்பிறகு நடந்தென்ன? விவகாரத்தை மத்திய அரசே உச்சநீதிமன்றத்திற்கு எடுத்துச்சென்றது ஏன்? இதெல்லாம் நடந்து கொண்டிருக்கும் போதே கர்நாடகா செய்த இன்னொரு வேலை என்ன?

16

இந்தியாவில் ஒரு மாநிலமா? எதிரி நாடா?

இந்தியா என்ற தேசத்தின் இறையாண்மையைக் கேள்விக்குள்ளாக்கும் வகையில் கர்நாடகா அரசு அவசரச் சட்டம் போட்டது. அதுபற்றி விவாதிக்க குடியரசுத்தலைவரைச் சந்தித்த பிரதமர். அவர் வழியாக உச்சநீதிமன்றத்தின் கருத்தைக் கேட்கும் மத்திய அரசின் முடிவைத் தெரிவித்தார். அதன்படி 4 கேள்விகள் உச்சநீதிமன்றத்தின் முன் வைக்கப்பட்டன. அவை:-

- கர்நாடகா பிறப்பித்த அவசரச் சட்டமும். அதிலுள்ள அம்சங்களும் அரசியலமைப்புச் சட்டத்திற்கு உட்பட்டதா?
- நடுவர் மன்றம் வழங்கிய ஆணை, மாநிலங்களுக்கு இடையிலான தண்ணீர்த் தகராறு சட்ட விதி 5 (2)-க்கு உட்பட்டு இருக்கிறதா?
- இந்த இடைக்கால ஆணையை மத்திய அரசு செயல்படுத்துவதற்காக அரசிதழில் வெளியிட வேண்டுமா?
- இடைக்கால ஆணை வழங்க நடுவர் மன்றத்திற்குத் தகுதி உண்டா?

இந்தக் கேள்விகள் அனைத்தும் அரசியலமைப்புச் சட்டவிதி 143-ன் கீழ் உச்சநீதிமன்றத்திடம் கேட்கப்பட்டன. மேற்கண்ட சட்டப்பிரிவின் கீழ் உச்சநீதிமன்றம் கருத்து மட்டுமே கூற முடியும். ஆனால் இத்தகைய சட்டச் சிக்கல்கள் எழும்போது பயன்படுத்தப்படும் சட்டப்பிரிவு 138. அதன்படி மத்திய அரசு கருத்து கேட்டால் உச்சநீதிமன்றம் தீர்ப்பே கொடுத்துவிடும். இதிலே கூட, தன் கட்சியின் ஆட்சி நடக்கும் கர்நாடகாவை நோகாமல் பார்த்துக்கொண்டது மத்திய காங்கிரஸ் அரசு. அதுவரை சட்டப்பேரவை தீர்மானம், அவசரச் சட்டம் என்றெல்லாம் போட்டுக் கொண்டிருந்த கர்நாடக அரசு, உச்சநீதிமன்றத்திடம் மத்திய அரசு கருத்து கேட்டவுடன் இடைக்கால ஆணையை எதிர்த்து உச்சநீதிமன்றத்திற்கும் போனது.

இன்னொரு பக்கம் கர்நாடகாவின் செயல்பாடுகளுக்கும் முதலமைச்சர் ஜெயலலிதா கடும் எதிர்ப்பைப் பதிவுசெய்து வந்தார். கர்நாடகாவின் அவசரச் சட்டம் குறித்து மத்திய அரசு உச்சநீதிமன்றத்திடம் கருத்து கேட்ட போது, இது வேண்டுமென்றே காலம்கடத்தும் செயல் என்றும் அவர் குற்றஞ்சாட்டினார்.

காவிரி நடுவர் மன்ற இடைக்கால ஆணையைச் செயல்படுத்துவதில் செய்யப்படும் காலதாமதம், மத்திய அமைச்சரவைக்குள்ளும் புகைச்சலை ஏற்படுத்தியது. தமிழகத்தைச் சேர்ந்த தொழிலாளர் நலத் துறை இணை அமைச்சர் வாழப்பாடி கூ. ராமமூர்த்தி, மத்திய அரசின் நிலைப்பாட்டைக் கடுமையாக எதிர்த்தார். மேட்டூர் அணை அமைந்திருக்கும் சேலம் மாவட்டத்தைச் சேர்ந்த அவர், அமைச்சர் பதவியிலிருந்து விலகி அரசுக்கு அதிர்ச்சி வைத்தியம் கொடுத்தார். இதன் மூலம் காவிரிப் பிரச்சினைக்காக அதுவரை யாரும் செய்யாத ஒன்றைச் செய்திட்ட பெருமையைப் பெற்றார். அதன் பிறகு இன்றுவரை எந்த தமிழக அரசியல்வாதிக்கும் அந்தத் துணிச்சல் இல்லை. வாழப்பாடி ராமமூர்த்தியின் பதவி விலகலைப் பாராட்டி அறிக்கை வெளியிட்ட முதலமைச்சர் ஜெயலலிதா, தமிழகத்தைச் சேர்ந்த மற்ற அமைச்சர்களான ப.சிதம்பரம் மற்றும் எம்.அருணாசலம் ஆகியோரும் பதவி விலக வேண்டும் என்றார். அதுவரை, அவர்கள் இருவரும் பங்கேற்கும் அரசு நிகழ்ச்சிகளை அனைவரும் புறக்கணிக்க வேண்டும் என்றும் கேட்டுக் கொண்டார். இதன் எதிரொலியாக மத்திய அரசின் செயல்பாடுகளை நியாயப்படுத்தி பேசிய ப.சிதம்பரம், 1991, ஆகஸ்ட் 16-ல் திருச்சி வந்தபோது, அவர் மீது அ.தி.மு.கவினர் தாக்குதல் நடத்தினர். பதவி விலகக்கோரி ஆர்ப்பாட்டமும் நடத்தப்பட்டது.

ஆர்.வெங்கட்ராமன்

வாழப்பாடி ராமமூர்த்தி

வி.சி.சுக்லா

மத்திய அரசின் கேள்விகள் குறித்து, 1991 ஆகஸ்ட் மற்றும் செப்டம்பரில் உச்சநீதிமன்றத்தின் அரசியல் சாசன அமர்வு விசாரணை நடத்தியது. தலைமை நீதிபதி ரெங்கநாத் மிஸ்ரா, நீதிபதிகள் ஏ.எம்.அகமதி, கே.என்.சிங், குல்தீப் சிங், பி.பி.சாவந்த் ஆகியோர் அந்த அமர்வில் இடம்பெற்றிருந்தனர். விசாரணையின் போது குடியரசுத்தலைவர் கேட்ட கேள்விகளைத் தாண்டி நீதிபதிகள் திடீரென ஒரு யோசனை சொன்னார்கள். தமிழக – கர்நாடக வழக்கறிஞர்களை அழைத்து, ‘இரு மாநிலங்களும் தங்களது குறைந்தபட்ச நீர்த்தேவையைப் பூர்த்திசெய்து கொள்ளும் வழிமுறை பற்றி அரசுகளிடம் கேட்டுச் சொல்லுங்கள்’ என்றார்கள். இதுபோன்ற முயற்சிகள் எத்தனையோ முறை எடுக்கப்பட்டு

பதறாத ஜனாதிபதி, ஒரு தமிழர்!

கர்நாடகா அவசரச் சட்டம் போட்டு, நாட்டின் ஒருமைப்பாட்டைக் கேள்விக்குள்ளாக்கிய போது குடியரசுத்தலைவராக இருந்த ஆர்.வெங்கட்ராமன், தமிழ்நாட்டைச் சேர்ந்தவர். அதிலும் காவிரி டெல்டா பகுதியான பட்டுக்கோட்டை தாலுக்கா ராஜாமடம் கிராமத்தைச் சேர்ந்தவர். ஆனால் காவிரியில் தமிழகத்திற்கு எதிராக மிகப்பெரிய அநீதி இழைக்கப்பட்ட போது பெரிதாக அவர் கண்டுகொள்ளவில்லை என்ற குற்றச்சாட்டு உண்டு.

ஒன்றும் நடந்ததில்லை. காலம்தான் வீணாகிப்போனது. இப்போதும் அப்படியே! பேச்சுவார்த்தை என்றதும் கர்நாடகா உற்சாகமானது. 'உச்சநீதிமன்றமே சொல்லிவிட்டதால் நாங்கள் பேசத்தயார்' என்று கர்நாடகா முதலமைச்சர் பங்காரப்பா அறிவித்தார். அவர்கள்தான் நீதிமன்ற உத்தரவை அச்சுபிசகாமல் பின்பற்றுபவர்கள் ஆயிற்றே!? ஆனால், பேச்சு நடத்துவதில் இனி எந்தப்பயனும் இல்லை என்பதில் தமிழக முதலமைச்சர் ஜெயலலிதா உறுதியாக இருந்தார்.

உச்சநீதிமன்றத்தில் பிரச்சினை இருக்கும்போதே கர்நாடகா அரசு அடுத்த அடாவடியைச் செய்தது. ஏற்கனவே கொண்டு வந்திருந்த அவசர சட்டத்திற்கு நிரந்தர சட்ட அங்கீகாரம் கொடுக்கும் வகையில், 'காவிரி விவசாயப்பாசன பாதுகாப்புச் சட்டம் 1991' என்ற புதிய பெயருடன் சட்டப்பேரவையில் வைத்து சட்டமாக்கியது. அவசரச் சட்டம் செல்லுமா, செல்லாதா என்று உச்சநீதிமன்றம் எதுவும் சொல்லாத நிலையில், எதைப்பற்றியும் கவலைப்படாமல் அதன் பாதையில் பயணித்தது கர்நாடக அரசு. தேசிய அளவில் இது மேலும் சர்ச்சையைக் கிளப்பியது.

இந்தச் சூழலில் கர்நாடகவின் சட்டம் குறித்து உச்சநீதிமன்ற அரசியல் சாசன அமர்வு நவம்பர் 22-ம் தேதி கருத்து தெரிவித்தது.

* கர்நாடக அரசு கொண்டு வந்த சட்டம், இந்திய அரசியலமைப்புச் சட்டத்திற்கு விரோதமானது. சட்டம் இயற்றுவதற்கான மாநில அரசின் தகுதிக்கு மீறியது. இந்திய அரசியலமைப்புச் சட்டப்பிரிவு 262-ன் படி, மாநிலங்களுக்கு இடையிலான நதிநீர்த் தகராறு சட்டம் 1956-ன் கீழ் உருவாக்கப்பட்ட காவிரி நடுவர் மன்றத்தின் அதிகாரத்தை பாதிப்பதால், கர்நாடகாவின் சட்டம் இந்திய அரசியலமைப்புக்கு எதிரானது.

* காவிரி நடுவர் மன்றத்தின் இடைக்கால உத்தரவு, தீர்ப்பாகவும், அறிக்கையாகவும் அமைந்துள்ளது. அதை அதிகாரப்பூர்வ அரசாணையாக அரசிதழில் வெளியிட வேண்டியது மத்திய அரசின் கடமை.

* நடுவர் மன்றத்திற்கு இடைக்காலத் தீர்ப்பு வழங்க அதிகாரம் உண்டா, இல்லையா என்பதைத் தீர்மானிப்பதிலும், அத்தீர்ப்பு கர்நாடகாவைக் கட்டுப்படுத்துமா என்பதை முடிவு செய்வதிலும் தன்னிச்சையாகத் தாமே

நதி நீரை எப்படி அளவிடுகிறார்கள்?

ஆறு போன்ற பெரிய அளவு நீர்வரத்து உள்ள இடங்களில் தண்ணீரின் அளவை அறிவதற்கு உலக அளவில் நிறைய முறைகளைப் பின்பற்றுகிறார்கள். அவற்றில் அதிகமாக பயன்படுத்தப்படும் இரண்டு முறைகள்:

1. வெயர் முறை (Weir Method)

வெயர் முறையில் நீர் வெளியேறும் வாசலின் கனப்பரிமானங்களைக் கொண்டு தண்ணீரின் அளவு கணக்கிடப்படுகிறது. எடுத்துக்காட்டாக, கால்வாயின் குறுக்கே உள்ள தடுப்பணையில் ஒரு மீட்டருக்கு ஒரு மீட்டர் என்றளவில் திறப்பு வைத்திருப்பார்கள். அதில் ஒரு விநாடியில் வெளியேறும் நீரின் அளவை வைத்து ஒரு மணிநேரத்தில் வெளியாகும் நீரின் அளவைக் கண்டுபிடிப்பார்கள்.

2. டாப்ளர் முறை (Doppler Method)

ஓர் உயரமான இடத்திலோ, அணைக்கட்டின் மீதோ 'டாப்ளர் ரேடார்' எனப்படும் ஒலியை அனுப்பி, திரும்ப வாங்கும் கருவியைப் பொருத்துவார்கள். இதன் மூலம் நீரோட்டத்தின் வேகத்தைக் கணக்கிட்டு கொண்டு நதியின் ஆழம், அகலம், தண்ணீர் கடக்கும் வேகம் ஆகியவற்றை வைத்து பாயும் நீரை அளப்பார்கள்.

அதிகாரம் அளித்துக்கொள்ளும் வகையில் தான்தோன்றித்தனமாக கர்நாடக அரசு செயல்பட்டுள்ளது. காவிரியின் கீழ்ப்படுகை மாநிலங்களின் பாதிப்புகளைப் பற்றி அக்கறையோ, கவலையோ இல்லாமல் காவிரி நீரை முழுமையாக தாங்களே பயன்படுத்திக்கொள்ள அதிகாரம் உள்ளதாகக் கருதியிருக்கிறது.

- கர்நாடகாவின் சட்டம் காவிரி நடுவர் மன்றத்தின் இடைக்காலத் தீர்ப்பை நேரடியாக செல்லாததாக்கியது. அதோடு, நடுவர் மன்றத்திற்கு இடைக்காலத் தீர்ப்பு அளிக்கும் அதிகாரம் உண்டு என்று உச்சநீதிமன்றம் வழங்கிய தீர்ப்புக்கும் சவால் விட்டுள்ளது.

உச்சநீதிமன்ற கருத்தினை அடுத்து நவம்பர் 25-ம் தேதி கர்நாடகா அவசர, அவசரமாக நடுவர் மன்றத்தை நாடியது. இடைக்கால ஆணை குறித்து சில விளக்கங்களைக் கேட்டது. 'தண்ணீர் இருப்பைப் பற்றி குறிப்பிடாமல் மாத வாரியாக மேட்டூருக்குத் தண்ணீர் அனுப்பச் சொல்வது நடைமுறை சாத்தியமில்லை. பாசனப்பரப்பை 11.2 லட்சம் ஏக்கருக்கு மேல் அதிகரிக்கக்கூடாது என்று ஆணையில் இடம்பெற்றுள்ள அம்சத்தை நீக்க வேண்டும்' என நடுவர் மன்றத்திடம் கோரிக்கைகளை வைத்தது. அதே நாளில் நாடாளுமன்றத்தில் மத்திய நீர்ப்பாசன அமைச்சர் வி.சி.சுக்லா, 'காவிரி விவகாரத்தில் உச்சநீதிமன்றம் கூறியிருக்கும் கருத்துகளை மத்திய அரசு

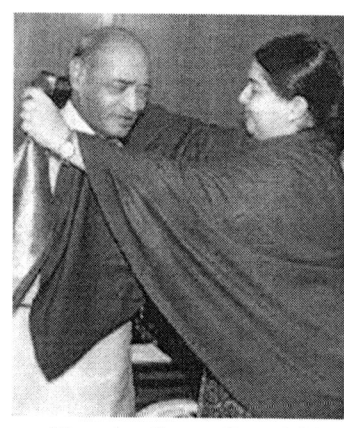

நரசிம்மராவ் - ஜெயலலிதா சந்திப்பு

ஏற்கிறது. அடுத்தக்கட்ட நடவடிக்கைகள் விரைவில் மேற்கொள்ளப்படும்' என்று அறிவித்தார்.

சொல்லிவிட்டார்களே தவிர எதுவும் நடக்கவில்லை; இழுத்துக்கொண்டே போனார்கள். 1991, டிசம்பர் 3-ம் தேதி அனைத்துக்கட்சி பிரதிநிதிகள், நாடாளுமன்ற உறுப்பினர்களுடன் முதலமைச்சர் ஜெயலலிதா, பிரதமர் நரசிம்மராவைச் சந்தித்தார். அப்போது தமிழ்நாட்டைச் சேர்ந்த மத்திய அமைச்சர்கள் ப.சிதம்பரம், ரங்கராஜன் குமாரமங்கலம், எம்.அருணாச்சலம் ஆகியோரும் இருந்தனர். தமிழ்நாட்டின் நெருக்குதலை அடுத்து, கர்நாடக சட்டப்பேரவையின் இரு அவைகளும் அவசரமாகக் கூட்டப்பட்டன. 'கர்நாடக விவசாயிகளின் வாழ்வாதாரத்தைப் பாதிக்கும் வகையில் இடைக்காலத் தீர்ப்பு இருப்பதால் அதனை அரசிதழில் வெளியிடக்கூடாது' என்று வலியுறுத்தி தீர்மானங்கள் நிறைவேற்றப்பட்டன. ஜெயலலிதா பார்த்த அடுத்த நாளே கர்நாடக நாடாளுமன்ற உறுப்பினர்கள் குழு நரசிம்மராவைச் சந்தித்தது. அதற்கு அடுத்த நாள் அனைத்துக்கட்சித் தலைவர்களுடன் சென்ற பங்காரப்பாவும், பிரதமரைப் பார்த்தார்.

இருதரப்பு அழுத்தங்களுக்கு இடையே, உச்சநீதிமன்றத்தின் தெளிவான கருத்தினால் நடுவர் மன்ற இடைக்கால ஆணையை மத்திய அரசு 1991, டிசம்பர் 11 அன்று அரசிதழில் வெளியிட்டது. அதன் பிறகு கர்நாடகா செய்த கொலை பாதகம் என்ன? குலைநடுங்க வைக்கும் கொடூரங்கள் அரங்கேறியது எப்படி? லட்சம் தமிழர்கள் அகதிகளானது ஏன்?

17

மானத்தைக் காப்பாற்ற தாலியை மாற்றிய தமிழ்ப்பெண்கள்!

உச்சநீதிமன்ற யோசனைப்படி காவிரி நடுவர் மன்ற இடைக்கால ஆணையை மத்திய அரசு அரசிதழில் வெளியிட்டவுடன், கர்நாடகா அரசு போர்க்கோலம் பூண்டது. கவனிக்கவும். கட்சிகள் அல்ல; அரசாங்கமே களமிறங்கியது. அடுத்த நாள் பெங்களூரில் மிகப்பெரிய பேரணி நடத்தியது. பள்ளி, கல்லூரிகளை 10 நாட்களுக்கு மூடுமாறு ஆணையிட்டது. காவிரிப் பிரச்சினையின் மோசமான கறுப்பு அத்தியாயத்தை கர்நாடக முதலமைச்சர் பங்காரப்பாவே முன்னின்று எழுதினார். அவருக்குப் பக்கபலமாக அரசியல் கட்சிகளின் தொண்டர்களும், குண்டர்களும் நின்றனர். கன்னட சூப்பர்ஸ்டார் ராஜ்குமாரின் ரசிகர் மன்றத்தினரும், வாட்டாள் நாகராஜ் போன்ற இனவெறியாளர்களும் தமிழருக்கு எதிரான காரியங்கள் நடைபெறுவதற்கு கைகொடுத்தனர்.

1991, டிசம்பர் 12 பேரணியின் போது பெங்களூரில் தமிழர்கள் வசித்த பகுதிகளில் எல்லாம் வன்முறை வெறியாட்டம் நடந்தது. தமிழர் வீடுகளுக்கு தீ வைக்கப்பட்டது. குறிப்பாக அன்றாடம் உழைத்துப் பிழைத்த ஏழைத் தமிழ்த் தொழிலாளர்களின் குடிசைகள் கொளுத்தப்பட்டன. வாயிலிருந்து தமிழ் வார்த்தை வந்து விழுந்தால் அடி கொடுக்கப்பட்டது.

சில இடங்களில் பாலியல் வன்முறையைக் கட்டவிழ்த்துவிட்டனர்.கழுத்தில் மஞ்சள் கயிற்றோடு இருந்த தமிழ்ப்பெண்கள் மானபங்கப்படுத்தப்பட்டனர். மானத்தைக் காப்பாற்றிக்கொள்ள மஞ்சள் கயிறுக்குப் பதிலாக கன்னடர்கள் போல கருகமணி அணிந்து கொண்ட தமிழ்ப்பெண்களும் உண்டு. இதற்கெல்லாம் மேலாக வெட்டியும் குத்தியும் அடித்தும் படுகொலைகள் நிகழ்த்தப்பட்டன. வன்முறை தீயை மேலும் கொழுந்துவிட்டு எரிய வைப்பதற்காக டிசம்பர் 13-ம் தேதி கர்நாடகா முழுக்கவும் முழு அடைப்பு நடத்த, அந்த மாநில அரசே அழைப்பு விடுத்தது. அன்றைக்கு வெறியாட்டங்கள் இன்னும் அதிகரித்தன. ஒரு நாள் முழு அடைப்பு, மூன்று நாட்களுக்கு நீடித்தது.

வி.ஆர்.கிருஷ்ண ஐயர்

கலவர ஆணையத்தின் கண்டுபிடிப்பு!

1991 கலவரம் பற்றி விசாரிக்க கர்நாடக உயர்நீதிமன்ற நீதிபதி என். டி.வெங்கடேஷ் தலைமையில் ஆணையம் அமைத்தது அம்மாநில அரசு. 'கர்நாடக கலவரத்திற்கு நிர்வாக அமைப்பு முறையில் ஏற்பட்ட தோல்வியே காரணம். கர்நாடகாவில் வேற்று இனத்தவர் செல்வாக்கு பெற்று ஆதிக்கம் செலுத்துவதால், ஏற்பட்ட வெறுப்புணர்ச்சியும் இன்னொரு காரணம். எனவே வேற்று இனத்தவர் ஆதிக்கமில்லாமல் பார்த்துக் கொள்ள வேண்டும்' என்று வெங்கடேஷ் ஆணையம் அறிக்கை கொடுத்தது. அதாவது தொழில்,வேலைவாய்ப்பு உள்ளிட்டவற்றில் தமது உழைப்பால் தமிழர்கள் அங்கே பிடித்திருக்கும் இடம், கன்னடர்களின் கண்களை உறுத்துகிறது. நேரம் பார்த்து தமிழர்களை அழித்து ஒழிக்க அவர்கள் முயன்றிருக்கிறார்கள் என்பதை நீதிபதி வெங்கடேஷ் சொல்லாமல் சொன்னார். யார் மீதும் குற்றச்சாட்டாதது மட்டுமல்ல; பறிபோன உயிர்களுக்கும் உடைமைகளுக்கும் இழப்பீடு வழங்குவது பற்றி கூட ஆணையம் பரிந்துரைக்கவில்லை. இதையடுத்து தொடரப்பட்ட வழக்கில் 3 நீதிபதிகளைக் கொண்டு காவிரி கலவர ஆணையம் அமைத்து விசாரிக்குமாறு 1999, ஏப்ரல் 15ல் உச்சநீதிமன்றம் உத்தரவிட்டது. கலவரத்தால் பாதிக்கப்பட்டவர்களில் 9669 பேர் மட்டுமே ஆணையத்திடம் புகார் அளித்தனர். அவர்கள் இழப்பு ரூ.300 கோடி என்றார்கள். 4 ஆண்டுகள் விசாரித்த ஆணையம் கடைசியில் வெறும் ரூ.2 கோடியே 34 லட்சத்தை மட்டும் நிவாரணமாக அறிவித்தது. தமிழர்கள் மீண்டும் உச்சநீதிமன்றம் போனார்கள். 'ஒவ்வொருவருக்கு ஏற்பட்ட இழப்புகளையும் எங்களால் விசாரித்துக் கொண்டிருக்க முடியாது. ஆணையம் ஒதுக்கி இருப்பதைப் பெற்றுக்கொள்ளுங்கள்' என்று சொல்லி முடித்துவிட்டது உச்சநீதிமன்றம். சாமான்யர்களுக்கான நீதி எப்போதும் அவ்வளவுதானே!?

அந்த மூன்று நாட்களும் முழு மூச்சாக ஆடி தீர்த்த வன்முறையாளர்கள் கொஞ்சம் ஓய்வு எடுத்துக்கொண்டு, டிசம்பர் 24-ம் தேதி மீண்டும் தமிழர்களை வேட்டையாடத் தொடங்கினர். இந்த முறை பெங்களூர் நகரம், புறநகர் பகுதிகள் மட்டுமின்றி மைசூர், மாண்டியா மாவட்டங்களுக்கும் கலவரம் பரவியது. தமிழ்நாட்டின் எல்லையோரப் பகுதிகளும் பாதிப்புக்குள்ளாகின. தமிழர்களின் பண்ணை வீடுகள், தொழில் நிறுவனங்கள், விவசாய நிலங்களுக்கு தீ வைக்கப்பட்டது. சொத்துக்கள் சூறையாடப்பட்டன. வீடு புகுந்து பொருட்களை அள்ளிச்சென்றனர். ஆண்டுக்கணக்கில் அங்கே வாழ்ந்து வந்த தொழிலாள வர்க்க தமிழர்கள் விரட்டி அடிக்கப்பட்டனர். 'இனி மேல் இங்கே வாழ முடியாது' என்று ஒரு லட்சத்திற்கும் மேற்பட்ட தமிழர்கள் சொந்த நாட்டிலேயே அகதிகளாக கையில் கிடைத்தவற்றை எடுத்துக்கொண்டு, குழந்தைகளைத் தூக்கிக் கொண்டு தமிழகத்தை நோக்கி வந்தார்கள். பர்மா அகதிகள், இலங்கை அகதிகள் போல

கர்நாடகாவில் நடந்த கலவரத்தின் போது...

காவிரி அகதிகளும் உருவானது தமிழர் வரலாற்றின் வலி மிகு துயரம். எல்லைப்பகுதியான ஓசூரில் அகதிகளுக்காக தமிழக அரசு முகாம்களை ஏற்படுத்தியது. கோவை,நீலகிரி, வட ஆற்காடு, திருவண்ணாமலை, ஈரோடு, தருமபுரி மாவட்டங்களிலும் கர்நாடகாவில் இருந்து வந்த தமிழர்கள் தங்க வைக்கப்பட்டனர். இரு மாநிலங்களுக்கு இடையிலான சாலைப்போக்குவரத்து பல நாட்களுக்கு முடங்கிப்போனது.

கலவரங்களில் 17 தமிழர்கள் கொல்லப்பட்டதாக கர்நாடக அரசு சொன்னது. உண்மையில் 100 பேருக்கு மேல் கொல்லப்பட்டிருக்கலாம் என்று தகவல் வெளியானது. தமிழ்ப்பெண்கள் 70 பேர் பாலியல் வன்கொடுமைக்கு ஆளாக்கப்பட்டனர். 300 கோடி ரூபாய் சொத்துகள் நாசமாக்கப்பட்டன. தமிழ்க் குழந்தைகள் படித்த பள்ளிக்கூடங்கள் ஒரு மாதத்திற்கும் மேலாக மூடப்பட்டன. கலவர பாதிப்புகளை நீதிபதி வி.ஆர்.கிருஷ்ணய்யர் தலைமையில் அமைக்கப்பட்ட மனித உரிமை குழு பார்வையிட்டு நடுநிலைமையோடு அறிக்கை அளித்தது. அதில் கன்னட

தலைதப்பிய தமிழறிஞர்கள்

1991 கலவரம், கன்னட நடிகர் ராஜ்குமாரை சந்தன வீரப்பன் கடத்தியபோது தமிழர்கள் மீது நடத்தப்பட்ட கொடூரத் தாக்குதல் போன்றவற்றின் காரணமாக உணர்ச்சிவசப்பட்ட தமிழ் இளைஞர்கள் 3 பேர், தீவிரவாதத்தைக் கையிலெடுத்தனர். 2002-ம் ஆண்டில் பெங்களூரு பானஸ்வாடி ரயில் நிலையம் அருகே 3 ஜெலட்டின் குச்சிகள், கல் உடைக்கப் பயன்படும் வெடி மருந்து கால் கிலோ ஆகியவற்றுடன் அவர்கள் மூன்று பேரும் பிடிபட்டனர். அவர்கள் மீது, 'பெங்களூரு நகரத்தை அழிக்கச் சதி, கர்நாடக தலைமைச்செயலகத்தைத் தகர்க்கச் சதி, கே.ஆர்.எஸ். அணையை உடைக்கச் சதி, இந்தியாவில் இருந்து தமிழ்நாட்டைப் பிரித்து பெங்களூரு, திருப்பதி, இலங்கை ஆகியவற்றைச் சேர்த்து தனி தமிழ்நாடு உருவாக்கச் சதி' என்று நினைத்தபடி எல்லாம் கர்நாடக காவல் துறை வழக்குகளைப் பதிவு செய்தது. இவர்களோடு, திருச்சி பெரியார் கல்லூரி பேராசிரியர் நெடுஞ்செழியன், சமூகவியல் ஆய்வாளர் பெங்களூரு குணா ஆகிய இரு தமிழறிஞர்கள் உட்பட கர்நாடகாவில் தமிழர்களுக்காக பல்வேறு தளங்களில் இயங்கிவந்த 15 பேரை வழக்கில் சேர்த்தனர். பல ஆண்டுகள் சிறையில் வைத்து கொடுமைப்படுத்தப்பட்ட இவர்கள் அனைவரையும் குற்றமற்றவர்கள் என்று கூறி, 2013-ல் பெங்களூரு சிறப்பு நீதிமன்றம் விடுதலை செய்தது. வழக்கில் சேர்க்கப்பட்ட தமிழ் உணர்வாளர்கள் 3 பேர் வழக்கு, சிறைவாசம் என அவமானம் தாங்காமல் தீர்ப்பு வருவதற்கு முன்பே உயிரை விட்டனர். பொய் சொல்வதற்காக கர்நாடக காவல் துறை ஏற்பாடு செய்திருந்த கன்னட அமைப்பைச் சேர்ந்த முக்கியமான சாட்சிகள், நீதிமன்றத்தில் உண்மையைச் சொன்னதால் தமிழறிஞர்கள் தண்டனையில் இருந்து தப்பினார்கள்.

வெறியர்கள் தமிழர்களின் வீடுகளுக்குள் புகுந்து கொள்ளையடித்ததாகவும், அம்மாநில காவல் துறையினரும் வீடு புகுந்து தமிழர்களைத் தாக்கியதாகவும் கூறப்பட்டிருந்தது. 90 வயதான தமிழ் மூதாட்டி வீட்டோடு வைத்து கொளுத்தப்பட்டதும் குறிப்பிடப்பட்டிருந்தது. இவ்வளவுக்குப் பிறகும், கலவரத்தில் ஈடுபட்ட ஒரே ஒருவர் கூட கைது செய்யப்படவில்லை. அரசே முன்னின்று கலவரம் செய்தால் யாரைக் கைது செய்வது?

கர்நாடகத்தில் தொடரும் கலவரத்தைக் கட்டுப்படுத்தக் கோரியும் காவிரியில் நீதி வழங்க வலியுறுத்தியும் டிசம்பர் 27-ம் தேதி. தமிழ்நாட்டில் முழு அடைப்பு நடந்தது. அப்போது நீலகிரி மாவட்டம் கூடலூரில் வசிக்கும் கன்னடர்கள் மீது தாக்குதல் நடத்தப்பட்டது. கர்நாடக பதிவெண் கொண்ட வாகனங்கள் சிலவற்றுக்கு தீ வைக்கப்பட்டது. 1992 ஜனவரிக்குப் பிறகு கலவர மேகம் மெல்ல மறையத்தொடங்கியதும் கர்நாடகா மீண்டும் ஆரம்பித்தது. இந்த முறை அவர்கள் என்ன செய்தார்கள்? அதற்கு ஜெயலலிதா ஆற்றிய எதிர்வினை எப்படி இருந்தது?

18

நரசிம்மராவின் மௌனமும், ஜெயலலிதாவின் உண்ணாவிரதமும்!

காவிரி நடுவர் மன்ற இடைக்கால ஆணை அரசிதழில் வெளியிடப்பட்டதால், ஒரு துளி தண்ணீர் கூட தமிழகத்திற்கு திறக்கப்படவில்லை. ஆனால், அதைக் காரணமாக வைத்து மிகப்பெரிய வெறியாட்டத்தை நடத்தி கர்நாடகாவில் வாழும் தமிழர்களை வேட்டையாடி இருந்தனர். கலவரச் சூழல் மறையத் தொடங்கிய 1992 ஜனவரிக்குப் பிறகு கர்நாடகாவில் இருந்து பிரச்சினை தொடங்கியது. தமிழக – கர்நாடக முதலமைச்சர்களின் பேச்சுவார்த்தைக்கு மத்திய அரசு ஏற்பாடு செய்ய வேண்டும் என்றார்கள். கோரிக்கையாக இல்லாமல், 'செய்யாவிட்டால் மொத்தமாக பதவி விலகுவோம்' 'என்று, கர்நாடக காவிரிப் பாசன பகுதி எம்.பி.க்கள் பிரதமர் நரசிம்மராவுக்கு மிரட்டல் விடுத்தனர். ஏற்கெனவே, பெரும்பான்மைக்கு குறைவான எம்.பி.க்களை வைத்துக்கொண்டு ஆட்சி நடத்திவந்த அவருக்கு வேறு வழியில்லை. 1992 பிப்ரவரி 17-ம் தேதி இரு மாநில முதலமைச்சர்களையும் தமக்கு முன்பு சந்திக்க வைத்தார். பங்காரப்பாவையும் ஜெயலலிதாவையும் ஒன்றாக உட்கார வைத்ததே அந்தக் கூட்டத்தின் சாதனை. கூடவே, கர்நாடக எம்.பி.க்கள் பதவிவிலகல் தடுக்கப்பட்டது; வேறொன்றும் நடக்கவில்லை.

இந்தக் காலகட்டத்தில் ஓய்வுபெற்ற பொதுப்பணித் துறை செயலாளர் திருமலை ஐ.ஏ.எஸ் தலைமையில், 'காவிரி தொழில்நுட்பக் குழு'வை தமிழக அரசு உருவாக்கியது. அப்போதைய பொதுப்பணித் துறை செயலாளர் செல்லப்பன் ஒருங்கிணைப்பாளராகவும், காவிரி தொழில்நுட்பப் பிரிவு தலைவர் ஏ.மோகனகிருஷ்ணன், கோவை விவசாயப் பல்கலைக்கழக துணைவேந்தர் எஸ்.ஜெயராஜ், ஓய்வுபெற்ற தலைமைப் பொறியாளர் எஸ்.ராமச்சந்திரன் ஆகியோர் உறுப்பினர்களாகவும் நியமிக்கப்பட்டனர். இக்குழு, காவிரி பிரச்சினையில் எழும் சட்டம் மற்றும் தொழில்நுட்பம் சார்ந்த சிக்கல்களை எதிர்கொள்வதற்கு ஆலோசனைகளை வழங்கும் என்று அறிவிக்கப்பட்டது.

காவிரி இடைக்கால ஆணை குறித்து விளக்கம் கேட்டு கர்நாடகா கொடுத்திருந்த மனுவின் மீது விசாரணைகள் முடிந்து, 1992 ஏப்ரல் 3-ல் நடுவர் மன்றம் விளக்க ஆணை கொடுத்தது. ஆண்டு தோறும் 205 டி.எம்.சி அளிக்க வேண்டும் என்ற பழைய உத்தரவுக்கு புது விளக்கம் அளிக்கப்பட்டது. அதாவது, பில்லிகுண்டுலுவில் இருந்து மேட்டூர் வரையிலான

நீர்பிடிப்பு பகுதியில் கிடைக்கும் 25 டி.எம்.சி தண்ணீரையும் சேர்த்துதான் 205 டி.எம்.சி. எனவே அந்த 25-ஐ கழித்துக்கொண்டு. 180 டி.எம்.சி நீரை கர்நாடகா கொடுத்தால் போதும் என்றது நடுவர் மன்றம்.

தமிழகத்திற்கு விட வேண்டிய தண்ணீரைத் தேவையான நேரத்தில் அணைகளில் கர்நாடகா தேக்கிவைக்க வேண்டும்; பருவம் தவறி வசதிக்கேற்ப நீர் கொடுத்தால் பயிர்களைக் காப்பாற்ற முடியாது என்றும் தெளிவுபடுத்தியது. பாசனப்பரப்பை அதிகரிப்பது பற்றிய கர்நாடகாவின் கோரிக்கையை ஏற்க மறுத்துவிட்டது.(ஏற்கெனவே பாசனப்பரப்பை கர்நாடகா இரு மடங்கு அதிகரித்துவிட்டது என்பது வேறு கதை). மேலும், தேவைப்படுகிற நேரத்தில் மாநிலங்கள் அணுகினால் உரிய உத்தரவுகளை பிறப்பிக்கத் தயார் என்றும் நடுவர் மன்றம் அறிவித்தது.

நடுவர் மன்றத்தின் விளக்க ஆணை இரு மாநிலங்களிலும் எதிரொலித்தது. 25 டி.எம்.சி தண்ணீர் குறைந்து போனாலும், மற்ற அம்சங்களுக்காக தமிழக அரசு இதனை வரவேற்றது. 'சட்டத்திற்கும் நீதிக்கும் கிடைத்த வெற்றி மட்டுமல்ல; தர்மத்திற்கு கிடைத்த வெற்றி' என்று சட்டப்பேரவையில் முதலமைச்சர் ஜெயலலிதா அறிவித்தார். கர்நாடகா சும்மாவா இருக்கும்? இனி மேல் நடுவர் மன்றத்தின் செயல்பாடுகளில் பங்கேற்காமல் புறக்கணிக்குமாறு கர்நாடக அரசுக்கு அம்மாநில எதிர்க்கட்சிகள் கோரிக்கை விடுத்தன.

கர்நாடக காவிரிப்பாசனப் பகுதி எம்.எல்.ஏ, எம்.பி.க்கள் மற்றும் அமைச்சர்களும் இதையே சொன்னார்கள். நடுவர் மன்றத்தின் செயல்பாடுகளை நிறுத்திவைக்க வேண்டுமென கர்நாடகாவின் முன்னாள் முதலமைச்சர்களான எஸ்.நிஜலிங்கப்பா, பி.டி.ஜாட்டி, ராமகிருஷ்ண ஹெக்டே, ஆர்.குண்டுராவ் ஆகிய 4 பேரும் ஒன்றாகச் சேர்ந்து மத்திய அரசுக்கு கோரிக்கை வைத்தனர். பேச்சுவார்த்தை மூலம் அமைதியான முறையில் பிரச்சினையைத் தீர்த்துவைக்க பிரதமர் ஏற்பாடு செய்ய வேண்டும் எனவும் அவர்கள் கோரினார்கள். இடைக்கால ஆணையை நிறுத்தி வைக்கக்கோரி நடுவர் மன்றத்திடமே மனு கொடுத்தது கர்நாடகா. தமது தரப்பு வாதங்களை முன்வைக்க லட்சக்கணக்கில் ஊதியம் வாங்கும் மூத்த வழக்கறிஞர் ஃபாலி நாரிமனை அமர்த்தியது.

இதெல்லாம் நடந்து கொண்டிருக்கும்போதே 1992-ல் பருவமழை வெளுத்து வாங்கியது. கர்நாடக அணைகள் நிரம்பி வழிந்தன. தேக்கி வைக்க வழியில்லாத உபரித் தண்ணீர் தமிழ்நாட்டிற்கு ஓடிவந்தது. மேட்டூர் அணை சரியானபடி ஜூன் 12-ல் திறந்துவிடப்பட்டது. இதனால் நடுவர் ஆணைப்படி தண்ணீர் திறக்கமுடியாது என்று கர்நாடகாவும் அதிகாரப்பூர்வமாக மறுக்கவில்லை. ஆணையைச் செயல்படுத்தவில்லை என்று கர்நாடகா மீது தமிழ்நாடும் குற்றஞ்சாட்டவில்லை. நடுவர் மன்றத்தின் ஆணை செயல்படுத்தப்படுகிறதா இல்லையா என்பதை பற்றி வாய் திறக்காமல் மத்திய அரசும் மவுனம் காத்தது.

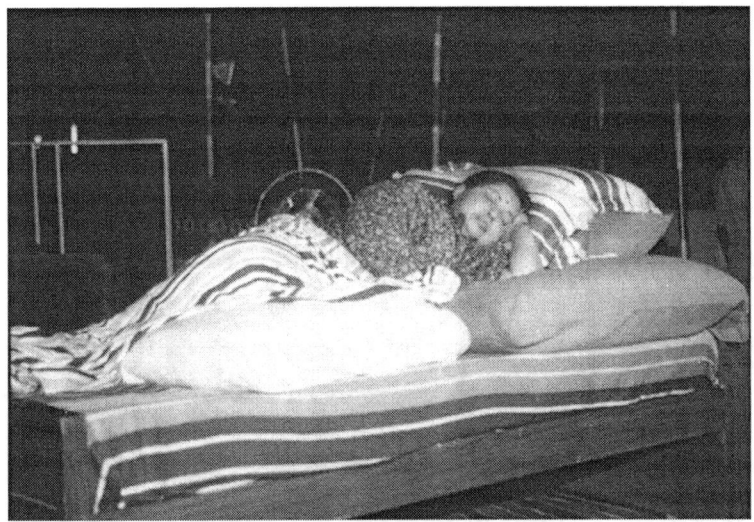

காவிரிக்காக உண்ணாவிரதத்தில் ஜெயலலிதா

இடைக்காலப் பிரச்சினைகள் தீர்ந்த நிம்மதியில் நடுவர் மன்றமும் இறுதி தீர்ப்பு வழங்குவதற்கான விசாரணைகளைத் தொடங்கியது. சட்டம், நீர்வளம், வளர்ச்சி உள்ளிட்ட முக்கிய கூறுகளின் அடிப்படையில் 50 பிரச்சினைகளைப் பட்டியலிட்டு, அதுபற்றி மாநிலங்கள் தங்கள் கருத்தைத் தெரிவிக்குமாறு அறிவுறுத்தியது. வேளாண் விஞ்ஞானி எம்.எஸ்.சுவாமிநாதன் உட்பட பலர் தமிழகத்தின் பக்கம் நின்று நடுவர் மன்றத்தில் சாட்சி சொன்னார்கள்.

தமிழ்நாட்டில் இதற்குள்ளாக அ.தி.மு.க. - காங்கிரஸ் கூட்டணியில் விரிசல் ஏற்பட்டது. முதலமைச்சர் ஜெயலலிதாவுக்கும் காங்கிரஸ் கட்சியின் தமிழக தலைவர் வாழப்பாடி ராமமூர்த்திக்கும் இடையிலான மோதல் கடுமையானது. வார்த்தைப் போரின் உச்சமாக மத்திய அரசுக்கான ஆதரவைத் திரும்பப்பெறுவதாகவும், காங்கிரசுடன் உறவு முறிந்தது என்றும் 1993 மார்ச் 9-ல் ஜெயலலிதா அறிவித்தார். முதலமைச்சரின் அறிவிப்புக்குப் பிறகு மத்திய அரசு எதிர்வினையாற்றத் தொடங்கியது. தமிழக ஆளுநர் பீஷ்மநாராயண ராவ் மாற்றப்பட்டு, ஆந்திராவைச் சேர்ந்த மூத்த காங்கிரஸ் தலைவர் சென்னா ரெட்டி புதிய ஆளுநராக நியமிக்கப்பட்டார்.

இந்தப் பின்னணியில் பருவமழையால் ஓய்ந்திருந்த காவிரிப் பிரச்சினை 1993-ல் குறுவைப் பயிருக்குத் தண்ணீர் இல்லாததால் மீண்டும் எழுந்தது. நடுவர் மன்றம் இடைக்கால ஆணையிட்டு இரண்டாண்டுகள் ஆகியும் அதனை கர்நாடகா நிறைவேற்றவில்லை. அதற்கான முயற்சிகளையும் மத்திய அரசு எடுக்கவில்லை. காவிரியில் தண்ணீர் திறக்க நடவடிக்கை

"காவிரி தந்த கலைச்செல்வி"!

கர்நாடகாவில் பிறந்தவராக இருந்தாலும், காவிரிப்பிரச்சினையில் தமிழ்நாட்டின் நிலையை விட்டுக்கொடுக்காமல் உறுதியான நடவடிக்கை எடுத்தவர் என்ற பெயரை ஜெயலலிதா பெற்றிருந்தார். அரசியலுக்கு வருவதற்கு முன்பே ' நான் கன்னடப் பெண் இல்லை; தமிழச்சி' என்று அடித்துச் சொன்னவர். இதற்கு காரணம் அவரின் தாயாருக்கு ஸ்ரீரங்கம் தான் பூர்வீகம். நடிகையான பிறகு 'காவிரி தந்த கலைச்செல்வி' என்ற பெயரில் ஜெயலலிதா நடித்த நாட்டிய நாடகம் பிரசித்தி பெற்றதாகும். அரசியலுக்கு வந்த 4 மாதங்களில், மயிலாப்பூர் மாங்கொல்லையில் (17.10.1982) ஜெயலலிதா பங்கேற்ற முதல் கூட்டம் நடந்தது. அதில் முதலமைச்சர் எம்.ஜி.ஆரை மேடையில் வைத்துக்கொண்டு கர்நாடகா முதலமைச்சர் குண்டுராவுக்கு சவால் விட்டார் ஜெயலலிதா. 'பணம் கொடுத்து காவிரித் தண்ணீர் வாங்கிக்கொள்ள சொல்கிறார் குண்டுராவ். கிடைக்கும் அந்நிய செலாவணியை வைத்து தமிழ்நாட்டால் வெளிநாட்டில் இருந்தே தண்ணீரை வாங்கிக்கொள்ள முடியும்' என்றார். கடைசிவரை காவிரி விவகாரத்தில் இத்தகைய அதிரடியைக் கடைபிடித்த ஜெயலலிதாவின் நடவடிக்கைகளை வரவேற்றவர்கள், 'கர்நாடகாவுக்கு இத்தகைய வழிதான் சரி' என்றார்கள். 'இணக்கமான முறையில் தண்ணீர் பெற முயற்சிக்கவில்லை' என்று அவரை எதிர்த்தவர்கள் சொன்னார்கள்.

எடுக்கக்கோரி முதலமைச்சர் ஜெயலலிதா உள்ளிட்ட தமிழ்நாட்டு தலைவர்கள் பிரதமருக்கு வைத்த கோரிக்கை கிணற்றில் போட்ட கல்லானது. நடுவர் மன்ற இடைக்கால ஆணையைச் செயல்படுத்தக்கோரி 1993, ஜூலை 18-ல் சென்னை மெரினா கடற்கரை, எம்.ஜி.ஆர். சமாதி முன்பு உண்ணாவிரதம் தொடங்கினார் ஜெயலலிதா. 'இது திடீர் முடிவல்ல. இரண்டாண்டுகளாக மேற்கொண்ட எல்லா முயற்சிகளும் தோல்வி அடைந்ததால்தான் வேறு வழியின்றி உண்ணாவிரதம் இருக்கிறேன்' என்றார். அவரது அதிரடியால் பரபரப்பு பற்றிக்கொண்டது. காவிரிப் பிரச்சினை தேசிய அளவில் கவனத்தை ஈர்த்தது. முதலமைச்சரின் உண்ணாவிரதத்திற்கு ஆதரவு பெருகியது. நான்காவது நாள் அவர் போராட்டத்தை முடித்துக்கொண்டது ஏன்? அப்போதாவது காவிரியில் தண்ணீர் வந்ததா? உச்சநீதிமன்றம் சொன்ன சர்ச்சைக்குரிய கருத்து என்ன?

19

உச்சநீதிமன்றம் கொடுத்த உச்சபட்ச அதிர்ச்சி!

உண்ணாவிரதம் இருக்கத் தொடங்கிய ஜெயலலிதாவை அ.தி.மு.க ஆதரவு கட்சிகளைச் சேர்ந்த தலைவர்கள், திரையுலகினர் எனப் பல்வேறு தரப்பினரும் நேரில் சந்தித்து ஆதரவு தெரிவித்தனர். அ.தி.மு.கவினர், காவல் துறையினரின் தலைகளால் மெரினா கடற்கரை சாலை நிரம்பியது. அமைச்சர்கள், அதிகாரிகள் என அரசு எந்திரம் மொத்தமாக உண்ணாவிரதப் பந்தலுக்கு இடம் மாறியது. ஜெயலலிதாவுக்கு ஆதரவு தெரிவித்து அவரது கட்சியினர் தீக்குளிப்புகளிலும் ஈடுபட்டனர். உண்ணாவிரதத்தைக் கைவிடுமாறு ஆளுநர் சென்னாரெட்டி நேரில் வந்து விடுத்த வேண்டுகோளை ஜெயலலிதா நிராகரித்துவிட்டார். இதையடுத்து சென்னைக்கும் பெங்களூருக்கும் சென்று நிலைமையை மதிப்பிட்டு அறிக்கை அளிக்குமாறு மத்திய நதி நீர் ஆணையத்தலைவர் எம்.எஸ்.ரெட்டியைப் பிரதமர் நரசிம்மராவ் கேட்டுக்கொண்டார். அதன்படி கர்நாடகாவுக்குப் போய் அம்மாநில அதிகாரிகளுடன் ஆலோசித்த அவர், சென்னை வந்து தலைமைச்செயலாளர் டி.வி. வெங்கட்ராமன் உள்ளிட்ட உயரதிகாரிகளுடன் பேசினார். பிறகு பிரதமருக்கு அறிக்கை அளித்தார்.

இடையில் அ.தி.மு.க. எம்.பிக்கள் டெல்லி சென்று பிரதமரைச் சந்தித்து ஜெயலலிதாவின் கோரிக்கையை முன்வைத்தனர். இதையடுத்து மத்திய நீர்வளத் துறை அமைச்சர் வி.சி.சுக்லா சமாதான தூது வந்தார். முதலில் பெங்களூருக்குப் போய் கர்நாடக முதலமைச்சர் வீரப்ப மொய்லியைச் சந்தித்துவிட்டு, நேராக சென்னை வந்து ஜெயலலிதாவைப் பார்த்தார். இருபது நிமிடங்கள் அவருடன் பேசிவிட்டு, ஆளுநர் சென்னாரெட்டியையும் சந்தித்தார். நடுவர் மன்றத்தின் இடைக்கால ஆணையைச் செயல்படுத்த காவிரி கண்காணிப்புக் குழுவும் செயலாக்கக்குழுவும் உருவாக்கப்படும் என்று மத்திய அமைச்சர் அறிவித்தார். கண்காணிப்புக்குழுவில் காவிரி விவகாரத்தில் தொடர்புடைய நான்கு மாநில தலைமைப்பொறியாளர்கள் உறுப்பினர்களாக இருப்பார்கள். செயலாக்கக்குழுவில் தலைமைச்செயலாளர்கள் அங்கம் வகிப்பார்கள். நீர்ப்பகிர்வு தொடர்பாக கண்காணிப்புக்குழு அடையாளம் காட்டும் பிரச்சினைகளை, செயலாக்கக்குழு தீர்த்து வைக்கும்.

உண்ணாவிரதப்பந்தலிலேயே அமைச்சரவையைக் கூட்டிய ஜெயலலிதா மத்திய அரசின் வாக்குறுதியை ஏற்றுக்கொள்வதாக அறிவித்தார். வி.சி. சுக்லா, சென்னா ரெட்டி ஆகியோர் முன்னிலையில் நான்காவது நாளன்று

மேட்டூரும் ஜூன் 12 மரபும்!

மேட்டூர் அணை கட்டப்பட்ட பிறகு ஒவ்வோர் ஆண்டும் ஜுன் 12-ம் தேதி விவசாயப் பாசனத்திற்குத் தண்ணீர் திறந்துவிட வேண்டும் என்பது மரபாக்கப்பட்டது. அதன்பிறகு நீர் இருப்பைப் பொறுத்து பாசனத்திற்கும், குடிநீருக்கும் அவ்வப்போது நீர் திறக்கப்பட்டாலும் ஜுன் 12 தண்ணீர் திறப்பை ஆரம்பித்தால்தான், விவசாயப்பணிகளைச் சரியாக மேற்கொள்ள முடியும். இதில் துயரம் என்னவென்றால் மேட்டூர் அணை செயல்பாட்டுக்கு வந்த 1934-ம் ஆண்டிலிருந்து 2018 வரை 15 ஆண்டுகள் மட்டுமே ஜுன் 12-ம் தேதி தண்ணீர் திறக்கப்பட்டிருக்கிறது. 57 ஆண்டுகள் நீர் இல்லாததால், அணை திறப்பு தள்ளிவைக்கப்பட்டிருக்கிறது. அதிக அளவில் வெள்ளம் வந்த 11 ஆண்டுகளில் ஜுன் 12-க்கு முன்பே மேட்டூர் அணை திறக்கப்பட்ட வரலாறும் உண்டு.

தமது உண்ணாவிரதத்தை முடித்துக் கொண்டார். அப்போது, 'மத்திய அரசின் யோசனையை கர்நாடகா ஏற்றுக்கொண்டதா?' என்று செய்தியாளர்கள் கேட்டனர். 'அது தமிழகத்தின் பிரச்சினையல்ல; மத்திய அரசின் பொறுப்பு' என்றார் ஜெயலலிதா. 'முதலில் எதிர்த்தார்கள். நான் வலியுறுத்திய பிறகு ஏற்றுக்கொண்டார்கள்' என்று சொன்னார் சுக்லா. உண்ணாவிரதம் வெற்றி என்றார்கள்.

ஆனால் உண்ணாவிரதப் பந்தலைப் பிரிப்பதற்குள்ளாக, கர்நாடக முதலமைச்சர் வீரப்பமொய்லி எதிர்வினையாற்றி இருந்தார். 'எந்த கண்காணிப்புக்குழுவையும் ஏற்பதில்லை என்பதில் நாங்கள் உறுதியாக இருக்கிறோம். எனவே மத்திய அமைச்சர் சொல்லும் கண்காணிப்புக்குழுவை கர்நாடகா இப்போதும் ஏற்கவில்லை; எப்போதும் ஏற்காது' என்று முகத்தில் அடித்தது போலச் சொல்லிவிட்டார். அடப்பாவிகளா... அப்படி என்றால் நடந்தது எல்லாம் எந்த வகை நாடகம்? எனும் அதிர்ச்சி ஏற்பட்டது. அடுத்தடுத்த நாட்களில் கர்நாடகா காவிரி நீர்பிடிப்பு பகுதிகளில் பெய்த கனமழை இந்தக் கொடுமை கூத்துகளை மறக்க வைத்தது. அங்கே அணைகள் நிரம்பி வழிந்தால்தான் தண்ணீரை திறந்து விடுவார்களே! நாமும் எப்படியோ தண்ணீர் வந்தால் போதும் என்று விட்டுவிடுவதுதானே வழக்கம்.

சென்னை வந்து சுக்லா கொடுத்த உறுதிமொழியை நிறைவேற்றுவதைப் பற்றி இடைப்பட்ட ஆண்டுகளில் மத்திய அரசு பெரிதாகக் கவலைப்படவில்லை. தமிழகம் எழுதிய கடிதங்களை எல்லாம் மௌன சாமியாராகவே பார்த்துக் கொண்டிருந்தார் பிரதமர். தண்ணீரில்லாத 1995-ல் மீண்டும் உச்சநீதிமன்றத்தில் போய் நின்றது தமிழ்நாடு. 'நடுவர் மன்றத்தின் முடிவில் தேவைப்படும் எல்லா அம்சங்களையும் நடைமுறைப்படுத்துவதற்குரிய செயல் திட்டத்தையோ அல்லது திட்டங்களையோ மத்திய அரசு உருவாக்கி

உண்ணாவிரதத்தை முடித்துக்கொள்ளும் ஜெயலலிதா

வீரப்ப மொய்லி

யோகேந்திர அலகா

அரசிதழில் வெளியிடலாம்' என்ற, மாநிலங்களுக்கு இடையிலான தண்ணீர்த் தகராறு சட்ட விதி எண் 6-ஏ படி கடமையைச் செய்ய மத்திய அரசுக்கு உத்தரவிட வேண்டும் என்று தமிழகத்தின் மனுவில் கோரப்பட்டிருந்தது. மேலும், தமிழகத்தில் கருகும் சம்பா பயிர்களைக் காப்பாற்ற உடனடியாக 30 டி.எம்.சி. தண்ணீர் திறந்துவிட கர்நாடாகவுக்கு ஆணையிடவும் கேட்டது. ஆனால், இந்தக் கோரிக்கையை நடுவர் மன்றத்திடம் டிசம்பர் மாதத்தில் முன்வைக்க உச்சநீதிமன்றம் அறிவுறுத்தியது. அதாவது ஜூனில் தண்ணீர் கேட்டால், டிசம்பரில் கேளுங்கள் என்று சொல்லிவிட்டார்கள்.

1995 டிசம்பர் 14 அன்று தமிழகம் நடுவர் மன்றத்திற்குச் சென்றது. பயிர்கள் கருகும் நிலையில் அவசரமான தண்ணீர் தேவையை மூத்த வழக்கறிஞர் கே.பராசரன் எடுத்து வைத்தார். இதுபற்றி இரு மாநிலப்பொறியாளர்களிடம் அறிக்கை பெற்ற நடுவர் மன்றம் டிசம்பர் 19 அன்று, 30 டி.எம்.சி தண்ணீர் கேட்ட தமிழ்நாட்டுக்கு 11 டி.எம்.சியை வழங்குமாறு கர்நாடகாவுக்கு உத்தரவிட்டது. இடைக்கால ஆணைப்படி மாதந்தோறும் நீர் திறந்து விட வேண்டும் என்றும் கூறியது. வழக்கப்படி இதையும் அவர்கள் காதில் வாங்கிக்கொள்ளவில்லை. முதலமைச்சராக இருந்த தேவேகவுடா, 'எங்களுக்கே பற்றாக்குறையாக இருக்கிறது. பிரதமர் வேண்டுமானால் ஒரு குழுவை அனுப்பி பார்த்துக்கொள்ளலாம்' என்றார்.

கர்நாடகாவின் பிடிவாதத்தை அடுத்து, தமிழ்நாடு மீண்டும் உச்சநீதிமன்றத்தை அணுகியது. நீதிபதிகள் கே.ராமசாமி, எஸ்.சி.அகர்வால் ஆகியோரடங்கிய அமர்வு விசாரித்து முடித்து 1995, டிசம்பர் 28-ல் சொன்ன வார்த்தைகள் அதிர்ச்சி ரகம். 'நீதிமன்ற உத்தரவின் வழியாக காவிரி பிரச்சினையைத் தீர்க்க முடியாது. பிரதமர் நரசிம்மராவ் தன் செல்வாக்கைப்

பயன்படுத்தி இரு மாநில முதலமைச்சர்களையும் அழைத்துப் பேசி சுமுகமாக தீர்வுகாண வேண்டும். எங்களுக்கு இரு மாநில விவசாயிகளின் நலனும் ஒன்றுதான். எனவே, தண்ணீர் திறந்துவிடுமாறு ஒரு மாநிலத்திற்கு உத்தரவிடுவது மற்றொரு மாநிலத்தில் அதிருப்தியை உண்டாக்கும்' – பேசிப்பேசி தீரவில்லை என்பதால் கடைசிப்புகலிடமான உச்சநீதிமன்றத்தில் போய் நின்றால், அங்கே நீதித் துறையின் அடிப்படை பணியினையே கேள்விக்குள்ளாக்கும் வகையில் நீதிபதிகள் கூறிய சொற்களைக் காலத்தின் கோலமென்பதா, கொடுமை என்பதா?!

அடுத்து என்ன? பேச்சுவார்த்தைதான். முதலமைச்சர்கள் ஜெயலலிதாவும் தேவேகவுடாவும் டெல்லிக்கு அழைக்கப்பட்டனர். டிசம்பர் 30-ம் தேதி இருவரிடமும் பேசினார் பிரதமர் நரசிம்மராவ். ஒரு தீர்வும் கிடைக்கவில்லை. எனினும் பிரச்சினையைத் தீர்க்க 3 அம்ச திட்டம் ஒன்றை பிரதமர் முன் வைத்தார்.

- மூன்று உறுப்பினர்கள் அடங்கிய நிபுணர் குழுவை அமைத்து, இரு மாநில கள நிலவரத்தையும் நேரில் ஆராய்தல்.
- நீர்ப்பங்கீட்டுக்கான நெறிமுறைகளை வகுப்பதற்காக 1996 பிப்ரவரியில் நீர்வள ஆதாரங்கள் குழுவைக் கூட்டுதல். 4 மாநில முதலமைச்சர்களை அதில் சேர்த்து பிரச்சினைக்குத் தீர்வு காணுதல்.
- இப்போதைக்கு நாள் ஒன்றுக்கு 2 டி.எம்.சி வீதம் மூன்று நாட்களுக்கு 6 டி.எம்.சி. தண்ணீர் கர்நாடகாவில் இருந்து தமிழகத்திற்கு திறந்துவிடுதல்.

கூட்டம் முடிந்த சூட்டோடு, டெல்லி ஜவகர்லால் நேரு பல்கலைக்கழக துணைவேந்தர் யோகேந்தர் கே.அலகா தலைமையிலான நிபுணர் குழுவையும் மத்திய அரசு அமைத்தது. குஜராத்தைச் சேர்ந்த அலகா தேவேகவுடாவுக்கு மிக நெருக்கமானவர் என சர்ச்சை எழுந்தது. அதைப்பற்றி மத்திய அரசு கண்டுகொள்ளவில்லை. இதனால் உற்சாகமாக அனைத்துக்கட்சிக் கூட்டத்தைக் கூட்டிய தேவேகவுடா, பிரதமரின் வார்த்தைகளுக்கு மதிப்பளித்து தமிழகத்திற்கு 6 டி.எம்.சி திறந்துவிடுவது உள்ளிட்ட தீர்மானங்களை நிறைவேற்றினார். ஆனால், உடனடியாக தண்ணீர் திறக்கப்படவில்லை. இதற்குள்ளாக அலகா கமிட்டி இரு மாநிலங்களையும் ஆராய்ந்து தமிழகத்திற்கு 6 டி.எம்.சி தேவையில்லை; அதில் பாதி கொடுத்தால் போதும் என்று 1996, ஜனவரி 19-ல் அறிக்கை கொடுத்தது. கவுடாவுக்கு நெருக்கமானவர் வேறென்ன சொல்வார்? ஆக, முப்பது பதினொன்றாகி, பதினொன்று ஆறாகி, அந்த ஆறும் கடைசியில் மூன்றாகிப் போனது. இப்படியோர் அறிக்கை கொடுத்த அலகாவுக்கு தேவேகவுடா வெளிப்படையாக அளித்த பரிசு என்ன? தமிழகத்தின் அத்தனை எம்.பி.க்களும் அதற்கு ஆதரவு கொடுத்தது ஏன்?

20

தேவேகவுடா – பெரிய பதவியில் சிறிய புத்தி!

நரசிம்மராவ் அமைத்த அலகா குழு கர்நாடகாவுக்கு ஆதரவாக அறிக்கை கொடுத்த உற்சாகத்தில், நடுவர் மன்றத்திற்கு எதிராக உச்சநீதிமன்றத்தில் போட்டிருந்த வழக்கைத் தானாகவே கர்நாடகா திரும்பப்பெற்றது. மேலும் சிறப்புத் திட்ட அறிக்கை ஒன்றைத் தயாரித்துவருவதால், அதுவரை 3 மாதங்களுக்கு நடுவர் மன்றத்தின் செயல்பாடுகளை நிறுத்தி வைக்க வேண்டுமென்று நடுவர் மன்றத்திடமே கோரிக்கை வைத்தது. இதில் உண்மை இல்லை என்பதைத் தெரிந்து கொண்ட நடுவர் மன்றம் கர்நாடகாவின் வேண்டுகோளை நிராகரித்தது. நடுவர் மன்ற நீதிபதிகள் தொடர்புடைய மாநிலங்களில் காவிரிப் பாசனப்பகுதிகளைப் பார்வையிட்டு தகவல்களைத் திரட்டிக்கொண்டனர். தமிழ்நாட்டின் டெல்டா மாவட்டங்களில் விவசாயிகள், பொதுமக்கள், மாணவர்கள் எனப் பலரும் மனிதச் சங்கிலியாக நின்று தண்ணீர் வேண்டும் என்ற தங்களின் கோரிக்கையை வலியுறுத்தினார்கள்.

1996-ல் நடந்த தேர்தலில் காங்கிரஸ் தோற்றது. நரசிம்மராவ் வீட்டுக்குப் போனார். ஏ.பி.வாஜ்பாய் தலைமையில் பதவியேற்ற பா.ஜ.க. அரசு, பெரும்பான்மையை நிரூபிக்க முடியாமல் 13 நாட்களில் பதவி விலகியது. புதிதாக உருவான தேசிய முன்னணியின் சார்பில் கர்நாடகாவைச் சேர்ந்த ஜனதாதள தலைவர் ஹெச்.டி.தேவேகவுடா புதிய பிரதமரானார். இந்தக் கூட்டணியில், தமிழகம் மற்றும் புதுச்சேரியின் 40 நாடாளுமன்றத் தொகுதிகளிலும் சரிபாதியாக வெற்றி பெற்றிருந்த தி.மு.கவும் ஜி.கே. மூப்பனாரின் த.மா.காவும் இடம் பெற்றிருந்தன. தமிழ்நாடு சட்டப்பேரவைத் தேர்தலில் ஜெயலலிதாவின் அ.தி.மு.க ஆட்சியை இழந்து, தி.மு.க அரியணை ஏறியிருந்தது. மீண்டும் முதலமைச்சரானார் கருணாநிதி.

தேவேகவுடா அமைச்சரவையில் தமிழ்நாட்டைச் சேர்ந்த ப.சிதம்பரம், முரசொலி மாறன், டி.ஆர்.பாலு உள்ளிட்ட அரை டஜன் பேர் முக்கிய துறைகளுக்கு அமைச்சர்களாயினர். கூடவே இன்னொருவரை தனிப்பொறுப்புடன் கூடிய இணை அமைச்சராக்கினார் தேவேகவுடா. அவர் வேறு யாருமல்லர்; தமிழ்நாட்டுக்கு 3 டி.எம்.சி தண்ணீர் மட்டும் கொடுத்தால் போதுமென்று அறிக்கை கொடுத்தாரே, அந்த யோகேந்தர் அலகா தான். இத்தனைக்கும் அலகா அப்போது எம்.பி. கூட கிடையாது. அமைச்சராக்கிவிட்டு, பிறகு 5 மாதங்கள் கழித்து ராஜ்யசபா உறுப்பினராக்கினார்கள். தமிழ்நாட்டுக்கு

ஐ.கே.குஜ்ரால்

ஆர்.பி.சிங்

எதிரானவரை, அதே தமிழ்நாட்டு எம்.பி.க்களின் முழு ஆதரவோடு அமைச்சராக்கினார் தேவேகவுடா.

இதையெல்லாம் விட பிரதமரானதும் தேவேகவுடா செய்த முதல் வேலை என்ன தெரியுமா? காவிரி நடுவர் மன்றத்தின் தலைவரான நீதிபதி சித்ததோஷ் முகர்ஜியை இடைஞ்சல் செய்ததுதான். எவ்வளவு பெரிய தேசத்தின் பிரதமர் பதவி? அங்கே போய் உட்கார்ந்தவுடன் அவர் செய்ததைப் பார்த்தீர்களா? இத்தனைக்கும் தமிழகத்தின் அத்தனை எம்.பி.க்களும் சேர்ந்துதான் அவரை பிரதமர் ஆக்கியிருந்தார்கள். அவர்களின் ஆதரவில்லாவிட்டால் அவரால் அந்த நாற்காலியில் தொடர முடியாது என்பது நிதர்சனமாக இருந்தாலும், இரண்டக வேலைகளை நிறுத்தவில்லை. தமிழகத்தின் உணர்வும், ஒற்றுமையும்தான் உலகறிந்த ரகசியமாயிற்றே..!

1996 ஜூலை 1-ம் தேதி, நடுவர் மன்றத்தலைவர் பொறுப்பில் இருந்து விலகிக்கொண்டார் நீதிபதி சித்ததோஷ் முகர்ஜி. தனிப்பட்ட முறையில் தேவேகவுடா அவரைத் தரக்குறைவாக நடத்தியதாக தகவல் வெளியானது. நீதிபதி என்.பி.சிங் நடுவர் மன்றத்தின் புதிய தலைவராக நியமிக்கப்பட்டார். பாட்னா உயர்நீதிமன்ற நீதிபதி என்.எஸ்.ராவ், பஞ்சாப் – ஹரியானா உயர்நீதிமன்ற நீதிபதி எஸ்.டி. அகர்வால் ஆகியோர் மற்ற உறுப்பினர்களாக செயல்பட்டனர்.

அப்போது குறுவைப் பயிர்களுக்காக 15 டி.எம்.சி தண்ணீர் வேண்டுமென்று தமிழகம் கோரிக்கை வைத்தது. கூட்டணி அரசின் பிரதமராக இருந்த தேவேகவுடா தலையிட்டு 5 டி.எம்.சி தண்ணீர் திறந்துவிடச் சொன்னார். இதற்கு எதிர்ப்பு தெரிவித்து கர்நாடக கட்சிகள் ஒன்றுசேர்ந்து போராடின. பிரச்சினையைச் சமாளிக்க முதலமைச்சர்கள் கருணாநிதி - ஜே.எச்.படேல் இடையே 5 சுற்று பேச்சுவார்த்தைகள் நடந்தன.

இந்தச் சூழலில், உண்ணாவிரதத்தின் போது ஜெயலலிதாவுக்கு கொடுத்த உறுதிமொழிபடி எந்தக் குழுக்களையும் நரசிம்மராவின் காங்கிரஸ் அரசு கடைசி வரை அமைக்கவில்லை. தேவேகவுடா பிரதமராக இருந்த போதும் அதைப்பற்றி பேச்சே எடுக்கவில்லை. 1997 ஏப்ரலில், தேவகவுடா போய் அவரது ஜனதா தளம் கட்சியின் ஐ.கே.குஜ்ரால் பிரதமராக வந்தார். அதே ஐக்கிய முன்னணி ஆட்சிதான்; அமைச்சரவையில் கூட பெரிய மாற்றமில்லை. மத்திய அரசுக்கு ஆதரவு கொடுத்து வந்த காங்கிரஸ்

மாலை போட்டது லஞ்சமா?

'காவிரியில் தமிழ்நாட்டுக்கு ஒரு சொட்டுத்தண்ணீர் கூட கொடுக்கக்கூடாது' என்ற கோட்பாடு கொண்ட கர்நாடகத் தலைவர்களில் முதன்மையானவர் தேவேகவுடா. நடுவர் மன்ற நீதிபதிகள் பிரச்சினைக்குரிய மாநிலங்களை நேரில் பார்வையிட்டபோது, தமிழ்நாட்டிற்கும் வந்தார்கள். சில இடங்களில் தமிழர் மரபாகவோ, ஆர்வக்கோளாறிலோ அவர்களுக்கு மாலை, மரியாதைகள் செய்யப்பட்டன. அப்போது, 'நடுவர் மன்ற நீதிபதிகள் ஊழல் செய்துவிட்டனர். தமிழ்நாட்டில் பொன்னாடைகள், மாலைகள், கோயில்களில் பூர்ணகும்ப மரியாதைகளை ஏற்றுக்கொண்டு லஞ்சம் வாங்கியுள்ளார்கள்' என்று கூசாமல் குற்றஞ்சாட்டியவர் தேவேகவுடா.

இதனைச் சுட்டிக்காட்டி, 'காவிரி நடுவர் மன்றத் தலைவர் பதவியில் நீதிபதி சித்தோகோஷ் முகர்ஜி தொடரக்கூடாது' என பெங்களூரு உயர் நீதிமன்றத்தில் தேவேகவுடா வழக்கு போட்டார். எதிர்தரப்பாக தமிழ்நாடு, கேரளா, புதுச்சேரி ஆகிய மாநிலங்களையும் சேர்த்திருந்தார். இந்த வழக்கு நிலுவையில் இருக்கும்போது 1996-ம் ஆண்டு அவர் பிரதமராக தேர்ந்தெடுக்கப்பட்டார். 'இந்தியாவின் மாநிலங்களை எதிரியாக நினைத்து வழக்கு தொடர்ந்தவர், கூட்டாட்சியில் பிரதமராக இருக்கத் தகுதியற்றவர்' என தமிழக நதி நீர் உரிமை சார்ந்த விவகாரங்களில் ஆழ்ந்த ஞானமுடைய வழக்கறிஞர் கே.எஸ். ராதாகிருஷ்ணன், சென்னை உயர் நீதிமன்றத்தில் 'கோ வாரண்டோ' ரிட் மனு தாக்கல் செய்தார். இவ்வழக்கில் மத்திய அரசுக்கு உயர் நீதிமன்றம் நோட்டீஸ் அனுப்பியது. இதையடுத்து நடுவர் மன்றத் தலைவருக்கு எதிரான வழக்கை அவசரமாக திரும்பப்பெற்ற தேவேகவுடா, அதன்பிறகே பிரதமராக பதவியேற்றார். இப்படிப்பட்ட கவுடா நடுவர் மன்ற நீதிபதியிடம் எப்படி நடந்து கொண்டிருப்பார்?

கட்சியின் தலைவர் சீதாராம் கேசரி, தேவேகவுடாவை மாற்றினால் மட்டுமே ஆதரவு தொடரும் என்று அறிவித்ததால், குஜ்ராலைக் கொண்டு வந்தது ஐக்கிய முன்னணி. இருமுறை வெளியுறவு அமைச்சராக இருந்த அனுபவம் கொண்ட குஜ்ரால் ஓரளவுக்கு நியாயமாகச் செயல்பட வேண்டும் என்று நினைத்தவர். காவிரி பிரச்சினையைத் தீர்க்க அவரது அரசு வரைவுத் திட்டம் ஒன்றைத் தயாரித்து 1997, மே 30-ம் தேதி நான்கு மாநிலங்களுக்கும் கருத்து கேட்டு அனுப்பியது. அதன்படி,

- 11 பேர் கொண்ட காவிரி நதி நீர் ஆணையம் அமைக்கப்படும். மத்திய நீர்ப்பாசனத் துறைச் செயலாளர் தலைவராக இருப்பார். நான்கு மாநிலத் தலைமைச் செயலாளர்களும், மத்திய நீர்ப்பாசனத் துறை அதிகாரிகளும் உறுப்பினர்களாகச் செயல்படுவார்கள்.

- பிரச்சினைக்குரிய மாநிலத்தின் பிரதிநிதியை வைத்துக்கொண்டு இந்த ஆணையம் முடிவெடுக்கும். அவர் ஒரு கூட்டத்திற்கு வராவிட்டால், மீண்டும் ஒரு முறை கூட்டம் நடத்தப்படும். அதற்கும் அவர் வரவில்லை எனில், அவர் இல்லாமலேயே பெரும்பான்மை வாக்குகளின்படி முடிவெடுக்கப்படும்.
- ஆணையத்தின் முடிவுகளை எந்த மாநிலமாவது செயல்படுத்தத் தவறினால், அந்த மாநிலத்திலுள்ள நீர்த்தேக்கங்களை ஆணையம் தன் கட்டுப்பாட்டில் எடுத்துக்கொண்டு செயல்படுத்தும். அத்தகைய நீர்த்தேக்கங்களின் பட்டியல்: தமிழ்நாட்டில் மேட்டூர், கல்லணை, பவானிசாகர் – கர்நாடகாவில் கபினி, ஹேமாவதி, ஹேரங்கி, கிருஷ்ணராஜசாகர்.
- ஆணையத்தின் அன்றாடப்பணிகளைக் கவனிக்க 'ஒழுங்காற்றுக் குழு' (Regulating Committee) ஏற்படுத்தப்படும். அதில் மத்திய பாசனத் துறை அதிகாரிகளும் நான்கு மாநிலத் தலைமை பாசனப் பொறியாளர்களும் இருப்பார்கள். தலைவராக ஆணைக்குழுவின் நிர்வாக உறுப்பினர் ஒருவர் செயல்படுவார்.
- இந்த ஒழுங்காற்றுக் குழு, கர்நாடகம் காவிரியில் புதிய பாசனத் திட்டங்களைச் செயல்படுத்தாமலும், பாசனப்பரப்பை 11.2 லட்சம் ஏக்கருக்கு மேல் விரிவுப்படுத்தாமலும் பார்த்துக் கொள்ளும்.
- ஒழுங்காற்றுக் குழு மாதம் ஒரு முறையும், தேவைப்பட்டால் 48 மணி நேர முன்னறிவிப்பிலும் கூடும்.
- காவிரி ஆணையம் மற்றும் ஒழுங்காற்றுக் குழுவின் தலைமை அலுவலகம் கோயம்புத்தூரில் செயல்படும்.

குஜ்ரால் அரசு வரைவுசெய்த திட்டப்படி ஆணையமும், ஒழுங்காற்றுக் குழுவும் முறையான அதிகாரங்களுடன் இருந்தன. ஆனால், இதனை கர்நாடகா ஏற்றுக்கொள்ளவில்லை. கர்நாடகா கொடுத்த அழுத்தத்தின் பேரில் 'ஆணையத்தின் உத்தரவே இறுதியானது' என்ற பகுதி, 'மேல்முறையீடு செய்யலாம்' என்று மாற்றப்பட்டது. இதைப்போல இன்னும் சில மாற்றங்கள் செய்யப்பட்டதால், முன்மொழியப்பட்ட போது இருந்த முக்கியமான அதிகாரங்களை ஆணையம் இழந்தது. அதனால், தமிழகம் இதனை ஏற்கவில்லை. அதன் பிறகு குஜ்ரால் அரசு என்ன செய்தது? வாஜ்பாய் உருவாக்கிய காவிரி ஆணையம் எப்படிப்பட்டது? பா.ஜ.க கூட்டணி அரசில் அங்கம் வகித்துக் கொண்டே மத்திய அரசை அ.தி.மு.க எதிர்த்தது ஏன்?

21

அதிகாரங்கள் இல்லாமல் அமைந்த ஆணையம்!

காவிரி ஆணையம் அமைப்பதற்கு இரு தரப்பையும் ஒப்புக்கொள்ள வைக்கும் குஜ்ரால் அரசின் முயற்சிகள் பலனிக்கவில்லை. அடுத்த நடவடிக்கை எடுப்பதற்குள் அந்த அரசும் ஓராண்டுக்குள்ளே கவிழ்ந்து 1998 மார்ச் மாதம் நாடாளுமன்றத்திற்குத் தேர்தல் நடந்தது. வாஜ்பாய் தலைமையில் பா.ஜ.க. கூட்டணி அரசு பதவியேற்றது. இதில் அ.தி.மு.க. அங்கம் வகித்தது. தம்பிதுரை உட்பட அக்கட்சியைச் சேர்ந்த நால்வர் மத்திய அமைச்சரவையில் இடம் பெற்றிருந்தனர். நரசிம்மராவ் ஆட்சியில் காவிரிப் பிரச்சினைக்காக பதவி விலகிய வாழப்பாடி ராமமூர்த்தி சில ஆண்டுகள் கழித்து தனிக்கட்சி தொடங்கி, அ.தி.மு.க. அணியில் போட்டியிட்டு, வாஜ்பாய் அரசில் அமைச்சராகி இருந்தார். இவர்கள் போக பா.ம.கவின் தலித் எழில்மலை, தமிழக பா.ஜ.கவின் ரங்கராஜன் குமாரமங்கலம் போன்றோர் மத்திய மந்திரிகளாயினர். தமிழ்நாட்டில் கருணாநிதி தலைமையிலான தி.மு.க. ஆட்சி தொடர்ந்தது.

நடுவர் மன்ற இடைக்கால உத்தரவை செயல்படுத்துவதற்கான திட்டத்தை வெளியிடுமாறு பிரதமர் வாஜ்பாய்க்கு முதலமைச்சர் கருணாநிதி 1998, ஜூலை 16-ம் தேதி கடிதம் எழுதினார். மத்திய அரசில் அ.தி.மு.க அங்கம் வகித்த நிலையில், இடைக்கால உத்தரவுக்கான செயல்திட்டத்தை ஜூலை 21-க்குள் சொல்லாவிட்டால், விளைவு கடுமையாக இருக்கும் என்று மத்திய அரசுக்கு கெடு விதித்தார் ஜெயலலிதா. கெடு தேதிக்கு முந்தைய இரு நாட்களும் நாடாளுமன்றத்தில் இப்பிரச்சினையை எழுப்பியது அ.தி.மு.க. 'இடைக்காலத் தீர்ப்பை செயல்படுத்தும் துணிச்சல் வாஜ்பாய் அரசுக்கு இல்லை. அதற்கான திட்டத்தை வெளியிடாததன் மூலம் தமிழக மக்களுக்கு வாஜ்பாய் அரசு துரோகம் இழைத்து விட்டது' என்று அக்கட்சியின் எம். பிக்கள் நாடாளுமன்றத்தில் குற்றஞ்சாட்டினர். (இந்த காலகட்டத்தில் ஜெயலலிதாவுக்கும் பா.ஜ.கவுக்கும் இடையிலான மோதல் அதிகரித்து வந்தது. ஜெயலலிதாவைச் சாந்தப்படுத்துவதற்காக ஜார்ஜ் பெர்ணான்டஸ், ஜஸ்வந்த் சிங் போன்ற வாஜ்பாயின் தூதர்கள் போயஸ் தோட்டத்திற்கு வந்து சென்று கொண்டிருந்தனர்.)

தமிழகத்தின் கோரிக்கையை ஏற்கக்கூடாது என்று கர்நாடகா ஒற்றைக்காலில் நின்றது. இதற்காக அம்மாநிலத் தலைவர்கள் பிரதமரை

ஜெயலலிதா - வாஜ்பாய் சந்திப்பு

நேரில் சந்தித்தனர். இரு தரப்பில் இருந்தும் நெருக்கடி கொடுக்கப்பட்ட நிலையில் நடுவர் மன்றத்தின் இடைக்கால ஆணையைச் செயல்படுத்த தமிழ்நாடு போட்டிருந்த வழக்கு, 1998 ஜூலை 21-ல் விசாரணைக்கு வந்தது. 'இதற்குமேல் ஒத்திவைப்பு இல்லை; தீர்ப்பைச் சொல்லப்போகிறோம்' என்றது உச்சநீதிமன்றம். 'இல்லையில்லை; தமிழக அரசுடன் பேசி வருகிறோம். கடைசியாக ஒரு வாய்தா கொடுங்கள்; எங்கள் சமாதானத் திட்டத்தை நீதிமன்றத்தில் முன்வைக்கிறோம்' என்று கர்நாடக அரசின் வழக்கறிஞர் கேட்டார். 'இடைக்கால உத்தரவை செயல்படுத்துவதற்கான திட்டத்தை வகுப்பதில் இருந்து நாங்கள் பின்வாங்கவில்லை. அதற்கான முயற்சிகளில் இருக்கிறோம்' என்று மத்திய அரசின் தலைமை வழக்கறிஞர் சோலி சொராப்ஜி கூறினார். ஆகஸ்ட் 12-க்கு வழக்கை ஒத்திவைத்த உச்சநீதிமன்றம், அத்தகைய திட்டத்தைக் கொண்டுவர அன்றைய தினத்தையே கெடுவாகவும் விதித்தது.

அதுவரை காத்திருக்காமல் இடைக்கால ஆணையை அரசிதழில் வெளியிட வேண்டும் என ஆளுங்கூட்டணியில் இருந்த ஜெயலலிதா மத்திய அரசை வலியுறுத்தினார். அப்படி எதுவும் செய்யக்கூடாது என கர்நாடக எம்.பி.க்களும், அனைத்துக்கட்சிக்குழுவும் பிரதமரைத் தனித்தனியாக சந்தித்தனர். தேசிய நீர்க்கொள்கையை மத்திய அரசு வகுத்தபிறகு அதன்படி முடிவெடுக்கலாம் என இழுத்தடிப்பதற்கான யோசனையைச் சொன்னார்கள்.

இந்தச் சூழலில் 1998 ஜூலை 29-ம் தேதி டெல்லியில் நடந்த நான்கு மாநிலத் தலைமைச் செயலாளர்கள் கூட்டம் நடத்தப்பட்டது. அதில், குஜ்ரால் பிரதமராக இருந்தபோது உருவாக்கப்பட்ட வரைவுத்திட்டத்தை கர்நாடக

கருணாநிதி - வாஜ்பாய் சந்திப்பு

அரசு எதிர்த்ததால், நிறைய மாற்றங்களுடன் புதிய வரைவை மத்திய அரசு முன்வைத்தது. அதன்படி,

ஜே.ஹெச்.படேல்

இடைக்கால ஆணையைச் செயல்படுத்த மறுத்தால் தமிழக, கர்நாடக நீர்த்தேக்கங்களை ஆணைக்குழு தன் பொறுப்பில் எடுத்துக்கொள்ளும் என்ற மிக முக்கியமான அம்சம் நீக்கப்பட்டது. இதற்குப் பதிலாக நான்கு முதலமைச்சர்களையும் கொண்ட மறு ஆய்வுக்குழு அமைக்கப்படும் என்று மாற்றப்பட்டது.

திருத்தப்பட்ட புதிய வரைவுத்திட்டம் 1998 ஆகஸ்ட் 6 & 7 தேதிகளில் பிரதமர் வாஜ்பாய் தலைமையில் நடந்த நான்கு மாநில முதலமைச்சர்கள் கூட்டத்தில் முன் வைக்கப்பட்டது. இதிலும் கர்நாடகா திருப்தியடையாததால், உடனடியாக மேலும் பல மாறுதல்கள் செய்யப்பட்டன. அதன்படி,

- 11.2 லட்சம் ஏக்கருக்கு மேல் பாசனப்பரப்பை கர்நாடகா விரிவாக்கக்கூடாது என்ற விதியும் நீக்கப்பட்டது.
- கர்நாடகா புதிய பாசனத்திட்டங்களை உருவாக்கவோ, பழைய பாசனத்திட்டங்களை விரிவாக்கம் செய்யவோ கூடாது என்ற விதியும் இதில் இல்லை.
- அதிகாரிகளைக் கொண்டு முன்பு அமைக்கப்பட்ட ஆணைக்குழு இப்போது அரசியல் தலைவர்களைக் கொண்டதாக, அதாவது பிரதமர்

காவிரி டெல்டாவின் மைந்தன்!

'நான் பிறந்த ஆண்டில்தான் காவிரி ஒப்பந்தம் – 1924 உருவானது' என்று பெருமையோடு சொன்னவர் கலைஞர் மு.கருணாநிதி. பழைய தஞ்சாவூர் மாவட்டத்தில் (இப்போது நாகப்பட்டினம்) 'கச்சனம், கொளப்பாடு கண்ட இடமெல்லாம் சாப்பாடு' எனுமளவுக்குச் செழிப்பான ஊர்களுக்குப் பக்கத்திலுள்ள திருக்குவளையில் பிறந்தவர். டெல்டா பகுதியில் உள்ள காவிரியின் அத்தனை கிளை ஆறுகளின் பெயரும் கருணாநிதிக்கு அத்துபடி. அந்தப் பெயர்களையும் தமிழகத்தின் மற்ற நதிகளையும் வைத்து அவர் எழுதிய காதல் கவிதை பிரபலம். பல ஆண்டுகள் பொதுப்பணித் துறை அமைச்சராக இருந்த துரைமுருகன், அந்தக் கவிதையை மனப்பாடமாகச் சொல்வார். காவிரி பிரச்சினையில் முக்கியமான வழக்கைத் திரும்பப்பெற்றது உள்ளிட்ட குற்றச்சாட்டுகள் கருணாநிதி மீது வைக்கப்பட்டாலும், 'மக்களாட்சி நடக்கிற நாட்டில், அந்த அமைப்பு மீது நம்பிக்கை கொண்டே செயல்பட முடியும். எடுத்தோம், கவிழ்த்தோம் என்று நடக்க முடியாதல்லவா?' என்று அவரை ஆதரிப்பவர்கள் சொல்கிறார்கள். காவிரி டெல்டாவின் கடைகோடியில் பிறந்து, காவிரியின் வரலாற்றோடு பின்னிப்பிணைந்த கருணாநிதியின் வாழ்க்கை, காவிரியின் பெயரால் உள்ள மருத்துவமனையில் முடிந்துபோனது காலம் எழுதிவைத்த கணக்கு போல!

தலைமையில் நான்கு மாநில முதலமைச்சர்கள் பங்கேற்கும் குழுவாக மாற்றப்பட்டது.

- பெரும்பான்மை வாக்கு அடிப்படையில் முடிவுகளை எடுக்கலாம் என்ற விதியும் மாற்றப்பட்டு, நான்கு மாநில முதலமைச்சர்களும் ஏற்கும் ஒருமித்த கருத்துகளை மட்டுமே முடிவாக எடுக்கமுடியும் என்று திருத்தப்பட்டது.
- ஆணையத்திற்குத் துணையாக அதிகாரங்களைக் கொண்ட முந்தைய ஒழுங்குபடுத்தும் குழுவுக்குப் பதிலாக, வெறுமனே மேற்பார்வை பணிகளைச் செய்யும் கண்காணிப்புக்குழு அமைக்கப்படும்.
- இரு குழுக்களின் தலைமையகம் கோயம்புத்தூருக்குப் பதிலாக டெல்லியில் செயல்படும்.

இப்படியான பெரிய மாற்றங்களுடன் 'காவிரி நதி நீர் ஆணையம்' தயாரானது. முதலமைச்சர்கள் கர்நாடகாவின் ஜே.ஹெச். படேல் (ஜனதா தளம்), தமிழ்நாட்டின் மு.கருணாநிதி, கேரளாவின் ஈ.கே.நாயனார் (மார்க்சிஸ்ட் கம்யூனிஸ்ட்), புதுச்சேரியின் ஆர்.வி.ஜானகிராமன் (தி.மு.க) ஆகியோர் இதில் கையெழுத்திட்டனர். அப்போது மத்திய அரசில் அங்கம் வகித்த அ.தி.மு.க.வின் பொதுச்செயலாளர் ஜெயலலிதா, 'காவிரி

பிரச்சினையில் வாஜ்பாய், கருணாநிதியின் தந்திரத்திற்கு ஆளாகிவிட்டார். இரண்டு பேரும் சேர்ந்து செய்து கொண்டிருக்கிற உடன்பாட்டை நாங்கள் (அ.தி.மு.க) நிராகரிக்கிறோம்' என்று குற்றஞ்சாட்டினார். ஆனால், இதுவரை நடுவர் மன்றத்தையே ஏற்க மறுத்துவந்த கர்நாடகா, அதை ஏற்றுக்கொண்டிருப்பதோடு, இடைக்கால ஆணைப்படி 205 டி.எம்.சி. தண்ணீர் தர ஒப்புக்கொண்டிருப்பதாகவும் முதலமைச்சர் கருணாநிதி மகிழ்ச்சியோடு சொன்னார். சிக்கலான பிரச்சினைக்கு நல்லதொரு இடைக்காலத் தீர்வு என்றும் அவர் குறிப்பிட்டிருந்தார். இதுபற்றிய கருணாநிதியின் அப்போதைய (8.8.1998) பேட்டி:

கேள்வி: காவிரி ஒப்பந்தத்தை வெற்றி என்று சொல்லலாமா?

பதில் : நமக்கும் கர்நாடகத்திற்கும் சண்டையா நடந்தது வெற்றி – தோல்வி பற்றி பேச!

கேள்வி: நடுவர் மன்றத் தீர்ப்பைச் செயல்படுத்தாத மாநிலத்தின் மீது நடவடிக்கை எடுத்து, அம்மாநில அணைகளை கட்டுப்பாட்டில் எடுக்கும் அதிகாரம் புதிய ஆணையத்திற்கு இல்லையே?

பதில் : நட்பு ரீதியாக தீர்த்துக் கொள்வோம்.

கேள்வி: மானிட்டரிங் கமிட்டி (கண்காணிப்புக் குழு) என்பது என்ன?

பதில் : பள்ளிக்கூடத்தில் வகுப்பாசிரியர் இருந்தாலும் மானிட்டர் (கிளாஸ் லீடர்) என்று ஒருவர் இருப்பதில்லையா? அதுபோல்தான் மானிட்டரிங் கமிட்டி.

காவிரி ஆணையம் பற்றி தமிழக முதலமைச்சர் இவ்வாறு சொல்ல, ஆணையத்தை வரவேற்பதாக சொன்ன கர்நாடகாவின் எண்ண ஓட்டமோ வேறு மாதிரி இருந்தது. அம்மாநில முதலமைச்சர் ஜே.ஹெச்.படேல் அதே நாளில் பெங்களூரில் பேட்டி அளித்தார். அதில்,

'பிரதமர் தலைமையில் அமைக்கப்பட்டுள்ள கண்காணிப்புக்குழுவுக்குச் சட்டப்படியான அதிகாரமில்லை. ஒவ்வொரு மாநிலமும் தனக்கு உள்ள பிரச்சினைகளைக் கூறித் தீர்த்துக் கொள்ளத்தான் இந்தக்குழு உதவும். அதனால் யாரையும் சட்டப்படி கட்டாயப்படுத்த முடியாது' என்றார். இதோடு நிற்கவில்லை. ஒரே வாரத்தில் படேலும், கர்நாடக நீர்ப்பாசன அமைச்சரும் சொன்ன தகவல்கள் என்ன? முதலமைச்சர் அந்தளவுக்குப் பெரிதாகச் சொன்ன காவிரி ஆணையத்தின் செயல்பாடுகள் எப்படியிருந்தன? பிரதமர் வாஜ்பாய்க்கு கர்நாடகா கொடுத்த நெருக்கடி என்ன?

22

'பல் இல்லாத ஆணையம்!'

'ஒப்பந்தபடி உருவாக்கப்பட்டுள்ள காவிரி நதி ஆணைக்குழு, நடுவர் மன்றத்தின் இடைக்காலத் தீர்ப்பைச் செயல்படுத்த மத்திய அரசு போட்ட திட்டத்தை ஏற்கலாம் அல்லது மறுக்கலாம். இந்த நிபந்தனையின் படிதான் ஆணையம் அமைக்க கர்நாடகா ஒப்புக்கொண்டுள்ளது. தமிழ்நாட்டுக்குக் குறிப்பிட்ட அளவு தண்ணீர் வழங்க வேண்டும் என்பது உள்ளிட்ட எதையும் ஆணைக்குழு வரையறுக்கவில்லை. கையெழுத்திட்டுள்ள மாநிலங்களின் உபரித்தண்ணீர் குறித்த பற்றாக்குறை பற்றிய முறையீடுகளை விசாரிக்கும்'

பிரதமர் வாஜ்பாய் தலைமையில் காவிரி ஆணையம் அமைக்கப்பட்ட ஒரே வாரத்தில், பெங்களூரில் நடந்த சுதந்திர தின விழாவில் (15.8.98) தேசியக்கொடியை ஏற்றி வைத்து கர்நாடக முதலமைச்சர் ஜே.ஹெச்.படேல் பேசிய பேச்சுதான் இது.

படேலின் பேச்சுக்கு வலுச் சேர்ப்பது போல அப்போதைய கர்நாடக நீர்ப்பாசன அமைச்சர் கே.என்.நாகே கவுடா, ஆகஸ்ட் 18-ல் பேட்டியளித்தார்.

'புதிய வரைவுத் திட்டத்தில் கர்நாடாகவின் மீதிருந்த சில தடைகள் நீங்கிவிட்டன. இனி கர்நாடகா தன்னுடைய நீர்மின் திட்டங்களையும், புதிய பாசனத்திட்டங்களையும் செயல்படுத்தலாம். குறிப்பாக மேகேதாட்டு, சிவசமுத்திரம் ஆகிய நீர்மின் திட்டங்களுக்கு இதுவரை மத்திய அரசின் ஒப்புதல் கிடைக்காமல் இருந்தது. இனி அந்தப் பிரச்சினை இல்லை. இத்திட்டங்களை மேற்கொள்ளலாம். கர்நாடகாவின் பாசனப்பரப்பை 11.2 லட்சம் ஏக்கருக்கு மேல் விரிவாக்கக்கூடாது என்ற பழைய வரைவில் இருந்த அம்சம் நம்முடைய கோரிக்கைக்கு ஏற்ப நீக்கப்பட்டுள்ளது. எனவே பாசனப்பரப்பை 22 லட்சம் ஏக்கராக விரிவுபடுத்த மாநில அரசு திட்டமிட்டுள்ளது. அதற்கான திட்டங்களுக்கு நிதி கேட்டு மத்திய திட்டக்குழுத் துணைத்தலைவருக்கு கடிதம் எழுதுவோம்'

நாகே கவுடாவின் வார்த்தைகள் எப்போதும் அவர்கள் தெளிவாகவே இருக்கிறார்கள் என்பதைக் காட்டின. இங்கே காவிரி ஆணையம் அமைக்கப்பட்டதற்காக முதலமைச்சர் கருணாநிதிக்கு காவிரி டெல்டா விவசாயிகள் நலச்சங்கம் உள்ளிட்ட அமைப்புகளின் சார்பில், தஞ்சையில் 'காவிரி கொண்டான்' என்ற பட்டம் கொடுத்து பாராட்டு விழா நடத்தப்பட்டது.

அதேநேரத்தில் காவிரி ஆணையம் குறித்த கர்நாடகா அரசின் கருத்துகளுக்கு தமிழக அரசு வலுவான மறுப்பைத் தெரிவிக்கவில்லை. ஆனால், இந்திய அரசியல் சட்டம் இதற்குத் தெளிவான பதிலை வைத்திருக்கிறது. மாநிலங்களுக்கு இடையிலான தண்ணீர்த்தகராறு சட்டம் -1956 மற்றும் அரசியலமைப்பு சட்ட விதி 262 ஆகியவற்றின் படி நடுவர் மன்றம் அமைப்பதும், அதன் ஆணைகளைச் செயல்படுத்துவதும் மத்திய அரசின் முழுப்பொறுப்பு. பிரச்சினைக்குரிய மாநிலம் ஒப்புக்கொண்டால்தான், நடுவர் மன்ற ஆணையை மத்திய அரசு செயல்படுத்த முடியும் என்ற அம்சமே அதில் கிடையாது. மேலும் மத்திய அரசின் செயலாக்கத்திட்டம் பற்றி அது மாநிலங்களிடம் கருத்து கேட்கவேண்டிய அவசியம் இல்லை. சட்டம் சொல்லி என்ன செய்ய?!

துரைமுருகன்

நாயனார்

அரசியல் களத்திலும் அதிகார பீடத்திலும் மாற்றங்கள் நிகழ்ந்திருந்தன. அ.தி.மு.க ஆதரவைத் திரும்பப்பெற்றுக் கொண்டதால் வாஜ்பாய் தலைமையிலான தேசிய ஜனநாயக கூட்டணி அரசு பதிமூன்று மாதங்களில் கவிழ்ந்தது. (காவிரிப் பிரச்சினை உள்ளிட்ட காரணங்களால்தான் மத்திய அரசுக்கான ஆதரவைத் திரும்ப பெற்றதாக ஜெயலலிதா அறிவித்தார். ஆனால், தி.மு.க ஆட்சியைக் கலைக்கவேண்டும் என்பது போன்ற காரணங்களை பா.ஜ.க கூட்டணி அரசு ஏற்கமறுத்ததால்தான் ஜெயலலிதா ஆதரவை விலக்கிக் கொண்டதாக வாஜ்பாயும், அப்போதைய நிதியமைச்சர் யஷ்வந்த் சின்ஹாவும் பிற்காலத்தில் கூறியிருந்தனர்) காங்கிரஸ் தலைமையில் புதிய அரசு அமைக்க நினைத்த ஜெயலலிதாவின் முயற்சி பலனிக்கவில்லை. 1999-ல் நாடாளுமன்றத்திற்குத் தேர்தல் வந்தது. தமிழ்நாட்டில் தி.மு.க.- பா.ஜ.க கூட்டணி அமைந்தது. தேர்தலில் வென்று மீண்டும் ஆட்சியமைத்த வாஜ்பாய் அரசில், இம்முறை தி.மு.க இடம் பெற்றது.

அந்த ஆண்டு செப்டம்பரில் கர்நாடகா தண்ணீர் திறந்துவிடவில்லை. காவிரி நதி நீர் ஆணையத் தலைவரான பிரதமர் வாஜ்பாய் தலையிட வேண்டுமென தமிழக பொதுப்பணித் துறை அமைச்சர் துரைமுருகன் கோரிக்கை விடுத்தார். பிரதமரும் கர்நாடக முதலமைச்சர் ஜே.எச்.படேலிடம் பேசினார். அவரோ கைவிரித்தார். 1999, செப்டம்பர் 24-ல் காவிரி கண்காணிப்புக்குழு கூடியது. செப்டம்பர் முடிவதற்குள் 3 டி.எம். சியும், அக்டோபரில் 6 டி.எம்.சியும் கர்நாடகா தண்ணீர் திறக்க வேண்டும் என பரிந்துரைத்தது. இதையும் கர்நாடகா ஏற்கவில்லை. பிரதமரின் அறிவுரைப்படி மத்திய நீர்வளத் துறை செயலாளர் ஹாசன் தலைமையிலான

விட்டுக்கொடுக்கச் சொன்ன நாயனார்!

காவிரி பேச்சுவார்த்தைகளிலும், ஆணையக் கூட்டங்களிலும் கேரளாவின் செயல்பாடுகள் பல நேரங்களில் கர்நாடகாவுக்கு ஆதரவாக இருந்திருக்கின்றன. 'தமிழகத்திற்கு ஆதரவாக கருத்துசொல்ல வேண்டுமென்றால் கேரளாவோடு இருக்கும் முல்லைப்பெரியாறு, பரம்பிக்குளம் – ஆழியாறு பிரச்சினைகளில் தமிழ்நாடு விட்டுக்கொடுத்து உடன்பாடு காணவேண்டும்' என்று 1998-ல் பச்சையாகவே சொன்னார், அம்மாநில முதலமைச்சரும் மார்க்சிஸ்ட் கம்யூனிஸ்ட் கட்சியின் தேசிய தலைமைக்குழு உறுப்பினருமான தோழர் ஈ.கே.நாயனார். கம்யூனிஸ்ட்களின் நியாயம் எப்படி இருக்கிறது பாருங்கள்?!

குழு கர்நாடகா, தமிழகம் ஆகியவற்றின் நீர் இருப்பை நேரில் ஆய்வு செய்து 9 டி.எம்.சி தண்ணீர் திறந்துவிட வேண்டும் என்று அறிக்கை கொடுத்தது. உடனே காவிரி ஆணையத்தைக் கூட்டினார் வாஜ்பாய். ஆனால் கர்நாடக முதலமைச்சர் பட்டேல் கூட்டத்தில் பங்கேற்கவில்லை. மழை வந்து, தமிழகத்தின் பிரச்சினையை அப்போதைக்கு தீர்த்து வைத்தது.

1998-ல் அமைக்கப்பட்ட காவிரி ஆணையம், அதிலிருந்து 2001-ம் ஆண்டு வரை மூன்று முறை கூடியது. இந்தக்கூட்டங்களில் ஆணையத்தின் முடிவுபடி அதற்கான முழு செயல்பாட்டு விதிகளை உருவாக்க முடியவில்லை. தமிழகத்திற்கு கர்நாடகா கொடுக்க வேண்டிய தண்ணீரின் அளவு முடிவு செய்யப்பட்டு, அதன்படி நீரைத் திறந்துவிடவும் இல்லை. 2001 சட்டப்பேரவைத் தேர்தலில் தி.மு.க பதவி இழந்து அ.தி.மு.க பதவிக்கு வந்தது. கருணாநிதி போய் மீண்டும் ஜெயலலிதா வந்திருந்தார். கர்நாடக அணைகளில் நீர் இருந்தும் அந்த ஆண்டு குறுவைக்குரிய தண்ணீர் வரவில்லை. ஜுன் மாதம் நடந்த கண்காணிப்புக்குழுக் கூட்டத்தில், 'எங்களுக்கே தண்ணீர் இல்லை; மழை பெய்தால் தமிழ்நாட்டிற்கு தண்ணீர் கொடுக்கலாம்' என்று கர்நாடக அரசின் தலைமைச்செயலாளர் தெரிவித்தார். மேலும் நடுவர் மன்றத்தின் இறுதித்தீர்ப்புக்கு கர்நாடகா கட்டுப்படும் என்றும் 'ரொம்ப நல்லவராக' கூறியிருந்தார்.

தண்ணீர் இன்றி நிலைமை மோசமானதால் கண்காணிப்புக்குழுக் கூட்டத்தைக் கூட்டி தண்ணீர் திறந்துவிட நடவடிக்கை எடுக்குமாறு 2001 ஆகஸ்ட் 21-ல் பிரதமர் வாஜ்பாயிக்கு கடிதம் எழுதினார் முதலமைச்சர் ஜெயலலிதா. செப்டம்பர் 6-ம் தேதி கண்காணிப்புக்குழு கூட்டப்பட்டது. முடிவு எடுக்கப்படவில்லை. 'கண்காணிப்புக் குழுவால் பலன் ஏதுமில்லை; காவிரி ஆணையத்தைக் கூட்டுங்கள்' என்று தமிழகம் செப்டம்பர் 14-ல் கோரிக்கை வைத்தது. இதே கோரிக்கை அதேநாளில் புதுச்சேரி சட்டப்பேரவையிலும் வலியுறுத்தப்பட்டது. அக்டோபர் 10-ம் தேதி ஆணையத்தைக் கூட்டினார்

அதன் தலைவரான பிரதமர் வாஜ்பாய். குறுவைப்பயிருக்குத் தண்ணீர் வாங்குவதற்குள் அந்தப் பருவமே முடிந்துவிட்டது.

அடுத்த ஆண்டில் (2002) பிரச்சினை அதிகமானது. தண்ணீர் வராததால், 'காவிரி ஆணையம், செயல்படாத ஆணையம்; பல் இல்லாத ஆணையம்' என்று 2002 ஏப்ரல் 2 அன்று சட்டப்பேரவையில் முதலமைச்சர் ஜெயலலிதா கடுமையாக சாடினார். ஜூன் 12-ம் தேதி திறப்பதற்கு மேட்டூர் அணையில் தண்ணீர் இல்லை. காவிரி ஆணையத்தை உடனே கூட்ட கோரி ஜூன் 1 ஆம் தேதி பிரதமருக்கு கடிதம் எழுதினார். நிலைமையின் தீவிரத்தை வலியுறுத்தி ஜூன் 11-ல் மீண்டும் ஒரு கடிதம் அனுப்பினார். அதற்கு அடுத்த நாள் ஜெயலலிதா டெல்லி போய் வாஜ்பாயை நேரில் சந்தித்தும் வலியுறுத்தினார். ஆணையம் கூட்டப்படவில்லை. 'காவிரி ஆணையத்தை மாற்றியமைக்க வேண்டும் அல்லது நடுவர் மன்றத்தின் இடைக்கால உத்தரவை உறுதியாக செயல்படுத்துவதற்குத் தேவையான அதிகாரங்களை வழங்க வேண்டும்' என்று கேட்டு 2001-ல் தாக்கல் செய்தது போன்ற மனு ஒன்றைப் புதிதாக உச்சநீதிமன்றத்தில் அளித்தது தமிழக அரசு. அதன் பிறகு நடந்த கூட்டத்தில் ஜெயலலிதா வெளிநடப்பு செய்தது ஏன்? உச்சநீதிமன்றத்தின் கண்டனத்திற்கு அவர் ஆளானது எதற்காக? நீதிபதிகளை ஏமாற்ற கர்நாடகம் செய்த தந்திரம் என்ன?

23

உச்சநீதிமன்றத்தை ஏமாற்றிய தந்திரம்!

காவிரி ஆணையத்தைக் கூட்ட வேண்டும் என்ற தமிழக அரசின் கோரிக்கையை மத்திய அரசு காதில் வாங்காமல் இருந்தது. அந்த நேரத்தில் தண்ணீர் கேட்டு ஏற்கெனவே தமிழகம் தொடர்ந்திருந்த வழக்கு உச்சநீதிமன்றத்தில் வந்தது. அப்போது நீதிமன்றம் உத்தரவிட்டதையடுத்து, 2002, ஆகஸ்ட் 27-ல் காவிரி ஆணையக் கூட்டம் நடைபெற்றது. தமிழ்நாட்டுக்கு 3 டி.எம்.சி தண்ணீரை விட வேண்டும் என்று ஆணையத் தலைவரான பிரதமர் வாஜ்பாய் உத்தரவிட்டார். மேலும், வறட்சிக்காலத்தில் தண்ணீரைப் பகிர்ந்து கொள்ளுதல் குறித்த செயல்திட்டத்தை அடுத்த 15 நாட்களுக்குள் காவிரி கண்காணிப்புக்குழு தயாரிக்கும் என்று மத்திய அரசு சொன்னது. தமிழகத்துக்கு தண்ணீர் திறக்கப்படுவதை இப்படி தாமதப்படுத்துவதை ஏற்கமுடியாது என்று கண்டனம் தெரிவித்த ஜெயலலிதா கூட்டம் முடியப்போகும் நேரத்தில் வெளிநடப்பு செய்தார்.

பிரதமரின் உத்தரவு பற்றி விவாதிக்க, காங்கிரஸ் கட்சியைச் சேர்ந்த முதலமைச்சர் எஸ்.எம்.கிருஷ்ணா கர்நாடக அனைத்துக்கட்சி கூட்டத்தைக் கூட்டினார். ஐக்கிய ஜனதா தளம், மதச்சார்பற்ற ஜனதா தளம், பா.ஜ.க., மார்க்சிஸ்ட் கம்யூனிஸ்ட் என எல்லாக் கட்சித் தலைவர்களும், பிரதமர் சொன்னதுபோல தமிழகத்திற்கு தண்ணீர் கொடுக்கக்கூடாது என்று ஒரே குரலில் சொன்னார்கள். தண்ணீர் வந்தபாடில்லை. ஜூன் 21-ல் முதலமைச்சர் ஜெயலலிதா தலைமையில் தமிழக அமைச்சரவைக் கூட்டம் கூடியது. "எந்த அதிகாரமும் இல்லாமல், காவிரி நடுவர் மன்றத் தீர்ப்பைத் திறம்படச் செயல்படுத்த இயலாத நிலையில் காவிரி நதி நீர் ஆணையம் உள்ளது. எனவே இந்த ஆணையத்தின் கூட்டங்களில் இனிமேல் தமிழ்நாடு கலந்து கொள்ளாது" என்று அதிரடியாக தீர்மானம் நிறைவேற்றப்பட்டது.

தமிழ்நாடு முறையிட்டதையடுத்து உச்சநீதிமன்றம் மீண்டும் தலையிட்டது. இரு மாநில நீர் இருப்பு விவரங்களை ஆய்வுசெய்த பின்னர் ஒரு நாளைக்கு 1.25 டி.எம்.சி என்ற கணக்கில் நொடிக்கு பதினைந்தாயிரம் கன அடி தண்ணீரை உடனடியாக திறந்துவிடுமாறு செப்டம்பர் 3-ம் தேதி கர்நாடகாவுக்கு உத்தரவிட்டது. கர்நாடக வழக்கறிஞர் ஃபாலி நாரிமன் அதனை 1 டி.எம்.சியாக குறைக்குமாறு கோரினார். அதற்கு ஒப்புக்கொள்ளாத உச்சநீதிமன்றம், காவிரி ஆணையத்தை மீண்டும் கூட்டி முடிவெடுக்கும் வரை

பொன்னையன்

அர்ஜுன் சரண் சேதி

எஸ்.எம்.கிருஷ்ணா

தமிழகத்திற்குத் தொடர்ந்து தண்ணீர் விடுவிக்கவேண்டும் என்றது. இதனை எதிர்த்து மைசூர், மாண்டியா மாவட்டங்களில் போராட்டம் தொடங்கியது. போராட்டங்களின் பின்னணியில் கர்நாடக அரசு இருந்தது.

உச்சநீதிமன்றத்தின் உத்தரவை கர்நாடகா மதிக்காததை அடுத்து தமிழகம் சார்பில் நீதிமன்ற அவமதிப்பு வழக்கு தொடரப்பட்டது. அதனை விசாரித்த தலைமை நீதிபதி கே.ஜி. பாலகிருஷ்ணன் தலைமையிலான அமர்வு, கர்நாடக முதலமைச்சர் எஸ்.எம்.கிருஷ்ணா உள்ளிட்ட நான்கு பேருக்கு நோட்டீஸ் அனுப்பியது. உச்சநீதிமன்றத்தின் வார்த்தைகளை நம்பி செப்டம்பர் 6-ல் மேட்டூர் அணையை தமிழக அரசு திறந்தது. அதே நாளில் கபினியில் அணையை மூடி, கர்நாடக விவசாயிகள் ஆர்ப்பாட்டம் செய்தனர். அவர்களை காவல் துறையினர் வேடிக்கை பார்த்தனர். அப்போது கபினி அணை நிரம்பி வழியும் நிலையில் இருந்தது. அடுத்தடுத்த நாட்களில் எல்லா அணைகளையும் கைப்பற்றப்போவதாக விவசாயிகள் சார்பில் அறிவிக்கப்பட்டது. கன்னட விவசாயி ஒருவர் கபினியில் குதித்து தற்கொலை செய்துகொண்டார். அவ்வளவுதான்! உச்சநீதிமன்ற கண்டனத்திற்காக பெயருக்கு கொஞ்சம் விடுவித்து வந்த தண்ணீரையும் நிறுத்திக் கொண்டது கர்நாடகா.

ஆணையத்தைக் கூட்டும் வரைதானே தண்ணீர் விட வேண்டும்; உடனே ஆணையத்தைக் கூட்டிவிட்டால் பிரச்சினை தீர்ந்து விடுமல்லவா? கர்நாடக முதலமைச்சர் எஸ்.எம்.கிருஷ்ணா டெல்லி விரைந்தார். செப்டம்பர் 6-ம் தேதி பிரதமரைச் சந்தித்து, உடனே ஆணையத்தைக் கூட்ட வேண்டும் என்றார். பிரதமர் 9-ம் தேதி முதல் ஒரு வார கால அமெரிக்கச் சுற்றுப்பயணம் மேற்கொள்ளவிருந்தார். வெளிநாட்டுப் பயணத்தை முடித்துவிட்டு வந்தபிறகு ஆணையத்தைக் கூட்டலாம் என்று தமிழகம் கேட்டுக் கொண்டது. தி.மு.க, அ.தி.மு.க நாடாளுமன்ற உறுப்பினர்களும் தனித்தனியாக பிரதமரைச் சந்தித்து இதே கருத்தை வலியுறுத்தினர். உச்சநீதிமன்ற ஆணைப்படி இரு வாரமாவது தண்ணீர் வந்தால் தமிழகத்தில் கருகும் பயிர்கள் தப்பிக்கும் என்பதையும் விளக்கினார்கள்.

கிருஷ்ணாவின் பாத யாத்திரை!

உச்சநீதிமன்ற உத்தரவுபடி தமிழகத்திற்கு தண்ணீர் திறக்கக்கூடாது என்று கர்நாடகாவில் நடந்த போராட்டங்களின் பின்னணியில் எஸ்.எம்.கிருஷ்ணா தலைமையிலான காங்கிரஸ் அரசு இருந்தது. அதே நேரத்தில் தமது ஒக்கலிகா சமுதாய மக்கள் நிறைந்த பழைய மைசூரு பகுதியில் பதற்றத்தைத் தணிக்க கிருஷ்ணா பாதயாத்திரை நடத்தினார். பெங்களூருவில் இருந்து சொந்த தொகுதியான மத்தூர் (மாண்டியா) வரை 100 கி.மீ தூரம் நடந்த இந்த யாத்திரையில், பிரபல கன்னட எழுத்தாளர் மறைந்த யு.ஆர். அனந்தமூர்த்தி உள்ளிட்டோர் பங்கேற்றனர். அதாவது குழந்தையையும் கிள்ளிவிட்டு, தொட்டிலையும் ஆட்டிவிட்டார் எஸ்.எம். கிருஷ்ணா.

கர்நாடகா தரப்பில் அனைத்துக்கட்சித் தலைவர்களும் ஒன்றாகச் சேர்ந்தனர். அம்மாநிலத்தைச் சேர்ந்த மத்திய அமைச்சர்களும் அவர்களோடு இணைந்து கொள்ள பிரதமரை நேரில் பார்த்து, 'ஆணையத்தைக் கூட்டி முடிவைச் சொல்லிவிட்டு அமெரிக்காவுக்குப் போங்கள்' என்று நெருக்கினார்கள். அவர்களின் ஒற்றுமைக்கு முன் மோசமான தனிநபர் வெறுப்பு அரசியலால் பிரிந்து கிடந்த தமிழகத்தின் நியாயம் எடுபடவில்லை. செப்டம்பர் 7-ம் தேதி மாலை தொலைநகல் மூலம் அழைப்பு அனுப்பி அடுத்த நாள் மாலை காவிரி ஆணையக் கூட்டம் டெல்லியில் கூட்டப்பட்டது. மத்திய அரசின் செயலைக் கண்டித்து இக்கூட்டத்தில் பங்கேற்காத ஜெயலலிதா, தமக்குப் பதிலாக நிதியமைச்சர் பொன்னையனை அனுப்பினார். கூட்டத்தில் ஒரு நாளைக்கு 0.8 டி.எம்.சி அளவில் நொடிக்கு ஒன்பதாயிரம் கனஅடி நீரைத் தமிழ்நாட்டிற்குத் கர்நாடகா திறந்துவிட வேண்டுமென்று பிரதமர் ஆணையிட்டார். அதாவது உச்சநீதிமன்றம் சொன்ன அளவைவிட குறைவு. பொன்னையன் இதற்கு எதிர்ப்பு தெரிவித்தார்; எடுபடவில்லை.

'கிட்டதட்ட கருத்தொற்றுமை' அடிப்படையில் முடிவு எடுக்கப்பட்டதாக மத்திய நீர்ப்பாசன அமைச்சர் அர்ஜுன் சரண் சேத்தி பின்னர் செய்தியாளர்களிடம் தெரிவித்தார். பொன்னையனின் எதிர்ப்பு குறித்து அவரிடம் கேட்கப்பட்டதற்கு, 'சம்பிரதாயமாக எதிர்ப்புத் தெரிவித்துவிட்டு முடிவை ஏற்றுக்கொண்டுவிட்டார்' என்று விளக்கமளித்தார். 'என்ன நோக்கத்திற்காக நான் டெல்லி வந்தேனோ, அது சாதிக்கப்பட்டு விட்டது' என மகிழ்ச்சி பொங்க பெங்களூர் புறப்பட்டார் எஸ்.எம்.கிருஷ்ணா. 'தூக்கு மேடையிலிருந்து கர்நாடகா காப்பாற்றப்பட்டுவிட்டது' என்றார் அம்மாநில சட்ட அமைச்சர் டி.பி.சந்திரே கவுடா. விதிகளுக்கு முரணாக, சட்டவிரோதமான முடிவை பிரதமர் எடுத்துவிட்டதாக கூறி உச்சநீதிமன்றத்திற்குப் போனது தமிழக அரசு.

இதில் உச்சகட்டம் என்ன தெரியுமா? உச்சநீதிமன்ற உத்தரவு படியும் கர்நாடகா நடந்துகொள்ளவில்லை. பிரதமர் சொன்னதையும்

காவிரி

செயல்படுத்தவில்லை. 'ஆணையத்தைக் கூட்டும்வரை தண்ணீர்விட வேண்டும்' என்ற உச்சநீதிமன்ற உத்தரவை ஆணையத்தைக் கூட்டியதன் மூலம் ஒன்றுமில்லாமல் ஆக்கிவிட்டார்கள் அவ்வளவுதான்! அப்படி என்றால் தமிழ்நாட்டிற்குத் தண்ணீர் கிடைப்பது எப்படி? பிரதமர் உத்தரவு போட்ட நான்காவது நாள் கர்நாடக நீர்ப்பாசன அமைச்சர் ஹெச்.கே.பாட்டீல் கூறியதைப் படித்தால் புரிந்துவிடும்...

'கர்நாடகாவில் உள்ள இந்த அணையில் இருந்து தண்ணீர் திறந்துவிட வேண்டும் என்று காவிரி ஆணையம் குறிப்பிட்டுச் சொல்லவில்லை. மேட்டூரைச் சுற்றியுள்ள நீர்ப்பிடிப்புப் பகுதியில் பெய்யும் மழைநீர், கால்வாய்க் கசிவு நீர் போன்றவை எல்லாம் சேர்ந்து ஆணையம் சொன்ன அளவுக்கு மேட்டூர் அணைக்குத் தண்ணீர் போய்விடும்'

இப்படி எதுவும் நடக்காமல் 2002 - 2003-ல் குறுவை, சம்பா, தாளடி என்று முப்போகமும் தமிழ்நாட்டில் பொய்த்துப் போனதே மிச்சம். ஒரு கட்டத்தில் 'காவிரி ஆணையத்தின் மீதே நம்பிக்கை இல்லை' என்று முதலமைச்சர் பிரதமருக்கு கடிதம் எழுதினார். உச்சநீதிமன்றம் இதற்கு கடும் கண்டனம் தெரிவித்தது. "பிரதமர் வாஜ்பாய் தலைமையிலான காவிரி நதிநீர் ஆணையம் மீது நம்பிக்கை இல்லை என்று தமிழக முதலமைச்சர் ஜெயலலிதா பிரதமருக்குக் கடிதம் எழுதியது, கடுமையான ஆட்சேபத்துக்குரியது; அந்தக் கடிதத்தை நான்கு நாட்களுக்குள் திரும்பப்பெற வேண்டும்" என்று தமிழக அரசு வழக்கறிஞர் கே.கே.வேணுகோபாலிடம், உச்சநீதிமன்ற நீதிபதிகள் தெரிவித்தனர். அதற்கு ஜெயலலிதா ஆற்றிய எதிர்வினை என்ன? காவிரி நடுவர் மன்றத்தின் நீதிபதிகள் தங்களுக்குள் அடித்துக் கொண்டது ஏன்?

24

நடுவர் மன்ற நீதிபதிகளுக்குள் நடந்த மோதல்!

காவிரி ஆணையத்தின் மீது நம்பிக்கை இல்லை என்று கூறியதற்காக ஜெயலலிதாவுக்கு உச்சநீதிமன்றம் கண்டனம் தெரிவித்தது. இதையடுத்து, "பிரதமர் மீதும், அவரது தலைமையில் செயல்படும் காவிரி நதிநீர் ஆணையத்தின் மீதும் தமிழகம் முழு நம்பிக்கை வைத்துள்ளது. காவிரி நதி நீர் ஆணையத்தின் மீது நம்பிக்கை தெரிவித்தும், பிரதமர் வாஜ்பாய்க்கு இது தொடர்பாக எழுதிய கடிதத்தைத் திரும்பப் பெறுவதற்காகவும் தமிழக முதலமைச்சர் மீண்டும் ஒரு கடிதத்தை வெகு விரைவில் பிரதமர் வாஜ்பாய்க்கு எழுதி அனுப்புவார்" என்று நீதிபதிகளிடம் தமிழக அரசு வழக்கறிஞர் தெரிவித்தார். அதன்படி 2002, நவம்பர் 16-ம் தேதி பிரதமருக்கு முதலமைச்சர் ஜெயலலிதா கடிதம் எழுதினார். அதில், பிரதமர் மீது தனிப்பட்ட முறையில் தான் மிகுந்த மதிப்பு வைத்திருப்பதாகவும், காவிரி ஆணையத்தின் மீதும் நம்பிக்கை வைத்திருப்பதாகவும் குறிப்பிட்டிருந்தார்.

ஆணையத்தின் தீர்ப்பையோ, பிரதமரின் உத்தரவையோ கர்நாடகா மதிக்காத சூழலில். வெறுத்துப்போய் தமிழக முதலமைச்சர் பிரதமருக்கு எழுதிய கடிதத்தைத் திரும்பப்பெறச் சொன்ன உச்சநீதிமன்றம், கர்நாடகா அரசியல் சட்டத்தையே காலில் போட்டு மிதித்த போதெல்லாம் கூட இப்படி நடந்து கொண்டதில்லை. சட்டம், நீதிமன்றம் போன்றவை வெளியில் இருந்து பார்ப்பதற்கு ஒரே மாதிரி தெரிந்தாலும், மாறி.மாறி வருகிற நீதிபதிகள் அந்த நேரத்தில் இருக்கிற மனநிலைக்கும் சூழலுக்கும் ஏற்பவே உத்தரவுகளையும் தீர்ப்புகளையும் வழங்குகிறார்கள் என்பதற்கு இதெல்லாம் உதாரணம். எதற்கெடுத்தாலும் மாநிலமே திரண்டு போர்க்கோலம் பூணுவது போன்ற கர்நாடகாவின் புற அழுத்தங்களும் இதற்கு காரணமாக இருக்கலாம். இதைத்தொடர்ந்து 2002, நவம்பர் 29-ல் பிரதமர் கூட்டிய காவிரி ஆணையக் கூட்டத்தை ஜெயலலிதா புறக்கணித்துவிட்டார். கேரள முதலமைச்சரும் பங்கேற்காததால் கூட்டத்தை ரத்து செய்தார் பிரதமர்.

காவிரிக்காக ஒட்டுமொத்த கர்நாடகாவும் எப்போதும் போல ஓரணியில் திரண்டு நின்ற நேரத்தில், தமிழகத்தில் வழக்கமான லாவணி கச்சேரிகள் நடந்தன. தமிழ்நாட்டில் இருந்து காங்கிரஸ் எம்.பி. ஆன மணிசங்கரய்யர், அ.தி.மு.க உறுப்பினர்கள் காவிரி பிரச்சினையை நாடாளுமன்றத்தில்

மேட்டூர் அணை

எழுப்பவில்லை என்று குற்றஞ்சாட்டினார். தஞ்சையைப் பூர்வீகம் எனச் சொல்லும் மணிசங்கரய்யர், டெல்டாவின் முக்கிய பகுதியான மயிலாடுதுறை தொகுதியிலிருந்து, 3 முறை நாடாளுமன்றத்திற்குத் தேர்ந்தெடுக்கப்பட்டாலும் காவிரி பிரச்சினைக்காக துரும்பைக் கூட கிள்ளிப்போட்டதில்லை என்பது தனிக்கதை. இத்தனைக்கும் டெல்லியில் எல்லாக் காலத்திலும் சகல செல்வாக்கோடு இருப்பவர் அவர். போகட்டும். மணிசங்கரய்யரின் குற்றச்சாட்டுக்கு பதிலடியாக ஒன்பது பக்கங்களில் அறிக்கை வெளியிட்டார் ஜெயலலிதா. 2003-ல் நாகப்பட்டினத்தில் நடந்த அரசு விழாவில் பங்கேற்ற போது ஜெயலலிதாவுக்கும் மணிசங்கரய்யருக்கும் மேடையிலேயே காவிரி பிரச்சினை பற்றி வாக்குவாதம் ஏற்பட்டது. அங்கிருந்து வெளியேறி வந்த மணிசங்கரை, காரைக்கால் வாஞ்சியூர் சோதனைச் சாவடியில் வைத்து அ.தி.மு.க. தொண்டர்கள் தாக்கி சட்டையைக் கிழித்தனர். நேராக சென்னை கோபாலபுரம் வந்த அவர் கருணாநிதியைப் பார்த்தார்.

அடுத்த இரண்டு ஆண்டுகளில் ஓரளவுக்கு மழை பெய்ததால், நிரம்பி வழிந்த உபரி தண்ணீரை வெளியேற்றி கணக்குகாட்டி வந்தது கர்நாடகா. 2005-ல் தண்ணீருக்காக தமிழ்நாடு மீண்டும் கையேந்தும் நிலை ஏற்பட்டது. கண்காணிப்புக் குழுக் கூட்டங்களில் 'கர்நாடகாவில் தண்ணீர் இல்லை' என்பதையே திரும்பத்திரும்ப சொல்லும் கிளியைப் போல சொன்னார்கள். தண்ணீர் இருக்கும் போது அளிக்கப்பட வேண்டிய அளவின் விகிதாச்சாரத்தில் வறட்சிக் காலத்தில் பகிர்ந்துகொள்ள வேண்டும் என்றே நடுவர் மன்றத்தின் இடைக்கால ஆணை கூறுகிறது. அதனை

அரசு விழா மேடையில் ஜெயலலிதாவுடன் வாக்குவாதம் செய்த மணிசங்கரய்யர்

ஏற்பதற்கு கர்நாடகா திட்டவட்டமாக மறுத்தது. இடைக்கால ஆணையை நிறைவேற்றுவதற்கு மத்திய அரசு அமைத்த ஆணையமும் முறையான அமைப்பாக இல்லாததால் எதுவும் நடக்கவில்லை.

இன்னொரு பக்கம் இறுதித் தீர்ப்பு எப்போது வரும் என்று காத்திருந்த நேரத்தில், நடுவர் மன்றத்திற்குள்ளே ஏகப்பட்ட குளறுபடிகள் நடந்தன. 1990-ல் காவிரி நடுவர் மன்றம் அமைக்கப்பட்ட போது அதன் ஆயுட்காலம் மூன்றாண்டுகளாக நிர்ணயிக்கப்பட்டது. தேவைப்பட்டால் மேலும் ஓராண்டு நீட்டித்துக்கொள்ளலாம் என்று முடிவெடுக்கப்பட்டது. அதற்குள்ளாக உடனடித் தேவைகளைப் பூர்த்திசெய்து கொள்ளவே 1991-ல் இடைக்கால உத்தரவு வழங்கப்பட்டது. மூன்றாண்டு முடிந்து நான்காண்டு, அதன் பிறகு ஐந்தாவது ஆண்டு என நடுவர் மன்றத்தின் பதவிக்காலம் நீட்டிக்கப்பட்டு வந்தது. தமிழ்நாட்டுக்கோ, கர்நாடகாவுக்கு வரும்போது, ‘இந்த ஆண்டு இறுதிக்குள் நடுவர் மன்ற தீர்ப்பு வந்துவிடும்’ என்று சொல்வதை மத்திய நீர்ப்பாசன அமைச்சர்கள் வழக்கமான சடங்காக்கி வைத்திருந்தார்கள்.

1996-ல் தேவேகவுடா பிரதமரான போது செய்த அவமரியாதையினால் சித்ததோஷ் முகர்ஜி பதவி விலகியபிறகு நீதிபதி என்.பி.சிங் நடுவர் மன்றத் தலைவராகப் பணியாற்றி வந்தார். மன்றத்தின் உறுப்பினரான எஸ்.டி.அகர்வாலா 2003-ல் மறைந்தபோது அவருக்குப் பதிலாக நீதிபதி சுதிர் நாராயணன் பொறுப்பேற்றார். அதே ஆண்டு மே மாதம் பெங்களூருவில் செய்தியாளர்களிடம் பேசிய மத்திய நீர்ப்பாசனத் துறை அமைச்சர் அர்ஜூன் சரண் சேத்தி , ‘நடுவர் மன்றத்தின் விசாரணை கிட்டத்தட்ட கடைசி கட்டத்தை அடைந்துவிட்டது. இதை விரைவுப்படுத்த தினந்தோறும் விசாரணை நடக்கிறது. இதனால் விரைவிலேயே இறுதித் தீர்ப்பு வெளியாகும்’ என்றார். இப்படி பலப்பல தகவல்கள் வெளியாயின.

எல்லாவற்றையும் கடந்து கடைசியாக 2005-ல் தீர்ப்பு வந்துவிடும் என்று நம்பினார்கள். அந்த ஆண்டில் ரகசியமாக வைத்திருக்க வேண்டிய

வாஜ்பாய்

எடியூரப்பா

சுதிர் நராயாணன்

பெ.மணியரசன்

மதிப்பீட்டாளர்களின் அறிக்கை ஒன்று, நடுவர் மன்றத்தில் இருந்து வெளியே கசிந்தது. அந்த சர்ச்சை ஓய்வதற்குள்ளாக நடுவர் மன்றத்தலைவருக்கும் மற்ற உறுப்பினர்களுக்கும் இடையே கருத்து வேறுபாடு ஏற்பட்டது. மூடிய அறையில் கைகலப்பு வரை போனதாக கூட தகவல் வெளியானது. விசாரணை எல்லாம் முடித்து தீர்ப்புதான் பாக்கி என்றிருந்த நிலையில் 2005 ஏப்ரலில் நடுவர் மன்ற உறுப்பினர்களான நீதிபதிகள் இருவர், புதிய ஆய்வுக்குழு ஒன்றை மத்திய அரசு நியமிக்க வேண்டும் என திடீரென்று அறிவித்தனர். அந்தக் குழு நான்கு மாநிலங்களின் சாகுபடி முறை, விளைநிலங்களின் அளவு, அதற்கான தண்ணீர் தேவை ஆகியவை குறித்து ஆய்வு செய்து அறிக்கை அளிக்க வேண்டும் என்று உத்தரவில் குறிப்பிட்டிருந்தனர்.

'இதென்ன கூத்து... அப்போ இந்த 16 ஆண்டுகளில் நீங்க என்னதான் செய்தீங்க..' என்று அதிர்வலை ஏற்பட்டது. நடுவர் மன்றத்தின் தலைவர் இதற்கு கடும் எதிர்ப்பு தெரிவித்தார். நான்கு மாநில அரசுகளும் புதிய ஆய்வுக்குழு அமைக்கும் உத்தரவை கடுமையாக எதிர்த்தன. பிரதமர் தலையிட வேண்டும் என கோரிக்கைகள் எழுந்தன. இதையடுத்து நடுவர் மன்ற உறுப்பினர்கள் உத்தரவைத் திரும்பப்பெற்றனர். இதனால் ஏற்பட்ட காலதாமதத்தினால் மேலும் 6 மாதங்களுக்கு நடுவர் மன்றத்தின் ஆயுட்காலம் நீட்டிக்கப்பட்டது. ஒரு வழியாக அதோ, இதோ, இந்த ஆண்டு, அடுத்த ஆண்டு என இழுத்துக்கொண்டே போன இறுதித் தீர்ப்பினை வழங்கப் போவதாக 2007-ல் நடுவர் மன்றம் அறிவித்தது.

'இறுதி தீர்ப்பாவது நல்ல வழிகாட்ட வேண்டும்' என்று தமிழக விவசாயிகளிடம் எதிர்பார்ப்புடன் கூடிய ஏக்கப்பெருமூச்சு வெளிப்பட்டது. கர்நாடகாவிலோ, 'அய்யய்யோ...! காவிரி விவகாரத்தில் இறுதி தீர்ப்பா?..' என்று பதற்றம் தொற்றிக்கொண்டது. இடைக்கால உத்தரவு

காவிரிக் குடும்பம்

காவிரிப்பிரச்சினைக்கு அரசியல் சார்பற்ற தீர்வு காணப்போவதாக கூறி தமிழக – கர்நாடக விவசாயிகளில் சிலரின் முயற்சியால், 2003-ம் ஆண்டு 'காவிரி குடும்பம்' என்ற அமைப்பு உருவாக்கப்பட்டது. விவசாய சங்கப் பிரதிநிதிகள், ஓய்வுபெற்ற அதிகாரிகளைக் கொண்ட இந்த அமைப்பினர் இரு மாநிலங்களிலும் பலமுறை பயணம் செய்தனர். தீர்வாக சிலவற்றையும் முன்வைத்தனர். ஒரு கட்டத்தில் இதனை கர்நாடக பகுதியில் முன்னின்று நடத்திய கரும்பு விவசாயிகள் சங்கத்தலைவர் புட்டணய்யா, 'தமிழ்நாட்டுக்குத் தண்ணீர் கொடுக்கக்கூடாது' என்று முழங்கவே, நல்லிணக்க முயற்சி எல்லாம் பணால் ஆனது. 'கன்னடர்கள் யாராயிருந்தாலும் காவிரியில் ஒரே நிலைதான்' என்பது மீண்டும் நிரூபணமானது. 'தமிழர்களை ஒன்று சேரவிடாமல் நீர்த்துப்போகச் செய்யும் சதியே காவிரி குடும்பம்' என்று காவிரியில் தமிழகத்தின் உரிமைக்காக பல ஆண்டுகளாக தொடர்ந்து இயங்கிவரும் தஞ்சை பெ.மணியரசன் போன்றோர் குற்றஞ்சாட்டினார்கள்.

அரசிதழில் வந்தபோது. 1991-ல் தமிழர்கள் மீது நடத்தப்பட்ட கொலைவெறியாட்டம் எல்லோருக்கும் கண்முன்னால் கலவர பயமாக வந்தது. குறிப்பாக கர்நாடகாவில் வசிக்கும் தமிழர்கள் வயிற்றில் நெருப்பைக் கட்டிக்கொண்டதைப் போல கலங்கினார்கள். தேவேகவுடாவின் மகனும் முதலமைச்சருமான குமாரசாமி தலைமையில் கர்நாடக அனைத்துக்கட்சிக் கூட்டம் பெங்களூருவில் நடந்தது. 'தீர்ப்பு எப்படி வந்தாலும் அதை எதிர்கொள்வது' என்று முடிவெடுத்தார்கள். தீர்ப்பு வந்தபோது என்ன நடந்தது? நடுவர் மன்றத்தின் தீர்ப்பு வெற்றுக்காகிதமாகிவிடும் என்று நடுவர் மன்ற நீதிபதிகளே சொன்னது ஏன்?

25

இறுதித்தீர்ப்பு – வரமா? சாபமா?

2007-ம் ஆண்டு பிப்ரவரி 5-ம் தேதி இறுதித் தீர்ப்பு வழங்கப்போவதாக காவிரி நடுவர் மன்றம் அறிவித்திருந்தது. 3-ம் தேதியிலிருந்தே பெங்களூரு நகரத்தில் காவல்துறையினர் குவிக்கப்பட்டனர். வெளிமாவட்டங்களில் இருந்து வரவழைக்கப்பட்டவர்களையும் சேர்த்து 16 ஆயிரம் போலீசார் பணியில் ஈடுபடுத்தப்பட்டனர். கர்நாடகாவின் காவிரி பாசனப் பகுதிகளான மைசூர், மாண்டியா, சாம்ராஜ் நகர், ஹசன், தும்கூர் உள்ளிட்ட மாவட்டங்களிலும் பாதுகாப்பு அதிகரிக்கப்பட்டது. தமிழர்கள் அதிகம் வசிக்கும் இடங்களில் கலவரத் தடுப்பு வாகனங்கள் நிறுத்தப்பட்டன. ஆயுதப்படை, அதிரடிப்படை என அத்தனை போலீஸ் படைகளும் இறக்கப்பட்டன. வதந்திகள் எதையும் நம்பவேண்டாம் என்று கர்நாடக அரசு மக்களுக்கு சிறப்பு வேண்டுகோள் விடுத்தது.

காவிரி நடுவர் மன்றம் 568 முறை கூடி விசாரித்து, 17 ஆண்டுகளுக்குப் பிறகு தீர்ப்பு அளித்தது. இத்தீர்ப்பு 5 பாகங்களாக இருந்தது. ஆயிரம் பக்கங்களுக்கு அதிகமான தீர்ப்பின் முக்கிய அம்சங்கள்:

- குடகில் இருந்து கொள்ளிடம் கீழணை வரை காவிரி ஆற்றின் வடிநிலப்பகுதியில் ஓர் ஆண்டில் கிடைக்கும் மொத்த நீரின் அளவு 740 டி.எம்.சி என 50 % நம்பகத்தன்மையின் அடிப்படையில் கணக்கிடப்பட்டுள்ளது. இதில், தமிழகத்திற்கு 419 டி.எம்.சி, கர்நாடகாவுக்கு 270 டி.எம்.சி, கேரளாவுக்கு 30 டி.எம்.சி புதுச்சேரிக்கு 7 டி.எம்.சி, சுற்றுச்சூழல்

சந்திப்புப் புள்ளிகள்

தண்ணீரைப் பகிர்ந்து கொள்வதைக் கண்காணிக்க மாநிலங்களுக்கு இடையிலான சந்திப்புப் புள்ளிகளும் இறுதித்தீர்ப்பில் வரையறுக்கப்பட்டிருந்தன. தமிழகம் – கர்நாடகாவுக்கு பில்லிகுண்டுலு, தமிழகம் – புதுச்சேரிக்கு ஏற்கெனவே இருக்கும் ஏழு இடங்களில் ஏதேனும் ஒன்று, தமிழகம் – கேரளாவுக்கு இடையில் பவானி படுகைக்கு சாவடியூர், பாம்பாறு படுகைக்கு அமராவதி நீர்த்தேக்கம் ஆகிய இரு இடங்கள், கர்நாடகா – கேரளாவுக்கு இடையே கபினி நீர்த்தேக்கப்பகுதி ஆகியன சந்திப்புப் புள்ளிகளாக நிர்ணயிக்கப்பட்டன.

பழைய ஒப்பந்தங்கள் செல்லுமா?

நடுவர் மன்றத் தீர்ப்பில் பழைய காவிரி ஒப்பந்தங்கள் குறித்தும் கூறப்பட்டுள்ளது. அதாவது, 'மைசூர் – மெட்ராஸ் அரசுகளுக்கு இடையிலான 1898 மற்றும் 1924 ஆண்டு ஒப்பந்தங்கள் இத்தனை ஆண்டுகளுக்குப் பிறகு செல்லத்தக்கதாக இருக்க முடியாது. அந்த இரு ஒப்பந்தங்களும் இரு மாநிலங்களின் முழு ஒப்புதலோடுதான் செயல்படுத்தப்பட்டிருக்கின்றன. 'ஒப்பந்தத்தின் சில அம்சங்களை 1974-ம் ஆண்டில் மறு ஆய்வு செய்யலாம்' என்று 1924 ஒப்பந்தம் சொல்கிறது. அதன்படி அந்த ஒப்பந்தத்தின் பல்வேறு அம்சங்களை நாங்கள் (நடுவர் மன்றம்) நியாயமான மற்றும் சமமான முறையில் கவனித்து மதிப்பாய்வு செய்தோம்' என்று தெரிவிக்கப்பட்டிருக்கிறது.

பாதுகாப்பு பணிகளுக்காக 10 டி.எம்.சி, கசிவுகளால் வீணாகும் நீர் 4 டி.எம்.சி எனப் பங்கீடு செய்யப்பட்டுள்ளது.

- தமிழகத்திற்கு வரையறுக்கப்பட்டுள்ள 419 டி.எம்.சி நீரில், கர்நாடகம் 192 டி.எம்.சி மட்டுமே தரும். இதிலிருந்து 7 டி.எம்.சி நீரை புதுச்சேரிக்கு கொடுக்க வேண்டும். மீதம் உள்ள நீரை காவிரியின் துணை நதிகளான அமராவதி, பவானி, நொய்யல், பாலாறு ஆகியவற்றில் இருந்தும், மழை நீர் வந்து சேரும் ஓடைகள், பள்ளங்கள் மூலமும் எடுத்துக்கொள்ள வேண்டும்.
- தமிழக - கர்நாடக எல்லையான பில்லிகுண்டுலுவில் தமிழகத்திற்கான 192 டி.எம்.சி நீரை கர்நாடகம் ஜூன் முதல் மே மாதம் வரை அளிக்கப்பட்டுள்ள அட்டவணைபடி பிரித்துக் கொடுக்க வேண்டும்.
- தமிழ்நாட்டுக்கு கர்நாடகா மாதவாரியாகத் திறந்துவிட வேண்டிய நீரளவு (டி.எம்.சி) : ஜூன் - 10, ஜூலை - 34, ஆகஸ்ட் - 50, செப்டம்பர் - 40, அக்டோபர் - 22, நவம்பர் - 15, டிசம்பர் - 8, ஜனவரி - 3, பிப்ரவரி - 2.5, மார்ச் - 2.5, ஏப்ரல் - 2.5, மே - 2.5.
- கர்நாடகாவுக்கான 270 டி.எம்.சி நீரில் 192.5 டி.எம்.சி தண்ணீரை மட்டும் அவர்கள் காவிரியில் இருந்து எடுக்க வேண்டும். மீதம் உள்ளதை அவர்களது மாநிலத்தின் இதர துணை நீர் ஆதாரங்களில் இருந்து எடுக்க வேண்டும்.
- காவிரி நதியின் மேட்டுப் பகுதியில் உள்ள கேரளாவுக்கு காவிரி நீர் செல்ல முடியாது என்பதால், கபினிக்கு வயநாட்டில் இருந்து செல்லும் நீரில் 21 டிஎம்சி நீரை அவர்கள் மாநில எல்லைக்குள் எடுத்துக்கொள்ளலாம். காவிரியின் துணை நதியான பவானி ஆற்றுப்படுகையில் இருந்து 6 டிஎம்சியும், அமராவதியின் கிளை நதியான பாம்பாற்றில் 3 டிஎம்சியும் எடுத்துக்கொள்ள வேண்டும்.

- காவிரியின் கீழ்ப்பகுதி மாநிலங்களுக்கு வழங்க வேண்டிய நீர் அளவுக்கு பாதிப்பு ஏற்படுத்தும் வகையில் மேல்பகுதியிலுள்ள மாநிலம் எந்த நடவடிக்கையும் எடுக்கக்கூடாது. அதே நேரத்தில் ஒழுங்காற்றுக் குழுவின் ஆலோசனையுடன் இரு தரப்பும் ஒப்பந்தங்களை ஏற்படுத்திக் கொண்டால் நீர் வழங்கும் முறையில் திருத்தங்களைக் கொண்டு வரலாம்.
- தொடர்புடைய மாநிலங்கள் நிலத்தடி நீரைப் பயன்படுத்திக் கொள்வதைக் காவிரி நீரைப் பயன்படுத்துவதாக கருதவோ, கணக்கிடவோ கூடாது.
- தமிழகமும் கர்நாடகாவும் தங்களது சில புதிய நீர் மின் திட்டங்கள் குறித்து தேசிய நீர் மின் கழகத்துடன் பேசி இருப்பதாகக் கூறியிருக்கின்றன. அத்தகைய திட்டங்கள் செயல்பாட்டுக்கு வந்தால், அதற்காக தண்ணீரைத் தேக்கி வைக்கும் போது, கீழ்ப்பகுதி பாசனத் தேவைகள் பாதிக்கப்படாதவாறு, தீர்ப்புக்கு ஏற்ப இருக்க வேண்டும்.
- வீடுகளுக்கான பயன்பாடு, உள்ளாட்சி அமைப்புகளின் விநியோகம், தொழிற்சாலைகளுக்கான தேவை போன்றவற்றுக்காக எந்த அணையில் இருந்து நீர் திருப்பி விடப்பட்டாலும், அது தொடர்புடைய மாநிலம் அந்த நீராண்டில் பயன்படுத்திய தண்ணீர் கணக்கில்தான் சேர்க்கப்படும்.
- மாநிலங்கள் அவற்றின் எல்லைக்குள் நீர் பயன்பாட்டை ஒழுங்குபடுத்திடவும், அதன் பலன்களை அனுபவித்திடவும் அவர்களுக்கே உரிய உரிமைகளை தீர்ப்பின் எந்தவோர் அம்சமும் பாதிக்காது. ஆனால் அவை, நடுவர் மன்றத்தின் தீர்ப்போடு ஒத்துப் போகிற வகையில் இருக்க வேண்டும்.
- தொடர்புடைய மாநிலங்கள் சட்டப்படியான ஒப்பந்தங்களின் மூலம் தீர்ப்பின் அனைத்து அம்சங்களையுமோ அல்லது குறிப்பிட்டவற்றையோ மாற்ற நினைத்தால் அதற்கு இந்த தீர்ப்பு தடையாக இருக்காது.
- நடுவர் மன்றத்தின் தீர்ப்பு மத்திய அரசிதழில் வெளியாகிற நாளில் இருந்து இதில் இருக்கிற ஆணைகள் செயல்பாட்டுக்கு வரும்.

நீர் ஆண்டு என்பது என்ன?

தண்ணீர்ப் பகிர்வு தொடர்பான தீர்ப்பில் காவிரி நடுவர் மன்றம் பயன்படுத்தி இருக்கும் சில வார்த்தைகளுக்கான விளக்கம். 'நீர் ஆண்டு' என்பது ஜூன் முதல் நாள் தொடங்கி அடுத்த ஆண்டின் மே 31 வரையிலான காலம். 'சாதாரண ஆண்டு' என்பது கணக்கிடப்பட்ட அளவு 740 டி.எம்.சி நீர் காவிரியில் கிடைக்கிற வருடம். 'பற்றாக்குறை ஆண்டு' என்றால் 740 டி.எம். சிக்கு குறைவான நீர் கிடைக்கிற வருடம். 'பாசனப் பருவம்' என்பது முந்திய ஆண்டு ஜூன் 1-ம் தேதியில் தொடங்கி அடுத்த ஆண்டு ஜனவரி 31-ம் தேதியோடு முடிவடையும்.

- தீர்ப்பினைச் செயல்படுத்துவதற்கான இயங்குமுறை ஒன்றை அமைக்க வேண்டிய அவசியம் பற்றியும் தீர்ப்பில் விரிவாக சொல்லப்பட்டிருந்தது. அதாவது 'மேலாண்மை வாரியம்' அமைக்க வேண்டியதன் அவசியம் பற்றி நடுவர் மன்றம் கூறியது இதுதான்:

"1991-ம் ஆண்டு அளித்த இடைக்கால உத்தரவுப்படி, தண்ணீர் பெற ஒவ்வோர் ஆண்டும் தமிழகம் உச்சநீதிமன்றத்தை அணுக வேண்டியிருந்ததை ஆவணங்கள் மூலம் அறிய முடிகிறது. ஒவ்வொரு முறையும் பற்றாக்குறை என்று காரணம் சொல்லி கர்நாடகா தண்ணீர் கொடுக்காமல் விட்டதும்

தெரிகிறது. எனவே, இறுதித்தீர்ப்பை நடைமுறைப்படுத்த ஏதுவாக, அமைக்கப்படும் வாரியத்திற்கு போதிய அதிகாரம் அளிக்கப்பட வேண்டும். மேலும் அத்தகைய வாரியம் அமைக்கப்பட வேண்டியது மிக முக்கியமான, அத்தியாவசியமான தேவை என நடுவர் மன்றம் கருதுகிறது. அதுபோன்றதொரு அதிகார அமைப்பு இல்லாவிட்டால் நடுவர் மன்றத்தின் தீர்ப்பு, வெறும் காகிதமாக மட்டுமே இருக்கும் என நடுவர் மன்றம் அஞ்சுகிறது". இப்படிச் சொன்ன நடுவர் மன்றம், அத்தகைய அமைப்பை உருவாக்குவதற்கான காலக்கெடு எதையும் மத்திய அரசுக்கு விதிக்கவில்லை என்பது விநோதம். தீர்ப்பைத் தவறாகப் புரிந்துகொண்டு தமிழ்நாட்டுப் பத்திரிகைகள் செய்தி வெளியிட்டது ஏன்? அதற்காக வாழப்பாடியைப்போல பதவி விலகிய மத்திய அமைச்சர் யார்? தீர்ப்பில் தமிழகம் இழந்தவை என்ன?

26

பறிபோன உரிமைகளின் பட்டியல்!

காவிரி நடுவர் மன்றத் தீர்ப்பில் தமிழகம் உள்ளிட்ட மாநிலங்களுக்கு வழங்கப்பட வேண்டிய தண்ணீர் பற்றி விரிவாகக் கூறப்பட்டிருந்தது. அதைப் போன்றே தீர்ப்பைச் செயல்படுத்துவதற்காக நர்மதா ஆற்றுநீர்ப் பங்கீட்டுக்காக அமைத்திருப்பதைப் போன்று, காவிரி மேலாண்மை வாரியத்தை (Cauvery Management Board) மத்திய அரசு அமைக்கவேண்டும் என்று குறிப்பிடப்பட்டிருந்தது. அத்தகைய மேலாண்மை வாரியம் எப்படிச் செயல்பட வேண்டும், அதில் யாரெல்லாம் அங்கம் வகிக்க வேண்டும், அவர்களின் தகுதிகள், பதவிக்காலம், கூட்டம் நடத்த வேண்டிய விதிமுறைகள் என்பன உள்ளிட்ட கூறுகளும் நடுவர் மன்றத்தீர்ப்பில் குறிப்பிடப்பட்டிருந்தன. அவற்றில் முக்கியமானவை:

- காவிரி மேலாண்மை வாரியம் அமைக்கப்பட்டவுடன் அதன் வழிகாட்டுதலின் படியே கர்நாடகாவிலுள்ள கிருஷ்ணராஜ சாகர், ஹேமாவதி, ஹேரங்கி, கபினி ஆகிய நான்கு அணைகளையும், தமிழ்நாட்டில் மேட்டூர், பவானிசாகர், அமராவதி ஆகிய மூன்று அணைகளையும், கேரளாவில் பாணாசுர சாகர் அணையையும் அந்தந்த மாநில அரசுகள் இயக்க வேண்டும். தீர்ப்பின்படி தண்ணீர் திறந்துவிடுவதை மேலாண்மை வாரியம் கண்காணிக்க வேண்டும். 10 நாட்களுக்கு ஒரு முறை இதனைச் செய்ய வேண்டும்.

- மேலாண்மை வாரியத்தின் பணிகளுக்கு உதவிபுரிந்திட ஒழுங்காற்றுக் குழு (Cauvery Regulatory committee) அமைக்கப்பட வேண்டும்.

- ஒவ்வொரு மாதமும் எவ்வளவு தண்ணீர் தமிழகம், கர்நாடகம், கேரளம், புதுச்சேரி ஆகியவற்றிற்கு அளிக்கப்பட வேண்டுமோ அதனை முறைப்படுத்தி அளிக்க வேண்டிய கடமை, மேலாண்மை வாரியத்திற்கும் ஒழுங்காற்றுக் குழுவிற்கும் இருக்கிறது.

- தமிழ்நாடு, கர்நாடகா, கேரளா ஆகிய மாநிலங்களில் காவிரி மற்றும் அதன் துணை நதிகளில் கட்டப்பட்டிருக்கும் அணைகளுக்கு வரும் நீர், வெளியேற்றப்படும் நீர், இருப்பு நீர் ஆகியவற்றை நாள்தோறும் கண்காணிக்க வேண்டும்.

- மேற்கண்ட மாநிலங்களுக்குரிய நீரை மாதந்தோறும் திறந்துவிட வேண்டும். அவ்வாறு திறந்துவிடப்படும் நீரின் அளவு குறித்த பட்டியலை 12 மணி நேரத்திற்கு ஒருமுறை வெளியிட வேண்டும்.

- ஒரு நீராண்டில் எந்த மாதத்திலாவது ஒதுக்கப்பட்ட தண்ணீரில் இருந்து பயன்படுத்தப்படாத பகுதியை தேக்கி வைத்து, வேறொரு மாதத்தில் பயன்படுத்திக் கொள்வதற்கான உரிமை மாநிலங்களுக்கு உண்டு. இதற்காக ஒழுங்காற்றுக் குழுவிடம் தொடர்புடைய மாநிலம் அனுமதி பெற வேண்டும்.

- ஒவ்வொரு அணையிலும் வாரியத்தின் பிரதிநிதிகள் இருந்து ஒழுங்காற்றுக் குழுவின் ஆணைப்படி, நீர் திறந்துவிடப்படுகிறதா என்பதைக் கண்காணித்து வாரியத்தின் செயலாளருக்குத் தெரிவிக்க வேண்டும்.

அம்பரிஷ்

- ஒவ்வோர் அணைப்பகுதியிலும் உள்ள நீரின் அளவு குறித்த மாதாந்திர அறிக்கையை வாரியத்திற்குத் தெரிவிக்கவேண்டும்.

- வானிலைத் துறையினால் அமைக்கப்பட்டிருக்கும் மழை அளவுக் கண்காணிப்பு நிலையங்களின் மூலம் சேகரிக்கப்படும் விவரங்கள் வாரந்தோறும் வாரியத்திற்குத் தெரிவிக்கப்பட வேண்டும்.

குமாரசாமி

- தென்மேற்கு மற்றும் வடகிழக்குப் பருவமழைக் காலங்களில் 10 நாட்களுக்கு ஒருமுறை ஒழுங்காற்றுக் குழு கூடி அதுவரை பெய்துள்ள மழையின் அளவைக் கண்காணிக்க வேண்டும்.

- போதுமான அளவுக்கு மழை பெய்திருக்கும் காலத்தில் நடுவர் மன்றம் அளித்தத் தீர்ப்பின்படி, மாநிலங்களுக்கு உரிய நீரைப் பங்கிட்டு அளிக்க வேண்டும். பருவமழை பொய்த்து நீர்வரத்து குறையும் காலத்தில், தொடர்புடைய மாநிலங்களுக்கு தீர்ப்பில் ஒதுக்கப்பட்ட பங்கு நீரின் விகிதாச்சாரப்படி கணக்கிட்டு அதற்கேற்றவாறு தண்ணீரைப் பிரித்து அளிக்க வேண்டியது மேலாண்மை வாரியத்தின் பொறுப்பு.

- வாரியம் எடுக்கும் முடிவுகளுக்கோ அல்லது நடுவர் மன்றத்தின் ஆணைக்கோ எதிராக எந்த மாநில அரசு செயல்பட்டாலும், உடனடியாக வாரியம் அதை மத்திய அரசின் உதவியைப் பெற்று உரிய நடவடிக்கை எடுக்கலாம்.

- காவிரி மேலாண்மை வாரியமும், ஒழுங்காற்றுக் குழுவும் சிறப்பாகச் செயல்படுவதற்காக இதுபோன்ற விரிவான விதிமுறைகள் ஏற்கெனவே நதிநீர்த் தகராறு சட்டத்தில் கூறப்பட்டிருக்கின்றன. அதற்கிணங்க வாரியமும், பிரச்சினையில் தொடர்புடைய மாநிலங்களும் நடந்துகொள்ள வேண்டும்.

இருந்ததும், இழந்ததும்!

நடுவர் மன்றம் அமைந்த போது, பிரச்சினையைத் தீர்க்கும் வரமாக அதனைத் தமிழ்நாடு பார்த்தது. நடுவர் மன்ற இடைக்கால உத்தரவில் இழந்தவை எல்லாம் இறுதித் தீர்ப்பில் சரி செய்யப்படும் என்றும் தமிழ்நாடு நம்பியது. அப்படி எதுவும் நடந்திடவில்லை. நடுவர் மன்ற இறுதித்தீர்ப்பின் படி ஆண்டாண்டு காலமாக காவிரியில் தமிழகத்திற்கு இருந்த அனுபவ மற்றும் மரபுரிமைகள் பறிக்கப்பட்டன. மேலும் 1970-ம் ஆண்டுவரை சராசரியாக தமிழகத்திற்கு ஆண்டுதோறும் இருந்து வந்த 361.3 டி.எம்.சி தண்ணீர், இடைக்கால உத்தரவில் 205 டி.எம்.சி ஆக்கப்பட்டது. இறுதித்தீர்ப்பில் அதிலும் குறைத்து 192 டி.எம்.சி ஆக்கிவிட்டார்கள்.

கர்நாடகாவிலிருந்து மேட்டூருக்கு வரும் நீரின் சராசரி அளவை வைத்தே தமிழகத்திற்கு கொடுக்கவேண்டிய தண்ணீரை நடுவர் மன்றம் முடிவு செய்தது. காவிரி ஆற்றின் ஒட்டுமொத்த சராசரி நீர் அளவைக் கொண்டு தீர்மானிக்கவில்லை. அதுவும் கர்நாடகா அணைகள் கட்டி தடுத்துவிட்ட பிறகான 1980 முதல் 1990 வரை வந்த தண்ணீரை மட்டுமே கணக்கில் எடுத்துக் கொண்டார்கள். இந்தப் பத்தாண்டுகளில் பெய்த மழையின் அளவு மிகக்குறைந்தது என்பதையும் நடுவர் மன்றம் கருத்தில் கொள்ளவில்லை. இடைக்காலத் தீர்ப்பில் கட்டுப்படுத்திய 11.20 லட்சம் ஏக்கருக்கு மேல் பாசனப்பரப்பை அதிகரிக்கக்கூடாது என்று இடைக்கால உத்தரவில் கூறியதை மீறி, கர்நாடகாவின் பாசனப்பரப்பு 21.71 இலட்சம் ஏக்கராகப் பெருக்கப்பட்டிருப்பதையும் இறுதித் தீர்ப்பு கண்டுகொள்ளவில்லை.

கர்நாடகா திறந்துவிடும் தண்ணீரை மேட்டூரில் வைத்து அளக்கும் முறையும் இறுதித் தீர்ப்பில் மாற்றப்பட்டு, அதற்கு மேலே 'பில்லிகுண்டுலு'வில் வைத்து அளப்பதற்கும் உத்தரவிடப்பட்டது. எல்லாவற்றையும் விட, இத்தனை ஆண்டுகளில் சட்டவிரோதமாக மத்திய அரசின் அனுமதி இன்றி கர்நாடகா அணைகளைக் கட்டி அதில் 70 டி.எம்.சி வரை தண்ணீரைத் தேக்கி வைத்திருப்பதைப்பற்றியோ, அதனால் தமிழ்நாட்டிற்கு ஏற்பட்ட இழப்புகளை ஈடு செய்வது குறித்தோ தீர்ப்பில் எதுவுமே இல்லை. இப்படி நடுவர் மன்றத்தால் தமிழகம் பெற்றதைவிட இழந்ததே அதிகம்.

இப்படி இறுதித் தீர்ப்பு அளிக்கப்பட்டதையடுத்து காவிரி நதிநீர்ப்பங்கீடு குறித்து தம்முன் இருந்த அனைத்து வழக்குகளையும் தள்ளுபடி செய்வதாக நடுவர் மன்றம் அறிவித்தது.

தீர்ப்பு வந்ததும் எப்போதும் போல கர்நாடகாவில் ஆவேசக்குரல்கள் ஒலித்தன. அதிலும் தமிழகத்திற்கு 419 டி.எம்.சி தண்ணீர் என்பதைப் பார்த்தவுடன் இடைக்கால ஆணையில் 205 டி.எம்.சியாக இருந்த நீர் இருமடங்காகிவிட்டதாக நினைத்து அவர்களின் கோபம் அதிகமானது.

செலவில் யாருக்கு, எவ்வளவு பங்கு?

'நடுவர் மன்றம் அமைக்கப்பட்ட நாளில் இருந்து அதற்காக செய்யப்பட்ட செலவுகள் அனைத்தையும் தமிழகம், கர்நாடகா, கேரளா, புதுச்சேரி ஆகிய நான்கு மாநிலங்களும் 40:40:15:5 என்ற விகிதத்தில் பகிர்ந்து கொள்ள வேண்டும்' என்று தீர்ப்பில் கூறப்பட்டது. தீர்ப்பு வெளியான போது நடுவர் மன்றத்தின் தலைவராக நீதிபதி என்.பி.சிங், உறுப்பினர்களாக நீதிபதிகள் சுதிர் நரைன், என்.எஸ்.ராவ் ஆகியோர் பதவியில் இருந்தனர்.

உண்மையில் தமிழகத்திற்கு கர்நாடகா வழங்க வேண்டியது 192 டி.எம்.சி தண்ணீரே என்பது தீர்ப்பை முழுவதுமாக படித்த பிறகே எல்லோருக்கும் புரிந்தது. முதலில் தமிழ்நாட்டு பத்திரிகைகளே கூட 419 டி.எம்.சி என்றுதான் செய்தி வெளியிட்டன.

எவ்வளவாக இருந்தால் என்ன? தமிழ்நாட்டிற்கு தண்ணீர் கொடுக்கச் சொல்வதே குற்றம் என்று நினைக்கும் கர்நாடக அமைப்புகள் சும்மா இருக்குமா? கர்நாடக விவசாய அமைப்புகளும், கன்னட இன வெறி குழுக்களும் முழு அடைப்பு நடத்தின. தொடர்ந்து பல நாட்கள் போராட்டங்கள் முன்னெடுக்கப்பட்டன. மைசூரில் ரயில்வே பணிமனைக்குத் தீ வைத்தனர். தகவல் தொழில்நுட்பத் துறையைச் சேர்ந்தவர்களும் தெருவில் இறங்கி முழங்கினார்கள். இந்த தடவை பெரிய அளவில் வன்முறை ஏதுமில்லை என்பது ஆறுதல். காங்கிரஸ் கட்சியைச் சேர்ந்த மறைந்த கன்னட நடிகர் அம்பரீஷ் மத்திய அமைச்சர் பதவியிலிருந்து விலகுவதாக அறிவித்து, மாநிலத்தில் இருந்த மதசார்பற்ற ஜனதாதளம் – பா.ஜ.க கூட்டணி அரசுக்கு நெருக்கடி கொடுத்தார். (இதேபோல 2002-ல் வறட்சியில் வாடிய தமிழ்நாட்டுக்குத் தண்ணீர் திறக்கச் சொன்னதைக் கண்டித்து எம்.பி பதவியிலிருந்து விலகியவர் அம்பரீஷ்).

முதலமைச்சர் குமாரசாமி அனைத்துக்கட்சிக் கூட்டத்தைக் கூட்டினார். தீர்ப்பின் முழு விவரம் வந்தவுடன் முழுமையாக படித்துப் பார்த்துவிட்டு மீண்டும் அனைத்துக் கட்சிக் கூட்டத்தை நடத்துவது என முடிவெடுக்கப்பட்டது. அதன்படி அடுத்த சில நாட்களில் கர்நாடகாவில் உள்ள அத்தனை அரசியல் கட்சியினரும் விவசாயப் பிரதிநிதிகளும் பங்கேற்ற கூட்டம் நடந்தது. பின்னர் பேசிய குமாரசாமி, 'காவிரி இறுதித் தீர்ப்பில் கர்நாடகாவுக்கு அநியாயம் நடந்துள்ளது. இந்தத் தீர்ப்பை தொழில்நுட்ப ரீதியில் ஏற்றுக்கொள்ள முடியாது. அதனை நிராகரிக்கிறோம். தீர்ப்புக்கு எதிராக மாநிலத்தில் பல்வேறு அமைப்பினர் போராட்டம் நடத்தி வருகின்றனர். அவர்களுக்கு அரசு தனது நன்றியை தெரிவித்துகொள்கிறது' என்றார். அதன்பிறகு கர்நாடக அனைத்துக்கட்சிக் கூட்டத்தில் எடுக்கப்பட்ட அதிர்ச்சி முடிவு என்ன? தமிழ்நாட்டின் நிலைப்பாடு எப்படி இருந்தது? ஜெயலலிதா இருந்த இன்னொரு உண்ணாவிரதம் என்னவானது?

27

சென்னையில் முழங்கிய அண்ணனும் தம்பியும்!

காவிரி நடுவர் மன்றத் தீர்ப்பை அடுத்து பெங்களூருவில் கர்நாடக அனைத்துக்கட்சிக் கூட்டம் நடத்தப்பட்டது. அதில் நிறைவேற்றப்பட்ட மூன்று தீர்மானங்கள் குறித்து கர்நாடக உள்துறை அமைச்சர் பிரகாஷ் விளக்கினார். ‘காவிரி பிரச்சினை தொடர்பாக உச்ச நீதிமன்றம் முறையாக விசாரித்து தீர்ப்பு வழங்க வேண்டும் என்று கோரி மனு தாக்கல் செய்வது, நடுவர் மன்றத் தீர்ப்புக்கு எதிராக உச்ச நீதிமன்றத்தில் மேல்முறையீடு செய்வது, நடுவர் மன்றத்திலேயே தீர்ப்பை மறு பரிசீலனை செய்யக் கோரி மறுஆய்வு மனு தாக்கல் செய்வது’ ஆகிய தீர்மானங்கள் நிறைவேற்றப்பட்டன’ என்றார். பேட்டியின் போது கர்நாடகாவின் முதலமைச்சர் குமாரசாமியும், உள்துறை அமைச்சரும், ‘தீர்ப்பைக் கண்டித்து கர்நாடகா முழுவதும் நடக்கும் போராட்டங்கள் தொடரும்’ என்று கூறினார்கள். உள்துறை அமைச்சரோ, மொழி சிறுபான்மையினருக்கு அதாவது, கர்நாடகாவில் வசிக்கும் தமிழர்களுக்கு எந்தத் தொந்தரவும் அளிக்காமல் போராட்டம் தொடரும் என்றார். ஆக, காவிரி என்று வந்துவிட்டால் அங்கே அரசு, அரசியல் கட்சிகள், விவசாயிகள், கன்னட அமைப்புகள் எல்லாமே ஒன்றுக்குள் ஒன்றுதான் என்பது மீண்டும் நிரூபணமானது. அதற்கேற்றபடி அனைத்துக்கட்சித் தலைவர்களுடன் பிரதமர் மன்மோகன்சிங்கை நேரில் சந்தித்தார் குமாரசாமி.

தமிழ்நாடோ வழக்கம்போல இரண்டுபட்டு நின்றது. தீர்ப்பையொட்டி டெல்லிக்குப் போய்விட்டு வந்த முதலமைச்சர் கருணாநிதி, ‘நடுவர் மன்றத்தின் தீர்ப்பு ஆறுதல் அளிப்பதாக உள்ளது. அதே நேரத்தில் இரு மாநில விவசாயப் பெருமக்கள் அனைவரும் தீர்ப்பை ஏற்றுக்கொண்டால் மகிழ்ச்சி அடைவேன். இறுதித் தீர்ப்பின் காரணமாக கர்நாடகத்திற்குத் தண்ணீர் குறைந்துவிடவும் இல்லை. தமிழகத்திற்கும் தண்ணீர் அளவு அதிகமாக உயர்ந்து விடவுமில்லை. இதனை இரு மாநிலத்தாரும் சிந்தித்தால் அமைதிக்கு வழி காணலாம்’ என்றார். மேலும், ‘கர்நாடகத்தின் சார்பில் மேல்முறையீடு செய்ய வாய்ப்பிருப்பதால், தீர்ப்பை அறிவிக்கையாக வெளியிட முடியாது என்று வழக்கறிஞர்கள் சொல்கிறார்கள். தமிழர்களும் கன்னடியர்களும் பந்துக்கள் (உறவினர்கள்) ஆக இருக்கவேண்டுமே தவிர, பந்த் இருக்கக்கூடாது ’ என்றும் கருணாநிதி பேட்டியளித்தார். பற்றாக்குறை

சென்னையில் கன்னடக் கவிஞர் சிலைத் திறப்பு விழாவில் எடியூரப்பா - கருணாநிதி

காலத்தில் நிலவரத்தைப் பொறுத்து தண்ணீர் தருவார்கள் என்றும் கூறிய அவர், நதிநீர் ஆணையம் அமைப்பது குறித்து கருத்து கேட்டதற்கு, 'இதைப் பற்றி விவாதிப்பது நமக்கு நல்லதல்ல' என்றார்.

நடுவர் மன்றத்தீர்ப்பை ஜெயலலிதா எதிர்த்தார். 'தீர்ப்பு தமிழ்நாட்டிற்குப் பாதகமானது; வரவேற்கத்தக்கது அல்ல. தீர்ப்பில் கேரளாவுக்கு 30 டி.எம்.சி. தண்ணீர் தரவேண்டும் என்று கூறப்பட்டுள்ளது. இந்த நீரைப் பயன்படுத்தக்கூடிய அளவுக்கு அம்மாநில பவானி (காவிரியின் துணை ஆறு) பகுதியில் நிலங்கள் இல்லை. அந்தத்தண்ணீர் வீணாக கடலில்தான் கலக்கப்போகிறது. தமிழ்நாட்டுக்கு நீர் ஆதாரமாக உள்ள பவானி ஆற்றில் இருந்து 6 டிஎம்சி தண்ணீர் கேரளாவுக்குப் போகப்போகிறது. இது மிகப் பெரிய அநியாயம். பவானி விவசாயிகள் வஞ்சிக்கப்படப் போகிறார்கள். தீர்ப்பை எதிர்த்து உச்ச நீதிமன்றத்திற்குப் போக வேண்டும்' என ஜெயலலிதா வலியுறுத்தினார். மேலும், 'மத்தியிலும் மாநிலத்திலும் அதிகாரத்தையும் அமைச்சர்களையும் வைத்திருக்கிற கருணாநிதியால் காவிரி பிரச்சினையில் நடுவர் மன்றத்தின் மூலம் தமிழ்நாட்டிற்குக் கிடைக்க வேண்டிய நியாயமான தீர்ப்பை முழுமையாக பெற்றுத் தரமுடியவில்லை. அவரது தொடர் துரோகச் செயல்களால்தான் நடுவர் மன்றத்தின் தீர்ப்பு தமிழகத்திற்குப் பாதகமாக வந்துள்ளது. இதற்குப் பொறுப்பேற்று மைனாரிட்டி தி.மு.க அரசு பதவி விலக வேண்டும்' என்றும் ஜெயலலிதா கோரியிருந்தார். கருணாநிதி மற்றும் ஜெயலலிதாவின் கருத்துகளையொட்டி இருவரையும் ஆதரிக்கிற கட்சிகள் தங்களுடைய நிலைப்பாட்டைச் சொல்லியிருந்தன.

ஆரம்பத்தில் இப்படி சொன்னாலும் இதற்காக நடுவர் மன்றத்திற்கு மீண்டும் போனால் காலதாமதம் ஏற்படும் என்பதால், தீர்ப்பை மத்திய

மன்மோகன் சிங்குடன் குமாரசாமி மற்றும் எடியூரப்பா

அரசிதழில் வெளியிடச் செய்யலாம். அதன்படி மேலாண்மை வாரியம் அமைந்த பிறகு மற்றவற்றை பார்த்துக் கொள்ளலாம் என்று ஜெயலலிதா கூறினார். அதனை வலியுறுத்தி 2007 மார்ச் 18-ல், ஒரு நாள் அடையாள உண்ணாவிரதமும் இருந்தார். முதலமைச்சராக இருந்தபோது நடத்திய உண்ணாவிரதம் போல இது எடுபடவில்லை.

கர்நாடகாவில் இரண்டாவது முறை அனைத்துக்கட்சிக் கூட்டத்தைக் கூட்டுவதற்கு முன்பாகவே, தமிழகத்தில் அனைத்துக்கட்சிக் கூட்டத்திற்கு முதலமைச்சர் கருணாநிதி ஏற்பாடு செய்தார். ஜெயலலிதா இதைக் கடுமையாக விமர்சனம் செய்தார். ஆனாலும் கூட்டத்திற்கு அ.தி.மு.க. பிரதிநிதிகளாக ஓ.பன்னீர்செல்வம் மற்றும் வழக்கறிஞர் ஜோதி ஆகியோரை அனுப்பி வைத்தார். இக்கூட்டத்தில் நடுவர் மன்றத் தீர்ப்பை எதிர்த்து மறு ஆய்வு மனு தாக்கல் செய்வது என்று முடிவானது.

அதன்படி காவிரி நடுவர் மன்ற ஆணையின் மீது தேவையான நடவடிக்கையைப் பட்டியலிட்டு, சட்ட வல்லுநர்கள் மற்றும் பொறியாளர்களின் ஆலோசனைகளைப்பெற்று, மாநிலங்களுக்கு இடையிலான நதிநீர் பிரச்சினை சட்டம்-1956, பிரிவு 5(3)-ன் கீழ் காவிரி நடுவர் மன்றத்தில் தமிழகத்தின் மனுவைத் தாக்கல் செய்வது என்று ஒருமனதாகத் தீர்மானம் நிறைவேற்றப்பட்டது. வரைவு மனுவைத் தயாரித்த பிறகு, அதுபற்றி தலைவர்களின் கருத்தறிய 2007 ஏப்ரல் 15-ல் முதலமைச்சர் கருணாநிதி மீண்டும் அனைத்துக்கட்சிக் கூட்டத்தைக் கூட்டினார். இதில், 'நடுவர் மன்றம் தமிழகத்துக்கு சாதகமான தீர்ப்பு வழங்கிவிட்டதாக கர்நாடகா தவறாக கற்பனை செய்து கொண்டு, உச்ச நீதிமன்றம் சென்று தடை செய்வதற்கும்,

வள்ளுவரும் சர்வக்ஞரும்!

மழை பெய்து காவிரி பிரச்சினை கொஞ்சம் ஓய்ந்திருந்த 2009-ல் பெங்களூருவில் பல ஆண்டுகளாக மூடிக்கிடந்த வள்ளுவர் சிலையைத் திறக்க கர்நாடகா அரசு நினைத்தது. ஆனால் அதற்குப் பதிலாக கன்னடக் கவிஞர் சர்வக்ஞர் என்பவருக்கு சென்னையில் சிலை வைக்க வேண்டும் என்ற கோரிக்கை வைக்கப்பட்டது. தமிழக அரசும் அதை ஏற்றுக்கொண்டது. அப்போது கர்நாடகாவின் முதலமைச்சர் பி.எஸ்.எடியூரப்பா. தமிழகத்தில் மு.கருணாநிதி. ஆகஸ்ட் 9 அன்று சாக்குப் போட்டு மூடி வைக்கப்பட்டிருந்த திருவள்ளுவர் சிலையைப் பெங்களூருவில் திறந்து வைத்துவிட்டு, ஆகஸ்ட் 13-ல் சென்னை அயனாவரத்தில் அமைக்கப்பட்டிருந்த சர்வக்ஞர் சிலையைத் திறக்க எடியூரப்பா வந்தார். 'தம்பி' என்று அவரை கருணாநிதி அழைக்க, 'அண்ணா' என எடியூரப்பா இவரை பாசத்துடன் அழைத்தார். அவ்விழாவில், 'முதலில் இந்தியன்; பிறகே மாநில உணர்வு' என்று எடியூரப்பா முழங்கினார். கன்னட அமைப்புகளின் போராட்டம் இருந்ததால், பெங்களூருவில் பலத்த பாதுகாப்புடன் தான் வள்ளுவர் சிலையைத் திறக்க முடிந்தது. 'வள்ளுவருக்குச் சமமானவர் அல்லர் சர்வக்ஞர்' என்ற முணுமுணுப்பைத் தவிர இங்கே வேறேதுமில்லை.

அரசிதழில் பதிவதைத் தடுப்பதற்கும் முயற்சி செய்கிறது. தமிழகத்தைப் பொறுத்தவரை முதலில் நடுவர் மன்றத்திற்கு நமது உரிமைகளையும் தேவைகளையும் வலியுறுத்தி விளக்கம் கோரும் மறு ஆய்வு மனுவை தாக்கல் செய்துவிட்டு, அதன் பின்னர் தேவைப்பட்டால் நாமும் உச்ச நீதிமன்றத்தில் முறையீடு செய்யலாம்' என்று தீர்மானிக்கப்பட்டது. இதற்கிடையில் கருணாநிதியை ஜெயலலிதா குற்றஞ்சாட்டவும், அதற்கு கருணாநிதி பதில் சொல்லவுமான அறிக்கை யுத்தம் ஒரு பக்கம் நடந்து கொண்டிருந்தது.

இறுதித் தீர்ப்புக்கு விளக்கம் கேட்டு தமிழக அரசு சார்பில் 2007, ஏப்ரல் 27-ம் தேதி நடுவர் மன்றத்தில் மனு தாக்கல் செய்யப்பட்டது. அதிலிருந்த முக்கிய அம்சங்கள்:

- தமிழகத்தில் நடந்து வரும் சம்பா, குறுவை, தாளடி ஆகிய மூன்று போக விவசாயத்தை நிறுத்திக் கொண்டு, தண்ணீரை நம்பி இல்லாத பயிர்களை சாகுபடி செய்ய வேண்டும் என நடுவர் மன்றம் கூறியிருப்பது ஏற்புக்குரியதல்ல. மூன்று போக சாகுபடிக்குத் தேவையான தண்ணீரைக் கருத்தில் கொண்டு கர்நாடகா தண்ணீர் வழங்க நடவடிக்கை எடுக்க வேண்டும்.

- தமிழகத்தின் நீர்த் தேவைக்கேற்ப கூடுதலாக 60 டிஎம்சி நீரை விடுவிக்க உத்தரவிட வேண்டும்.
- 9-ம் நூற்றாண்டுக்கு முன்பிருந்தே நடைமுறையில் இருந்து வரும் சேத்தியாதோப்பு அணைக்கட்டு காவிரி பாசன வரம்புக்குள் தொடர்ந்து நீடிக்க அனுமதிக்க வேண்டும்.
- கர்நாடகாவின் ஹேமாவதி அணையின் சுற்று வட்டாரப் பகுதிகளில் உள்ள விவசாய நிலங்களுக்குத் தேவையான அளவை விட கூடுதலாக வழங்கப்பட்டுள்ள நீரைக் குறைக்க வேண்டும்.
- நடுவர் மன்றத்தின் இறுதித் தீர்ப்பை நடைமுறைப்படுத்துவதை கண்காணிக்கும் வகையில் அமைக்கப்படவுள்ள மேலாண்மை வாரியத்திற்குக் கூடுதல் அதிகாரம் அளிக்க வேண்டும்.

தமிழ்நாட்டைப் போன்றே கேரளாவும் தீர்ப்புக்கு விளக்கம் கேட்டு நடுவர் மன்றத்திடம் முறையிட்டது. 'காவிரி மொத்த நீரில் கேரளாவின் பங்களிப்பு 147 டிஎம்சியாக இருக்கும்போது, நடுவர் மன்றம் 30 டிஎம்சி நீரை மட்டும் வழங்கியது கேரளாவிற்கு எதிரானது. உபரி நீரை மற்ற மாநிலங்கள் எப்படிப் பகிர்ந்து கொள்ளும் என்பதை நடுவர் மன்றம் தெளிவாக்கவில்லை. உச்ச நீதிமன்றம் கூறிய பின்னும், முக்காலியில் அணை கட்டும் திட்டம் குறித்து தீர்ப்பில் எதுவும் குறிப்பிடவில்லை' என்று கேரளா கூறியிருந்தது. புதுச்சேரி அரசும் தங்கள் பகுதி பாசன நலன்களை முன்னிறுத்தி விளக்கம் கேட்டு நடுவர் மன்றத்தில் மனு செய்தது. கர்நாடகா மட்டும் முன் வைத்த வித்தியாசமான கோரிக்கை என்ன? அப்போது உச்ச நீதிமன்றம் கொதிப்படையும் அளவுக்கு மன்மோகன்சிங் என்ன செய்தார்?

28

நீதிபதிகளின் ரத்தக்கொதிப்பு!

தமிழகம், புதுச்சேரி, கேரளா ஆகிய மாநிலங்கள் தீர்ப்புக்கு விளக்கம் கேட்டு காவிரி நடுவர் மன்றத்தில் மனு செய்த போது, கர்நாடகா மட்டும் தீர்ப்பை எதிர்த்து மனு கொடுத்தது. 'தமிழகத்திற்கும், கேரளாவிற்கும் நடுவர் மன்றம் பங்கீடு செய்துள்ள நீரின் அளவு அதிகமானது. கர்நாடகத்தில் குடிநீர் பற்றாக்குறையைப் போக்க தண்ணீர் வேண்டும், விவசாயத்திற்கு மட்டுமே 405 டி.எம்.சிக்கு மேல் நீர் தேவைப்படுகிறது' போன்றவற்றைப் பட்டியலிட்டு தீர்ப்பையே மொத்தமாக ரத்து செய்ய வேண்டுமென கர்நாடகா கோரியது.

4 மாநிலங்களும் அளித்த மனுக்களை வழக்கம் போல நடுவர் மன்றம் ஆறப்போட்டது. இதையடுத்து எல்லாரும் இறுதித் தீர்ப்பை எடுத்துக்கொண்டு உச்ச நீதிமன்றத்திற்குப் போனார்கள். அரசுகள் போக, பெங்களூரைச் சேர்ந்த 'காவிரி பயனீட்டாளர்கள் சங்கம்' என்ற தனியார் அமைப்பு நடுவர் மன்றத் தீர்ப்பை ரத்துச் செய்யக்கோரி உச்ச நீதிமன்றத்தில் தனியாக வழக்கு போட்டது. அரசுகளே வழக்கு தொடர்ந்திருப்பதால் தனியாரின் மனுவை ஏற்கமுடியாது என நீதிபதிகள் தள்ளுபடி செய்தனர். இப்படியே 2007 முழுக்க ஓடியது. நடுவர் மன்றம் அளிக்கவுள்ள இறுதித் தீர்ப்புக்கு காத்திருப்பதாக மத்திய அரசு அறிவித்தது. 'இறுதித் தீர்ப்பில் மாநிலங்கள் சில சந்தேகங்களை எழுப்பி நடுவர் மன்றத்திடம் விளக்கம் கோரியுள்ளன. நடுவர் மன்றம் தரவுள்ள விளக்கத்திற்காக மத்திய அரசு காத்திருக்கிறது. அந்த விளக்கத்தை நடுவர் மன்றத்தின் இறுதித் தீர்ப்பாக அனைவரும் ஏற்றுக் கொள்ள வேண்டும். அந்த இறுதித் தீர்ப்புக்கு தேசம் கட்டுப்பட்டாக வேண்டும்' என்று மத்திய நீர்ப்பாசனத் துறை அமைச்சர் சைபுதீன் சோஸ் கூறினார்.

மாநிலங்களின் மனுக்களை நடுவர் மன்றம் விசாரித்துக் கொண்டிருந்த காலத்தில் கர்நாடகா எப்போதும் போன்றே தன் விருப்பப்படி வேலைகளைச் செய்தது. எதைப்பற்றியும் யாரைப்பற்றியும் கவலைப்படவில்லை. நடுவர் மன்றத் தீர்ப்பு குறித்து ஏற்கனவே தாக்கல் செய்திருந்த வழக்கோடு கூடுதலாக ஒரு மனுவை 2008-ல் தமிழக அரசு உச்ச நீதிமன்றத்தில் அளித்தது. 'காவிரி ஆற்றின் குறுக்கே புதிய தடுப்பணைகளைக் கட்ட கர்நாடகம் முயலுகிறது. இதற்குத் தடை விதிக்க வேண்டும்' என்று அதில்

நீதிபதி கிருஷ்ணய்யரின் முயற்சி!

காவிரி பிரச்சினையைத் தீர்ப்பதற்காக 1992-ல் இரு மாநிலங்களைச் சேர்ந்த நிபுணர்கள், அறிவுஜீவிகள் சிலர் ஒன்றாகச் சேர்ந்து முயற்சிகளை எடுத்தனர். கர்நாடகா தரப்பில் ஐ.ஐ.எம். பேராசிரியர் பி.கே.சந்திரசேகர், அலகாபாத் உயர்நீதிமன்ற முன்னாள் நீதிபதி டி.எம்.சந்திரசேகர், தோட்டக்கலைத் துறை முன்னாள் இயக்குநர் எம்.ஹெச்.மாரி கவுடா, நீர்ப்பாசனத் துறை முன்னாள் அமைச்சர் நஞ்சே கவுடா, கர்நாடக ராஜ்ய ரய்தா அமைப்பின் தலைவர் எம்.டி. நஞ்சுண்டசுவாமி, எழுத்தாளரும் அப்போதைய மாநிலங்களவை உறுப்பினருமான ஆர்.கே.நாராயண், முன்னாள் தலைமைச் செயலாளர் டி.ஆர். சதீஷ் சந்திரன் ஆகியோர் இடம் பெற்றிருந்தனர். தமிழ்நாட்டின் சார்பாக உயர்நீதிமன்ற முன்னாள் நீதிபதி என்.கிருஷ்ணசுவாமி ரெட்டியார், பாசனத் துறை முன்னாள் தலைமைப்பொறியாளர் எஸ்.மணவாளன், 'ஹிந்து' என். ராம், முன்னாள் தலைமைச்செயலாளர் பி.சபாநாயகம், முன்னாள் நிதித் துறை செயலாளர் எஸ்.குகன் ஆகியோர் இருந்தனர். நீதிபதி வி.ஆர். கிருஷ்ணய்யர் தலைமையில் பெங்களூருவில் கூடி விவசாய சங்கப் பிரதிநிதிகள் முன்னிலையில் தீர்வுகளை முன்வைத்த தீர்மானத்தை நிறைவேற்றி இருமாநில முதலமைச்சர்களுக்கும் பிரதமருக்கும் அனுப்பினார்கள். பலன்தான் இல்லை.

கோரப்பட்டது. இந்த மனுவுக்குப் பதில் அளிக்குமாறு உச்ச நீதிமன்றம் உத்தரவிட்டது.

'நடுவர் மன்றத்தின் தீர்ப்பையெல்லாம் செயல்படுத்த முடியாது' என்று 2008 மார்ச் மாதம் கர்நாடக அரசு பதிலளித்தது. அதில், 'நடுவர் மன்றத்தின் இறுதித் தீர்ப்பை எதிர்த்து உச்ச நீதிமன்றத்தில் மேல் முறையீடு செய்து உள்ளோம். எனவே, நடுவர் மன்றத்தின் இறுதித் தீர்ப்பை செயல்படுத்த முடியாது. தீர்ப்பையே ஏற்றுக்கொள்ளாத போது, இடைக்கால உத்தரவை செயல்படுத்தத் தேவையில்லை. கர்நாடக அரசு மாநில மக்களின் நலன்களை மனதில் கொண்டு தேவையான நடவடிக்கைகளை எடுத்து வருகிறது. எனவே, தடுப்பு அணை கட்டக்கூடாது என்று தமிழக அரசு சொல்வதில் நியாயம் இல்லை. பிரதமர் தலைமையிலான காவிரி ஆணையத்தை மீண்டும் கூட்டி, நடுவர் மன்றம் வழங்கிய இறுதித் தீர்ப்பு பற்றி பரிசீலிக்க வேண்டும். இந்த கூட்டத்தில் எடுக்கப்படும் முடிவை நிறைவேற்ற கர்நாடகம் தயாராக உள்ளது' என்று அதில் தெரிவிக்கப்பட்டுள்ளது.

அரசியல் சட்டப்படியான அதிகாரம் கொண்ட நடுவர் மன்றத்தீர்ப்பை ஏற்கமுடியாது; பிரதமர் தலைமையிலான காவிரி ஆணையத்தைக் கூட்ட வேண்டும் என்று கர்நாடகா கேட்டது, பிரச்சினையை இன்னும் இழுத்தடிக்கதான். ஆணையக் கூட்டத்தில் எடுக்கப்படும் முடிவுக்கு கட்டுப்படுவதாகச் சொன்னதும் சுத்தமான ஏமாற்று வேலைதான். ஏனெனில்,

பிரதமர் தலைமையிலான காவிரி ஆணையக் கூட்டத்தில் எல்லாரும் ஒத்த கருத்தோடு ஏற்றுக்கொண்டால் மட்டுமே எந்த முடிவையும் எடுக்க முடியும். முடிவே எடுக்க முடியாதபோது அதை எப்படிச் செயல்படுத்த முடியும்? அதைவிட இதுவரை அந்த ஆணையம் சொன்ன எதையும் செய்யாத கர்நாடகா, இப்போது மட்டும் செய்திடுமா என்ன?

முக்கியமாக மத்தியில் இருந்தது காங்கிரஸ் கட்சியின் பிரதமர் மன்மோகன்சிங். 2004-ல் அவர் பதவிக்கு வந்தபிறகு, காவிரி ஆணையத்தைக் கூட்டவே இல்லை. தமிழ்நாட்டின் தி.மு.க., பா.ம.க உள்ளிட்ட கட்சிகளின் ஆதரவோடு மத்தியில் கூட்டணி ஆட்சி நடத்தி வந்த மன்மோகன்சிங்கிற்கு நாடு முழுவதுமிருந்த கூட்டாளிகளின் குடைச்சலைச் சமாளிக்கவே நேரம் சரியாக இருந்தது. இதில் காவிரியாவது, ஆணையமாவது? இதனால் பிரதமர் எப்படியும் ஆணையத்தைக் கூட்டமாட்டார் என்ற நம்பிக்கையில்தான் கர்நாடகா அப்படியொரு கோரிக்கையை வைத்தது. அந்த நம்பிக்கையை (!) முதல் பதவிக்காலத்தின் கடைசி வரை காப்பாற்றினார் மன்மோகன்சிங்.

அடுத்த சில ஆண்டுகளுக்கு இயற்கை மனசு வைத்து கர்நாடக அணைகள் நிரம்பி வழியும் அளவுக்கு மழையைக் கொடுத்ததால், வழிந்தோடி வந்த தண்ணீரில் தமிழ்நாடு ஏதோ ஒன்றுக்கு அரையாக தாகம் தணித்துக்கொண்டது. தமிழகத்தில் தி.மு.க. அரசு. மத்திய அமைச்சரவையிலும் அக்கட்சிக்கு பங்கு; பெரிய வறட்சியும் இல்லை. நடுவர் மன்றத்திலும், உச்ச நீதிமன்றத்திலும் காவிரி விவகாரம் மெல்ல தவழ்ந்தது. 2011-ம் ஆண்டிலிருந்து லேசாக பிரச்சினை ஆரம்பித்தது. 2012-ல் சுத்தமாக தண்ணீர் இல்லை.

இதற்குள்ளாக 2011 தேர்தலில் கருணாநிதி போய் ஜெயலலிதா முதலமைச்சராகியிருந்தார். ஆனால் பிரதமர் அதே மன்மோகன் சிங்தான்!

மன்மோகன் சிங் - ஜெயலலிதா

சைஃபுதீன் சோஸ்

2009 நாடாளுமன்றத்தேர்தலில் காங்கிரஸ் தலைமையிலான ஐக்கிய முற்போக்கு கூட்டணி மீண்டும் வென்றிருந்தது. தி.மு.கவை உள்ளடக்கிய அந்த அணியைக் கடுமையாக எதிர்த்த ஜெயலலிதா. காவிரி விவகாரத்தில் மத்திய அரசுக்கு நெருக்கடி கொடுத்தார். ஆணையத்தை உடனே கூட்டி கர்நாடகாவைத் தண்ணீர் விடச்சொல்லுமாறு பிரதமருக்கு கடிதம் எழுதினார். டெல்லிக்குப் போய் பிரதமரை நேரில் பார்த்தும் கோரிக்கை வைத்தார். எதற்கும் மத்திய அரசு அசைந்து கொடுக்கவில்லை. நடுவர் மன்றத் தீர்ப்பு தொடர்பான வழக்கு உச்ச நீதிமன்றத்தில் இருப்பதைக் காரணம் காட்டியபடியே நாட்களை நகர்த்தினார்கள்.

2012. ஏப்ரல் 17 அன்று உச்ச நீதிமன்றத்திற்குப் போனது தமிழக அரசு. வழக்கை விசாரணைக்கு எடுப்பது தாமதமானதும், மே 18-ல் பிரதமருக்கு கடிதம் எழுதினார் ஜெயலலிதா. அதில், 'விதிமுறைகளுக்கு மாறாக கர்நாடக அரசு தண்ணீரைத் தேக்கி வைத்திருப்பதால். மேட்டூர் அணைக்கு இயல்பாக வரவேண்டிய நீர் அளவு குறைந்து குறுவை சாகுபடி பாழாகிறது. இதுகுறித்து விவாதிக்க காவிரி ஆணையத்தைக் கூட்டுங்கள்' என்று கேட்டிருந்தார். மன்மோகன்சிங் காதில் வாங்கவில்லை. ஏற்கனவே

கருணாநிதியுடன் மன்மோகன் சிங்

போட்ட வழக்கு இன்னும் விசாரணைக்கு வராத நிலையில், இடைக்கால மனு ஒன்றை 2012, ஜூலை 21-ல் உச்ச நீதிமன்றத்தில் தமிழகம் தாக்கல் செய்தது. பிரதமரிடம் வைத்த கோரிக்கைகள் அந்த மனுவிலும் இருந்தன. அதுவும் நகரவில்லை. குறுவை பயிர் கருகிப் போய்விட்ட நிலையில் சம்பாவுக்காவது தண்ணீர் திறக்கச் சொல்லுங்கள் என்று கேட்டு, ஆகஸ்ட் 23 அன்று பிரதமருக்கு கடிதம் அனுப்பினார் ஜெயலலிதா.

இந்தச் சூழலில் தமிழகத்தின் வழக்கு 2012 செப்டம்பர் 3-ல் விசாரணைக்கு வந்தபோது, காவிரி ஆணையத்தைக் கூட்டாமல் பிரதமர் மன்மோகன்சிங் அலட்சியம் காட்டுவதாக உச்ச நீதிமன்ற நீதிபதிகள் கடுமையாக குட்டு வைத்தனர். ஆணையக் கூட்டத்திற்கு வசதியான தேதியைத் தெரிவிக்குமாறு மாநில அரசுகளுக்கு கடிதம் எழுதியும் பதில் வரவில்லை என்று மத்திய அரசு வழக்கறிஞர் தெரிவித்தார். தமிழகத்தின் வழக்கறிஞரோ, கடிதம் எழுதியோடு மத்திய அரசு அதை மறந்துவிட்டதாகவும் கூட்டத்தை நடத்த உருப்படியாக எந்த முயற்சியும் செய்யவில்லை என்றார்.

எரிச்சலான நீதிபதிகள், "கர்நாடக அரசின் பதில் மனுவில் கடுமையான வார்த்தைகள் பயன்படுத்தப்பட்டுள்ளன ('டூத்லெஸ் சிஆர்ஏ' – அதிகாரமில்லா காவிரி நதி நீர் ஆணையம்). அதைக்கூட பிரதமர் அலுவலகம் படிக்கவில்லையா? கடந்த விசாரணையின்போதே மத்திய அரசின் செயல்பாடுகள் குறித்து நாங்கள் (உச்ச நீதிமன்றம்) கவலை தெரிவித்திருந்தோம். அதன் பின்பும் அலட்சியமாக இருக்கிறது மத்திய

அரசு. இந்தப் போக்கு எங்களின் ரத்த அழுத்தத்தை அதிகரிக்கிறது; பெரும் அதிர்ச்சி அளிக்கிறது. நீர்வளத் துறை அமைச்சகத்தின் உதவிச் செயலர், துணைச் செயலர், ஆணையர் போன்ற அதிகாரிகள் இதற்காக விளக்கம் அளிக்கிறார்கள். ஆனால், பிரதமர் அலுவலக அதிகாரிகளுக்கு என்ன நடக்கிறது என்பதே தெரியவில்லை. இந்த விவகாரத்தில் உயர் பதவியில் இருப்பவர்கள் சம்பந்தப்பட்டிருப்பதால், இதற்கு மேலும் கண்டிக்க நா எழவில்லை" என்று படபடவென பொரிந்து முடித்தபோது, உச்ச நீதிமன்றமே விக்கித்து நின்றது. இதையடுத்து மன்மோகன்சிங் என்ன செய்தார்? நடுவர் மன்றத் தீர்ப்பு அரசிதழில் வெளியானது எப்படி? காவிரிக்காக முதலமைச்சர்கள் நடத்திய கடைசி பேச்சுவார்த்தையில் என்ன நடந்தது?

29

அரசிதழில் வெளியிட நடந்த போராட்டங்கள்!

தமிழகம் பலமுறை தண்ணீருக்காக கோரிக்கை வைத்தபோதும் கண்டும் காணாமலும் இருந்த பிரதமர் மன்மோகன்சிங், உச்ச நீதிமன்றம் கடுமையாக கண்டித்ததும் அடித்துப்பிடித்து நடவடிக்கை எடுத்தார். ஒன்பது ஆண்டுகளுக்குப் பிறகு 2012 செப்டம்பர் 19-ம் தேதி காவிரி ஆணையம் டெல்லியில் கூடியது. செப்டம்பர் 21 முதல் அக்டோபர் 15 வரை நாள்தோறும் விநாடிக்கு 9, 000 கன அடி தண்ணீரைத் தமிழ்நாட்டுக்குத் திறந்துவிட வேண்டும் என்று பிரதமர் மன்மோகன்சிங் ஆணையிட்டார். 'ஒரு சொட்டு தண்ணீர் கூட கொடுக்க வாய்ப்பில்லை' என்று அந்த இடத்திலேயே சொல்லிவிட்டு கூட்டத்திலிருந்து வெளிநடப்பு செய்தார் பா.ஜ.க.வைச் சேர்ந்த கர்நாடகா முதலமைச்சர் ஜெகதீஷ் ஷெட்டர். காவிரி ஆணையத்தைக் கூட்டி முடிவெடுத்தால், அதை ஏற்றுக்கொள்வதாக உச்ச நீதிமன்றத்தில் முன்பு சொன்ன கர்நாடகாவின் உண்மை முகம் இதுதான்.

தமிழ்நாடு மீண்டும் உச்ச நீதிமன்றத்தின் நெடிய படிக்கட்டுகளில் ஏறி நின்றது. காவிரி நதிநீர் ஆணையத்துக்கு கர்நாடகா கட்டுப்பட மறுப்பது கண்டனத்துக்குரியது என்ற நீதிபதிகள், பிரதமரின் உத்தரவுப்படி அக்டோபர் 15 வரை தமிழகத்திற்குத் தரவேண்டும் என ஆணையிட்டனர். உடனே கிளர்ந்தெழுந்தது கர்நாடகா. ஆர்ப்பாட்டங்கள், மறியல்கள், பேரணிகள், முழு அடைப்பு என்று களேபரப்பட்டது. உச்ச நீதிமன்ற உத்தரவுக்கு தடை வாங்க வேண்டும்; முதலில் நீதிமன்றம் சொன்னபடி கேட்டால்தான் அங்கே போக முடியும். இல்லாவிட்டால் கர்நாடகாவின் மனுவை முன் வைப்பதில் பிரச்சினையாகும் நிலைமை வந்தது. 'சரி போய் தொலையுங்கள்...' என்று வேறு வழியில்லாமல் அடுத்த நாளான செப்டம்பர் 29-ம் தேதி இரவிலிருந்து 5 ஆயிரம் கன அடி நீரை தமிழ்நாட்டுக்குத் திறந்து விட்டது கர்நாடகா. உச்ச நீதிமன்ற உத்தரவைச் செயல்படுத்துவது போல போக்கு காட்டிவிட்டு 10 நாட்களிலேயே தண்ணீர் விடுவதை நிறுத்திவிட்டது.

நீர்வரத்து நின்று போன அடுத்த நாள் 2012, அக்டோபர் 9-ம் தேதி கர்நாடகாவின் மீது உச்ச நீதிமன்றத்தில் நீதிமன்ற அவமதிப்பு வழக்கு போட்டது தமிழக அரசு. அடுத்த நாளே காவிரி கண்காணிப்புக் குழு கூடி ஆலோசனை நடத்தியது. அக்கூட்டத்தில் 'குறுவை பருவம்தான் பாழாய்

தமிழகத்திற்கு மட்டும் ஏன் இப்படி?

நதி நீர் பிரச்சினைகளைத் தீர்க்க நடுவர் மன்றம் அமைப்பதை மத்திய அரசு தொடர்ந்து செய்துவருகிறது. இதுவரை 8 நடுவர் மன்றங்கள் அமைக்கப்பட்டுள்ளன. நர்மதா நதி நீர் பிரச்சினை வந்தபோது குஜராத் அரசு நடுவர் மன்றம் வேண்டுமென்று 1968-ல் கோரியது. அடுத்த ஆண்டே அமைக்கப்பட்டது. (இந்த நடுவர் மன்றம் அளித்த தீர்ப்பை மேற்கோள் காட்டிதான் உச்ச நீதிமன்றம் காவிரி நடுவர் மன்றம் அமைக்க உத்தரவிட்டது.) கோதாவரி, கிருஷ்ணா ஆறுகளின் நீர் பங்கீடு குறித்த நடுவர் மன்றக் கோரிக்கைகளை ஆந்திரா உள்ளிட்ட தொடர்புடைய மாநிலங்கள் 1962 முதல் எழுப்பத் தொடங்கின. 1969-ல் அதற்கான நடுவர் மன்றங்கள் அமைக்கப்பட்டன. காவிரி பிரச்சினையில் தமிழ்நாடு 1970-ல் கேட்ட நடுவர் மன்றத்தை மட்டும் 20 ஆண்டுகளுக்குப் பிறகே மத்திய அரசு அமைத்தது. அதுவும் உச்ச நீதிமன்றத்தின் கடும் உத்தரவுக்குப் பின்னர்! நடுவர் மன்றம் அளித்த தீர்ப்பை அரசிதழில் வெளியிட பெரும் சட்டப்போராட்டம். அது நடந்த பிறகு தீர்ப்பைச் செயல்படுத்த மேலாண்மை வாரியம் அமைப்பதற்கும் நீதிமன்றத்தில் நிற்க வேண்டியிருக்கிறது. மற்ற மாநிலங்களுக்கு எல்லாம் இந்தப் பரிதாப நிலை இல்லை.

போய்விட்டது. சம்பாவுக்காவது தண்ணீர் விட வேண்டும்' என்று தமிழ்நாடு கேட்டது. கொடுக்க வேண்டிய பழைய பாக்கி தண்ணீரை முதலில் விடுவிக்குமாறு கண்காணிப்புக்குழுவும் கர்நாடகாவிடம் சொன்னது. நிரம்பி வழியவில்லையே தவிர கர்நாடக அணைகளில் எல்லாம் தண்ணீர் இருக்கவே செய்தது. ஆனாலும் திறக்கவில்லை. தண்ணீர் கேட்டு அக்டோபர் 17 அன்று உச்ச நீதிமன்றத்தில் தமிழ்நாடு புதிய வழக்கு தொடர்ந்தது.

நவம்பரில் மீண்டும் கூடிய கண்காணிப்புக்குழு, தமிழகத்திற்கு 4.81 டி.எம்.சி தண்ணீர் விட உத்தரவிட்டது. ம்..ஹூம்.. எதுவும் நடக்கவில்லை. எதற்கும் அடங்காத பிடிவாதத்துடன் இருந்த கர்நாடகாவைப் பணிய வைக்க சட்டப்படியான வழியைச் சொல்வதை விட்டுவிட்டு, அம்மாநில முதலமைச்சருடன் தமிழக முதலமைச்சர் பேச்சு நடத்த வேண்டும் என்று நவம்பர் 26-ம் தேதி உச்ச நீதிமன்றம் திடீரென தன்னுடைய பொறுப்பைத் தட்டிக்கழித்தது.

உச்ச நீதிமன்றமே சொல்லிவிட்டது. எப்போதுமே பேச்சுவார்த்தையின் மீது நம்பிக்கை வைக்காத முதலமைச்சர் ஜெயலலிதா, வேண்டா வெறுப்பாக 2012, நவம்பர் 29-ம் தேதி பெங்களூருவுக்குப் போனார். 'லீலா பேலஸ்' ஓட்டலில் கர்நாடக முதலமைச்சர் ஜெகதீஷ் ஷெட்டருடன் ஒரு மணி நேரம் பேச்சுவார்த்தை நடந்தது. அப்போது, காவிரி பாசன மாவட்டங்களில் ஏற்பட்டுள்ள வறட்சி குறித்து ஜெயலலிதா விளக்கினார். கர்நாடகா தண்ணீர்

டி.ஆர்.பாலு

தந்தால் மட்டுமே சம்பா நெற்பயிர்களைக் காப்பாற்ற முடியும் என்று ஷெட்டரிடம் கூறிய ஜெயலலிதா, 'இன்னும் 65 நாட்களுக்கு கட்டாயம் தண்ணீர் தேவை' என்றார். குறைந்தது 15 நாட்களுக்காவது 30 டி.எம்.சி தண்ணீர் விடுமாறு கோரிக்கை விடுத்தார். மேலும் 'மேட்டூர் அணையிலுள்ள 16 டி.எம்.சி.யில் 5 டி.எம்.சி குடிநீர் தேவைக்கானது, 5 டி.எம்.சி மீன்கள் உயிர்வாழ இருப்பு வைக்க வேண்டும், எஞ்சிய 6 டி.எம்.சி நீரை மட்டுமே பாசனத்துக்கு பயன்படுத்த முடியும்' என்று ஜெயலலிதா ஷெட்டரிடம் விளக்கி கூறினார்.

இதற்கு, 'கர்நாடக அணைகளில் 30 டி.எம்.சி. மட்டும் தான் நீர் இருப்பு உள்ளது. பெங்களூர் மற்றும் இதர நகரங்களின் குடிநீருக்கு 20 டி.எம்.சி தண்ணீர் தேவை. எஞ்சியுள்ள 10 டி.எம்.சி. கர்நாடகத்தில் சாகுபடி செய்துள்ள பயிருக்கே போதாது. எனவே, தமிழகத்துக்கு நீர தர வாய்ப்பில்லை' என ஷெட்டர் பதிலளித்தார். எதிர்பார்த்ததைப் போலவே பேச்சுவார்த்தை தோற்றுப்போனது. 'தமிழகத்துக்கு தண்ணீர் தர முடியாது' என ஜெகதீஷ் ஷெட்டர் கூறிவிட்டதாகவும் மீண்டும் உச்ச நீதிமன்றத்தை நாடப்போவதாகவும் வெளியே வந்து ஜெயலலிதா சொன்னார். கர்நாடகாவின் யோசனையை ஜெயலலிதா ஏற்க மறுத்துவிட்டதாக ஷெட்டர் பின்னர் குற்றஞ்சாட்டினார். தண்ணீர் விடாமல் இருப்பதற்கான யோசனை யாருக்கு வேண்டும்?!

பேச்சுவார்த்தையின் கதியைப் பார்த்த உச்ச நீதிமன்றம், டிசம்பர் 6-ம் தேதி, தினமும் 10 ஆயிரம் கன அடி தண்ணீர் கொடுக்கச் சொன்னது. மூன்று நாளைக்குத் திறந்துவிட்ட கர்நாடகா அதன்பிறகு அணைகளை மூடிவிட்டது.

இப்படி அந்தந்த பருவத்திற்குரிய தண்ணீருக்காக மன்றாடிக்கொண்டிருந்த நேரத்தில், நடுவர் மன்றத்தின் இறுதித் தீர்ப்பை அரசிதழில் வெளியிடச் செய்வதற்கான தமிழ்நாட்டின் சட்டப்போராட்டங்கள் இன்னொரு பக்கம் தொடர்ந்தன. இறுதித் தீர்ப்புக்கான விளக்கம் வந்த பிறகே அதுகுறித்து முடிவெடுக்க முடியும் என்று மத்திய அரசும், கர்நாடகாவும் ஆடி வந்த கண்ணாமூச்சி ஒரு கட்டத்தில் முடிவுக்கு வந்தது. அதற்கும் கொடுத்த தீர்ப்பை அரசிதழில் வெளியிடுவதற்கும் சம்பந்தமில்லை என்று நடுவர் மன்றம் கூறிவிட்டது. ஆனாலும் அப்படியே போட்டுவிட்டார்கள்.

2011 தேர்தலில் வென்று முதலமைச்சரான போதே, நடுவர் மன்றத்தீர்ப்பை அரசிதழில் வெளியிட வலியுறுத்தி பிரதமர் மன்மோகன்சிங்கிற்கு ஜெயலலிதா கடிதம் எழுதினார். பலன் இல்லாததால் உச்ச நீதிமன்றத்தில் தமிழக அரசு வழக்கு தொடர்ந்தது. தி.மு.க. நாடாளுமன்ற உறுப்பினர்கள் டி.ஆர்.பாலு தலைமையில் பிரதமர் மன்மோகன் சிங்கை சந்தித்து நடுவர் மன்றத்தீர்ப்பை அரசிதழில் வெளியிட வேண்டுமென்று வலியுறுத்தினர். தமிழகத்தின்

ஜெயலலிதாவுடன் ஜகதீஷ் ஷட்டர்

வழக்கை விசாரித்த உச்ச நீதிமன்றம் 2013, ஜனவரி 4-ல் தீர்ப்பளித்தது. அதில் பிப்ரவரி 20-ம் தேதிக்குள் நடுவர் மன்ற இறுதித்தீர்ப்பை அரசிதழில் வெளியிட வேண்டுமென மத்திய அரசுக்கு கெடு விதித்தது. இதற்கு மேலும் இழுத்தடிக்க முடியாது என்ற மனநிலைக்கு மத்திய அரசு வந்தது. சட்டத் துறையும் நீர்வளத் துறையும் அதற்கான வேலைகளைச் செய்தன.

இறுதித் தீர்ப்பு வெளியான 2007-ல் இருந்து அரசிதழில் வராமல் தடுத்து வந்த கர்நாடாகாவுக்குத் தூக்கிவாரிப்போட்டது. பா.ஜ.க.வைச் சேர்ந்த முதலமைச்சர் ஜெகதீஷ் ஷெட்டர் தலைமையில் அனைத்துக்கட்சி குழு டெல்லி விரைந்தது. 'காவிரி பிரச்சினை தொடர்பாக, உச்ச நீதிமன்றத்தில் நிலுவையில் உள்ள வழக்குகள், விசாரிக்கப்பட்டு தீர்ப்பு வழங்கப்படும் வரை, நடுவர் மன்ற இறுதித் தீர்ப்பை, மத்திய அரசின் அரசிதழில் வெளியிடுவதை நிறுத்தி வைக்க வேண்டும்' என்று பிரதமரிடம் நேரில் வலியுறுத்தினார்கள். 2013 கர்நாடகாவுக்கு சட்டப்பேரவைத் தேர்தல் ஆண்டு. காங்கிரஸ் கட்சி ஆட்சியைப் பிடிக்கும் சூழ்நிலை இருந்தது. காங்கிரஸ் கட்சி தலைமையிலான மத்திய அரசு, கர்நாடகாவின் எதிர்ப்புக்கு மாறாகச் செயல்படத் தயங்கியது. பிரதமர் அலுவலகத்தில் இருந்து வந்த வாய்மொழி உத்தரவால் அரசிதழில் வெளியிடுவதற்கான பணிகள் நின்றன.

டிசம்பர் போய் ஜனவரி வந்தது. ஜனவரியும் கடந்து பிப்ரவரி பிறந்தது. உச்ச நீதிமன்றம் விதித்த கெடு நெருங்கியது. நாளை தான் கடைசி நாள் என்ற நிலையில் ஒத்திப்போட முடியாமல் 2013 பிப்ரவரி 19-ல் காவிரி நடுவர் தீர்ப்பை அரசிதழில் வெளியிடுவதற்கான ஆணையில் மத்திய நீர்வளத் துறை செயலாளர் சாமல் கே.சர்க்கார் கையெழுத்திட்டார். அதில் கடைசி நேரத்தில் செய்யப்பட்ட தில்லாலங்கடி வேலை என்ன? அரசிதழ் பற்றி எல்லாம் அலட்டிக் கொள்ளாமல் கர்நாடகா தமிழகத்தின் வயிற்றில் அடிக்கும் வகையில் எப்படி நடந்து கொண்டது ?

30

கர்நாடகா செய்த ரகசிய வேலை!

தமிழ்நாட்டின் நீண்ட சட்டப்போராட்டத்திற்குப் பிறகு, 6 ஆண்டுகளுக்கு முன்பு வெளியான காவிரி நடுவர் மன்றத் தீர்ப்பை அரசிதழில் வெளியிட்டது மத்திய அரசு. காவிரி டெல்டா மாவட்டங்களில் விவசாயிகள் இனிப்பு கொடுத்து மகிழ்ந்தனர். 'உண்மையாகச் சொல்கிறேன், இன்று என் வாழ்வின் மிக மகிழ்ச்சிகரமான நாள். தமிழக விவசாயிகளுக்கும் கூட மகிழ்ச்சியான நாள் இது. என்னுடைய 30 ஆண்டுகால அரசியல் வாழ்க்கையில் இதனைச் சாதனையாகவும் நிறைவாகவும் நினைக்கிறேன்' என்று அரசிதழ் நகலைக் கையில் பிடித்தபடி, முதலமைச்சர் ஜெயலலிதா உற்சாகம் பொங்க செய்தியாளர்களிடம் பேசினார்.

மத்திய அரசுக்குத் தலைமை வகித்த காங்கிரசும், அரசில் இடம் பெற்றிருந்த தி.மு.கவும் தங்களது வெற்றியாக இதனைக் குறிப்பிட்டன. பிப்ரவரி 29-ம் தேதி அரசிதழ் வந்து பார்த்தபிறகுதான், நடுவர் மன்றத்தீர்ப்பில் பாதி மட்டுமே அரசிதழில் வெளியிடப்பட்டிருப்பது தெரிந்தது. தீர்ப்பில் சொல்லப்பட்டதைப் போல காவிரி மேலாண்மை வாரியமோ, காவிரி ஒழுங்காற்றுக் குழுவோ அமைப்பது பற்றி அரசிதழ் அறிவிப்பில் எதுவும் இல்லை. இருந்தாலும் தமிழ்நாட்டிற்கு இதுவே பெரிதாக இருந்தது. விவசாய அமைப்புகள் சார்பில் ஜெயலலிதாவுக்கு 2013 மார்ச் 10 அன்று தஞ்சாவூரில் பாராட்டுவிழா நடத்தப்பட்டது. 'பொன்னியின் செல்வி' பட்டத்தைப் பெற்றுக்கொண்டு பேசிய ஜெயலலிதா, 'காவிரி மேலாண்மை வாரியம் அமைப்பதற்கான நடவடிக்கைகளைத் தமது அரசு உறுதியாக மேற்கொள்ளும்' என்றார். அதன்படி உடனடியாக காவிரி மேலாண்மை வாரியம் அமைக்க மத்திய நீர்வள அமைச்சத்திற்கு உத்தரவிடக்கோரி தமிழக அரசு மார்ச் 19 அன்று உச்ச நீதிமன்றத்தில்

காவிரி நடுவர் மன்றத் தீர்ப்பு வெளியான அரசிதழுடன் ஜெயலலிதா

மேகேதாட்டு பகுதி

வழக்கு தொடர்ந்தது. 'அரசிதழில் வெளியிட்டால் எங்களுக்கு என்ன? உடனே தண்ணீர் கொடுத்திட வேண்டுமா? அதெல்லாம் ஒன்றும் நடக்காது' என்பது போல நடந்து கொண்டது கர்நாடகா அரசு.

கர்நாடகாவில் சட்டப்பேரவைத் தேர்தல் சூடுபிடித்திருந்தது. அதனால் காவிரி மேலாண்மை வாரியம் அமைப்பதற்கான அறிவிப்பை மே 1-ம் தேதி முதல் 5-ம் தேதி வரை வெளியிடக்கூடாது என்று மத்திய அரசுக்கு தேர்தல் ஆணையம் தடை விதித்தது. 'உடனே மேலாண்மை வாரியம் அமைத்துவிட்டுதான் மறுவேலை' என்று அவர்கள் ஒற்றைக்காலில் நிற்பது போலவும், அதைத் தடுத்து நிறுத்தி ஜனநாயகத்திற்கு நியாயம் செய்வதும் போன்றும் தேர்தல் ஆணையம் சொன்னது தனி நகைச்சுவை.

அந்த நேரத்தில், உச்ச நீதிமன்றம் இன்னொரு குளறுபடியைச் செய்தது. 'நடுவர் மன்றம் தீர்ப்பளித்து, அது அரசிதழிலும் வெளியாகிவிட்டால், அந்த தீர்ப்பு உச்ச நீதிமன்ற உத்தரவுக்குச் சமம்' என்று இந்திய அரசியலமைப்புச் சட்டம் சொல்வதை காற்றில் பறக்கவிடும் வகையில் உச்ச நீதிமன்றமே ஓர் உத்தரவைப் போட்டது. உடனடியாக காவிரி மேலாண்மை வாரியம் அமைக்கச் சொல்லி மத்திய அரசுக்கு உத்தரவு போடாமல், வாரியம் அமைக்கும் வரை மேற்பார்வை குழு ஒன்றை அமைக்குமாறு 2013, மே 10-ல் குருட்டாம் போக்காக ஆணையிட்டது. இது போதாது என்று, மேலாண்மை

விருது பெறும் ஜெயலலிதா

வாரியம் கேட்டு தமிழகம் போட்ட வழக்கை அதே ஆண்டு ஆகஸ்ட் 5-ல் தள்ளுபடி செய்தது. 'மழை பெய்து இரு மாநிலங்களிலும் இப்போது தண்ணீர் நிறைய இருக்கிறது. அதனால் அடுத்த ஆண்டு அசல் வழக்கு விசாரணைக்கு வரும்போது மேலாண்மை வாரியம் பற்றியும் விசாரிக்கலாம். அதுவரை அதற்கு அவசரம் இல்லை' என்று உச்ச நீதிமன்றம் சொன்ன காரணத்தைப் பற்றி என்ன சொல்ல?

தண்ணீர் பற்றாக்குறை இருந்தால் மேலாண்மை வாரியம் அமைக்க முடியாது என்றார்கள். உபரி நீர் வந்தால் மேலாண்மை வாரியமே தேவை இல்லை என்றார்கள். ஒரு நிலையில் இல்லாமல் அன்றன்றைக்கு, அவரவர்களுக்குத் தோன்றியதே நீதி என்றாகிப்போனது. வெறுத்துபோன தமிழக அரசு, 'நடுவர் மன்றத்தீர்ப்பைக் கர்நாடகா செயல்படுத்தாததால், தமிழ்நாட்டிற்கு ஏற்பட்டிருக்கும் நட்டத்தை ஈடுகட்ட ரூ.2, 480 கோடி வழங்க உத்தரவிட வேண்டும்' என்று உச்ச நீதிமன்றத்தில் புதிய வழக்கினைத் தாக்கல் செய்தது.

மற்றொரு புறம் உடனே மேலாண்மை வாரியம் அமைக்காமல் தப்பிக்க வழி கிடைத்த பிறகு மத்திய அரசு சும்மா இருக்குமா? காவிரி மேற்பார்வைக் குழுவை அமைத்தது. மத்திய நீர்வளத் துறை செயலாளர் தலைமையில் அந்தக் குழு கூடி தமிழ்நாட்டிற்கு 26 டி.எம்.சி. நீரைத்

பயன்பாட்டு உரிமை என்றால்..?

ஒரு நதியுடன் வரலாற்று வழியில் இணைந்திருக்கும் ஓர் இனம் அல்லது சமூகம் அந்த நதியின் தண்ணீரைப் பயன்படுத்தும் உரிமையை ஆற்றின் தலைப்பகுதியில் இருப்பவர்கள் தடுக்க முடியாது; தடுக்கும் வகையில் தண்ணீரை மறித்துத் தேக்கி வைத்துக் கொள்ளவும் கூடாது. இதைத்தான் பயன்பாட்டு உரிமை (Riparian Right) என்று உலகளவிலான ஒப்பந்தங்களில் குறிப்பிடப்பட்டுள்ளது. நதி உருவாகும் இடத்தில் உள்ளவர்களுக்கு மேல் பயன்பாட்டு உரிமை (Upper Riparian Right), கீழ்ப் பகுதியில் வசிப்பவர்களுக்கு கீழ்ப் பயன்பாட்டு உரிமை (Lower Riparian Right) என்றும் வரையறுக்கப்பட்டிருக்கிறது.

எந்த மாநிலத்தில் எவ்வளவு?

காவிரி ஆறு மொத்தமாக 81 ஆயிரத்து 155 சதுர கிலோமீட்டர் ஆற்றுப்படுகையைக் கொண்டது. இதில் தமிழகத்தில் 43 ஆயிரத்து 856 சதுர கிலோமீட்டர் உள்ளது. கர்நாடகாவில் 34 ஆயிரத்து 273 சதுர கிலோமீட்டர், கேரளத்தில் 2 ஆயிரத்து 866 சதுர கிலோமீட்டர், புதுச்சேரியில் 160 சதுர கிலோமீட்டர் ஆற்றுப்படுகைகளைக் காவிரி கொண்டிருக்கிறது.

திறந்துவிட வேண்டும் என்றது. 'அதெல்லாம் திறந்துவிட முடியாது'என கர்நாடகா அதிகாரிகள் அந்தக்கூட்டத்திலேயே சொல்லிவிட்டார்கள். முதலமைச்சர் சித்தராமையாவும் அதையே சொன்னார். அப்போதைக்கு தண்ணீர் கொடுக்காதது மட்டுமல்ல; தமிழகத்திற்கு இனி எந்தக் காலத்திலும் கர்நாடகாவில் இருந்து கொடுக்காத அளவுக்கான வேலையையும் அவர் செய்தார். அன்றாடத் தேவைக்கான தண்ணீருக்காக தமிழகம் போராடிக் கொண்டிருந்த போது, 1980-களில் குண்டுராவ் விட்டுப்போன திட்டத்தை கர்நாடகா மீண்டும் தூசு தட்டி எடுத்தது. ஆம்... மேகேதாட்டு அணை வழியாக தமிழ்நாட்டின் மீதான இறுதி தண்ணீர் யுத்தத்திற்குத் தேவையான தயாரிப்புகளில் இறங்கியது கர்நாடகா.

2007-லிருந்து திட்டமிட்டு, இரு ஐ.ஏ.எஸ் அதிகாரிகளின் தலைமையில் நீர்வளத் துறை அதிகாரிகள் 25 பேர் 56 இடங்களில் ஆய்வு செய்தனர். அவற்றில் 30 இடங்களில் புதிய அணைகளைக் கட்டலாம் என 2012-ல் கர்நாடகா அரசுக்குப் பரிந்துரைத்துள்ளார்கள். அவற்றில் முக்கியமானது மேகேதாட்டு அணை. ஒகேனக்கல்லுக்கு முன்புள்ள வனப்பகுதியில் புதிய அணையைக் கட்டத் திட்டமிட்டது கர்நாடகா. அந்த இடத்திற்கு முன்புதான் முக்கிய துணை ஆறான அர்க்காவதி காவிரியுடன் 'சங்கமா' என்ற இடத்தில் சங்கமமாகி ஒகேனக்கல்லை நோக்கி ஓடி வருகிறது.

சித்தராமையா

2012-ம் ஆண்டில் அதிகாரிகள் அறிக்கை கொடுத்த பின்புதான், செய்தி மெல்ல வெளியே கசிந்தது. அப்படி என்றால், கர்நாடகாவில் எத்தனை கச்சிதமாக வேலைகளைச் செய்கிறார்கள் பாருங்கள். தமிழ்நாட்டின் உளவுத் துறையினர், 'இம்சை அரசன் 23-ம் புலிகேசி'யின் ஒற்றர்களைப் போல ஆகிவிட்டார்கள் போலும். 'அய்யய்யோ... அங்கே அணையைக் கட்டி தடுத்துவிட்டால் வருகிற கொஞ்சம் தண்ணீரும் தமிழகத்திற்கு வராமல் போய்விடுமே!' என்று தமிழகம் சுதாரித்து எழுவதற்குள் பூர்வாங்க வேலைகளை முடித்து விட்டார்கள். 2012-ல் இது தொடர்பாக சட்டப்பேரவையில் கொண்டு வரப்பட்ட கவன ஈர்ப்புத் தீர்மானத்திற்குப் பதிலளித்த முதலமைச்சர் ஜெயலலிதா, 'தமிழ்நாட்டின் அனுமதியைப் பெறாமல் கர்நாடகா மேகேதாட்டுவில் அணை கட்ட முடியாது; மீறிக் கட்ட முயன்றால், தமிழக அரசு அதனை எந்தச் சூழலிலும் அனுமதிக்காது' என்றார்.

இப்படிதானே ஒவ்வொரு முறையும் நடந்திருக்கிறது. கர்நாடகா எதற்காவது அசைந்து கொடுத்திருக்கிறதா என்ன? இப்போதும் அப்படியே. அணை கட்டுவதற்கான பணிகளை கர்நாடகா இன்னும் தீவிரமாக்க காரணம் என்ன? உச்ச நீதிமன்றம் கேட்ட அப்பாவித்தனமான கேள்வி எது? மோடி அரசு வந்தபிறகு என்ன நடந்தது?

31

மேட்டூர் நிரம்பும் அளவுக்கு தண்ணீர் போகிறதா? அய்யய்யோ...!

காவிரி ஆற்றில் தமிழக எல்லைக்கு முன்பாக மேகேதாட்டு அணை கட்டுவதற்கு கடும் எதிர்ப்பு தெரிவித்த தமிழகம், மத்திய அரசிடம் மனு, நீதிமன்றத்தில் வழக்கு என்று சட்டப்படியான முறைகளில் போராடி வந்தது. 2013-ல் பெருமழை பெய்து தண்ணீர் பெருக்கெடுத்து வந்து பல ஆண்டுகளுக்குப் பிறகு மேட்டூர் அணை நிரம்பியது. இதைப் பார்த்ததும் கர்நாடக அரசு இன்னும் விசனப்பட்டது. ‘அணை நிரம்பும் அளவுக்கு தமிழகத்திற்குத் தண்ணீர் போகிறதா..? எப்படி அனுமதிப்பது இதை?’

புதிய முதலமைச்சராக பொறுப்பேற்ற காங்கிரசின் சித்தராமையா வேலைகளை விரைவுப்படுத்தினார். ‘மின் தேவையைப் பூர்த்திசெய்து கொள்ளவும், பெங்களூரு, மைசூரு நகரங்களின் குடிநீர்த் தேவைக்காவும் மேகேதாட்டு அணையைக் கட்டிக்கொள்ள மத்திய அரசு அனுமதி அளிக்க வேண்டும்’ என்ற கோரிக்கையுடன் பிரதமர் மன்மோகன்சிங்கிற்கு சித்தராமையா கடிதம் எழுதினார். இங்கே நுட்பமாக கவனித்தால் ஓர் அம்சம் புரியும்.

கர்நாடகாவைப் பொறுத்தமட்டில் காவிரி குறித்து எல்லா கட்சிகளும், ஆட்சிகளும் ஒரே மாதிரியே சிந்திக்கின்றன; செயல்படுகின்றன. இல்லாவிட்டால் முந்தைய ஆட்சியில் வகுக்கப்பட்ட மேகேதாட்டு அணைக்கான செயல்திட்டத்தைச் செயல்படுத்த புதிதாக ஆட்சிக்கு வந்த சித்தராமையா துடிப்பாரா? ‘நீ போட்ட திட்டத்தை நான் ஏன் நிறைவேற்ற வேண்டும்?’ என்று காவிரி விவகாரத்தில் கேட்டுவிட்டால் அவர்கள் கன்னட மக்களுக்கு எதிரிகளாகிவிடுவார்கள். எனவே, கட்சிகளும், தலைவர்களும் அங்கே காவிரி என்று வந்துவிட்டால் மக்களுக்குப் பயப்படுகிறார்கள். அந்த மாநில அரசு எந்திரமும் யார் ஆட்சியாளர்களாக இருந்தாலும் தமிழகத்திற்கு தண்ணீர் விட்டுவிடக்கூடாது என்பதில் தெளிவாக இயங்குகிறது.

லோதா

நடுவர் மன்றம் என்ன ஆனது?

2007-ல் இறுதித் தீர்ப்பு வழங்கியபிறகு அதற்கு எதிரான மேல்முறையீடுகள் காவிரி நடுவர் மன்றத்தில் நிலுவையில் இருந்தன. உடல்நிலை சரியில்லாத காரணத்தால் 2012-ல் நடுவர் மன்றத்தலைவர் என்.பி.சிங் பதவி விலகினார். அதன்பிறகு காலியாக இருந்த அப்பதவிக்கு ஓய்வுபெற்ற உச்ச நீதிமன்ற நீதிபதி பி.எஸ்.சவுகான், 2014 மே மாதம் 13-ம் தேதி நியமிக்கப்பட்டார். 7 ஆண்டுகளுக்குப் பிறகு மேல்முறையீட்டை விசாரித்த நடுவர் மன்றம், 'உச்ச நீதிமன்றத்தில் இது தொடர்பான வழக்குகள் இருப்பதால் உடனடியாக எந்த உத்தரவும் போட முடியாது' என்று கூறிவிட்டது. 2018 வரை அப்படியே இருக்கிறது.

மேகேதாட்டுவில் அணை கட்ட கர்நாடகாவுக்கு அனுமதி அளிக்கக்கூடாது என்று வலியுறுத்தி முதலமைச்சர் ஜெயலலிதா பிரதமருக்கு கடிதம் எழுதினார். 'நீர்ப்பிடிப்பு மிகுந்த மேகேதாட்டுவில் அணை கட்டிவிட்டால் தமிழகத்திற்கு காவிரி நீர் வரமுடியாத நிலை ஏற்படும்' என்று அதில் அவர் குறிப்பிட்டிருந்தார். அதோடு, மீண்டும் உச்ச நீதிமன்றத்தின் கதவைத் தட்டியது தமிழ்நாடு. 'காவிரி மேலாண்மை வாரியம் அமைத்து, அதன் பொறுப்பில் கர்நாடகாவில் உள்ள அணைகளை உடனடியாக ஒப்படைக்க வேண்டும். ஜனவரி 2013 வரை தமிழ்நாட்டிற்கு வழங்க வேண்டிய தண்ணீர் பாக்கியைத் திறந்துவிடவும் ஆணையிட வேண்டும்' என்று தமிழக அரசின் மனுவில் கேட்கப்பட்டது. இதுகுறித்து 2013 டிசம்பர் 3-ம் தேதி உச்ச நீதிமன்ற தலைமை நீதிபதி ஆர்.எம்.லோதா, நீதிபதிகள் மதன் பி.லோகுர், குரியன் ஜோசப் ஆகியோரடங்கிய அமர்வு முடிவை அறிவித்தது. அப்போது லோதா சொன்ன வார்த்தைகள்:

"காவிரி மேலாண்மை வாரியம், ஒழுங்காற்றுக் குழு ஆகியவற்றை உடனடியாக அமைக்க வேண்டும் என்ற தமிழக அரசின் கோரிக்கையை அவசரமாக விசாரிக்க வேண்டியதில்லை. தமிழகத்தின் மனுவுக்கு மத்திய அரசும், கர்நாடகா அரசும் ஒரு மாதத்திற்குள் பதிலளிக்க வேண்டும். ஒரு மாநில அரசு அணை கட்டுவது போன்ற பெரிய திட்டங்களை மத்திய அரசின் அனுமதியைப் பெறாமல் நிறைவேற்ற முடியாது. அதனால் பயப்படத் தேவையில்லை. தமிழகத்திற்குத் தண்ணீர் தருவதைக் கவனித்துக் கொள்ளதான் காவிரி மேற்பார்வைக் குழு எனும் இடைக்கால ஏற்பாட்டை உச்ச நீதிமன்றம் ஏற்கனவே செய்திருக்கிறது.

மழை நன்கு பெய்து நீர் வரத்து சீராக உள்ளது. போதிய நீர் கிடைப்பதைக் கடவுள் கவனித்துக் கொள்வார். கர்நாடகா தமது ஆளுகைக்குட்பட்ட பகுதியில் எதைச் செய்தாலும் அதைத் தமிழ்நாடு எதிர்க்கக்கூடாது. அண்டை மாநிலத்துடன் தமிழக அரசு எதற்கெடுத்தாலும் சச்சரவில் ஈடுபடக்கூடாது.

மேட்டூர் அணை

கர்நாடகா பரிசீலிக்கும் நீர்ப்பாசனத் திட்டங்களால் தமிழகத்தின் நலன் பாதிக்கப்படும் என்று தமிழக அரசு பயப்பட வேண்டியதில்லை. அடுத்த ஆண்டு (2014) ஜனவரி வாக்கில் வரும் முதன்மை வழக்கோடு சேர்த்து இதனை விசாரித்துக் கொள்ளலாம்'' என்றது உச்ச நீதிமன்றம்.

கர்நாடகாவின் வாடிக்கை என்ன என்பதை கடந்த கால அணை வரலாறுகளைப் புரட்டிப்பார்த்தால் புரிந்துவிடும். ஆரம்பிக்கும் போது மின்சாரத்திற்கு என்றுதான் ஆரம்பிப்பார்கள்; போகப்போகத்தான் வேலையைக்காட்டுவார்கள். கிருஷ்ணராஜ சாகரில் இருந்து தொடங்கும் இந்த தந்திர வேலையைப் பற்றி தெரியாத(!) உச்ச நீதிமன்றம், 'மத்திய அரசுக்குத் தெரியாமல் எப்படி கர்நாடகா அணை கட்டமுடியும்' என்று அறிவுப்பூர்வமாகவும், சட்டப்பூர்வமாகவும் கேள்வி கேட்டது. கூடவே 'அண்டை மாநிலங்களுடன் எதற்கெடுத்தாலும் மோதல் போக்கை கடைபிடிக்காதீர்கள்' என்று தமிழ்நாட்டிற்கு அறிவுரை வேறு.

தண்ணீர் கொடுப்பதைக் கவனிக்க உச்ச நீதிமன்றம் நியமித்த காவிரி மேற்பார்வைக் குழுவின் பேச்சையும் கர்நாடகா மதிக்கவில்லை என்பதும், அதற்காக தமிழகம் வழக்குப் போட்டிருப்பதையும் கண்டுகொள்ளாத நீதிபதிகள், மேற்பார்வைக் குழு அதைப் பார்த்துக்கொள்ளும் என்று சொன்னதை என்னவென்று சொல்வது? கட்டப்பஞ்சாயத்து எனலாமா? இல்லை... அதனினும்... 'கொடுமை... கொடுமை என்று கோயிலுக்குப் போனால்...' என்பதுபோல ஆனது தமிழகத்தின் நிலை.

2014 நாடாளுமன்றத் தேர்தலில் வென்று பிரதமரான நரேந்திரமோடியை டெல்லி சென்று பார்த்தார் முதலமைச்சர் ஜெயலலிதா. தமிழகத்தின்

மோடியிடம் கோரிக்கை மனு அளிக்கும் ஜெயலலிதா

பல்வேறு கோரிக்கைகளை பிரதமரிடம் முன்வைத்த அவர், மேகேதாட்டுவில் கர்நாடகா அணை கட்டுவதற்கு மத்திய அரசு அனுமதிக்கக்கூடாது என்று வலியுறுத்தினார். அதே ஆண்டு செப்டம்பர் மாதம், பெங்களூரு நீதிமன்றம் அளித்த சொத்துக்குவிப்பு வழக்கின் தீர்ப்பால் ஜெயலலிதா பதவி இழந்தார். ஓ.பன்னீர்செல்வம் முதலமைச்சராகப் பொறுப்பேற்றார். அப்போது காவிரி பிரச்சினையை மனதில் வைத்துக்கொண்டு கர்நாடகா செய்த சூழ்ச்சியால் தான் சொத்துக்குவிப்பு வழக்கில் ஜெயலலிதா சிறைக்குப் போக நேர்ந்ததாக அ.தி.மு.க குற்றஞ்சாட்டியது. 'காவிரியை வைத்துக்கொள்; எங்கள் தாயை விட்டுவிடு' என்றெல்லாம் அ.தி.மு.கவினர் சுவரொட்டினார்கள். அ.தி. மு.கவின் புகார் அடிப்படை அற்றது என்று கர்நாடக அரசு மறுத்தது. எதையும் கவனிக்கும் நிலையில் தமிழகம் இல்லாத ஆறு மாத காலத்தில் அங்கே அடுத்தக்கட்ட வேலைகள் துரிதமாக நடந்தன.

இதனை அறிந்த தமிழக அரசு மேகேதாட்டு அணை கட்ட அனுமதிக்கக்கூடாது என்று கோரி 2014, நவம்பர் 18 அன்று உச்ச நீதிமன்றத்தில் இடைக்கால மனு தாக்கல் செய்தது. அதன் மீது விசாரணை நடந்தபோது, 'நீதிமன்றத்திடம் தெரிவிக்காமல் காவிரி தொடர்பான எந்தத்திட்டத்தையும் செயல்படுத்த மாட்டோம்' என்று கர்நாடகா உறுதியளித்தது. ஆனாலும், 'சத்தியம் செய்வதெல்லாம் எங்களுக்குச் சர்க்கரைப் பொங்கல் சாப்பிடுவது போல' என அணைக்கான வேலைகளை இன்னொரு பக்கம் தொடர்ந்தபடிதான் இருந்தார்கள்.

2014, டிசம்பர் 5-ம் தேதி தமிழக சட்டபேரவையில் மேகேதாட்டு அணைக்கான முயற்சிகளில் ஈடுபட்டுள்ள கர்நாடகாவைக் கண்டித்தும்,

மத்திய அரசு அதற்கு ஒப்புதல் அளிக்கக்கூடாது என வலியுறுத்தியும் தீர்மானம் நிறைவேற்றப்பட்டது. கர்நாடகா சும்மா இருக்குமா? இரண்டாவது நாளில் அம்மாநிலத்தைச் சேர்ந்த மத்திய அமைச்சர் சதானந்த கவுடா வீட்டில் எல்லோரும் ஒன்று கூடினார்கள். அனைத்துக்கட்சி எம்.பி.க்களும் பங்கேற்ற இக்கூட்டத்தில், அந்த மாநிலத்திற்கே சம்பந்தமில்லாத இன்னொரு மத்திய அமைச்சரான பிரகாஷ் ஜவடேகரும் கலந்து கொண்டார். இரு மாநிலங்களுக்கும் பொதுவானவர்களாக இருக்க வேண்டிய மத்திய அமைச்சர்களே ஒரு மாநிலத்திற்கு எதிராக நடக்கும் ஆலோசனையில் பங்கேற்றால்... அதனை என்னவென்று சொல்வது? அதன்பிறகு கர்நாடகா செய்த வெளிப்படையான அறிவிப்பு என்ன? காவிரி வரலாற்றில் முன் எப்போதும் இல்லாத அந்த அதிசயம் தமிழகத்தில் நடந்தது எப்படி?

32

முதல்முறையாக ஒன்றுபட்ட தமிழ்நாடு!

உச்ச நீதிமன்றத்திற்குத் தெரிவிக்காமல் மேகேதாட்டு அணை விவகாரத்தில் எதுவும் செய்யமாட்டோம் என்று வாக்கு கொடுத்தார்களே தவிர, அதற்கான வேலைகளைச் செய்துகொண்டுதான் இருந்தார்கள். 2015, பிப்ரவரி மாதம் மேகேதாட்டு அணைக்கான அடுத்தக்கட்ட பணிகளுக்கு கர்நாடக அரசு நகர்ந்துவிட்டதை அறிக்கை மூலம் அம்பலப்படுத்தினார் பா.ம.க. நிறுவனர் டாக்டர் ராமதாஸ். கட்டுமானப் பணிக்கான ஒப்பந்தம் கொடுக்கப்படுவதற்கு முன்பே தடுத்து நிறுத்திட, தமிழக அரசு உச்ச நீதிமன்றத்தை அணுக வேண்டுமென அவர் வலியுறுத்தியிருந்தார். அதை உண்மையாக்கும் விதமாக, 2015-ல் மேகேதாட்டு, ராசிமணல் ஆகிய இரு இடங்களில் அணைகளைக் கட்டுவதற்கான திட்ட வரைவுகள் தயாரிக்க ரூ.25 கோடியை ஒதுக்குவதாக நிதிநிலை அறிக்கையில் வெளிப்படையாகவே கர்நாடக அரசு அறிவித்தது.

தமிழக அரசு மீண்டும் உச்ச நீதிமன்றத்திற்குப் போனது. 2015, மார்ச் 26 அன்று புதிய மனு தாக்கல் செய்யப்பட்டது. அதில், ''காவிரி நடுவர் மன்ற உத்தரவை கர்நாடகா மதிப்பதில்லை. காவிரியில் உரிய தண்ணீரைத் தமிழகத்திற்குத் தருவதில்லை. கர்நாடக அணைகள் நிரம்பிய பிறகுள்ள உபரி நீரை மட்டுமே திறந்து விடுகிறது. அந்த உபரி நீரையும் தடுக்கும் வகையில் மேகேதாட்டு, ராசிமணல் என இரு இடங்களில் அணைகளைக் கட்டுவதற்கு முயற்சிக்கிறது. இதற்காக நிதி ஒதுக்கி கர்நாடக அரசின் நிதிநிலை அறிக்கையில் வெளியான அறிவிப்பு, தமிழக விவசாயிகளிடம் பெரும் அச்சத்தை ஏற்படுத்தி உள்ளது. தமிழ்நாட்டின் பல பகுதிகளில் குடிநீருக்கும் காவிரி நீரையே நம்பி இருக்கிறோம். புதிய அணை கட்டுவதற்கு எதிர்ப்பு தெரிவித்து ஏற்கனவே உச்ச நீதிமன்றத்திலும், காவிரி நடுவர் மன்றத்திலும் தமிழ்நாடு தொடர்ந்துள்ள வழக்குகள் நிலுவையிலுள்ள போது கர்நாடகா அரசு இந்த அத்துமீறலைச் செய்கிறது. தமிழகத்தில் வறட்சி ஏற்படுவதைத் தடுப்பதற்காக, புதிய அணை கட்டுவதற்குத் தடை விதிக்க வேண்டும்'' என்று தமிழக அரசு கோரியிருந்தது.

அணை கட்டுவதைத் தடுத்து நிறுத்தக்கோரி மார்ச் 27-ல் தமிழக சட்டப்பேரவையில் தீர்மானமும் நிறைவேற்றப்பட்டது. முதலமைச்சர்

கர்நாடகாவின் கழிவுநீர்; தமிழகத்தின் குடிநீர்!

தண்ணீர் கொடுக்க மறுக்கும் கர்நாடகா, காவிரியில் கழிவுநீரை விட்டு அதனைத் தமிழ்நாட்டிற்கு அனுப்பும் படுபாதக செயலைச் செய்கிறது. கர்நாடக மாநிலத்தின் சிறுபாசனத் துறை அமைச்சர் ஷிவ்ராஜ் டாங்கடாகி என்பவரே இதனை ஒப்புக்கொண்டிருக்கிறார். பெங்களூரு நகரத்தின் கழிவுநீர் ஆண்டொன்றுக்கு 20 டி.எம்.சி, விருஷபாவதி ஆற்றில் விடப்பட்டு, காவிரி நீராக கணக்கிடப்பட்டு மேட்டூருக்கு அனுப்பப்படுவதும் அம்பலமாகியிருக்கிறது. பெங்களூருவின் கழிவறைகளிலிருந்து காலையில் வெளியேற்றப்படும் கழிவுநீர், அன்று மாலை தமிழ்நாட்டுக்கு குடிநீராக வந்துசேரும் கொடுமை நிகழ்கிறது.

கர்நாடகத்திலிருந்து தமிழகத்திற்குள் பாயும் காவிரி ஆற்றிலும், பெண்ணையாற்றிலும் ஒவ்வொரு நாளும் 148.2 கோடி லிட்டர் கழிவுநீர் கலக்கிறது. இந்த கழிவுகள் கலந்த காவிரி நீரை கர்நாடகாவில் உள்ள ஆய்வகத்துக்கு அனுப்பி ஆய்வு செய்ததில், உயிர்வேதி ஆக்சிஜன் தேவை (பயோ ஆக்சிஜன் டிமாண்ட் – பி, ஓ.டி) லிட்டருக்கு 19.7 மில்லிகிராம் முதல் 32 மில்லிகிராம் வரை இருப்பதாக தெரியவந்தது. உயிர்வேதி ஆக்சிஜன் தேவை என்பது தண்ணீரில் கலந்திருக்கும் கரிம வேதிப்பொருட்களின் அளவு ஆகும். பயன்படுத்தும் அளவுக்கு தண்ணீரைக் கொண்டுவர வேண்டுமானால் அதே அளவுக்கு ஆக்சிஜன் சேர்க்க வேண்டும் என்பதை இது குறிக்கிறது.

தூய்மையான தண்ணீரில் இதன் அளவு லிட்டருக்கு ஒரு மில்லி கிராமுக்கு குறைவாக இருக்க வேண்டும். ஆற்று நீரில் 3 மில்லிகிராமுக்கு மேல் போகக்கூடாது. சென்னையில் பாதாள சாக்கடை மூலம் வெளியேற்றப்படும் கழிவுநீரில் கூட இது 20 மில்லிகிராம் என்ற அளவில் தான் உள்ளது. ஆனால், காவிரி நீரில் அதைவிட அதிகமாக 32 மில்லிகிராம் வரை இருக்கிறது.

ஓ.பன்னீர்செல்வம் முன் மொழிந்த அந்தத் தீர்மானத்தில், "காவிரி மேலாண்மை வாரியம் செயல்பாட்டிற்கு வரும் வரை, தமிழ்நாட்டின் அனுமதியின்றி மேகேதாட்டு அணை, நீர்த்தேக்கம் போன்ற எதையும் கட்டக்கூடாது என மத்திய அரசு, கர்நாடக அரசுக்கு அறிவுரை வழங்க வேண்டும். மேகேதாட்டுவில் அணை கட்டுவதற்கு கர்நாடக அரசு விரிவான அறிக்கை தயாரிப்பதை மத்திய அரசு தடுத்து நிறுத்த வேண்டும். இது தொடர்பாக 2014-ம் ஆண்டு டிசம்பரில் நிறைவேற்றப்பட்ட தீர்மானம் குறித்து மத்திய அரசு எந்த நடவடிக்கையையும் எடுக்காதது வருத்தமளிக்கிறது" என்று கூறப்பட்டிருந்தது.

தமிழக சட்டப்பேரவையின் தீர்மானத்தை எடுத்துக்கொண்டு நாடாளுமன்ற உறுப்பினர்கள் அடுத்த நாளே பிரதமர் நரேந்திரமோடியைச் சந்தித்தார்கள்.

கருணாநிதியுடன் விஜயகாந்த்

தமிழக வரலாற்றில் அதுவரை நடந்திராத ஓர் அதிசயம் அப்போது அரங்கேறியது. தி.மு.க. – அ.தி.மு.க நாடாளுமன்ற உறுப்பினர்கள் ஒன்றாக சேர்ந்து பிரதமரைப் பார்த்ததே அந்த ஆச்சரிய நிகழ்வு. மக்களவை துணை சபாநாயகர் தம்பித்துரை தலைமையிலான இக்குழுவில் தி.மு.க வின் கனிமொழி, பா.ம.கவின் அன்புமணி ராமதாஸ், மார்க்சிஸ்ட் கம்யூனிஸ்ட்டின் டி.கே.ரங்கராஜன் உள்ளிட்ட தமிழக எம்.பி.க்கள் அணிவகுத்தது டெல்லியில் அனைவரின் புருவங்களையும் உயர வைத்தது. புதுச்சேரியின் என்.ஆர். காங்கிரஸ் எம்.பி. உட்பட மொத்தம் 55 நாடாளுமன்ற உறுப்பினர்கள் இதில் இடம்பெற்றிருந்தனர்.

தமிழக எம்.பி.க்கள் ஒற்றுமையாக பிரதமரைச் சந்தித்த அதேநாளில், கர்நாடகாவின் அணை கட்டும் முயற்சியைக் கண்டித்து தமிழகத்தில் முழு அடைப்பு போராட்டம் நடந்தது. இந்தமுறை தமிழ்நாட்டில் விவசாயிகள் கூட்டமைப்பும் ஓரளவுக்கு வலுவாக களமிறங்கி இருந்தது. யாருக்கும் ஆதரவாக இல்லாமல் விவசாயிகளின் நலனை முன்னிறுத்தி அதன் ஒருங்கிணைப்பாளர் பி.ஆர். பாண்டியன் அனைவரையும் ஒன்று சேர்த்திருந்தார். எல்லாக் கட்சித் தலைவர்களையும் சென்று பார்த்து முழு அடைப்பு போராட்டம் நடத்த ஆதரவு திரட்டினார். முழு அடைப்புக்கு தமிழக ஆளுங்கட்சியான அ.தி.மு.கவையும், மத்தியில் ஆளுங்கட்சியான பா.ஜ.க.வையும் தவிர மற்ற கட்சிகள் ஆதரவளித்தன. முதன்முறையாக தலைநகர் சென்னையிலும் காவிரிப் பிரச்சினைக்கான ஆதரவு கிடைத்தது விவசாயிகள் ஒன்று சேர்ந்ததற்கான வெற்றியாக அமைந்தது. ஏனெனில் ‘வீராணத்தில் இருந்து வரும் காவிரி தண்ணீரைக் குடிக்கிறோம்’ என்பது

ஓ.பன்னீர்செல்வம்

டாக்டர் ராமதாஸ்

சென்னைவாசிகளில் பலருக்குத் தெரியாமல் இருப்பதுதான் தமிழகம் இப்பிரச்சினையை எப்படி புரிந்து கொண்டிருக்கிறது என்பதற்கான சான்று.

மேகேதாட்டு அணைக்கு எதிரான தமிழகத்தின் வழக்கிற்கு உச்ச நீதிமன்றத்தில் கர்நாடகா பதில் அளித்தது. "கர்நாடகா எல்லைக்குட்பட்ட மேகேதாட்டு, சிவசமுத்திரம் பகுதிகளில் நீர் மின் திட்டங்களைச் செயல்படுத்த முடிவு செய்துள்ளோம். இதனால் தமிழக விவசாயப் பாசனம் பாதிக்கப்படும் என்ற தமிழகத்தின் குற்றச்சாட்டை ஏற்க முடியாது. இந்த இரு திட்டங்களும் நடுவர் மன்றத் தீர்ப்புக்கு எதிரானது அல்ல. தமிழக எல்லையில் இருந்து மேகேதாட்டு 5 கிலோமீட்டர் தொலைவிலும், சிவசமுத்திரம் 60 கிலோமீட்டரிலும் உள்ளன. எனவே, இந்த நீர்மின் திட்டங்களுக்குத் தடைவிதிக்கும்படி கோருவதற்கு தமிழ்நாட்டிற்கு எந்த உரிமையும் கிடையாது. மேலும் காவிரியில் தடுப்பணைகள் கட்டுவதாக இருந்தால் உச்ச நீதிமன்றத்தின் அனுமதியுடன் தான் கர்நாடகா அப்பணிகளை மேற்கொள்ளும். இவ்விவகாரத்தில் எவ்வித ஆதாரமும் இன்றி தவறான புரிதலில் கர்நாடகாவின் செயல்பாடுகளுக்கு தமிழ்நாடு தடை கேட்கிறது. எனவே, தமிழகத்தின் வழக்கைத் தள்ளுபடி செய்ய வேண்டும்" என்று கர்நாடகா சொல்லியிருந்தது.

2015 மே மாதம் வழக்கில் இருந்து விடுதலையாகி ஜெயலலிதாவே மீண்டும் முதலமைச்சரானார். இடைப்பட்ட காலத்தில் அணை கட்டுவதற்காக 'கர்நாடக காவிரி நீர்ப்பாசன மேம்பாட்டுக் கழகம்' பன்னாட்டு நிறுவனங்களிடம் ஒப்பந்தப்புள்ளி கோரியது. முதலமைச்சர் சித்தராமைய்யா தலைமையில் கர்நாடக அனைத்துக்கட்சித் தலைவர்கள், நாடாளுமன்ற உறுப்பினர்கள் அடங்கிய குழு மூன்று முறை பிரதமர் நரேந்திர மோடியை சந்தித்து பேசியது. பா.ஜ.க.வைச் சேர்ந்த, கர்நாடகாவிலிருந்து தேர்ந்தெடுக்கப்பட்ட மத்திய அமைச்சர்களை காங்கிரசைச் சேர்ந்த சித்தராமைய்யா வீடு தேடிச் சென்று பார்த்தார். மேகேதாட்டுவில் புதிய அணை கட்ட அனுமதி பெற்றுத்தருவதாக கர்நாடகாவைச் சேர்ந்த மத்திய அமைச்சர்கள் உறுதி அளித்திருப்பதாகவும், அதனடிப்படையில் மத்திய அரசிடம் திட்ட அறிக்கை தாக்கல் செய்யப்படவிருப்பதாகவும் கர்நாடக நீர்ப்பாசன அமைச்சர் எம்.பி. பாட்டீல் பேட்டி கொடுத்தார்.

'உடனே தலையிட்டு கர்நாடகாவின் அணை கட்டும் திட்டத்தைத் தடுத்து நிறுத்த வேண்டும்' பிரதமர் நரேந்திர மோடிக்கு முதலமைச்சர் ஜெயலலிதா கடிதம் எழுதினார். தமிழகத்திற்கு தண்ணீர் திறந்துவிட அறிவுறுத்துமாறும் அதில் கேட்டிருந்தார். இன்னொரு பக்கம் பா.ம.க. எம்.பி. அன்புமணி ராமதாஸ் கொடுத்த மனுவுக்குப் பதில் அனுப்பியிருந்த மத்திய நீர்வளத் துறை அமைச்சர் உமாபாரதி, 'மேகேதாட்டு அணைக்கான திட்ட அறிக்கையை கர்நாடக அரசு எப்போது தாக்கல் செய்தாலும், தமிழக அரசின் ஒப்புதல் இல்லாவிட்டால் அதற்கு மத்திய அரசு அனுமதி அளிக்காது' என்று கூறியிருந்தார்.

தமிழக எதிர்க்கட்சித்தலைவராக இருந்த விஜயகாந்த், தி.மு.க, பா.ஜ.க, காங்கிரஸ் கட்சிகளின் பிரதிநிதிகளைக் கூப்பிட்டுக்கொண்டு பிரதமர் மோடியைப் பார்த்து மேகேதாட்டு அணைக்கு எதிராக மனு கொடுத்தார். இதற்காக தி.மு.க. தலைவர் கருணாநிதி உள்ளிட்டோரை விஜயகாந்த் நேரில் சந்தித்து அழைப்பு விடுத்திருந்தார். அப்போது ஜெயலலிதா என்ன செய்தார்? கர்நாடக முதலமைச்சர் வெளியிட்ட கணக்கை கேட்டு தமிழகம் தலைசுற்றிப் போனது ஏன்? உச்ச நீதிமன்றம் கதறியது எதற்காக?

33

வாய்பிளக்க வைத்த கர்நாடகாவின் திட்டங்கள்!

மேகேதாட்டு அணை கட்டுவதற்கான பணிகளை கர்நாடகா தொடர்ந்து செய்துவந்த நேரத்தில் 2016 தமிழக சட்டப்பேரவைத் தேர்தல் நடந்தது. ஜெயலலிதா மீண்டும் முதலமைச்சராகி ஆட்சியைத் தக்க வைத்தார். அதைத்தொடர்ந்து ஜூன் 14-ம் தேதி டெல்லி சென்ற அவர், காவிரி மேலாண்மை வாரியம் அமைக்க வேண்டும் என்று பிரதமர் மோடியிடம் நேரில் வலியுறுத்தினார். மேகேதாட்டு அணை கட்டுவதைத் தடுக்க வேண்டும் என்பதும் அவரின் முக்கியமான கோரிக்கையாக இருந்தது. இதற்கு கர்நாடக நீர்ப்பாசனத் துறை அமைச்சர் எம்.பி.பாட்டீல் பதிலடி கொடுத்தார். 'மேகேதாட்டு அணையைத் தமிழகம் ஆரம்பம் முதலே எதிர்க்கிறது. பிரதமரிடம் ஜெயலலிதா மனு கொடுத்திருப்பதைப் பற்றி நாங்கள் கவலைப்பட வேண்டியதில்லை. காவிரி ஆணையத்தின் அனுமதியோடு மேகேதாட்டுவில் அணை கட்டப்படும்' என்றார் பாட்டீல்.

இதுகுறித்து நாடாளுமன்றத்தில் எழுப்பப்பட்ட கேள்விக்கு பதிலளித்த மத்திய அமைச்சர் சஞ்சீவ் குமார் பல்யாண், அணை தொடர்பான நகர்வுகள் குறித்து தெரிவித்தார். 'சிவசமுத்திரம் பகுதியில் புதிய மின்திட்டத்தைத் தொடங்குவதற்கான திட்ட அறிக்கையை 2014-ல் கர்நாடகா அரசு, தேசிய நதி நீர் ஆணையத்திற்கு அனுப்பி இருந்தது. காவிரி நடுவர் மன்றத் தீர்ப்பின் படி முதலில் தொடர்புடைய மாநிலங்களின் கருத்துகளைக் கேட்குமாறு அந்தக் கோரிக்கை திருப்பி கர்நாடகா அரசுக்கே அனுப்பப்பட்டுவிட்டது. இதே கருத்தை வலியுறுத்தி மத்திய அரசு சார்பில் கர்நாடகா அரசுக்கு கடிதமும் எழுதப்பட்டுள்ளது. கூடுதலாக காவிரியில் எந்தத்திட்டத்தை நிறைவேற்றுவதாக இருந்தாலும் அதனை மத்திய கண்காணிப்புக்குழுவின் ஆய்வுக்கு உட்படுத்த வேண்டும் என்றும் அறிவுறுத்தப்பட்டுள்ளது' மத்திய அரசு இப்படிச் சொன்னாலும் கர்நாடகா அது குறித்தெல்லாம் கவலைப்படவில்லை.

பெங்களூருவில் நடந்த நாட்டின் 70-வது சுதந்திர தின விழாவில் மேகேதாட்டு அணைத்திட்டத்தின் முழுவிவரத்தையும் முதலமைச்சர் சித்தராமையா அதிரடியாக அறிவித்தார்.

கர்நாடக மாநிலத்தின் அனைத்துக் கட்சிக் கூட்டம்

"கர்நாடகத்தில் நீர்ப்பாசன திட்டங்களுக்காக 5 ஆண்டுகளில் ரூ.50 ஆயிரம் கோடி செலவு செய்வோம் என்று கூறினோம். கடந்த 3 ஆண்டுகளில் ரூ.50 ஆயிரம் கோடி செலவு செய்துள்ளோம். 5 ஆண்டுகளின் முடிவில் இது ரூ.60 ஆயிரம் கோடியைத் தொடும். கர்நாடகத்தைப் பொறுத்தவரையில் நீர், நிலம், மொழி பிரச்சினைகளில் அரசியல் கட்சிகள் வேறுபாடுகளை மறந்து ஒற்றுமையாக செயல்படுகின்றன.

தீபக் மிஸ்ரா

காவிரி ஆற்றின் குறுக்கே மேகேதாட்டுவில் ரூ.5 ஆயிரத்து 912 கோடி செலவில் புதிய அணை கட்டப்பட உள்ளது. இதற்கான விரிவான திட்ட அறிக்கை தயாரிக்கப்பட்டுவிட்டது. மழைக் காலத்தில் கடலில் கலக்கும் உபரி நீரைப் பயன்படுத்த இந்த அணை கட்ட முடிவு செய்யப்பட்டு உள்ளது. இந்த அணையில் இருந்து 400 மெகாவாட் மின்சாரம் தயாரிக்கப்படும். பெங்களூரு மாநகரத்திற்கு குடிநீரும் வழங்கப்படும்.

ஃபாலி நரிமன்

இதுதவிர காவிரி நீராவரி நிகாம் நிறுவனம் 430 ஏரிகளில் நீர் நிரப்புவதற்கான திட்டத்தைச் செயல்படுத்துகிறது. ரூ.1,002 கோடி செலவில் துமகூருவில் 5 ஏரிகள், சாம்ராஜ்நகரில் 24 ஏரிகள், ராமநகரில் 167 ஏரிகள், ஹாசன் மாவட்டத்தில் 53 ஏரிகள், மைசூரு மாவட்டத்தில் 181 ஏரிகளில் நீர் நிரப்பப்படுகிறது. பெங்களூரு

கழிவு நீருக்காகவும் வழக்கு!

காவிரியில் கழிவுநீரைத் திறந்துவிடும் கர்நாடகாவின் செயலை எதிர்த்து தமிழக அரசு உச்ச நீதிமன்றத்தில் 2015-ம் ஆண்டு வழக்கு தொடர்ந்தது. இதுகுறித்து கர்நாடகா விளக்கமளிக்க ஆணையிடப்பட்டது. அப்போது, 'காவிரி ஆற்றில் கர்நாடகம் கழிவுநீரை கலக்கவிடுவது குறித்து கேள்வி எழுப்ப தமிழகத்திற்கு உரிமையோ, அதிகாரமோ இல்லை' என்று கர்நாடக முதலமைச்சர் சித்தராமையா திமிரடியாகப் பேசினார். வழக்கு உச்ச நீதிமன்றத்தில் நடந்து கொண்டிருக்க, கழிவுநீர் வெளியேற்றத்தைக் கர்நாடகா இன்னும் தொடர்ந்து கொண்டே இருக்கிறது. தமிழனாக தண்ணீர் கேட்கதான் உரிமை இல்லை என்கிறார்கள். தமிழ்நாட்டில் 5 கோடி பேர் குடிநீருக்காக நம்பியிருக்கிற தண்ணீரில் சாக்கடையைக் கலந்துவிடுவதை ஒரு மனிதனாக கேட்கக்கூடவா உரிமை இல்லை?!

யு.யு.லலித்

எம்.பி.பாட்டீல்

நகர மாவட்டம் ஆனேக்கல் தாலுகாவில் ரூ.240 கோடியில் நீர்ப்பாசன திட்டத்தின் கீழ் 60 ஏரிகள் நிரப்பப்படும். ரூ.883 கோடி செலவில் நீர்ப்பாசன திட்டத்தின் கீழ் பெங்களூரு புறநகர் மற்றும் சிக்பள்ளாப்பூர் மாவட்டங்களில் உள்ள ஏரிகள் நிரப்பப்படும். நிலத்தடி நீர்மட்டத்தை உயர்த்த வேண்டும் என்பதே இத்திட்டங்களின் நோக்கம் " என்று கர்நாடகாவின் நீர்ப்பாசனத்திட்டங்களை விவரித்து வாய்பிளக்க வைத்தார்.

மேகேதாட்டுவில் அணை கட்டப்படுவதை சட்டப்படியான நடவடிக்கைகள் மூலம் தமிழக அரசு தடுத்து நிறுத்தும் என்று முதலமைச்சர் ஜெயலலிதா அறிவித்தார். இந்த விவகாரம் போய்க் கொண்டிருக்கும் போதே 2015-ல் நீர் கேட்டு நடத்திய சட்டப்போராட்டங்கள் தமிழ்நாடிற்குப் பலனளிக்கவில்லை. நடுவர் மன்ற இறுதித் தீர்ப்புபடி மூன்று மாதங்களாக விட வேண்டிய 50.052 டி.எம்.சி. தண்ணீரை அளித்திட உத்தரவிடுமாறு 2016, ஆகஸ்ட் 23 அன்று உச்ச நீதிமன்றத்தில் தமிழக அரசு புதிய வழக்கு தொடர்ந்தது. உடனே, 'இந்த ஆண்டு காவிரி நீர்பிடிப்புப் பகுதிகளில் மழை குறைந்துள்ள நிலையில் தமிழ்நாடு விவசாயத்திற்கு தண்ணீர் கேட்கிறது. இதற்காக உச்ச நீதிமன்றத்தில் வழக்கு தொடர்ந்துள்ளது. ஆனால், கர்நாடகாவில் குடிநீருக்கே பிரச்சினை ஏற்பட்டுள்ளது. தமிழ்நாட்டிற்கு

தண்ணீர் விட முடியாது என்பதை நீதிமன்றத்தில் நாங்கள் தெரிவிப்போம்' என்றார் கர்நாடகா முதலமைச்சர் சித்தராமையா. அனைத்துக்கட்சிக் கூட்டத்தையும் கூட்டினார். அதில் மத்திய அமைச்சர்கள் சதானந்த கவுடா, அனந்தகுமார், காங்கிரஸ் மக்களவைக்குழுத்தலைவர் மல்லிகார்ஜுன கார்கே, முன்னாள் முதலமைச்சர்கள் வீரப்பமொய்லி, மதச்சார்பற்ற ஜனதா தளத்தின் குமாரசாமி என எல்லோரும் ஒன்று சேர்ந்து தமிழ்நாட்டிற்கு தண்ணீர் தர வேண்டியதில்லை என்று முடிவெடுத்தார்கள்.

தமிழகம் தொடர்ந்த வழக்கு உச்ச நீதிமன்றத்தில் விசாரணைக்கு வந்தது. ''காவிரி நீர்ப் பங்கீட்டுப் பிரச்சினையால் பாதிக்கப்படுவது பொதுமக்களும் விவசாயிகளும்தான். எனவே, மக்கள் நலன் கருதி தமிழகத்துக்கு கர்நாடக அரசு தண்ணீர் திறந்துவிட பரிசீலிக்க வேண்டும். இவ்விவகாரத்தில் 'வாழுங்கள்; வாழவிடுங்கள்' என்ற கொள்கையைக் கர்நாடகா பின்பற்ற வேண்டும்'' என்று 2016 செப்டம்பர் 2-ம் தேதி உச்ச நீதிமன்ற நீதிபதிகள் தீபக் மிஸ்ரா, யு.யு.லலித் ஆகியோர் உருக்கமாக அறிவுறுத்தினர். அதற்கெல்லாம் கர்நாடகா மசியுமா? 'கர்நாடகாவில் தண்ணீர் பற்றாக்குறை நிலவுகிறது. இதுபோன்ற நேரத்தில் எவ்வளவு நீர் கொடுக்க வேண்டும் என்று நடுவர் மன்றம் வரையறுக்கவில்லை' என புதிய கதை ஒன்றை கர்நாடகாவின் வழக்கறிஞர் ஃபாலி நாரிமன் சொன்னார்.

கடைசியாக, தமிழகத்தில் கருகும் சம்பா நெற்பயிர்களைக் காப்பாற்ற, நாள்தோறும் விநாடிக்கு 15ஆயிரம் கன அடி தண்ணீரை அடுத்த 10 நாட்களுக்கு வழங்குமாறு உச்ச நீதிமன்றம் செப்டம்பர் 5-ம் தேதி உத்தரவிட்டது. இதற்கு சித்தராமையா சொன்ன வார்த்தைகள் என்ன தெரியுமா? கர்நாடகாவில் தமிழருக்கு எதிரான கலவரங்கள் நவீன வடிவத்தில் நடத்தப்பட்டது எப்படி?

34

இன்னொரு கலவரம்! எரிக்கப்பட்ட பேருந்துகள்!

தமிழ்நாட்டுக்கு தண்ணீர் திறக்க வேண்டுமென கர்நாடகாவை உருக்கமாக உச்ச நீதிமன்றம் கேட்டுக்கொண்டதையும் கர்நாடகா ஏற்க மறுத்தது. இதையடுத்து தண்ணீர் விட்டே தீரவேண்டும் என்று 2016, செப்டம்பர் 5-ம் தேதி நீதிபதிகள் உத்தரவிட்டனர். உச்ச நீதிமன்றத்தின் கோபத்தையடுத்து, 'கனத்த இதயத்தோடு தமிழ்நாட்டிற்கு தண்ணீர் திறந்து விடப்படும்' என்று அனைத்துக்கட்சி ஆலோசனைக்குப் பிறகு சித்தராமையா அறிவித்தார். கர்நாடகாவில் போராட்டங்கள் வெடித்தன. இரு மாநிலங்களுக்கு இடையிலான போக்குவரத்து நிறுத்தப்பட்டது.

கண்ணில் கண்ட தமிழக வாகனங்களை எல்லாம் தாக்கினார்கள். பேருந்துகளில் இருந்த தமிழ் எழுத்துகள் அழிக்கப்பட்டன. தமிழ்ப்படங்களுக்குத் தடை, தமிழக தலைவர்களின் உருவ பொம்மைகள் எரிப்பு என இன எதிர்ப்பு போராட்டங்கள் முன்னெடுக்கப்பட்டன. தமிழர்களுக்கு ஆதரவாகப் பேசிய இளைஞர் ஒருவரை கன்னட இளைஞர்கள் சேர்ந்து அடித்து, உதைத்து மன்னிப்பு கேட்க வைக்கும் வீடியோ காட்சி கலவர வேகத்தை அதிகப்படுத்தியது.

அதே நேரத்தில், 'தமிழகத்திற்கு தண்ணீர் திறந்துவிட்டதால் கர்நாடகத்தில் பதற்றம் ஏற்பட்டிருக்கிறது. தொடர்ந்து நீர் கொடுத்தால் இயல்பு வாழ்க்கை முற்றிலுமாக பாதிக்கப்படும். எனவே, நான்கு மாநில முதலமைச்சர்கள் கூட்டத்தை உடனே கூட்ட வேண்டும்' என்று பிரதமர் மோடிக்கு சித்தராமையா அவசரக்கடிதம் எழுதினார். கர்நாடகா வாழ் தமிழர்களுக்கு உரிய பாதுகாப்பு வழங்க வேண்டுமென முதலமைச்சர் ஜெயலலிதா, சித்தராமையாவுக்கு கடிதம் எழுதினார். துணை ராணுவத்தை அனுப்புமாறு மத்திய உள்துறை அமைச்சர் ராஜ்நாத் சிங்கிற்கு சித்தராமையா கோரிக்கை வைத்தார்.

வன்முறையைக் காரணம் காட்டி தண்ணீர் விடுவதை 4 நாட்களில் கர்நாடக அரசு நிறுத்தியது. உச்ச நீதிமன்ற உத்தரவை அடுத்த ஆண்டு ஜனவரிக்குப் பிறகு செயல்படுத்துவதாகவும் அதுவரை நிறுத்தி வைக்க வேண்டும் என்றும் கோரி நீதிபதிகளிடம் முறையிட்டது. அதை ஏற்க மறுத்த உச்ச நீதிமன்றம், 'கர்நாடகாவின் வாதம் நீதிமன்றத்தை மிரட்டும் தொனியில் இருக்கிறது.15 ஆயிரத்திற்குப் பதிலாக 12 ஆயிரம் கன அடி

கர்நாடகத்தில் எரிக்கப்பட்ட தமிழக பேருந்துகள்

தண்ணீரைத் தமிழ்நாட்டுக்குத் திறந்துவிட்டே ஆக வேண்டும்' என்றது. செப்டம்பர் 12-ல் பிறப்பிக்கப்பட்ட இந்த ஆணைக்குப் பிறகு கர்நாடகாவில் தமிழர்களின் நிறுவனங்களைக் குறிவைத்து தாக்குதல் நடத்தப்பட்டது. தமிழகத்தைச் சேர்ந்த தனியார் நிறுவனத்திற்குச் சொந்தமான 56 சொகுசுப் பேருந்துகள் பெங்களூரு பணிமனையில் நிறுத்தப்பட்டிருந்த போது தீ வைத்து கொளுத்தப்பட்டன.

பெங்களூரு மற்றும் மைசூருவில் 144 தடை உத்தரவு போடப்பட்டது. சிறிய அளவில் தொழில் செய்து வந்தவர்கள் உட்பட ஆயிரக்கணக்கான தமிழர்கள் சொந்த ஊருக்குத் திரும்பினர். பேருந்து உள்ளிட்ட வாகனங்கள் இயங்காததால் பல கிலோமீட்டர் தூரம் அவர்கள் நடந்தே வந்தார்கள். தமிழகத்தில் இருந்து ஜவ்வரிசி, மஞ்சள், தானியங்கள், கனிமப்பொருட்கள், இரும்பு கம்பிகள், தளவாடப்பொருட்கள், நூல்கண்டுகள், ஏற்றுமதி துணிகள் போன்றவை கர்நாடகாவுக்குச் செல்லாமல் முடங்கின.

கர்நாடகத் தமிழர்கள் மீதான தாக்குதல் பற்றிய செய்திகள் வெளியாகிக் கொண்டிருந்த நேரத்தில், இங்கே வந்த கன்னடர்களின் வாகனங்களும் தாக்கப்பட்டன. இதில் ராமேஸ்வரம், சீர்காழி, வைத்தீஸ்வரன் கோவில், ஆம்பூர், புதுச்சேரி உள்ளிட்ட இடங்களில் ஆன்மீக சுற்றுலா வந்த கர்நாடக வாகனங்கள் சேதமடைந்தன. இதற்கு நேர்மாறாக, அடுத்தடுத்த நாட்களில் ராமேஸ்வரத்திற்கு புனித நீராட வந்த கன்னடர்களுக்கு இந்து அமைப்பினர் பாதுகாப்பு கொடுத்து தரிசனம் செய்ய வைத்தனர். ஆனால் தமிழ்நாட்டில் நடந்த இச்சம்பவங்களே கர்நாடகாவில் தமிழர்கள் மீது தாக்குதல் நடத்தப்படுவதற்கு காரணம் என்று மத்திய அமைச்சர் சதானந்த கவுடா வாய் கூசாமல் சொன்னார். தொடர்ச்சியாக அங்கே நடந்த நிகழ்வுகளின்

போராட்டத்தில் ஈடுபட்ட தமிழக எதிர்க்கட்சியினர்

எதிர்வினைதான் தமிழக தாக்குதல் என்பதை மறைக்கும் விதமாக அவரது கருத்து அமைந்தது.

இரு மாநில மக்களும் அமைதிகாக்க வேண்டும் என பிரதமர் மோடி வேண்டுகோள் விடுத்தார். 'காவிரி பிரச்சினையை வைத்து வன்முறைச் சம்பவங்கள் நடந்து வருவது வருத்தத்திற்குரியது. இந்த நிகழ்வுகள் என் மனதை மிகவும் காயப்படுத்தியுள்ளன. தீ வைப்பு மற்றும் வன்முறையால் ஏழை மக்கள்தான் அதிகம் பாதிக்கப்படுகிறார்கள். ஜனநாயகத்தில் எந்தவொரு பிரச்சினைக்கும் வன்முறையோ, சட்டத்தை மீறிச் செயல்படுதலோ தீர்வாக அமையாது. நிதானமான செயல்பாடு, இருதரப்பு பேச்சுவார்த்தை ஆகியவற்றின் வழியாகவே சிக்கல்களைத் தீர்க்க முடியும். காவிரி பிரச்சினையை உணர்வுப்பூர்வமாக அணுகாமல், அறிவுப்பூர்வமாக அணுகிட வேண்டுமென வலியுறுத்துகிறேன். தேசத்தின் நலனும், ஒருமைப்பாடுமே எல்லாவற்றையும் விட பெரிது என்று இரு மாநில மக்களும் நினைப்பார்கள் என்று நம்புகிறேன். அமைதி, நல்லிணக்கம், கட்டுப்பாடு, சுமுகத் தீர்வு ஆகியவற்றுக்கு அவர்கள் முக்கியத்துவம் அளிப்பார்கள் என்று எனக்கு நம்பிக்கை உள்ளது' – என்று பிரதமர் மோடி கூறியிருந்தார்.

தமிழர்கள் மீதான வன்முறையைக் கண்டித்து செப்டம்பர் 16-ம் தேதி தமிழ்நாட்டில் கடையடைப்பு நடத்தப்பட்டது. அப்போது மறியலில் ஈடுபட்ட மு.க.ஸ்டாலின், வைகோ, திருமாவளவன் உள்ளிட்டோர் கைது செய்யப்பட்டனர். இதெல்லாம் நடந்து கொண்டிருக்கும் போதே காவிரி மேற்பார்வைக்குழு கூடி 3 ஆயிரம் கன அடி தண்ணீரை மட்டும் செப்டம்பர் 21 முதல் 30 வரை தமிழ்நாட்டிற்கு வழங்கினால் போதும் என்று ஓர் உத்தரவைப் போட்டது. அதையும் கொடுக்க மறுத்த கர்நாடக அரசு, 'உச்ச

தமிழக தலைவர்களின் உருவ பொம்மை எரித்த கன்னட அமைப்பினர்

நரேந்திர மோடி

சதானந்த கவுடா

நீதிமன்ற உத்தரவுப்படி தண்ணீர் திறந்து விட முடியாது' என்று மாநில சட்டப் பேரவையின் இரு அவைகளிலும் தீர்மானம் நிறைவேற்றியது. நீதிமன்றத்தில் வழக்கு மீண்டும் விசாரணைக்கு வந்தது. 'கர்நாடகாவின் குடிநீர்த்தேவையைத் தீர்ப்பதற்கே தண்ணீர் போதுமானதாக இல்லை. அதனால் தமிழகத்திற்குத் தண்ணீர் திறக்க முடியாது. கர்நாடகாவில் சட்டம் – ஒழுங்கு பாதிப்பு ஏற்பட்டுள்ளது. நாங்கள் திறக்கும் தண்ணீரை தமிழகம் மேட்டூர் அணையில் சேமித்து வைக்கிறது' என்று கர்நாடகாவுக்காக வழக்கறிஞர் ஃபாலி நாரிமன் வாதிட்டார். 'நடுவர் மன்றத் தீர்ப்புக்குப் பிறகும் மத்திய அரசு மேலாண்மை வாரியத்தை அமைக்கவில்லை. எங்களுக்குச் சேர வேண்டிய தண்ணீரைக் கர்நாடகா தரவேண்டும்' என்றது தமிழகம்.

எல்லாவற்றையும் கேட்ட உச்ச நீதிமன்றம், '1892-ல் இருந்து இன்னும் எவ்வளவு நாட்களுக்குதான் இப்பிரச்சினையை நீட்டித்துக் கொண்டிருப்பீர்கள்? 4 வாரங்களுக்குள் காவிரி மேலாண்மை வாரியத்தை மத்திய அரசு அமைக்க வேண்டும்' என்று உத்தரவிட்டார்கள். 27-ம் தேதி வரை தமிழகத்திற்கு தினமும் 6 ஆயிரம் கன அடி நீர் விடவும் ஆணையிட்டார்கள். உச்ச நீதிமன்றத்தின் தீர்ப்பு அதிரடி என்றால், '2016, அக்டோபர் 4-ம் தேதிக்குள் காவிரி மேலாண்மை வாரியம் அமைக்கப்படும்' என்று மத்திய அரசின் தலைமை வழக்கறிஞர் முகுல் ரோத்தகி நீதிமன்றத்திலேயே சொன்னது அதைவிட ஆச்சரியம்.

ஆலோசனை சர்ச்சை!

ஜெயலலிதா மருத்துவமனையில் ஒரு மணி நேரம் காவிரி பிரச்சினை குறித்து விவாதித்தாக செய்தி வெளியானதும், 'அது தொடர்பான புகைப்படத்தை ஏன் வெளியிடவில்லை' என்று தி.மு.க. தலைவர் கருணாநிதி கேள்வி எழுப்பினார். இதற்கு அ.தி.மு.க தரப்பில் கடும் எதிர்ப்பு தெரிவிக்கப்பட்டது. பின்னாளில் ஜெயலலிதா மரணம் பற்றி சர்ச்சை எழுந்தபோது, காவிரி குறித்து அவர் ஆலோசித்ததாக சொல்லப்பட்டது உண்மையா என்ற கேள்வி எழுப்பப்பட்டது. நீதிபதி ஆறுமுகசாமி ஆணையத்திலும் இது தொடர்பாக விசாரிக்கப்பட்டது.

தமிழகத்தில் மகிழ்ச்சி அலைகள். நடப்பதெல்லாம் கனவா, நனவா என கிள்ளி பார்த்துக் கொண்டார்கள்.

கர்நாடகா அதிர்வின் உச்சத்திற்குப் போனது. டெல்லிக்குப் பறந்தார் முதலமைச்சர் சித்தராமையா. பிரதமர் மோடியைச் சந்திக்க அனுமதி கிடைக்கவில்லை. நீர்வளத் துறை அமைச்சர் உமாபாரதியைப் பார்த்தார். மேலாண்மை வாரியம் அமைக்கவே கூடாது என்று வலியுறுத்தினார். எனினும் உச்ச நீதிமன்ற உத்தரவுப்படி காவிரி மேலாண்மை வாரியம் அமைப்பதற்கான நடவடிக்கைகள் தொடங்கிவிட்டதாக மத்திய நீர்வளத் துறை செயலாளர் சசிசேகர் அறிவித்தார்.

உச்ச நீதிமன்றத்தில் 27-ம் தேதி அன்று நடந்த விசாரணையின் போது, கர்நாடகா தண்ணீர் திறந்துவிடாததைத் தமிழ்நாடு தெரிவித்தது. பிரச்சினையைத் தீர்க்க, மத்திய அரசின் தலைமை வழக்கறிஞர் முகுல் ரோத்தகியின் உதவியை நாடியது உச்ச நீதிமன்றம். அதன்படி இரு மாநில அரசுகளும் சந்தித்துப் பேச ஒப்புக்கொண்டன. 30-ம் தேதி வழக்கு மீண்டும் விசாரணைக்கு வரும்வரை தமிழ்நாட்டிற்கு தினமும் 6 ஆயிரம் கன அடி நீர் திறந்துவிடுமாறும் உச்ச நீதிமன்றம் ஆணையிட்டது. இந்த உத்தரவுக்கு எந்த தடையையோ, எதிர்ப்பையோ, வேறு அணுகு முறையையோ கர்நாடகா கடைபிடிக்கக்கூடாது' எனவும் நீதிமன்றம் குறிப்பிட்டுச் சொன்னது. இதையும் கர்நாடகா பின்பற்றவில்லை.

காவிரி விவகாரத்தில் உச்ச நீதிமன்றம் அடுத்தடுத்த உத்தரவுகளைப் போட்டு வந்த நேரத்தில் 2016 செப்டம்பர் 22-ல் முதலமைச்சர் ஜெயலலிதா திடீரென உடல்நலம் பாதிக்கப்பட்டு மருத்துவமனையில் அனுமதிக்கப்பட்டார். அங்கிருந்தபடியே 27-ம் தேதி காவிரி பிரச்சினை குறித்து அதிகாரிகளுடன் ஜெயலலிதா ஆலோசனை நடத்தியதாக அரசு செய்திக்குறிப்பில் தெரிவிக்கப்பட்டது. முதலமைச்சர்கள் கூட்டத்தில் தான் பேசவேண்டிய உரையை அவரே அதிகாரிகளிடம் சொன்னதாகவும் தகவல் வெளியானது. அந்த நேரத்தில் தமிழகத்திற்கு இன்ப அதிர்ச்சி கொடுத்த மோடி அரசு, ஒரே வாரத்தில் எப்படி அந்தர்பல்டி அடித்தது? கர்நாடகாவின் வழக்கறிஞருக்கு கோபம் வரும் வகையில் அம்மாநில அரசே செய்தது என்ன?

ஒரே வாரத்தில் அந்தர்பல்டி அடித்த மத்திய அரசு!

முதலமைச்சர் ஜெயலலிதா மருத்துவமனையில் அனுமதிக்கப்பட்டிருந்த நிலையில் 2016, செப்டம்பர் 29-ம் தேதி, டெல்லியில் பேச்சுவார்த்தைக்கு ஏற்பாடு செய்யப்பட்டிருந்தது. மத்திய நீர்வளத் துறை அமைச்சர் உமாபாரதி தலைமையில் நடந்த கூட்டத்தில் கர்நாடக முதலமைச்சர் சித்தராமையாவும், தமிழக பொதுப்பணித் துறை அமைச்சர் எடப்பாடி பழனிச்சாமியும் பங்கேற்றனர். இரு மாநில அதிகாரிகள் குழுவும் உடனிருந்தார்கள். நடுவர் மன்றத் தீர்ப்பின்படி அதுவரை கொடுக்க வேண்டிய 76.042 தண்ணீரை முதலில் கர்நாடகா வழங்க வேண்டுமென தமிழகம் கோரியது. நீர் கொடுப்பதற்கு வாய்ப்பே இல்லை என்றது கர்நாடகா. அணைகளைப் பார்வையிட நிபுணர் குழுவை அமைக்குமாறு சித்தராமையா வலியுறுத்தியதை தமிழ்நாடு ஏற்கவில்லை. முடிவேதும் எடுக்கப்படாமல் கூட்டம் கலைந்தது. 'காவிரி பிரச்சினைக்காக வன்முறை நிகழக்கூடாது. அப்படி நடந்தால் அமைதி திரும்பும் வரை உண்ணாவிரதம் இருப்பேன்' என்று மத்திய அமைச்சர் உமாபாரதி பேட்டி கொடுத்தார்.

கர்நாடகாவின் அழிச்சாட்டியத்தை அந்த மாநிலத்திற்காக வாதாடிய மூத்த வழக்கறிஞர் ஃபாலி நாரிமன் கூட எதிர்த்தார். 'உச்ச நீதிமன்றம் ஏற்கனவே பிறப்பித்த உத்தரவை மதிக்காமல் என்னால் வாதங்களை முன் வைக்க முடியாது' என கர்நாடக முதலமைச்சருக்கு தான் எழுதிய கடிதத்தை 30-ம் தேதி அன்று நடந்த விசாரணையின் போது நீதிமன்றத்தில் அளித்துவிட்டு, அமைதியாக உட்கார்ந்துவிட்டார். தமிழகத்தின் வழக்கறிஞர் சேகர் நாப்டே விரக்தியின் விளிம்பில் நின்று தம் கருத்தைப் பதிவு செய்தார். 'நாங்கள் ஒன்றும் கூற விரும்பவில்லை. கர்நாடகா அரசு தொடர்ச்சியாக நீதிமன்ற உத்தரவை நிறைவேற்ற முடியாது என்று பிடிவாதமாக இருக்கிறது. நீதிமன்றத்தை அவமதிக்கிறது. நாங்கள் (தமிழ்நாடு) மிகவும் மோசமாக நடத்தப்பட்டிருக்கிறோம். அதனால் இங்கு நாங்கள் கூறுவதற்கு எதுவும் இல்லை' என்றார். மத்திய அரசின் தலைமை வழக்கறிஞரிடம் நீதிபதிகள் கேட்டனர். 'மத்திய அரசும் இறுதி முடிவை நீதிமன்றத்திடமே விடுகிறது. எதுவாக இருந்தாலும் நீதிமன்றத்தின் முடிவை ஏற்றாக வேண்டும்' என்று சொல்லிவிட்டார். இதையடுத்து செப்டம்பர் 30-ம் தேதி உச்ச நீதிமன்ற நீதிபதிகள் தீபக் மிஸ்ரா, யு.யு.லலித் ஆகியோர் அதிரடியான ஆணைகளைப் பிறப்பித்தனர்.

பேச்சுவார்த்தையின்போது சித்தராமையா - உமாபாரதி - எடப்பாடி பழனிச்சாமி

“தமிழ்நாடு, கர்நாடகா, கேரளா, புதுச்சேரி ஆகிய 4 மாநிலங்களும் காவிரி மேலாண்மை வாரியத்தில் பங்கேற்கும் தங்களது பிரதிநிதிகளின் பெயரை நாளை மாலைக்குள் மத்திய அரசுக்குத் தெரியப்படுத்த வேண்டும். மத்திய அரசு 4 நாட்களுக்குள் (4.10.16) காவிரி மேலாண்மை வாரியத்தை அமைக்க வேண்டும். பிறகு, அதன் உறுப்பினர்கள் உடனடியாக தொடர்புடைய மாநிலங்களுக்கு நேரில் சென்று உண்மை நிலவரத்தை அறிந்து அக்டோபர் 6-ம் தேதிக்குள் நீதிமன்றத்திற்கு அறிக்கை அளிக்க வேண்டும்.

அரசியல் சட்டத்தின் 144-வது பிரிவின்படி இந்தியாவின் அனைத்து மாநிலங்களும் உச்ச நீதிமன்றத்தின் உத்தரவுக்குக் கட்டுப்பட்டு நடக்க வேண்டும். நீதிமன்றத்தின் ஆணைகளை நிறைவேற்றும் வகையிலான நடவடிக்கைகளை எடுக்க வேண்டிய கட்டாயம். ஆனால், துரதிருஷ்டவசமாக கர்நாடக அரசு அப்படி நடந்து கொள்ளவில்லை. உச்ச நீதிமன்றத்தின் உத்தரவை மீறி, சட்டத்தின் மாண்பை குலைக்கும் சூழலை உருவாக்கியுள்ளது. இந்த நிலை கண்டிப்பாக தவிர்க்கப்பட வேண்டும். சட்டபேரவையில் தீர்மானம் நிறைவேற்றி இருந்தாலும் தமிழகத்திற்கு கண்டிப்பாக தண்ணீர் திறக்க வேண்டும். சட்டத்தையும் நீதியையும் கர்நாடகா மதித்து நடக்க வேண்டும். கர்நாடகாவுக்கு இது இறுதி வாய்ப்பு”

இப்படிப் பல ‘வேண்டும்’களைப் போட்டு, கடைசியில் எச்சரிக்கையோடு உச்ச நீதிமன்றம் கடுமையான உத்தரவுகளைப் பிறப்பித்தது. நீதிமன்றத்தின் கடுமையான வார்த்தைகளை அடுத்து, மூத்த அமைச்சர்களுடன் பிரதமர் நரேந்திர மோடி ஆலோசனை நடத்தினார். உச்ச நீதிமன்றத்தின் உத்தரவு, பிரதமரின் ஆலோசனை ஆகியவை மேலாண்மை வாரியம் அமைந்துவிடும் என்ற எதிர்பார்ப்பை ஏற்படுத்தின. நீதிமன்ற ஆணைப்படி காவிரி தொழில்நுட்ப பிரிவின் தலைவர் ஆர்.சுப்ரமணியனை, மேலாண்மை வாரியத்திற்கான

தமிழகத்தின் பிரதிநிதியாக தமிழக அரசு நியமித்தது. புதுச்சேரியின் பிரதிநிதியாக அம்மாநில பொதுப்பணித் துறை தலைமை பொறியாளர் சாமிநாதன் அறிவிக்கப்பட்டார்.

உண்ணாவிரதப் போராட்டத்தில் தேவேகவுடா

கர்நாடகா அடுத்த நாளே அனைத்துக் கட்சிக்கூட்டத்தைக் கூட்டியது. அதிலே கட்சித்தலைவர்களோடு நாட்டுக்குப் பொதுவான மத்திய சட்ட அமைச்சர் சதானந்த கவுடாவும் (பா.ஜ.க), நாடாளுமன்ற மக்களவை காங்கிரஸ் கட்சித்தலைவர் மல்லிகார்ஜுன கார்கேவும் உட்கார்ந்திருந்தனர். உச்ச நீதிமன்றத்தில் மறு ஆய்வு மனு தாக்கல் செய்வது என்றும், காவிரி மேலாண்மை வாரியத்திற்கு கர்நாடகா சார்பில் உறுப்பினரை நியமிப்பதில்லை என்றும் தீர்மானிக்கப்பட்டது.

அதேநாளில் இந்தியாவுக்கே பிரதமராக இருந்து, அதற்கான ஓய்வூதியத்தை வாங்கிக்கொண்டிருக்கும் தேவேகவுடா பெங்களூரு விதான் சவுதா வளாகத்திலுள்ள காந்தி சிலையின் கீழே காலவரையற்ற உண்ணாவிரதத்தைத் தொடங்கினார். 'காவிரி மேலாண்மை வாரியம் அமைக்க உச்ச நீதிமன்றம் போட்டிருக்கும் உத்தரவு கர்நாடகாவின் மரண சாசனம்' என்று அவர் ஆவேசப்பட்டார். காங்கிரசின் முதலமைச்சர் சித்தராமையா ஓடிப்போய் அவரைப் பார்த்தார். பா.ஜ.க.வின் மத்திய அமைச்சர்கள் அனந்தகுமாரும், சதானந்த கவுடாவும் சென்று, 'கர்நாடகத்தின் நலனைக் காக்க மத்திய அரசு துணை நிற்கும்' என்று உறுதியளித்தனர். காலவரையற்ற உண்ணாவிரதம் ஒரே நாளில் முடிவுக்கு வந்தது.

தமிழ்நாட்டில் முதலமைச்சர் ஜெயலலிதா மருத்துவமனையில் தொடர் சிகிச்சையில் இருந்தார். முதலமைச்சர் வகித்த துறைகள் நிதியமைச்சர் ஓ.பன்னீர்செல்வம் வசம் ஒப்படைக்கப்பட்டன. ஆனாலும் ஜெயலலிதாவின் உடல்நிலை குறித்து நாளொரு தகவல்கள் பரவிக்கொண்டிருந்த நேரத்தில் தமிழக அரசு எந்திரம் குழப்பத்தில் இருந்தது. அ.தி.மு.கவிடம் 50 எம்.பி.க்கள் இருந்தும் காவிரி பிரச்சினைக்காக டெல்லியில் எந்த அழுத்தமும் கொடுக்கமுடியவில்லை. எதிர்க்கட்சித்தலைவர் மு.க.ஸ்டாலின் தலைமையில் பல்வேறு கட்சித்தலைவர்களும், விவசாய சங்கப் பிரதிநிதிகளும் கூடி தமிழக அரசு அனைத்துக்கட்சிக் கூட்டத்தைக் கூட்ட வேண்டும் என்று வலியுறுத்தினர். இதற்குள்ளாக மேலாண்மை வாரியம் அமைக்கும் மத்திய

கர்நாடக அனைத்துக்கட்சி கூட்டம்

அரசின் எண்ணத்தில் திடீர் மாற்றம் ஏற்பட்டது. பிரச்சினையை மொத்தமாக வேறு திசையை நோக்கி நகர்த்தும் வகையில் மத்திய நீர்வளத் துறையின் சார்பில் உச்ச நீதிமன்றத்தில் புதிய மனு தாக்கல் செய்யப்பட்டது. அதில்,

'காவிரி மேலாண்மை வாரியம் அமைப்பது உள்ளிட்ட நடுவர் மன்றத்தின் உத்தரவுக்கு நாடாளுமன்ற இரு அவைகளிலும் ஒப்புதல் பெறவேண்டும். மாநிலங்களுக்கு இடையிலான நதி நீர்த்தகராறு சட்டம் 1956, பிரிவு 6(2), 6(ஏ) ஆகியவற்றில் இதற்கான விதிமுறைகள் வகுக்கப்பட்டுள்ளன. இது குறித்து ஆணையிட உச்ச நீதிமன்றத்திற்கு அதிகாரம் இல்லை. எனவே, காவிரி மேலாண்மை வாரியம் அமைப்பதற்கு உத்தரவிட்டு பிறப்பித்த ஆணையைத் திருத்த வேண்டும்' என்று கூறப்பட்டிருந்தது. 'ஒரு வாரத்திற்கு முன் காவிரி மேலாண்மை வாரியம் அமைக்க ஒப்புக்கொண்ட மத்திய அரசு இப்போது மாற்றிப் பேசுவது ஏன்?' என நீதிபதிகள் கேள்வி எழுப்பினர். அன்றைக்குத் தவறாக ஒப்புதல் தெரிவித்துவிட்டதாக சொன்னார் மத்திய

மொத்த பேச்சுவார்த்தைகள்!

காவிரிக்காக கர்நாடக, தமிழக முதலமைச்சர்களின் பேச்சுவார்த்தை 2017 வரை மொத்தமாக 27 முறை நடந்திருக்கிறது. 1968 முதல் 1990 வரை 26 முறை இருமாநில முதலமைச்சர்களும் சந்தித்துப் பேசினர். 1990-ல் இனி பேசத் தயாரில்லை என்ற பிறகே நடுவர் மன்றம் அமைக்கப்பட்டது. அதன் பின்னர் நேரடிப்பேச்சு என்றில்லாமல் ஆணையக் கூட்டங்களில் மட்டுமே கலந்து கொண்டார்கள். 2012-ல் உச்ச நீதிமன்றம் ஆணையிட்டதால் ஜெயலலிதாவும் ஜெகதீஷ் ஷெட்டரும் சந்தித்துப் பேசினார்கள். இரு மாநில முதலமைச்சர்கள் நடத்திய கடைசி பேச்சுவார்த்தை இதுதான். இதன்பிறகு 2016-ல் மத்திய அரசு ஏற்பாடு செய்த பேச்சுவார்த்தையில் முதலமைச்சர் ஜெயலலிதாவுக்குப் பதிலாக பொதுப்பணித்துறை அமைச்சர் எடப்பாடி பழனிசாமி பங்கேற்றார்.

மு.க.ஸ்டாலின் தலைமையில் நடந்த கலந்துரையாடல் கூட்டம்

அரசின் தலைமை வழக்கறிஞர் முகுல்ரோத்தகி. மேலாண்மை வாரியம் அமைக்க வேண்டும் என்ற உத்தரவை நிறுத்தி வைத்துவிட்டு, நிபுணர் குழுவை அமைத்து ஆய்வறிக்கை அளிக்குமாறு மத்திய அரசுக்கு ஆணையிட்டார்கள். 'உங்களின் அதிகார வரம்பில் இதெல்லாம் இல்லை' என்று மத்திய அரசு சொன்னபிறகு, உச்ச நீதிமன்றம் வேறென்ன செய்ய?

காலங்காலமாக கர்நாடகா ஒன்றுபட்டு கொடுக்கும் அரசியல் அழுத்தத்திற்கான பலன் அம்மாநிலத்திற்கு கிடைத்துக்கொண்டே இருக்கிறது. அரசியல் அழுத்தத்திற்கும் வழியின்றி, உண்மையான உணர்வோடு சொந்த மாநிலத்திற்கு நியாயம் கிடைக்க டெல்லியில் 'லாபி' செய்யும் தலைவர்களும் இல்லாததால், காவிரி விவகாரத்தில் தமிழ்நாடு மீண்டும் ஒரு முறை வஞ்சிக்கப்பட்டது. காங்கிரசோ, பா.ஜ.க.வோ இரண்டுமே கர்நாடகா பக்கம்தான் என்பது மீண்டும் நிரூபணமானது. 'கர்நாடக பா.ஜ.க. கொடுத்த அழுத்தம் காரணமாகவே மத்திய அரசு தமது நிலையை மாற்றிக்கொண்டது. பிரதமர் மோடிக்கு நன்றி' என்றார் அம்மாநிலத்தைச் சேர்ந்த மத்திய அமைச்சர் சதானந்த கவுடா.

பிரதமரைப் பார்க்கப்போன அ.தி.மு.க எம்.பி.க்களால் அவரது செயலாளரிடம்தான் மனு கொடுத்துவிட்டு வர முடிந்தது. வழக்கம்போல தமிழக கட்சிகள் அறிக்கைவிட்டு தங்கள் ஆற்றாமையைப் போக்கிக் கொண்டன. காவிரி மேலாண்மை வாரியம் அமைந்துவிட்டதைப் போல கொண்டாடிய தமிழக விவசாயிகள், விக்கித்துப் போனார்கள். அதன் பிறகு நடந்தது என்ன? தமிழகம் வந்த நிபுணர் குழுவினர் எப்படி அறிக்கை கொடுத்தார்கள்? ஒட்டுமொத்த பிரச்சினையையும் திசைதிருப்பும் வகையில் மத்திய அரசு போட்ட புதிய குண்டுக்கு உச்ச நீதிமன்றம் தந்த தீர்ப்பு என்ன?

36

எங்களுக்கு அதிகாரம் இல்லையென்று யார் சொன்னது?

காவிரி மேலாண்மை வாரியம் அமைக்க முதலில் ஒப்புக்கொண்டு பிறகு மறுத்துவிட்ட மத்திய அரசு, அப்படியோர் உத்தரவைப் போட உச்ச நீதிமன்றத்திற்கு அதிகாரம் இல்லை என்றும் கூறியது. இதையடுத்து உச்ச நீதிமன்றம் பிறப்பித்த ஆணையின் படி தேசிய நீர்வள ஆணையத் தலைவர் ஜி.எஸ்.ஜா, தலைமையிலான தொழில்நுட்ப நிபுணர் குழுவினர் 4 மாநிலங்களிலும் காவிரிப்பாசன பகுதிகளில் சுற்றுப்பயணம் செய்து அணைகளின் நீர் இருப்பு, பயிர்களின் நிலைமை ஆகியவற்றை ஆராய்ந்தனர். 4 மாநிலங்களின் பிரதிநிதிகளும் இடம் பெற்றிருந்த இக்குழு ஊர் சுற்றிப் பார்த்த செலவும்தான் மிச்சம். உருப்படியான அறிக்கையைக் கொடுக்கவில்லை. 'இங்கும் வறட்சி இருக்கிறது; அங்கும் வறட்சி இருக்கிறது. பழைய பாசன முறைகளையே பின்பற்றுகிறார்கள். நவீனத்திற்கு மாறவில்லை' என்று வழவழா, கொழகொழா கருத்துகளைச் சொன்னார்கள். 'இப்போது எவ்வளவு தண்ணீர் உள்ளது? தேவை எவ்வளவு?' போன்ற உச்ச நீதிமன்றம் எதிர்பார்த்த பரிந்துரை எதையும் செய்யவில்லை.

2016 அக்டோபர் 18-ல் நிபுணர் குழுவின் அறிக்கை உச்ச நீதிமன்றத்தில் தாக்கல் செய்யப்பட்டது. அப்போது, 'அறிக்கையைப் பற்றி விசாரிப்பதற்கு முன், நடுவர் மன்றத் தீர்ப்பை எதிர்த்து மாநிலங்கள் தாக்கல் செய்துள்ள மனுவை விசாரிக்க உச்ச நீதிமன்றத்திற்கு அதிகாரம் உண்டா? இல்லையா? என்பதை முதலில் முடிவு செய்துகொள்ளலாம். அதன்பிறகு தண்ணீர் திறப்பு வழக்கிற்குப் போகலாம்' என்று நீதிபதிகள் கூறிவிட்டார்கள். 'அதுவரை பழைய உத்தரவுப்படி நாள்தோறும் 2 ஆயிரம் கனஅடி கர்நாடகா திறந்துவிட வேண்டும்' என்றார்கள்.

மத்திய அரசின் தலைமை வழக்கறிஞர் முகுல் ரோத்தகி தமது வாதத்தை மறுநாள் முன்வைத்தார். 'அரசியல் சட்டத்தின் 262(2) பிரிவின் அடிப்படையிலும், மாநிலங்களுக்கிடையிலான தண்ணீர் தகராறு சட்டம்-1956-ன்படியும் நடுவர் மன்றம் வழங்கிய தீர்ப்புக்கு எதிரான மேல்முறையீட்டு மனுக்களை விசாரிக்க உச்ச நீதிமன்றத்திற்கு முகாந்திரம் இல்லை. நாடாளுமன்றத்தால் உருவாக்கப்பட்ட நடுவர் மன்றத்தின் இறுதித் தீர்ப்பு உச்ச நீதிமன்றத் தீர்ப்புக்கு இணையானது. எனவே, நடுவர் மன்றத்தின்

மத்திய குழு தமிழக அணைகளை பார்வையிட்ட போது

தீர்ப்பே இறுதியானது. தண்ணீர் தகராறு சட்டத்தின் 6(2)-ன் பிரிவின்படி அந்தத் தீர்ப்பை நிறைவேற்றுவதற்கான திட்டம் வகுக்கும் பணியை மத்திய அரசிடமே விட்டுவிட வேண்டும்' என்றார்.

கர்நாடக, தமிழக அரசுகள் இதற்கு எதிர்ப்பு தெரிவித்தன. கர்நாடக அரசுத் தரப்பில், மூத்த வழக்கறிஞர் ஃபாலி எஸ். நாரிமன் வாதிடும்போது, "காவிரி நடுவர் மன்ற இறுதித் தீர்ப்புக்கு எதிராக உச்ச நீதிமன்றத்தில் மேல்முறையீடு செய்ய மாநில அரசுகளுக்கு உரிமை உள்ளது. மாநில அரசுகளின் மனுவை விசாரிக்க உச்ச நீதிமன்றத்துக்கும் அதிகாரம் இருக்கிறது. இந்திய அரசியலமைப்பு சட்டத்தின் 136-வது பிரிவு உச்ச நீதிமன்றத்துக்கு வழங்கிய அதிகாரத்தின்படி இவ்வழக்கை விசாரணைக்கு ஏற்கலாம். மாநிலங்களுக்கு இடையிலான பிரச்சினையைத் தீர்க்க உச்ச நீதிமன்றத்தைக் காட்டிலும் பலம் வாய்ந்த அமைப்பு எதுவும் இல்லை" என்றார்.

தமிழக அரசு தரப்பில் மூத்த வழக்கறிஞர் சேகர் நாப்டேவும் மத்திய அரசின் வாதத்தை ஏற்கக்கூடாது என்றார். "காவிரி நடுவர் மன்ற இறுதித் தீர்ப்புக்கு எதிராக மேல்முறையீடு செய்ய மாநில அரசுகளுக்கு முழு அதிகாரம் உண்டு. 1956-ம் ஆண்டு மாநிலங்களுக்கு இடையிலான நதிநீர் தகராறு சட்டம் 1956 பிரிவு 6 (2)-ன் கீழ் உச்ச நீதிமன்றம் இந்த வழக்கை விசாரித்து தீர்ப்பளிக்க வேண்டும்" என்றார்.

இதேபோல் கேரள அரசும் வாதிட்டது. புதுச்சேரி மட்டும் மத்திய அரசுக்கு ஆதரவாக வாதிட்டது. "காவிரி நடுவர் மன்ற இறுதித் தீர்ப்புக்கு எதிராக கர்நாடகா, தமிழகம், கேரளா ஆகிய மூன்று மாநிலங்கள் தாக்கல் செய்த மேல்முறையீட்டு மனுக்களை விசாரிக்கக் கூடாது" என்றது புதுச்சேரி தரப்பு. கர்நாடகாவிலிருந்து தமிழ்நாட்டிற்கு வரும் தண்ணீரை தான் புதுச்சேரியின் காரைக்கால் பகுதி

கர்நாடகாவில் மத்திய குழு

பெறுகிறது. வழக்கமான தமிழ்நாட்டின் முடிவை ஒட்டியே செயல்படும் புதுச்சேரி அரசு இப்போது அதற்கு எதிரான நிலைப்பாட்டை எடுத்தது.

அனைத்து தரப்பு வாதங்களையும் கேட்ட நீதிபதிகள், மத்திய அரசும், 4 மாநில அரசுகளும் தங்களது வாதங்களை அக்டோபர் 24-க்குள் எழுத்துப்பூர்வமாக தாக்கல் செய்ய வேண்டும் என்றனர். மேலும் மறுதீர்ப்பு வரும் வரை 18-ம் தேதி ஆணையின்படி, கர்நாடக அரசு தமிழகத்துக்கு 2000 கன அடி காவிரி நீரை திறந்துவிட வேண்டும் எனவும் உத்தரவிட்டனர். நீதிமன்றம் ஆணை மேல் ஆணை போட்டதே தவிர தண்ணீர் வந்தபாடில்லை. நடுவர் மன்றத் தீர்ப்பு குறித்து விசாரிக்க உச்ச நீதிமன்றத்திற்கு அதிகாரம் இல்லை என 17 பக்கங்களில் எழுத்துப்பூர்வ வாதத்தை மத்திய அரசு அளித்தது. ஓய்வுபெற்ற உச்ச நீதிமன்ற நீதிபதி தலைமையில் காவிரி நடுவர் மன்றம் அமைக்கப்பட்டதாகவும், அதன் இறுதித் தீர்ப்பு உச்ச நீதிமன்றத் தீர்ப்புக்கு நிகரான தகுதி கொண்டது என்றும் தமது வாதத்திற்கு வலுசேர்க்கும் கருத்துகளை அதில் முன்வைத்திருந்தது.

முதலமைச்சராக இருந்த ஜெயலலிதா மரணமடைந்து 3 நாட்கள் ஆகியிருந்த நிலையில், 2016, டிசம்பர் 9-ம் தேதி உச்ச நீதிமன்றம் காவிரி விவகாரத்தில் முக்கிய தீர்ப்பளித்தது. நீதிபதிகள் தீபக் மிஸ்ரா, அமிதவ ராய், ஏ.எம்.கான்வில்கர் ஆகியோரடங்கிய அமர்வு. 'நடுவர் மன்றத் தீர்ப்புக்கு எதிரான மேல்முறையீட்டு மனுக்களை விசாரிக்க உச்ச நீதிமன்றத்திற்கு அதிகாரம் உண்டு' என்று அறிவித்தனர். 88 பக்கத் தீர்ப்பின் முக்கிய அம்சங்கள் இவைதான்:

'நடுவர் மன்றத்தின் உத்தரவுப்படி நீர் மேலாண்மை வாரியம் அமைக்கப்படுவதை உறுதிப்படுத்த, நாடாளுமன்றத்தின் ஒப்புதல் பெற

வேண்டும் என்ற விதியை, மாநிலங்களுக்கிடையிலான நதிநீர் தகராறு சட்டத்தில் மத்திய அரசு 2002-ல் சேர்த்துள்ளது. உச்ச நீதிமன்றமோ, நடுவர் மன்றமோ பிறப்பிக்கும் உத்தரவோ, தீர்ப்போ செயலுக்கு வருவதை உறுதிப்படுத்துவது தான் அந்த சட்டத்திருத்தின் நோக்கமாக இருந்துள்ளது.

அதனால் நடுவர் மன்றத்தின் தீர்ப்பை செயல்படுத்துவதில் பிரச்சினை எழுவதாக தொடர்புடைய மாநிலங்கள் கருதினால் அவை மேல்முறையீடு செய்யவும் அதனை விசாரிக்கவும் உச்ச நீதிமன்றத்திற்கு அதிகாரம் உண்டு. நாட்டில் எந்தவொரு நீதிமன்றமோ, நடுவர் மன்றமோ பிறப்பிக்கும் உத்தரவுகளுக்கு எதிரான மேல்முறையீடுகளை விசாரிக்கும் அதிகாரத்தை, அரசியலமைப்பின் 136-வது விதி உச்ச நீதிமன்றத்திற்கு வழங்கியுள்ளது'

இப்படி உச்ச நீதிமன்றத்தின் அதிகாரம் குறித்து திட்டவட்டமாக தெரிவித்த நீதிபதிகள், நடுவர் மன்றத் தீர்ப்புக்கு எதிரான வழக்குகள் 2016 டிசம்பர் 15-ம் தேதி முதல் விசாரிக்கப்படும் என்று அறிவித்தனர். அதுவரை ஏற்கனவே அக்டோபரில் பிறப்பித்த உத்தரவுப்படி தமிழகத்திற்கு நாள்தோறும் 2 ஆயிரம் கனஅடி தண்ணீரை திறந்துவிட வேண்டும் என்றும் உத்தரவிட்டார்கள். ஓரிரு நாட்கள் திறந்துவிட்ட கர்நாடகா வழக்கம்போல தண்ணீரை நிறுத்திவிட்டது.

டிசம்பர் 15-ம் தேதி உச்ச நீதிமன்றம் காவிரி நடுவர் மன்றத்திற்கு எதிரான வழக்குகளை விசாரிக்க ஆரம்பித்தது. அப்போது, 'காவிரி மேலாண்மை வாரியம் அமைப்பது குறித்து முதலில் முடிவு எடுக்க வேண்டும்' என்று தமிழகத்தின் சார்பில் கோரிக்கை வைக்கப்பட்டது. 'தனித்தனி அம்சங்களாக எடுத்துக்கொண்டு விசாரிக்க இயலாது. மொத்தமாக மனுவில் உள்ள அத்தனை அம்சங்களையும் முடிவுக்கு கொண்டு வருவது பற்றிதான் விசாரிக்கப் போகிறோம்' என்று நீதிபதி தீபக் மிஸ்ரா தெரிவித்தார். அதற்கு

சர்ச்சையில் சிக்கிய ஆளுநர்!

ஜெயலலிதா மருத்துவமனையில் இருந்தபோது உச்ச நீதிமன்ற உத்தரவுப்படி தமிழ்நாட்டின் நிலைமையை ஆராய்வதற்கு நிபுணர் குழுவினர் வந்தார்கள். அதற்கான ஏற்பாடுகள் குறித்து நிதியமைச்சர் ஓ.பன்னீர்செல்வத்தையும், பொதுப்பணித் துறை அமைச்சர் எடப்பாடி பழனிசாமியையும் பொறுப்பு ஆளுநராக இருந்த வித்யாசாகர் ராவ் நேரில் அழைத்து விவாதித்தார். இது சர்ச்சையை ஏற்படுத்தியது. ஆளுநர் வழியாக தமிழக ஆட்சி நிர்வாகத்தை மத்திய அரசு நடத்துவதாக எதிர்க்கட்சித்தலைவர் மு.க.ஸ்டாலின் உள்ளிட்டோர் குற்றஞ்சாட்டினர். விவசாயிகளின் வாழ்வாதார பிரச்சினையில் கூட தமிழக அரசு செயல்பட முடியாமல் கைகட்டி நின்று வேடிக்கை பார்ப்பதாகவும் கூறியிருந்தார்கள்.

தமிழக அரசின் வழக்கறிஞர் சேகர் நாஃப்டே, 'உச்ச நீதிமன்றத்தின் தீர்ப்பை கர்நாடக அரசு மதிக்கவில்லை. நீங்கள் சொன்னபடி நீரை திறந்து விட வில்லை. இதனால் தமிழக விவசாயிகளின் நிலைமை மோசமாகிக்கொண்டே போகிறது. காவிரி மேலாண்மை வாரியம் அமைப்பதே இதற்கான தீர்வாக இருக்கும்' என்றார். 'உச்ச நீதிமன்றம் சொன்னபடி தண்ணீர் திறந்துவிட்டோம். சில நேரங்களில் சில பிரச்சினைகளால் நீர் கொடுக்கமுடியவில்லை' என கர்நாடக வழக்கறிஞர் ஃபாலி நாரிமன் பதிலளித்தார். விசாரணை 2017, பிப்ரவரி 7-ம் தேதிக்கு ஒத்திவைக்கப்பட்டது. 'அன்றைய தினத்தில் இருந்து 3 வாரத்திற்கு பிற்பகல் 2 மணிக்கு தொடர்ச்சியாக காவிரி வழக்கு விசாரிக்கப்படும். அதுவரை நாள்தோறும் விநாடிக்கு இரண்டாயிரம் கனஅடி தண்ணீரைத் தமிழகத்திற்கு கர்நாடகா திறந்துவிடவேண்டும்' என்று உச்ச நீதிமன்றம் கூறியது. கர்நாடகா இதைப்பற்றி எல்லாம் அலட்டிக்கொள்ளவில்லை. தமிழ்நாட்டிலோ நிலைமை மோசமானது.

வட்டிக்கு கடன் வாங்கியும், நகைகளை அடகு வைத்தும் விளைவித்த பயிர்கள் தண்ணீரின்றி கருகியதைப் பார்த்து அதிர்ச்சியிலும், தற்கொலை செய்து கொண்டும் விவசாயிகள் மரணித்த செய்திகள் நாள்தோறும் உலுக்கி எடுத்தன. அதிலும் டெல்டா பகுதியில் இத்தகைய கொடும் சாவுகள் அதிகமாக நிகழ்ந்தன. தமிழகம் முழுவதையுமே வறட்சி மாநிலமாக அறிவித்த முதலமைச்சர் ஓ.பன்னீர்செல்வம், உயிரிழந்த விவசாயிகளுக்கு ரூ.3 லட்சம் நிதி உதவி அறிவித்தார். நிலவரி தள்ளுபடி, நிவாரணம், கடன்களின் காலம் நீட்டிப்பு என விவசாயிகளுக்கான சலுகைகளும் கொடுக்கப்பட்டன. அந்த நேரத்தில் மத்திய அரசு கொடுத்த அதிர வைக்கும் அறிவிப்பு என்ன? பழைய பொய்யைக் கர்நாடகா எப்படி மீண்டும் பக்குவமாக உச்ச நீதிமன்றத்தில் சொன்னது? அதற்குத் தகுந்த பதிலைத் தமிழகம் கொடுத்ததா?

திரும்பத் திரும்ப சொல்லப்பட்ட பொய்!

2016-ல் தண்ணீர் இன்றி தமிழகம் வறட்சியின் பிடியில் சிக்கி இருந்த நேரத்தில் மத்திய அரசு புதிய அறிவிப்பு ஒன்றை வெளியிட்டது. 'நாட்டிலுள்ள அனைத்து நதிநீர் பிரச்சினைகளையும் தீர்க்க நிரந்தரமாக ஒரே ஒரு நடுவர் மன்றம்' அமைக்கப்படும் என்பதுதான் அந்த அதிர்ச்சி அறிவிப்பு. 'அனைத்து மாநிலங்களுக்கு இடையிலான ஆற்றுநீர்ச் சிக்கல்களையும் இரண்டே ஆண்டுகளில் இதன் மூலம் தீர்த்துவிடலாம்' என்றும் கூறப்பட்டது. ஆனால், 2012-ம் ஆண்டிலேயே மத்திய அரசால் முன் வைக்கப்பட்டு, மாநிலங்கள் நிராகரித்த திட்டம் இது. தனித்தனியாக நடுவர் மன்றங்கள் அமைத்த போதே விரைவில் தீராத நதி நீர் பிரச்சினைகளை ஒரே ஒரு நடுவர் மன்றம் எப்படி இரண்டாண்டுகளில் தீர்க்கும் என்று பாசனத் துறை அறிஞர்கள் சந்தேகம் எழுப்பினர். இதனால் காவிரிக்காக மேலாண்மை வாரியம் அமைப்பது தாமதப்பட்டு, தமிழ்நாட்டுக்கு நீதி கிடைப்பதும் தாமதமாகுமோ என்ற கவலை ஏற்பட்டது.

நல்ல வேளையாக அதன் பிறகு ஒற்றை நடுவர் மன்றம் பற்றி மத்திய அரசு பேசவில்லை. இன்னொரு பக்கம், உச்ச நீதிமன்றத்தின் எந்த உத்தரவுகளையும் கர்நாடகா பின்பற்றாத நிலையில் 2016 முடிந்து போனது. சொன்னபடி 2017, பிப்ரவரி 7-ம் தேதி காவிரி வழக்கு விசாரணை உச்ச நீதிமன்றத்தில் தொடங்கியது. அதாவது 2007-ம் ஆண்டு காவிரி நடுவர் மன்ற இறுதித் தீர்ப்பு வந்தபோது அதனைச் செயல்படுத்த வேண்டுமென உச்ச நீதிமன்றத்தில் தமிழகம் செய்திருந்த மேல்முறையீடு, 10 ஆண்டுகள் கழித்து 2017-ல் முழுமையான விசாரணைக்கு வந்தது. அப்போது முதற்கட்ட வாதங்கள் முடிவடைந்து, இறுதி விசாரணை மார்ச் 21-ம் தேதியில் இருந்து ஏப்ரல் 11 வரை நடக்கும் என்றும் அதிலிருந்து மூன்று வாரங்களுக்குள் தீர்ப்பளிக்கப்படும் எனவும் நீதிபதிகள் தெரிவித்தனர். ஆனால் இறுதி விசாரணை ஜூலை 11-ம் தேதிதான் தொடங்கியது. அதிலிருந்து செப்டம்பர் 20 வரை வெவ்வேறு தேதிகளில் மொத்தம் 27 நாட்கள் விசாரிக்கப்பட்டது.

தமிழகத்தின் சார்பில் மூத்த வழக்கறிஞர்கள் சேகர் நாப்டே, ராகேஷ் திவிவேதி, வழக்கறிஞர்கள் ஜி.உமாபதி, சி.பரமசிவம், கே.வி.விஜயகுமார் ஆகியோர் வாதிட்டனர். கர்நாடகாவுக்காக பல ஆண்டுகளாக காவிரி வழக்கில் வாதிடும் ஃபாலி நாரிமன், ஷரத் ஜாவ்லி, ஷியாம் திவான், மோகன்

அதெப்படி காலாவதி ஆகும்?

மைசூர் மகாராஜா போட்ட 1924 ஒப்பந்தம் தங்களைக் கட்டுப்படுத்தாது என்று கர்நாடகா ஆரம்பத்தில் சொன்னது. பிறகு அதிலிருக்கும் XI-வது உட்பிரிவைப் பிடித்துக்கொண்டு 50 ஆண்டுகளோடு ஒப்பந்தம் காலாவதி ஆகிவிட்டதாகக் கூறிவருகிறது. அந்தப்பிரிவில் உள்ளது இதுதான்: 'இந்த ஒப்பந்தம் செயல்பாட்டுக்கு வந்த நாளில் இருந்து 50 ஆண்டுகள் முடிவடையும் போது, அதுவரை கிடைத்த அனுபவத்தின் அடிப்படையில், 4 முதல் 8 வரையுள்ள விதிமுறைகளை மறுஆய்வு செய்ய இருதரப்பும் ஒப்புக்கொள்கின்றன. அப்போது அவரவர் எல்லைக்குட்பட்ட பாசனப்பரப்பை விரிவாக்கம் செய்வது உள்ளிட்டவை பற்றி இருதரப்பும் ஏற்றுக்கொள்ளும் வகையில் தேவையான திருத்தங்களை செய்து கொள்ளவும், கூடுதல் அம்சங்களைச் சேர்த்துக்கொள்ளவும் இரு அரசுகளும் ஒப்புக்கொள்கின்றன' என்றே கூறப்பட்டுள்ளது. இதில் 50 ஆண்டுகளுக்குப் பிறகு என்பதை மட்டும் பிரித்து எடுத்து, அதோடு ஒப்பந்தம் காலாவதி ஆனது என்கிறது கர்நாடகா. அப்படி என்றால் காவிரி ஆறு தனது பாதையை மாற்றிக் கொண்டு விட்டதா? அந்த ஒப்பந்தபடி கட்டப்பட்ட கிருஷ்ணராஜ சாகர், மேட்டூர் அணைகளை மூடி விடலாமா?

எடப்பாடி பழனிசாமி

கர்த்தார்க்கி ஆகியோர் வாதங்களை வைத்தனர். கேரளாவுக்காக ஜெய்தீப் குப்தாவும், புதுச்சேரிக்காக நம்பியாரும் முன்னிலையானார்கள்.

விசாரணையின் போது, பலமுறை பேசிப்பேசி, சொல்லிச்சொல்லி அது சரியல்ல என்று நிரூபணமான விஷயத்தையே மீண்டும் முதலில் இருந்து கர்நாடகா ஆரம்பித்தது. மூத்த வழக்கறிஞர் ஃபாலி நாரிமன் தான் இந்த முறையும் கர்நாடக தரப்பு வாதத்தைத் தொடங்கினார். அவரோடு மற்ற வழக்கறிஞர்களும் வாதங்களை வைத்தார்கள். கர்நாடகா வைத்த வாதங்களின் சாராம்சம் இதுதான்:

- பழைய மெட்ராஸ் மாகாணத்திற்கும் மைசூர் சமஸ்தானத்திற்கும் இடையே 1892 மற்றும் 1924-ம் ஆண்டுகளில் போடப்பட்ட ஒப்பந்தங்கள் கர்நாடகாவைக் கட்டுப்படுத்தாது. அப்போதைய மைசூர் மகாராஜாவை பிரிட்டிஷ் அரசு நிர்பந்தப்படுத்தி, பணியவைத்து ஒப்பந்தங்களில் கையெழுத்திட வைத்தது. இந்த ஒப்பந்தங்களின் அடிப்படையில் காவிரி நடுவர் மன்றம் வழங்கிய தீர்ப்பை ரத்துசெய்ய வேண்டும்.
- தமிழ்நாட்டின் சாகுபடி பரப்பை மூணு லட்சம் ஹெக்டேர் அளவுக்கு

வறண்ட காவிரி

அதிகமாக்குவதற்கு காவிரி நடுவர் மன்றம் அனுமதித்தது தவறு. இதற்கான எந்த உரிமையும் தமிழ்நாட்டிற்கு கிடையாது. தமிழ்நாட்டின் காவிரி டெல்டா பகுதியில் 60 டிஎம்சி நிலத்தடி நீர் கிடைக்கிறது.

- மூணு லட்சம் எக்டேர் அதிகரிக்கப்பட்ட பாசன பரப்பிற்கு ஏற்கனவே உள்ள 60 டிஎம்சி நிலத்தடி நீர் தவிர, 192 டிஎம்சி தண்ணீர் கொடுக்க வேண்டும் என்று அனுமதித்தது தவறு. எனவே, அதிலிருந்து 90 டிஎம்சி தண்ணீரை எடுத்துவிட்டு தமிழ்நாட்டிற்கு 102 டிஎம்சி தண்ணீர் மட்டும் கொடுத்தால் போதும் என்று உத்தரவிட வேண்டும்.

இப்படி மிரட்டி போடப்பட்ட ஒப்பந்தங்கள் என்ற பழைய பொய்யையே நீதிமன்றத்தில் திரும்பவும் வலியுறுத்திச் சொன்னது. ஒப்பந்தம் போடப்பட்ட காலச் சூழல், பேச்சுவார்த்தைகளின் விவரங்கள், அது தொடர்பான ஆவணங்கள் ஒப்பந்தத்திற்குப் பிறகு வெளியான பேட்டிகள் இவற்றைக் கொண்டு கர்நாடக தரப்பு வாதம் பொய் என்று ஏற்கனவே பலமுறை நிரூபிக்கப்பட்டிருந்தாலும் கூட, திரும்பவும் அதே பொய்யை உச்ச நீதிமன்றத்தில் கர்நாடகா கொஞ்சமும் கூசாமல் முன்வைத்தது. அதுபோக தமிழ்நாட்டின் நிலத்தடி நீரை கணக்கில் எடுத்துக் கொள்ளவேண்டும் என்கிற, ஒரு புதிய விநோதமான கோரிக்கையையும் வைத்தது.

இதற்கெல்லாம் தமிழகத்தின் தரப்பில் கொடுக்கப்பட்ட விளக்கங்கள் இவைதான்:

- மைசூர் மகாராஜாவை மிரட்டி போடப்பட்ட ஒப்பந்தங்கள் என்ற கர்நாடகாவின் வாதம் மிகவும் தவறானது. காவிரி தொடர்பான இரண்டு ஒப்பந்தங்களையும் அது தொடர்பான வரலாற்றையும் ஆராயும்போது, அவை கட்டாயத்தின் பேரிலோ அல்லது நிர்ப்பந்தத்தின் பேரிலேயே செய்யப்பட்டதற்கான எந்தவிதமான தடயமும் இல்லை. இரு ஒப்பந்தங்களையும் மைசூர்

உச்ச நீதிமன்றம்

சமஸ்தானம் தன்னிச்சையாகவே ஒப்புக்கொண்டிருக்கிறது. எனவே, கர்நாடகாவின் வாதம் எந்த காலத்திலும் ஏற்றுக்கொள்ள முடியாதது. இந்த ஒப்பந்தத்தின் அடிப்படையில் தான் 1974-ம் ஆண்டு வரை கர்நாடகா செயல்பட்டிருக்கிறது. 1924-ல் போடப்பட்ட ஒப்பந்தம் இந்தியா விடுதலை அடைந்த பிறகும் உறுதி செய்யப்பட்டிருக்கிறது. 1950-ம் ஆண்டு அரசியல் சட்டம் உருவாக்கப்பட்டு இந்தியா குடியரசானபிறகு ஒப்பந்தத்தை நிராகரிக்க மைசூர் மாகாணத்திற்கு இரண்டு ஆண்டுகள் கால அவகாசம் இருந்தது.

- 1924 ஒப்பந்தப்படி மைசூருக்குத் தேவையான தண்ணீர் கிடைத்தது. கிருஷ்ணராஜ சாகர் அணையில் தங்களுக்கு தேவையான தண்ணீரைத் தேக்கி வைத்துக் கொண்டதோடு, எதிர்காலத்திற்கான நீர்ப்பாசன பகுதிகளையும் வரையறுத்துக் கொள்ளும் வகையில் நீர்ப்பங்கீட்டுக்கு வழி செய்யப்பட்டிருந்தது. இதுபோக 1892-ம் ஆண்டு ஒப்பந்தத்தில் மெட்ராஸ் மாகாணத்துக்கு அளிக்கப்பட்ட உரிமைகளில் சிலவற்றை, 1924-ம் ஆண்டு ஒப்பந்தம் மறுத்ததையும் காவிரி நடுவர் மன்றம் ஏற்றுக்கொண்டிருக்கிறது.
- இப்போதைய கர்நாடக மாநிலம் 1956-ல் அமைக்கப்பட்ட பிறகும், இந்த ஒப்பந்தங்கள் செல்லுபடி ஆகாது என்று அறிவிக்கக்கோரி எந்தவிதமான நடவடிக்கையையும் கர்நாடக தரப்பில் எடுக்கவில்லை. உச்ச நீதிமன்றத்தில் இதற்கு வழக்குகளும் தொடரப்படவில்லை. எனவே, இத்தனை ஆண்டுகள் கழித்து இப்போது அந்த ஒப்பந்தங்கள் செல்லாது என்றும், அதன் அடிப்படையில் வழங்கப்பட்ட காவிரி நடுவர் மன்ற இறுதித் தீர்ப்பை ரத்துசெய்ய வேண்டும் என்றும் கர்நாடகா கோருவதை ஏற்க முடியாது. அது சட்டப்படி சரியான வாதமல்ல.

- மேலும், நடுவர் மன்றத் தீர்ப்பில் கூறப்பட்டதைவிட 50 டி.எம்.சிக்கு மேல் தமிழ்நாட்டிற்கு தண்ணீர் கொடுக்க உத்தரவிட வேண்டும்.
- தண்ணீர் பற்றாக்குறை காலங்களிலும், கண்டிப்பாக தமிழகத்திற்கு நீர் தேவைப்படும் நேரங்களிலும் கர்நாடகா அதனை திறந்து விடுவதற்கு தெளிவான வழிமுறைகளையும் அதற்கான சூத்திரங்களையும் வரையறுக்க வேண்டும். இதைச் செய்வதற்கு காவிரி மேலாண்மை வாரியம் மட்டும் தான் சரியான வழியாக இருக்க முடியும். அப்படி மேலாண்மை வாரியம் அமைத்தால், அதன் உறுப்பினர்கள் சரியான நேரத்தில் தண்ணீர் திறந்து விடுவதற்கான வழியைச் செய்வார்கள். எனவே, காவிரி நடுவர் மன்றம் வழங்கிய தீர்ப்பின் அடிப்படையில் காவிரி மேலாண்மை வாரியத்தை உடனடியாக அமைக்க உச்ச நீதிமன்றம் உத்தரவிட வேண்டும்.

வாதங்கள் நிறைவடைந்ததை அடுத்து தீர்ப்பு தேதி குறிப்பிடாமல் ஒத்திவைக்கப்பட்டது. விசாரணை முடிந்து மூன்று வாரத்தில் தீர்ப்பு வழங்கப்படும் என்று முன்பு சொன்ன உச்ச நீதிமன்றம், மூன்று மாதங்களுக்குப் பிறகும் அதைப்பற்றி வாய் திறக்கவில்லை. இடைப்பட்ட காலக்கட்டத்தில் தமிழகத்தின் ஆட்சிக்கட்டிலில் குழப்ப ரேகைகள் கும்மியடித்தன. ஜெயலலிதா மறைவுக்குப் பிறகு முதலமைச்சரான பன்னீர்செல்வத்திற்கும் அ.தி.மு.க. பொதுச்செயலாளரான சசிகலாவுக்கும் மோதல் ஏற்பட்டது. பொதுப்பணித் துறை அமைச்சராக இருந்த எடப்பாடி பழனிசாமி, 2017, பிப்ரவரி 14-ல் முதல்வராக்கப்பட்டார். 140 ஆண்டுகளில் இல்லாத அளவுக்கு தமிழகத்தில் வறட்சி நிலவுவதாக கூறிய அவரது அரசு அதற்கான நிவாரணம் உள்ளிட்டவற்றை அறிவித்தது. எனினும் ஆளுங்கட்சியில் உறுதியான நிலை இல்லாததால், மத்திய அரசு இழுத்த இழுப்புக்கெல்லாம் தமிழக அரசு ஆட வேண்டிய சூழல் ஏற்பட்டது. தமிழகத்தில் வலுவான அரசு இருக்கும் போதே நீதிமன்ற உத்தரவுகளை கண்டுகொள்ளாத கர்நாடகா, இப்போது மதித்துவிடுமா என்ன? இறுதித்தீர்ப்பிலாவது தமிழகத்தின் கண்ணீருக்கு விடை கிடைக்கும் என்று காத்திருந்ததில் 2017 ஓடிப்போனது. அந்த நம்பிக்கை காப்பாற்றப்படாதது ஏன்? தமிழகம் கோட்டை விட்டது எங்கே? இறுதித் தீர்ப்புக்குப் பிறகும் தண்ணீர் கிடைத்ததா?

38

தமிழகத்திற்கு உச்ச நீதிமன்றம் இழைத்த அநீதி!

காவிரி நடுவர் மன்றத் தீர்ப்புக்கு எதிரான வழக்குகளை உச்ச நீதிமன்றம் விசாரித்த நிலையில், தமிழகத்தில் வறட்சி தாண்டவமாடியது. விசாரணை முடிந்து 4 மாதங்களைக் கடந்திருந்தது. அந்தச் சூழலில் இரு மாநிலங்களிலும் பலத்த பாதுகாப்பு ஏற்பாடுகளுக்கு மத்தியில், 2018 பிப்ரவரி 16-ல் உச்ச நீதிமன்றத்தின் இறுதித் தீர்ப்பு வெளியானது. தலைமை நீதிபதி தீபக் மிஸ்ரா, நீதிபதிகள் அமிதவராய், ஏ.எம்.கன்வில்கர் ஆகியோர் அடங்கிய அமர்வு, தமிழகத்திற்கு நடுவர் மன்றம் அளித்த தண்ணீரின் அளவைக் குறைத்து தீர்ப்பினை வழங்கியது. 465 பக்கங்கள் கொண்ட தீர்ப்பின் முக்கிய அம்சங்கள்:

- "காவிரி நீர்ப் பகிர்வு தொடர்பான 1892 மற்றும் 1924 ஒப்பந்தங்கள் அரசியல் ஏற்பாட்டினையோ, இந்திய இறையாண்மையையோ தொடர்புபடுத்தவில்லை. எனினும் இந்த இரு ஒப்பந்தங்களும் மக்களின் நலனை பெரிய அளவில் முன் உறுதி செய்யப்பட்டுள்ளன. அதனால், இரு ஒப்பந்தங்களும் காலாவதி ஆகவில்லை. வழக்கொழிந்து போகவும் இல்லை. 1956-ம் ஆண்டில் மாநிலங்கள் மறு வரையறை செய்யப்பட்ட பிறகும், இந்த ஒப்பந்தங்கள் தொடர்புடைய மாநிலங்களுக்கிடையே செயல்படுத்தப்பட்டிருக்கின்றன.
- எனவே, அரசியல் சாசனப் பிரிவு 363-ன் படி மாநிலங்களுக்கு இடையேயான பிரச்சினைகளில் செய்துகொள்ளப்படும் ஒப்பந்தங்கள் தொடர்பாக நீதிமன்றங்கள் எந்த உத்தரவையும் பிறப்பிக்க முடியாது என்ற மத்திய அரசின் வாதத்தை ஏற்பதற்கில்லை. மாநிலங்களுக்கு இடையே பாயும் நதிகள் தேசத்தின் சொத்து. ஆகவே, நதிகளுக்கு எந்த மாநிலமும் தனிப்பட்ட முறையில் உரிமை கொண்டாட முடியாது. காவிரி ஆற்றின் மீதும் எந்த ஒரு மாநிலமும் உரிமை கொண்டாட முடியாது.
- தமிழகத்தைப் பொறுத்தவரை நடுவர் மன்றம் நிர்ணயித்த வேளாண்மை பாசனப்பரப்பளவு சரியாகவே கணக்கிடப்பட்டிருக்கிறது. தமிழகத்தில் உள்ள வீடு, தொழிற்சாலை ஆகியவற்றின் தண்ணீர் தேவை தொடர்பாக நடுவர் மன்றத்தின் அணுகுமுறையிலும் தவறு இல்லை என்பதை ஆவணங்களின் மூலம் அறிய முடிகிறது.

அமிதவ ராய்

ஏ.ம். கான்வில்கர்

- காவிரிப்படுகையில் இல்லாத மின் திட்டங்களுக்கு தண்ணீர் வழங்க வேண்டும் என்ற கேரள அரசின் நிலைப்பாட்டை நடுவர் மன்றம் நிராகரித்தது சரிதான். இதேபோல, 43 ஆயிரம் ஏக்கர் பாசனப் பகுதியை கொண்டுள்ள புதுச்சேரியின் சாகுபடி உரிமை பற்றிய நடுவர் மன்றத்தின் கருத்திலும் உடன்படுகிறோம். இதனடிப்படையில், கேரளாவுக்கு 30 டிஎம்சி புதுச்சேரிக்கு 7 டிஎம்சி என்று காவிரி நடுவர் மன்றம் நீர்ப்பங்கீடு செய்தது ஏற்றுக்கொள்ள கூடியதாகும். இந்த இரு மாநிலங்களுக்கும் இதற்கு அதிகமாக தண்ணீர் ஒதுக்க தேவையில்லை. அதே நேரத்தில், தமிழ்நாட்டின் காவிரிப்படுகையில் சுமார் 20 டிஎம்சி அளவில் கிடைக்கும் நிலத்தடி நீரை காவிரி நடுவர் மன்றம் கணக்கில் எடுத்துக்கொள்ளவில்லை. இதிலிருந்து தமிழகம் 10 டிஎம்சி தண்ணீரை எடுத்துக்கொள்ள முடியும். இதை கணக்கில் கொண்டு தமிழ்நாட்டிற்கு நடுவர் மன்றம் வழங்கிய நீர்ப்பங்கிலிருந்து 14.75 டிஎம்சி குறைக்கப்படுகிறது. 192 டிஎம்சிக்குப் பதிலாக, தமிழ்நாட்டிற்கு இனி கர்நாடகா ஆண்டுதோறும் 177.25 டிஎம்சி தண்ணீரைத் திறந்துவிட்டால் போதும்.
- கர்நாடகத்தின் குடிநீர் தேவை மற்றும் தொழிற்சாலைகளுக்கான தண்ணீர் தேவையை நடுவர் மன்றம் முழுமையாக கவனத்தில் கொள்ளவில்லை. எனவே, கர்நாடகாவுக்கு கூடுதலாக 14. 75 டிஎம்சி தண்ணீர் ஒதுக்கப்படுகிறது. இதில் பெங்களூரு தற்போது அடைந்துள்ள உலகத் தர தகுதியை கருத்தில் கொண்டு அந்நகரத்தின் குடிநீர் பயன்பாட்டுக்காக 4.75 டிஎம்சி தண்ணீர் ஒதுக்கீடு செய்யப்படுகிறது. எனவே, இனி காவிரி நீரில் கர்நாடகாவுக்கான மொத்த பங்கு 284. 75 டிஎம்சி ஆக இருக்கும். சுற்றுச் சூழல் பாதுகாப்புக்காக நடுவர் மன்றம் வழங்கிய 10 டிஎம்சி நீரின் அளவில் எந்தவித மாற்றமும் செய்ய வேண்டியதில்லை. நடுவர் மன்றத்தின் தீர்ப்பை செயல்படுத்த காவிரி மேலாண்மை வாரியம் மற்றும் ஒழுங்காற்றுக்குழு ஆகியவற்றை அமைப்பது தங்களின் முடிவுக்கு உட்பட்டது என்ற மத்திய அரசின் வாதத்தை ஏற்க முடியாது. இந்த தீர்ப்பில் கூறப்பட்டுள்ள நோக்கத்துடன் நதிநீர்ப்பங்கீடு அமைய வேண்டும்.
- தமது தீர்ப்பின் அடிப்படையில் மாதாந்திர மற்றும் வருடாந்திர அளவில் சரியான முறையில் தண்ணீர்ப்பங்கீடு நடைபெறுகிறதா என்பதை உறுதிப்படுத்துவதற்காக, அமைப்பை உருவாக்குவதற்கான செயல்

கோட்டை விட்ட தமிழக அதிகாரிகள்?

உச்ச நீதிமன்றத்தின் இறுதித்தீர்ப்பில் தமிழகத்திற்கான காவிரி நீரின் பங்கு குறைந்து போனதற்கு காவிரி தொழிற்நுட்ப பிரிவு அதிகாரிகளின் அலட்சியமே முக்கிய காரணம் என்ற குற்றச்சாட்டு எழுந்தது. ஓய்வுபெற்ற பிறகும் பணி நீட்டிப்பில் உள்ள காவிரி தொழிற்நுட்பப் பிரிவு தலைவர் உள்ளிட்ட அதிகாரிகள் இதில் உண்மையான அக்கறையோடு செயல்படவில்லை. லட்சக்கணக்கில் ஊதியம் வாங்கும் இவர்கள், 2017-ல் உச்ச நீதிமன்றத்தில் முன்னிலையான போது, தமிழகத்தின் நிலையை எடுத்துச்சொல்லும் சரியான கருத்துகளை முன் வைக்கவில்லை. குறிப்பாக நிலத்தடி நீர்மட்டம் தொடர்பான நீதிபதிகளின் கேள்விகளுக்கு இவர்கள் ஆணித்தரமான விளக்கத்தை முன் வைக்காமல், கடனே என அரசு செலவில் டெல்லிக்குச் சென்று வந்திருக்கிறார்கள். தமிழகத்திற்காக வாதாடிய வழக்கறிஞர்களும் போதிய தொழிற்நுட்ப விவரங்கள் புரியாமல் கோட்டைவிட்டுவிட்டனர். இத்தகைய ஜீவாதார பிரச்சினையைக் கையாள திறமையான அதிகாரிகளை நியமிக்காவிட்டால், காவிரியைப் போலவே மற்ற நதி நீர் பிரச்சினைகளிலும் தமிழகம் இப்படியே கோட்டை விட்டுக்கொண்டே இருக்க வேண்டியதுதான்!

திட்டத்தை நடுவர் மன்றம் மத்திய அரசுக்கு பரிந்துரை செய்திருந்தது. இது இரு மாநிலங்களுக்கு இடையேயான நதிநீர் பங்கீட்டில் எந்தவித குளறுபடியும் இல்லாமல் இருக்கும் நோக்கில் உருவாக்கப்படும் அமைப்பாக அமைய வேண்டும். எனவே, காவிரி நடுவர் மன்றம் பரிந்துரைத்த அமைப்புகளை உருவாக்குவதற்கான செயல் திட்டத்தை (ஸ்கீம்) மத்திய அரசு இந்தத் தீர்ப்பு வழங்கப்பட்ட நாளிலிருந்து 6 வாரங்களுக்குள் செயல்படுத்த வேண்டும். இது தொடர்பாக எந்தக் கால அவகாச நீட்டிப்பும் வழங்கப்படமாட்டாது. காவிரி விவகாரம் தொடர்பான இந்தத் தீர்ப்பு அடுத்த பதினைந்து ஆண்டுகளுக்கு செயல்பாட்டில் இருக்கும். அதுவரை தொடர்புடைய மாநிலங்கள் இது தொடர்பாக எந்தவிதமான மேல்முறையீட்டையும் உச்ச நீதிமன்றத்தில் செய்ய முடியாது".

இப்படியாக உச்ச நீதிமன்றத் தீர்ப்பு தண்ணீருக்காக தவித்து நின்ற தமிழகத்தின் தலையில் அடித்தது. நடுவர் மன்றம், உச்ச நீதிமன்றம், பிரதமர் என யாரின் உத்தரவுகளையும் பின்பற்றாமல் அடாவடியாக நடக்கும் கர்நாடகாவை அரவணைத்து கோபப்படாமல் பார்த்துக்கொண்டது.

தமிழகத்திற்கான தண்ணீர் குறைக்கப்பட்டதற்கு உச்ச நீதிமன்றம் சொன்ன காரணம் எந்தவகையிலும் ஏற்றுக்கொள்ள முடியாதது. பெங்களூரு நகரம் சர்வதேச அளவில் தகுதி பெற்றிருப்பதால், அந்நகரத்திற்கு கூடுதல்

தண்ணீர் ஒதுக்கப்படுவதாக தீர்ப்பில் கூறப்பட்டு இருக்கிறது. ஆனால் ஏற்கனவே நாளொன்றுக்கு 140 கோடி லிட்டர் காவிரி தண்ணீரைப் பெறுகிற பெங்களூரு, அதில் 52% தண்ணீரை வீணடிப்பதாக சமூகப் பொருளாதார ஆய்வுக் கழகம் புள்ளிவிவரங்களோடு சொல்லி இருப்பதை உச்ச நீதிமன்றம் கவனத்தில் கொள்ளவில்லை. அதாவது 1200-க்கும் மேற்பட்ட பூங்காக்கள், 8 கோல்ஃப் மைதானங்கள், நட்சத்திர ஹோட்டல்கள் என நாள்தோறும் பெங்களூருவில் வீணடிக்கப்படும் கோடிக்கணக்கான லிட்டர் தண்ணீருக்காக தமிழ்நாட்டு விவசாயிகளின் வயிற்றில் அடிப்பது எந்த வகையில் நியாயமாக இருக்க முடியும்? காவிரி ஆரம்பிக்கிற இடத்தில் இருந்து கடலில் கலக்கிற வரையிலும் உள்ள முக்கிய நகரங்கள் எதிர்காலத்தில் இதே கோரிக்கையை முன் வைத்தால் என்னவாகும்?

நதி நீர்ப்பகிர்வு வழக்கில் பாதிக்கப்பட்ட மாநிலத்தின் நிலத்தடி நீரைச் சேர்த்து கணக்கிட்டது அடுத்த பெரிய அநியாயம். உலகின் எந்தவொரு நாட்டிலும் இப்படியோர் விநோத தீர்ப்பு வழங்கப்படவில்லை. காவிரி ஆற்றில் ஓடிவரும் நீரைப் பகிர்ந்து கொள்வது தொடர்பான வழக்கே தவிர, நிலத்தடி நீரைப் பங்கிடுவதற்கான வழக்கு இதுவல்லவே! அதிலும் தமிழகத்தின் காவிரிப்படுகையில் நிலத்தடி நீர் இருப்பு பற்றிய ஐ.நா நிறுவனத்தின் 1972-ம் ஆண்டு கணக்கு, மத்திய அரசின் 1980-ம் ஆண்டு கணக்கு ஆகியவற்றை சுட்டிக்காட்டிய உச்ச நீதிமன்றம், கர்நாடகாவின் காவிரி பாசனப்பகுதியில் உள்ள நிலத்தடி நீர் இருப்பு குறித்த கணக்கு இல்லை என்று சொல்வது கடைந்தெடுத்த அநியாயம் இல்லையா?

தமிழகத்திற்கான தண்ணீர் குறைக்கப்பட்டதை வரவேற்றுக் கொண்டாடிய கர்நாடகா, காவிரி மேலாண்மை வாரியம் அமைக்கவே கூடாது என்று கொடி தூக்கியது. கர்நாடக சட்டப்பேரவைத் தேர்தலை மனதில் வைத்து இழுத்தடித்துக்கொண்டே வந்த மத்திய அரசு, ஒரு வழியாக 2018 ஜூன் மாதம் 1-ம் தேதி காவிரி மேலாண்மை ஆணையம் மற்றும் ஒழுங்காற்றுக்குழுவை அமைத்தது. வாரியம் அமைப்பதற்கு பதிலாக ஆணையம் என்று அதிகாரமில்லாத அமைப்பாக உருவாக்கி இருப்பது பற்றி புகார் எழுந்தது. அதற்கு மத்திய அரசு, 'பெயரில் என்ன இருக்கிறது. எல்லாம் ஒன்றுதான்' என்று பதிலளித்தது. அதற்கும் ஒத்துழைக்க கர்நாடகா தயாரில்லை. தம் சார்பிலான உறுப்பினர் நியமனத்தில் தொடங்கி எல்லாவற்றிலும் வழக்கமான ஏட்டிக்குப்போட்டியாகவே செயல்பட்டது.

2018 ஜூலையில் அங்கே கனமழை பெய்து வெள்ளப்பெருக்கு ஏற்பட்ட போது, நிரம்பி வழிந்த நீரை தமிழ்நாட்டுக்குத் திறந்துவிட்டார்கள். "இவ்வளவு தண்ணீர் தமிழகத்திற்குப் போகிறதே" என்று மேகேதாட்டு அணை கட்டுவதற்கான பணிகளை உடனே தீவிரப்படுத்தினார்கள். அணைக்கான திட்ட வரைவு தயாரிக்க மத்திய அரசிடம் அனுமதி கேட்டார்கள். இத்தனைக்கும் 2018 சட்டப்பேரவைத் தேர்தலில் நினைத்ததைப்

போல கர்நாடகாவில் பா.ஜ.க.வால் ஆட்சியைப் பிடிக்க முடியவில்லை. தனிப்பெரும் கட்சியாக உருவெடுத்த காங்கிரசுடன் கரங்கோர்த்து மதசார்பற்ற ஜனதா தளம் ஆட்சி அமைத்தது. தேவேகவுடாவின் மகன் குமாரசாமி முதலமைச்சரானார். ஒருபக்கம் அவரது அரசை கவிழ்த்து விட பா.ஜ.க முயற்சி செய்து கொண்டே இருக்கும் சூழல். மற்றொருபுறம் கூட்டணி அரசின் பங்குதாரரான காங்கிரஸ் கட்சியினர் கொடுக்கும் குடைச்சல். இவற்றுக்கு இடையிலும் எப்படியாவது தமிழ்நாட்டிற்கு செல்லும் மிச்ச தண்ணீரையும் தடுத்து நிறுத்திவிட மேகேதாட்டுவில் அணை கட்டியே தீருவது என்று அதற்கான வேலைகளை முதலமைச்சர் குமாரசாமி செய்தார். காவிரி என்று வந்துவிட்டால் அந்த ஊர் தலைவர்கள் எப்படி இயங்குகிறார்கள் என்பதற்கு இது ஓர் உதாரணம். கர்நாடகா கட்ட திட்டமிடும் மேகேதாட்டு அணை எப்படிப்பட்டது? அந்த அணை உருவானால் தமிழகம் என்னவாகும்? உச்ச நீதிமன்ற உத்தரவை இப்போது மத்திய அரசும் மதிக்காமல் போனது எதனால்?

39

கர்நாடகாவின் கடைசி தண்ணீர் யுத்தம் – மேகேதாட்டு!

2018 நவம்பரில் கஜா புயல் தாக்கி காவிரி டெல்டா மாவட்டங்களின் பெரும்பான்மையான பகுதி கடும் பாதிப்புக்கு ஆளாகி இருந்தபோது, தமிழக மக்களின் தலையில் மத்திய அரசு இடியை இறக்கியது. காவிரியின் குறுக்கே மேகேதாட்டு அணையைக் கட்டுவதற்கான திட்ட அறிக்கையைத் தயாரிப்பதற்கு கர்நாடக அரசுக்கு நவம்பர் 22-ம் தேதி மத்திய நீர்வள ஆணையம் அனுமதி அளித்தது. அதாவது மேகேதாட்டுவில் ரூ. 5ஆயிரத்து 912 கோடி செலவில் புதிய அணை கட்டுவதற்கு ஜூலையில் கர்நாடகா விடுத்த கோரிக்கையை நான்கே மாதங்களில் ஏற்றுக்கொண்ட நீர்வள ஆணையம், விரிவான திட்ட அறிக்கையை அளிக்க கேட்டுக்கொண்டது.

மேகேதாட்டு அணை என்பது காவிரி பிரச்சினையில் தமிழ்நாட்டின் மீது கர்நாடகம் தொடுக்கும் இறுதி யுத்தம். காவிரி பெரும் அருவியாக வந்து கொட்டும் ஒகேனக்கல்லுக்கு முன்பாக 15 கி.மீ. தூரத்தில் இருக்கிறது மேகேதாட்டு (ஆடு தாண்டு). அதற்கு மேலே அடர்ந்த காட்டுப்பகுதியில் இரண்டு பக்கங்களிலும் இயற்கையாகவே அமைந்துள்ள பிரம்மாண்ட மலைகள் இருக்கின்றன. ஒவ்வொரு மலையும் ஏறத்தாழ ஆயிரம் அடி உயரம் இருக்கும். 'ஒண்டிகுண்டா' (தமிழில் 'ஒற்றைக்கல்') என்ற அந்த இடத்தில்தான் புதிய அணையைக் கட்டத் திட்டமிட்டிருக்கிறது கர்நாடகா. பெங்களூருவில் இருந்து 110 கி.மீ தூரத்தில் ராமநகரம் மாவட்டம், கனகபுரா தாலுகாவில் இந்தப் பகுதி அமைந்துள்ளது. ஏற்கனவே இருக்கும் கர்நாடகாவின் பெரிய அணையான கிருஷ்ணராஜசாகரை விடப் பெரியது மேகேதாட்டு. இதற்காக வனப்பகுதியில் 4, 716 ஹெக்டேரும், மற்ற பகுதியில் இருந்து 280 ஹெக்டேரும் நிலம் கையகப்படுத்தப்படுகிறது. 49 டி.எம்.சி கொள்ளவுள்ள கிருஷ்ணராஜ சாகர் அணை இருக்கும்போதே தமிழகத்திற்கு உரிய தண்ணீர் திறந்துவிடப்படுவதில்லை. அவ்வாறு இருக்கும் போது, அதைவிட அதிகமாக 66.85 டி.எம்.சி தண்ணீரைத் தேக்கிவைக்கும் புதிய அணை தமிழ்நாட்டிற்குச் சில கிலோ மீட்டர் தூரத்தில் ஆள் விழுங்கும் பூதம் போல எழுந்துவிட்டால் தமிழர்கள் காவிரியை மொத்தமாக மறந்துவிட வேண்டியதுதான்! பிறகு பொய்யாய், பழங்கதையாய் போன பழைய வரலாற்றைத் தடவித்தடவிப் படித்து பெருமூச்சுவிடுவதுதான் வழி!

மேகேதாட்டு பகுதியை சுட்டிக்காட்டும் கர்நாடக நீர்வளத் துறை அமைச்சர் சிவகுமார்

இப்படியோர் அணைக்கான முதற்கட்ட அனுமதியைப் பெற்றதற்கு கர்நாடக அரசின் அதி தீவிர முயற்சிதான் காரணம் என்றாலும், 2019 நாடாளுமன்றத் தேர்தலின் போது கர்நாடகாவில் கணிசமான இடங்களைக் கைப்பற்றுவதற்கான எண்ணத்தில் மேகேதாட்டு விவகாரத்தில் பா.ஜ.க செயல்படுவதாக தமிழக எதிர்க்கட்சிகள் குற்றம்சாட்டின. ஜெயலலிதா, கருணாநிதி போன்ற வலுவான தலைவர்கள் இருந்தபோது, அவர்களின் எதிர்ப்புகளையே எளிதாகக் கையாண்டு நினைத்ததை எல்லாம் செய்து முடித்த கர்நாடகா, இப்பொழுது வலிமையான தலைமை இல்லாமல் தத்தளிக்கும் தமிழகத்தின் குரலை காது கொடுத்து கேட்குமா என்ன? மத்திய அரசு குறித்து சொல்லவே வேண்டியதில்லை. அது காங்கிரசோ, பா.ஜ.க.வோ யாராக இருந்தாலும் தங்களுக்கு வலுவான அடித்தளம் உள்ள கர்நாடகாவைப் பற்றிதான் கடந்த காலங்களில் கவலைப்பட்டு வந்திருக்கிறார்கள். இப்போதும் அப்படியே! தமிழகம் எப்போதும் அவர்களுக்கு ஒரு பொருட்டாக இருந்ததில்லை. அதற்கு ஏற்றபடி இங்கே இருப்பவர்களுக்கு இடையே காவிரி நீர் பற்றிய உண்மையான உணர்வோ, ஒற்றுமையோ கிடையாது.

மத்திய அரசு கொடுத்த அனுமதியைத் திரும்பப்பெற வேண்டும் என்று முதலமைச்சர் எடப்பாடி பழனிசாமி பிரதமர் நரேந்திர மோடிக்கு கடிதம் எழுதினார். உச்ச நீதிமன்றத்தில் தமிழக அரசின் சார்பில் நவம்பர் 30-ம் தேதி வழக்கு தொடரப்பட்டது. அந்த மனுவில், "காவிரியில் மேகேதாட்டு அணை கட்டுவதற்கு மத்திய அரசு அளித்துள்ள அனுமதி, காவிரி நடுவர்

மேகேதாட்டு பகுதியில் கர்நாடக நீர்வளத் துறை அமைச்சர் சிவகுமார்

மன்ற இறுதித் தீர்ப்பு மற்றும் உச்ச நீதிமன்றத்தின் தீர்ப்பு ஆகியவற்றுக்கு முற்றிலும் எதிரானது. தங்கள் பகுதியில் தண்ணீர் கொள்ளளவை அதிகரித்து, அதிகமான நீர்ப்பாசனத்திற்கு கர்நாடகா சட்டவிரோதமாக முயற்சிக்கிறது. இது தமிழக விவசாயிகளுக்கு விரோதமான நடவடிக்கையாகும். எனவே, மத்திய நீர்வள ஆணையம் மேகேதாட்டு அணைக்கான திட்ட வரைவு அறிக்கையை தாக்கல் செய்வதற்கு அளித்த ஒப்புதலுக்கு தடைவிதிக்க வேண்டும். இது தொடர்பாக மத்திய அரசு வெளியிட்ட உத்தரவையும் திரும்ப பெற்றுக்கொள்ள ஆணையிட வேண்டும். கர்நாடக அரசின் இந்த முயற்சிகளுக்கு தடைவிதிக்க வேண்டும்'' என்று குறிப்பிடப்பட்டிருந்தது.

இதனைத் தொடர்ந்து மத்திய மற்றும் கர்நாடக அரசுகளுக்கு எதிராக தமிழகத்தின் சார்பில் நீதிமன்ற அவமதிப்பு வழக்கும் தொடரப்பட்டது. அதில், ''உச்ச நீதிமன்றம் 2018, பிப்ரவரி 16-ல் அளித்த இறுதித்தீர்ப்பில், காவிரி நடுவர் மன்றம் 2007, பிப்ரவரி 5-ம் தேதி வழங்கிய தீர்ப்பை உறுதி செய்தது. அந்தத்தீர்ப்பை வேண்டுமென்றே அவமதிக்கும் வகையில், மத்திய நீர்வள ஆணையத்தின் திட்ட மதிப்பீடு (தெற்கு) இயக்குனர் என் முகர்ஜி, மத்திய நீர்வள ஆணையத்தின் தலைவர் மசூத் ஹுசைன், கர்நாடக அரசின் நீர்வளத் துறை செயலாளர் ராகேஷ் சிங் நீர்வளத் துறை அமைச்சர் சிவகுமார், கர்நாடக அரசின் காவிரி நீர்வாரி நிகமின் நிறுவனத்தின் நிர்வாக இயக்குனர் மல்லிகார்ஜுனா பி.குங்கே ஆகியோர் செயல்பட்டுள்ளனர். அவர்கள் மீது நீதிமன்றம் நடவடிக்கை எடுக்க வேண்டும்'' என்று கோரப்பட்டது.

மசூத் ஹுசைன்

இதன் பிறகு டெல்லியில் நடந்த காவிரி மேலாண்மை ஆணையத்தின் கூட்டத்திலும் மேகேதாட்டு அணைக்கு எதிராக தமது வலுவான கண்டனத்தைத் தமிழகம் பதிவு செய்தது. தமிழக அரசு தெரிவித்த நியாயமான மறுப்புகளைப் பரிசீலிக்காமலும், தமிழ்நாடு உள்ளிட்ட மற்ற காவிரிப்படுகை மாநிலங்களின் அனுமதி பெறாமலும் மேகேதாட்டு அணை திட்டத்தைத் தயாரிப்பதற்கு மத்திய அரசு அனுமதித்தது உச்ச நீதிமன்ற தீர்ப்பை மீறும் செயலாகும். ஏற்கனவே தமிழகத்திற்கான நீரினைக் குறைத்து உச்ச நீதிமன்றம் தீர்ப்பளித்த நிலையில், புதிய அணை உருவானால் இயல்பான ஆண்டுகளில்கூட தமிழகத்திற்கு உரிய பங்கை பெற முடியாத சூழல் ஏற்பட்டுவிடும். அதிலும், குறிப்பாக தண்ணீர் அதிகம் தேவைப்படும் ஜூன் முதல் செப்டம்பர் வரையிலான மாதங்களில் தமிழ்நாட்டின் பாசனத்திற்கு காவிரி நீர் கிடைக்காமல் போய்விடும்.

பெங்களூருவின் குடிநீர்த் தேவைக்காக நெட்கல் நீர்த்தேக்கத்திலிருந்து ஏற்கெனவே கர்நாடகா தண்ணீர் எடுத்துக்கொண்டு இருக்கிறது. அப்படி இருக்கும்போது மேகேதாட்டுவில் அணை கட்ட வேண்டிய அவசியமில்லை. பெங்களூருக்கு குடிநீர் வழங்குதல் என்ற போர்வையில் கர்நாடக அரசு உத்தேசித்துள்ள புதிய அணையின் மூலம் பாசனப் பரப்பை விரிவுபடுத்த திட்டமிட்டிருக்கிறது. காவிரி நீரையே நம்பி உள்ள தமிழகத்தின் பல லட்சம் விவசாயிகள் மற்றும் பொதுமக்கள் இதனால் கடுமையாக பாதிக்கப்படுவார்கள். அவர்களின் வாழ்வாதாரத்தை பாதிக்கக்கூடிய இது போன்ற முக்கிய பிரச்சனைகளில் மத்திய நீர்வள ஆணையம் அவசரம் காட்டக்கூடாது. கீழ்ப்படுகை மாநிலங்களின் அனுமதியின்றி எந்த முடிவும் எடுக்கக் கூடாது" இப்படிப் பதறிப்போய் அடுத்தடுத்த நடவடிக்கைகளை மேற்கொண்டாலும் காவிரி ஆணையத்தின் தலைவர் மசூத் ஹுசைன், தமிழகத்தின் கருத்துகளை பதிவுசெய்து கொண்டதாகவும், பிறகு அதைப்பற்றி கவனிப்பதாகவும் கூட்டத்திற்குப் பிறகு பேட்டியளித்தார். காவிரி ஆணையத்தின் அனுமதி இன்றி கர்நாடகா அணை கட்டமுடியாது என்றும் அவர் கூறினார்.

இதில் வேடிக்கை என்ன தெரியுமா? முழுமையான திட்ட வரைவு அறிக்கையைத் தயாரிக்க கர்நாடக அரசுக்கு அனுமதி கொடுத்தது மத்திய நீர்வள ஆணையத்தின் தலைவரான இதே மசூத் உசேன்தான், காவிரி ஆணையத்தின் பொறுப்பு தலைவராக இருந்துகொண்டு கர்நாடகா அணை கட்ட முடியாது என்று சொன்னார். ஒரே தலைவர். இரண்டு நிலைப்பாடு. இப்படியோர் விநோதம் எங்காவது நடக்குமா? தமிழகத்திற்கு வேறென்ன வழி? மீண்டும் உச்ச நீதிமன்றம்தான் கதி. இன்னொரு வழக்கு

போட்டது. "காவிரி மேலாண்மை ஆணையத்தின் இடைக்காலத் தலைவரான மசூத் ஹுசேன் பாரபட்சமாகச் செயல்படுகிறார். எனவே, அவர் ஆணைய தலைவராக நீடிப்பது பொருத்தமற்றது. மசூத் உசேன் இரட்டைப் பதவி வகிப்பதால் காவிரி மேலாண்மை ஆணையத்திற்கு முழுநேர தலைவரை நியமிக்க மத்திய நீர்வளத் துறைக்கு உத்தரவிட வேண்டும்" என்று மனுவில் தமிழக அரசு கூறியது.

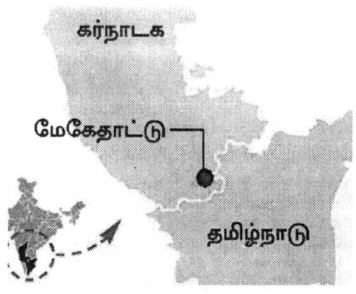

மேகேதாட்டு வரைபடம்

இதெல்லாம் நடந்துகொண்டிருக்கும் போதே இன்னொரு பக்கம், கர்நாடக முதலமைச்சர் குமாரசாமி அனைத்துக்கட்சிகளையும் கூட்டி, அணை கட்டுவதற்கான அடுத்தக்கட்ட நடவடிக்கைகளை துரிதப்படுத்தினார். "எங்களுடைய இடத்தில், நாங்கள் அணை கட்டுவதற்கு யாரிடமும் அனுமதி வாங்க வேண்டிய அவசியம் இல்லை" என்று கர்நாடக நீர்ப்பாசனத் துறை அமைச்சர் டி.கே.சிவகுமார் பட்டவர்த்தனமாகத் தெரிவித்தார். அணை கட்டுவதற்காக தேர்வு செய்யப்பட்ட இடத்தில் அதிகாரிகள் புடைசூழ அவர் ஆய்வுகளையும் அடுத்தடுத்து மேற்கொண்டார்.

நாட்டின் இறையாண்மையை, சட்டத்தை காலில் போட்டு மிதித்துவிட்டு கர்நாடகா தொடர்ந்து இயங்கிக் கொண்டிருப்பதைத் தடுப்பதற்காக தமிழக சட்டப்பேரவையின் சிறப்புக் கூட்டம் கூடி, மேகேதாட்டு அணைக்கு எதிராக ஒரு மனதாக தீர்மானம் நிறைவேற்றியது. இதையெல்லாம் கண்டுகொள்ளாதவர் போல, புதிய அணை தொடர்பாக தமிழக முதல்-அமைச்சரைச் சந்தித்துப் பேச இருப்பதாகவும், அவரிடம் நேரம் கேட்டு கடிதம் எழுதியிருப்பதாகவும் கர்நாடக அமைச்சர் சிவகுமார் பேட்டி கொடுத்தார். 'தமிழர்கள் எங்கள் சகோதரர்கள், அவர்களுடன் நாங்கள் சண்டைபோட விரும்பவில்லை. அவர்கள் கடலில் வீணாக கலக்கவிடும் நீரை சேமித்து வைப்பதற்காகவே, மேகேதாட்டுவில் அணை கட்டுகிறோம்' என்று தேன் தடவிய வார்த்தைகளில் பேசினார்.

இந்த சிவகுமார் தான், ஒரே நாளில் பா.ஜ.க.வின் எடியூரப்பாவை வீட்டுக்கு அனுப்பிவிட்டு குமாரசாமியை முதலமைச்சர் ஆக்கியதில் முக்கிய பங்கு வகித்தவர். கர்நாடகாவில் பா.ஜ.க.விற்கு சிம்ம சொப்பனமாக இருக்கிற காங்கிரஸ் தலைவர். அமித்ஷாவின் வியூகத்தை முறியடித்து, காங்கிரசின் அகமது படேலை மாநிலங்களவை உறுப்பினராக்கியதில் முக்கிய பங்கு வகித்தவர். அவரால் மத்திய அரசிடம் இருந்து இப்படி ஓர் அனுமதியைப் பெற முடிகிறது. ஆனால் மத்திய அரசோடு 'அநியாயத்திற்கு

தமிழ்நாட்டிற்கே எமன் மேகேதாட்டு அணை!

தமிழகத்திற்கே எமனாக அமையப் போகும் மேகேதாட்டு அணை பற்றிய விவரங்கள்:

அணையின் கொள்ளளவு	66.85 டிஎம்சி
அணையின் நீளம்	660 மீ
அணையின் உயரம்	99 மீ
மதகுகளின் எண்ணிக்கை	17
ஒவ்வொரு மதகின் அளவு	அகலம் 15 மீ, உயரம் 12 மீ
அதிகபட்ச நீர் வெளியேற்றம்	வினாடிக்கு 8 லட்சம் கனஅடி
மின்சாரம் தயாரிப்பு	400 மெகாவாட்

'அன்னியோன்யமாக' இருக்கிற எடப்பாடி பழனிசாமி அரசால், தமிழகத்தைத் தரிசு பூமியாக்கும் இந்த அணைக்கு அனுமதி தர விடாமல் தடுக்க முடியவில்லை.

அதே நேரத்தில், 'நீதிமன்ற உத்தரவுகளை மதிக்காத கர்நாடகாவுடன் பேச்சுவார்த்தை என்ற பேச்சுக்கே இடமில்லை' என்று தமிழகத்தின் தரப்பில் சட்ட அமைச்சரை வைத்து உறுதியான பதில் கடிதம் எழுதப்பட்டுவிட்டது. அதன் பிறகு தமிழகம் தொடர்ந்த 3 வழக்குகளையும் டிசம்பர் 12-ம் தேதி விசாரித்த உச்ச நீதிமன்றம், மேகேதாட்டு வரைவு திட்டத்திற்கான அனுமதிக்கு தடை விதிக்க முடியாது என்று மறுத்துவிட்டது. "இப்போதுதான் ஆரம்பகட்ட வரைவு அறிக்கையை தாக்கல் செய்திருக்கிறார்கள். இதற்கும் அணை கட்டுவதற்கு அனுமதி அளிப்பதற்கு எந்தத் தொடர்பும் இல்லை. எனவே, விரிவான திட்ட அறிக்கை தயாரிக்கும் பணிக்கு தடைவிதிக்க தேவை இல்லை. அங்கு அணை கட்டுவதற்கு முன்பு உச்ச நீதிமன்றத்தின் அனுமதியைப் பெற வேண்டும்" என்று நீதிபதிகள் ஏ.எம்.கான்வில்கர், அஜய் ரஸ்தோகி ஆகியோர் கூறிவிட்டனர்.

ஏற்கனவே உச்ச நீதிமன்றத்தின் இறுதித் தீர்ப்பு படி கர்நாடகாவிடம் இருந்து காவிரியில் தண்ணீர் வாங்குவதற்கு தமிழகத்தால் இயலவில்லை. 2018-ல் மழை பெய்ததால் வேறு வழியில்லாமல் திறந்துவிட்டார்கள். அடுத்தடுத்த ஆண்டுகளில் என்ன செய்யப்போகிறார்களோ தெரியவில்லை. மத்திய அரசு, நீதித் துறை போன்றவற்றின் ஆதரவோடு இவ்வளவு அழிச்சாட்டியங்களையும் செய்யும் கர்நாடகா, தொடர்ந்து சில தகவல்களை அழுத்திச் சொல்லிக்கொண்டே இருக்கிறது. அப்படி அவர்கள் சொல்வதில் எல்லாம் உண்மை இருக்கிறதா? பாசனப்பரப்பை யார் அதிகப்படுத்தி இருக்கிறார்கள்?

40

சொல்வதெல்லாம் உண்மையா?

காவிரி விவகாரத்தில் கர்நாடகா பல நேரங்களில் உண்மைக்கு மாறான தகவல்களையே அளித்து வந்திருக்கிறது. இன்னமும் அளிக்கிறது. அது நடுவர் மன்றமோ, உச்ச நீதிமன்றமோ எந்த இடமாக இருந்தாலும் அவர்கள் அதைப்பற்றி கவலைப்பட்டதில்லை. அங்கே எந்த ஆட்சியாளர்கள் வந்தாலும் இதில் ஒரே கொள்கையைதான் கடைபிடிக்கிறார்கள்.

- நடுவர் இறுதித் தீர்ப்பின்படி, அணைகள், கிளை நதிகள், வாய்க்கால்கள் என அனைத்திலுமாக சேர்த்து குடிநீருக்குப் பயன்படுத்தும் காவிரி நீரின் அளவு 20%த்தைத் தாண்டக்கூடாது. தொழிற்துறைக்கான பயன்பாடு 2.5%க்குள் இருக்க வேண்டும். பெங்களூரு உள்ளிட்ட நகரங்களுக்கு மட்டுமே 30%க்கு அதிகமான காவிரி நீரை கர்நாடகா அரசு கொண்டு செல்கிறது. இதற்கு அந்நகரம் பெற்று வரும் நீர் விநியோகமே சாட்சி. இந்த அத்துமீறலைக் குடிநீர்த் தேவை என்று அவர்கள் நியாயப்படுத்தி வருகிறார்கள்.
- 1971-ல் கர்நாடகாவில் 14 லட்சம் ஏக்கரில் சாகுபடி நடந்தது. இப்போது ஏறத்தாழ மூன்று மடங்கு அதிகமாகி இருக்கிறது. நடுவர் மன்ற இறுதித் தீர்ப்பில் குறிப்பிட்டுள்ள புள்ளிவிரப்படி தமிழ்நாட்டிலோ 1971-ல் 25 லட்சம் ஏக்கர் சாகுபடி பெற்ற நிலைமை மாறி, வேதனையான உண்மை.
- பயிர் சாகுபடி பரப்பு குறித்த தகவலிலும் கர்நாடகா உண்மையை மறைக்கிறது. 6 லட்சம் ஏக்கரில் சாகுபடி என்றொரு மிகக்குறைந்த புள்ளிவிவரத்தைக் கொடுக்கிறது. அதிகமான பரப்பில் பயிர் செய்வதைக் காட்டினால், விதிகளுக்குப் புறம்பாக கட்டிய அணைகள், வெட்டிய வாய்க்கால்கள் மூலம் கூடுதலாக காவிரி நீரை பயன்படுத்துவது அம்பலமாகிவிடும் என்று கருதி இவ்வாறு செய்கிறார்கள். சமீபத்திய ஆண்டுகளில் கர்நாடகாவின் வேளாண் உற்பத்தி மற்றும் வேளாண் பொருளாதாரத்தை ஒப்பிட்டுப் பார்த்தாலே இதற்கான விடை கிடைத்துவிடும்.
- காவிரிக்குத் தண்ணீர் வழங்குவதில் முக்கிய இடம் கபினி ஆற்றுக்கு உண்டு. அதில் ஒப்பந்தத்தை மீறி அணை கட்டியதைத் தாண்டி அந்த அணையில் தண்ணீர் நிறைந்திருக்காதவாறு கர்நாடகா பார்த்துக்

கர்நாடகாவில் கரும்பு சாகுபடி

கொள்கிறது. இதற்காக கபினி அணைக்குத் தண்ணீர் வழங்கும் நூகு மற்றும் தொட்டகரே நீர்த்தேக்கங்களில் இருந்து வேறு ஆற்றுப்படுகைகளுக்கு விதிகளுக்குப் புறம்பாக மின் மோட்டார்கள் மூலம் தண்ணீரை மேலேற்றி திருப்பி விடுகிறது. ஒவ்வொன்றும் 2000 ஹெச்.பி திறன் கொண்ட 60 மோட்டார்களை நிறுவி 28 டி.எம்.சி தண்ணீரை அங்கிருந்து திருப்பி விடுகிறது.

- கிருஷ்ணராஜ சாகர் அணைக்கு வரவேண்டிய தண்ணீரையும் இதே போல திருப்பிவிட்டுள்ளனர். அந்த அணைக்கு பங்களிப்பு செய்யும் ஹேமாவதி அணையிலிருந்து 14 நீரேற்றும் பாசனத்திட்டங்களை நிறைவேற்றி, கூடுதலான நீரை எடுத்து 45, 756 ஏக்கர் நிலங்களுக்குப் பாசன வசதி செய்துள்ளனர்.
- ஹேரங்கி அணையிலிருந்து கிடைக்கும் தண்ணீரைக் கொண்டு 1, 70, 020 ஏக்கருக்கு பாசன வசதி செய்யப்பட்டுள்ளது. இந்த அணையிலிருந்தும் கிருஷ்ணராஜ சாகருக்கு வரும் தண்ணீர் தடுக்கப்பட்டுள்ளது.
- கிருஷ்ணராஜ சாகருக்கு மேலே உள்ள மைசூரு பாசனப்பகுதியில் காவிரி ஆறு ஓடி வரும் வழியில் 25 ஆயிரம் ஏரிகளுக்கும், கண்மாய்களுக்கும் தண்ணீரை நிரப்பிய பிறகு எஞ்சியிருக்கும் நீர்தான் கிருஷ்ணராஜ சாகருக்கு வந்து சேருகிறது.

கர்நாடகாவில் தோட்டப் பயிர் சாகுபடி

- ஒவ்வோர் ஆண்டும் மழை அளவு பற்றிய தகவல்களைச் சொல்வதில் கூட ஒளிவுமறைவு செய்வது கர்நாடகாவின் வழக்கமாக இருக்கிறது. 2016-ல் 48 % பருவமழை குறைந்துபோய் விட்டதாக கர்நாடகா கூறி வருகிறது. 6% அளவுக்கே கர்நாடகாவில் பருவமழை குறைந்திருப்பதாக இந்திய வானிலை ஆய்வு மையம் உண்மையைப் போட்டு உடைத்திருக்கிறது.

- எப்போதுமே கர்நாடக அணைக்கட்டுகளில் போதுமான அளவு தண்ணீரை வைத்திருக்கிறார்கள். கோடைகாலத்திற்காக அதைத் தேக்கி வைத்துக்கொண்டு மழை பெய்யவில்லை, இதனால் தமிழகத்திற்குத் தண்ணீர் தர முடியவில்லை என்று சொல்வதை வழக்கமாக்கி இருக்கிறார்கள். ஒவ்வோர் ஆண்டும் மத்திய அரசு வெளியிடும் அணைகளின் நீர் இருப்பு விவரம் இதனைக் காட்டிக்கொடுக்கிறது.

- தமிழ்நாட்டுக்கு அக்டோபர், நவம்பரில் வடகிழக்கு பருவமழை பெய்து பயிர் செழிக்கும் என்ற வாதத்தைக் கர்நாடகா தொடர்ந்து முன்வைக்கிறது. ஆனால் உண்மை நேரெதிரானது. உதாரணத்திற்கு 2010-க்குப் பிறகு வந்த ஆண்டுகளை எடுத்துக்கொண்டால், பருவமழையை நம்பி நேரடி விதைப்பு செய்த விவசாயிகள் ஏமாந்து போனதுதான் மிச்சம்.

- கர்நாடகாவின் அர்க்காவதி ஆற்று வடிநிலப்பகுதியில் பெரியளவுக்கு நீரை உறிஞ்சும் யூகலிப்டஸ் மரங்கள் 2001-ம் ஆண்டில் 11 கி.மீ. தூரம் வளர்க்கப்பட்டன. இது ஆண்டுக்கு ஆண்டு அதிகரிக்கப்பட்டு,

அடுத்த 15 ஆண்டுகளில் 100 கிலோ மீட்டருக்கும் அதிகமான தூரத்தில் யூகலிப்டஸ் மரங்கள் வளர்ந்து நிற்கின்றன. இதற்காக அர்க்காவதி ஆற்றின் குறுக்கே பல இடங்களில் அடைப்புகளை உருவாக்கி நீர்வரத்தைத் தடுத்துள்ளார்கள். இதைப்போலவே பொருத்தமில்லாத நிலத்தில் கோடைக்காலத்தில் கரும்பு விவசாயம் செய்வதற்கு நீர்விடுவது உட்பட தண்ணீரை விரயமாக்கும் சில வேலைகளும் கர்நாடகாவில் செய்கிறார்கள். தமிழ்நாட்டுக்குத் தண்ணீர் கொடுக்கக்கூடாது என்பதே ஒற்றை நோக்கம். 'சந்தனம் நிறைய இருந்தால்...' என்ற பழமொழியைச் சும்மாவா சொல்லி வைத்திருக்கிறார்கள்?

- 'காவிரி எங்கள் பகுதியில் உற்பத்தியாவதால் முழுக்கவும் எங்களுக்கே' என்று உலகநீதிக்கு மாறாக சொல்லும் கர்நாடகா, எத்தனை முறை வெள்ளம் வந்தபோதெல்லாம் திறந்துவிட்டு தமிழ்நாட்டுக்குச் சேதத்தை ஏற்படுத்தி இருக்கிறது? அப்போது மட்டும் எந்த உரிமையில் தண்ணீரை வெளியேற்றுகிறது? இதற்கான விடையில்தான் பல்வேறு மாநிலங்களுக்கும், நாடுகளுக்கும் இடையே ஓடும் நதிகளின் நீர்ப்பங்கீடு என்ற இயற்கை வழங்கும் உரிமை அடங்கியிருக்கிறது.
- அணைகளில் தண்ணீர் இல்லை என்று முன்பெல்லாம் கூறிவந்த கர்நாடகா, நிபுணர் குழுவோ மற்ற அமைப்புகளோ பார்த்துவிடுவதால் வரும் சிக்கல்களைச் சமாளிக்கவே எந்த அணையையும் நிரம்ப விடாத அளவுக்கு அங்கங்கே பாசனத்திட்டங்களை உருவாக்கி உள்ளது. அந்த நீண்ட நெடிய திட்டத்தின் கடைசி அத்தியாயம் தான் மேகேதாட்டு அணை!
- பாசனப்பரப்பு குறித்த விவகாரத்தில் 1924 ஒப்பந்தம் போட்ட பிறகு தமிழ்நாடு புதிய அணைகளைக் கட்டி அளவுக்கு மீறி பாசனப்பரப்பை அதிகரித்துவிட்டதாக கர்நாடகா தொடர்ச்சியாக குற்றஞ்சாட்டி வருகிறது. அதுவுமே அடிப்படை ஆதாரமற்ற பொய் என்பதை ஆவணங்கள் சொல்கின்றன. 1924 ஒப்பந்தப்படி கிருஷ்ணராஜ சாகர் அணை திறக்கப்படுவதற்கு முன் மைசூரில் காவிரி நீர்ப்பாசனம் நடந்த பரப்பு 1, 11, 000 ஏக்கர். இதற்கு பயன்பட்ட நீரின் அளவு 27.2 டி.எம்.சி. மேட்டூர் அணை திறக்கப்படுவதற்கு முன் பழைய மெட்ராஸ் மாகாணத்தில் காவிரி பாசனம் நடந்த பரப்பு 14, 44, 000 ஏக்கர். இதற்கான தண்ணீர் பயன்பாடு 391.2 டி.எம்.சி.

1924 ஒப்பந்தபடி 44.82 டி.எம்.சி கொள்ளளவிலான கிருஷ்ணராஜ சாகர் அணையின் மூலம் புதிதாக 1, 25, 000 ஏக்கர் நிலங்களைப் பாசனத்திற்கு கொண்டு வரலாம். இதுபோக கர்நாடகா காவிரியின் துணை நதிகளில் புதிய நீர்த்தேக்கங்களைக் கட்டி 45 டி.எம்.சி வரை தண்ணீரைத் தேக்கி மேலும் 1, 10, 000 ஏக்கரில் பாசனம் செய்து கொள்ளவும் ஒப்பந்தம் அனுமதிக்கிறது. ஆக தேக்கி வைக்க அனுமதிக்கப்பட்ட நீரின் அளவு மொத்தம் 89.82

கர்நாடகாவில் காவிரி

டி.எம்.சி. அதே ஒப்பந்தபடி மேட்டூரில் 93.5 டி.எம்.சி கொள்ளளவில் அணை கட்டி புதிதாக 3, 01, 000 ஏக்கர் நிலங்களைப் புதிதாக பாசனத்திற்குள் கொண்டுவரலாம். இரண்டு தரப்புக்குமே ஏறத்தாழ சரிசமமான நீர் தேக்கவும் சாகுபடி பரப்பை விரிவாக்க செய்யவும் 1924 ஒப்பந்தம் வழிவகை செய்திருக்கிறது. ஆனால் நடந்தது என்ன?

கர்நாடகாவில் கிருஷ்ணராஜ சாகர் மூலம் 1926-ம் ஆண்டு 1, 96, 000 ஏக்கர் புதிதாக பாசனத்திற்கு கொண்டுவரப்பட்டது. 1959-ல் கபினி அணையின் வழியாக 4, 47, 000 ஏக்கரும், 1965-ல் சுவர்ணவதி நீர்த்தேக்கம் மூலமாக 7, 000 ஏக்கரும், 1968-ல் ஹேமாவதி அணையால் 7, 01, 000 ஏக்கரும் புதிதாக பாசனம் செய்யப்பட்டது. 1979-ல் திறக்கப்பட்ட கிருஷ்ணராஜ சாகர் - வருணாக் கால்வாய் மூலம் 80, 000 ஏக்கரும், 1979-ல் கிருஷ்ணராஜ சாகரை நவீனப்படுத்தியதன் மூலம் 5, 000 ஏக்கரும், 1983-ல் திறக்கப்பட்ட யகாச்சி அணையினால் 53, 000 ஏக்கரும் புதிய பாசன வசதிகளைப் பெற்றன. குடகு பகுதியிலிருந்ததால் ஒப்பந்தத்தின் அட்டவணை 'ஏ'-வில் இடம் பெறாத ஹேரங்கி ஆற்றிலும் 1964-ல் புதிய அணையைக் கட்டி புதியதாக 1, 35, 000 ஏக்கர் நிலத்திற்குப் பாசனம் கொடுத்தது. இவற்றோடு இன்னும் பல பாசனத்திட்டங்களையும் நினைத்தபடி எல்லாம் செயல்படுத்தி 1990 ஆண்டு வரை மொத்தம் 21, 38, 000 ஏக்கர் நிலங்களை கர்நாடகா பாசனத்திற்கு கொண்டுவந்துள்ளது. இதற்கான மொத்தமாக 322.8 டி.எம்.சி. தண்ணீர் தேவை. 1924 ஒப்பந்தபடி கர்நாடகா பயன்பாட்டுக்கு ஒதுக்கப்பட்ட தண்ணீர் 177 டி.எம்.சி. இதுபோக அந்த ஒப்பந்தத்தின் எந்த விதிகளையும் கர்நாடகா கடைபிடித்ததில்லை. 1959-ல் கபினி கட்டியதில் இருந்தே அதன் அத்துமீறல்களை அரங்கேற்றத் தொடங்கிவிட்டது.

'தமிழர்கள் – சுரண்டல்காரர்கள்!'

எந்த ஒப்பந்தத்தையும் மதிக்காமல், மத்திய அரசை, நீதிமன்றத்தை துச்சமாக நினைத்து இயங்கி வரும் கர்நாடகா காவிரிப்பிரச்சினை பற்றிய தவறான பரப்புரையைத் தொடர்ந்து செய்து வருகிறது. 'காவிரி நீர் பிரச்சினை – ஒரு நூற்றாண்டு கால பழமையான தண்ணீர் வேட்டைக் காவியம்' என்ற பெயரில் கர்நாடக அரசே நூல் ஒன்றை வெளியிட்டுள்ளது. அதில் தமிழர்களைச் 'சுரண்டல்காரர்கள்' என மோசமாக சித்தரித்திருக்கிறது. காவிரியில் தங்களது செயல்பாடுகளை நியாயப்படுத்தி துண்டறிக்கைகளையும் சிறு நூல்களையும் அவ்வப்போது வெளியிடுகிறார்கள். தேசியக்கொடியின் வண்ணத்திலான அட்டையுடன் 'காவிரி தண்ணீர் பிரச்சினை' என்ற புத்தகத்தைத் தமிழில் அச்சடித்து அங்கிருக்கும் தமிழர்களுக்கு கொடுத்ததோடு, தமிழ்நாட்டிற்கு கொண்டுவந்தும் விநியோகித்தனர். ஆனால் காவிரி இல்லாவிட்டால் தமிழ்நாட்டில் குடிக்கத் தண்ணீர் கூட கிடைக்காது என்ற நிலையில் தமிழக அரசு அதைப்பற்றிய எந்தப் புரிதலையும் தம்முடைய மக்களிடம் ஏற்படுத்தவில்லை. தஞ்சாவூர் தமிழ்ப்பல்கலைக்கழகத்தின் சார்பில் 'காவிரி – தமிழகத்தின் உயிரோட்டம்' என்ற ஒரேயொரு புத்தகம் மட்டுமே அரசு சார்பில் வந்திருக்கிறது. அதிலும் கூட பழங்காலத்துப் பெருமைகளும் இலக்கியத்தில் காவிரி பற்றி சொல்லப்பட்டிருப்பதும்தான் இருக்கிறது.

தமிழ்நாட்டில் காவிரி மேட்டூர் திட்டத்தின் கீழ் கல்லணையில் இருந்து புதாறு வெட்டப்பட்டு, 3, 20, 000 ஏக்கர் புதிதாக பாசனத்திற்கு கொண்டு வரப்பட்டது. இதுதவிர 1951-56 திட்ட காலத்தில் பவானிசாகர் அணையை உருவாக்கி அதன் மூலம் 2, 07, 000 ஏக்கருக்கும், கல்லணைக்கால்வாயின் வழியாக 45, 000 ஏக்கருக்கும் புதிய பாசன வசதிகளை ஏற்படுத்தியது. 1956-61 திட்டக் காலத்தில் 22, 000 ஏக்கருக்கு நீர் தரும் அமராவதி அணையையும் தலா 21, 000 ஏக்கருக்கு பாசனமளிக்கும் புதிய கட்டளை உயர்மட்டக் கால்வாய், புள்ளம்பாடி வாய்க்கால் ஆகியவற்றை உருவாக்கியது. இன்னும் சில திட்டங்களின் மூலம் 4, 47, 000 ஏக்கர் நிலம் பாசனம் பெற்றது. இதையெல்லாம் சேர்த்து 1990-ல் தமிழ்நாட்டின் காவிரிப்பாசனம் 25, 80, 000 ஏக்கராக உயர்ந்தது.

இவற்றில் எதையும் கர்நாடகாவைப் போல மத்திய திட்டக்குழுவின் அனுமதி பெறாமல் தமிழகம் செயல்படுத்தவில்லை. முறைப்படி அனுமதியும் நிதியும் பெற்றே எல்லாம் உருவாக்கப்பட்டன. புதிய கட்டளை உயர்மட்டக் கால்வாயும், புள்ளம்பாடி வாய்க்காலும் 1924 ஒப்பந்தத்தை மீறியவை என்று கர்நாடகா குற்றஞ்சாட்டிய போது அதற்கும் தமிழ்நாடு பவ்யமாக விளக்கம் கொடுத்தது. ஒப்பந்த அளவுக்குமேல் வெள்ளநீர் உபரியாக வந்தாலோ, தண்ணீரைச் சிக்கனமாக பயன்படுத்தி மிச்சம் பிடித்தாலோ அதற்கான

கூடுதல் நிலப்பரப்பைப் பாசனத்திற்கு கொண்டுவருவதில் பிரச்சினை இல்லை என 1924 ஒப்பந்தம் விதி 10 (X) கூறுவதை எடுத்துக்காட்டியது. அந்த அடிப்படையில் தான் இந்த இரண்டு கால்வாய்களும் வெட்டப்பட்டதாக தமிழகம் சொன்னது.

இதற்காக காவிரி நீரில் உரிமை கொண்டாடாத வகையில் நீர் மேலாண்மை சட்டம் உருவாக்கப்படும் என்றும் கர்நாடக அரசுக்கு உறுதி அளிக்கப்பட்டது.

ஆக, தமிழ்நாட்டில் 1924 ஒப்பந்தத்திற்கு முன் காவிரிப்பாசனம் 14, 44, 000 ஏக்கர்.

1990 வரையிலான மொத்த பாசனப் பரப்பு 25, 80, 000 ஏக்கர்

உதாரணத்திற்கு 2016-ல் வெறும் 10 லட்சம் ஏக்கரில் சாகுபடி செய்ய இலக்கு நிர்ணயிக்கப்பட்டு, அதிலும் தண்ணீர் இல்லாததால் 3 லட்சம் ஏக்கரில் மட்டுமே சம்பா பயிர் செய்யப்படுகிறது.

கர்நாடகாவில் 1924 ஒப்பந்தத்திற்கு முன் காவிரிப் பாசனம் 1, 11, 000 ஏக்கர்

1990 வரையிலான மொத்த பாசனப்பரப்பு 21, 38, 000 ஏக்கர்

மேற்கண்ட அதிகாரப்பூர்வ கணக்கைத் தாண்டி, 2017 வரை பாசனப்பரப்பு இன்னும் அதிகரிக்கப்பட்டு 30, 00, 000 ஏக்கரைத் தொட்டிருக்கிறது.

இப்போது சொல்லுங்கள் 1924 ஒப்பந்தத்தையும், பன்னாட்டு நதிநீர் பங்கீட்டு விதிகளையும் மீறி காவிரிப் பாசனத்தைப் பெருக்கியது யார்? தமிழகம் எத்தனை அணை கட்டினாலும் கர்நாடகா கொடுக்கிற தண்ணீரைத் தானே பிடித்துவைக்க முடியும். ஆனால் கர்நாடகா கட்டும் அணைகள் உரிமைப்படி தமிழ்நாட்டுக்கு கொடுக்க வேண்டிய தண்ணீரை அல்லவா தடுக்கிறது? தொடர்ந்து சொன்னால் பொய் உண்மையாகிவிடும் என்பதற்காக எத்தனை காலத்திற்குதான் அதைத் திரும்பத்திரும்ப சொல்ல முடியும்?! சரி... மொத்த தவறும் கர்நாடகா மீதுதானா? காவிரி பிரச்சினையில் தமிழ்நாடு தரப்பு தவறே செய்யவில்லையா? நிறைய இருக்கிறது.

41

பாடம் சொல்லும் தவறுகள்!

'வரலாற்றைக் கற்றுக்கொள்ளாதவர்கள், அதிலிருக்கும் தவறுகளை மீண்டும் செய்யும் நிலை உருவாகும்' என்பது வின்ஸ்டன் சர்ச்சில் சொன்ன வாக்கு. அதனால் காவிரி பிரச்சினையில் தமிழ்நாடு அரசும், மத்திய அரசும் செய்திருக்கும் தவறுகளைப் படித்து, மனதில் பதிந்து கொள்ளவேண்டியது முக்கியமாகிறது.

தமிழ்நாட்டின் தவறுகள்

- 1924 ஒப்பந்தத்தின் போது 50 ஆண்டுகளுக்குப் பிறகு மறுபரிசீலனை செய்து புதுப்பிப்பது பற்றிய அம்சங்களை விரிவாகவும், விளக்கமாகவும் தெளிவாக ஆராய்ந்து போடாமல் விட்டது. அன்றைக்கு இருந்த குறைந்த பட்ச தார்மீக நம்பிக்கையின்படியோ அல்லது அலட்சியமாகவோ கையாளப்பட்டதால், 1974 ஆண்டுடன் ஒப்பந்தம் காலாவதி ஆனதைப் போல பேசுவதற்கான வாய்ப்பினைக் கர்நாடகாவுக்கு வழங்கியது.
- 1947-ல் நாடு விடுதலை பெற்றபிறகும், மொழிவாரி மாநிலங்கள் பிரிக்கப்பட்ட 1956-க்குப் பின்னரும் காவிரியின் முக்கிய துணை ஆறுகளில் கர்நாடகா அணைகளைக் கட்டும் முயற்சிகளில் இறங்கிவிட்டது. இதற்கான கடிதப் போக்குவரத்து 1950-களிலேயே தொடங்கிவிட்டாலும் 18 ஆண்டுகளுக்குப் பிறகு 1968-ல் மத்திய அரசு முன்னிலையில் பேசும் வரை கர்நாடகவைத் தடுத்து நிறுத்த உருப்படியாக எதையும் செய்யாமல் விட்டது.
- 1972-ல் பிரதமரின் வாக்குறுதியை நம்பி உச்ச நீதிமன்றத்தில் தொடர்ந்த வழக்கை திரும்பப்பெற்றது. வரலாற்றுப்பிழையான இம்முடிவினால் காவிரி நடுவர் மன்றம் அமைப்பதில் 20 ஆண்டுகள் பின்தங்கியது.
- உச்ச நீதிமன்றத்தில் வழக்கைத் திரும்பப்பெறும் போதே தேவைப்பட்டால் மீண்டும் தொடருவதற்கான வாய்ப்பைத் தமிழக அரசு கேட்டு வாங்கி வைத்திருந்தது. பேச்சுவார்த்தைகள் தோல்வி, வாக்குறுதி கொடுத்த மத்திய அரசின் பாராமுகம் ஆகியவற்றுக்குப் பிறகும் என்ன காரணத்தினாலோ பின்னால் வந்த தமிழக அரசு மீண்டும் வழக்கு தொடரவில்லை.

தமிழக தலைமைச் செயலகம்

1977-க்குப் பிறகு முந்தைய தவறைச் சரி செய்யும் வாய்ப்பு இருந்தும் செய்யப்படவில்லை.

- 1924 ஒப்பந்தத்தை 1974 என்ற காலக்கெடு முடிவதற்குள்ளாக போதுமான முயற்சிகளை எடுத்து புதுப்பிக்காமல் விட்டது.

- 1981-ல் சரிசமமாக தலா 47% தண்ணீரைப் பகிர்ந்து கொள்ளலாம் என்று கர்நாடகா முன்வைத்த திட்டத்தை ஒப்புக்கொண்டு ஒப்பந்தம் போடத் தவறியது.

- 1997-ல் உருவாக்கத் திட்டமிடப்பட்ட வலுவான காவிரி ஆணையத்திற்குப் பதிலாக பெரிய அதிகாரமில்லாமல் 1998-ல் ஏற்படுத்தப்பட்ட ஆணையத்தை ஏற்றுக்கொண்டு கையெழுத்திட்டது.

- விவசாயத்திற்கு முன்னுரிமை கொடுத்து தேவைக்கு ஏற்ப தடுப்பணைகளையும் கதவணைகளையும் கட்டாமல் விட்டது.

- காவிரி பிரச்சினையில் சட்டத்தை மீறும் கர்நாடகா ஒரே மாதிரியான நிலைப்பாடு, செயல்திட்டம் ஆகியவற்றுடன் இருக்கும்போது, தமிழ்நாட்டில் ஆட்சிக்கு ஏற்ப மாறி, மாறி நிலைப்பாடுகளைக் கொண்டிருப்பது. ஆக்கப்பூர்வமான செயல்பாடு இன்றி எல்லாவற்றையும் அரசியலாக்கியது.

- தமிழகத்தின் உயிர் நாடிப்பிரச்சினையான இதில் கூட கட்சிகளும் அமைப்புகளும் முழுமையான ஒற்றுமையுடன் செயல்படாதது. தனிநபர் விருப்பு, வெறுப்புகளை முன் வைத்தே செயல்படுதல்.

- ஆறுகளை மணல் கொள்ளையர்களின் கூடாரமாக்கி, அதற்கு அரசு எந்திரங்களே துணை போவது.
- ஆறுகளை, கால்வாய்களை ஆண்டுக்கு ஒருமுறை குடிமராமத்து முறையில் தூர்வாரியதை மாற்றி, காலப்போக்கில் தூர்வாருதலையே ஒழுங்காகச் செய்யாமல், ஒப்பந்தம் மூலம் அரசியல்வாதிகள் பணம் சம்பாதிக்க பெயரளவில் மேற்கொள்வது.
- புதிதாக குளங்கள் உள்ளிட்ட நீர்நிலைகளை உருவாக்காமலும் ஏற்கனவே இருக்கிறவற்றை முறைப்படி தூர்வாரி பராமரிக்காமல் ஆக்கிரமிப்பாளர்களிடம் விட்டது.
- விவசாயத்தைப் பெருமளவு நம்பியிருக்கும் தமிழ்நாட்டில் நீர்ப்பாசனத் துறைக்கு என்று தனி அமைச்சர் இதுவரை நியமிக்கப்பட்டதில்லை. பொதுப்பணித் துறை அமைச்சரே அதையும் சேர்த்து கவனிப்பதை எல்லா ஆட்சியிலும் வழக்கமாக்கி வைத்திருக்கிறார்கள்.

மத்திய அரசின் தவறுகள்

- 1924 ஒப்பந்தத்தை 1974-ல் புதுப்பித்திருக்க வேண்டும். இதற்காக 1968 ஆண்டிலிருந்து மாநில முதலமைச்சர்களை அழைத்துப் பேசிய மத்திய நீர்ப்பாசன அமைச்சர் கே.எல்.ராவ், இனி மேல் பேச்சுவார்த்தை பலனிக்காது என்று 1970-ல் வெளிப்படையாகவே கூறினார். அப்போது என்ன செய்திருக்க வேண்டும்? 'பேச்சு வார்த்தையால் பயனில்லை என்று மத்திய அரசு கருதினால் உடனடியாக நடுவர் மன்றம் அமைத்து அரசிதழில் அறிவிக்க வேண்டும்' என்ற மாநிலங்களுக்கிடையிலான நதி நீர்த்தகராறு சட்டம் -1956 பிரிவு 4(1)-ன் படி செயல்படாதது தவறு.
- மத்திய அரசு அன்றைக்கே நடுவர் மன்றம் அமைக்கத் தவறியதால், கர்நாடக அரசு காவிரியின் துணை நதிகளான ஹேமாவதி, ஹேரங்கி போன்றவற்றில் அடுத்தடுத்து அணைகளைக் கட்டியது. சட்டப்படி தமது அனுமதியின்றி கட்டப்பட்ட இந்த அணைகளின் கட்டுமானத்தைத் தடுத்து நிறுத்த மத்திய அரசு தவறிவிட்டது.
- காவிரி நடுவர் மன்றம் அமைக்கக்கோரி 1971-ம் ஆண்டு உச்ச நீதிமன்றத்தில் தமிழக அரசு வழக்கு தொடர்ந்தது. வழக்கு முடியும் வரை கர்நாடகா புதிய அணைகள் கட்டுவதற்குத் தடை விதிக்க வேண்டும் என்று கேட்டது தமிழ்நாடு. ஏற்கெனவே பேச்சுவார்த்தை பலனில்லை என்ற முடிவுக்கு வந்த மத்திய அரசு, உச்ச நீதிமன்றத்தில் அதற்கு நேர்மாறாக வாக்குமூலம் அளித்து கர்நாடகாவின் சட்டமீறலுக்குத் துணை நின்று தவறிழைத்தது.
- 1972-ல் அப்போதைய பிரதமர் இந்திராகாந்தியின் வாக்குறுதியை நம்பி, தமிழகம் வழக்கைத் திரும்பப்பெற்ற பிறகு 1973 மற்றும்

இந்திய நாடாளுமன்றம்

1974-ம் ஆண்டுகளில் நடந்த பேச்சுவார்த்தைகளின் முடிவாக 'காவிரி பள்ளத்தாக்கு வாரியம்' அமைக்க மாநில முதலமைச்சர்கள் ஒப்புக்கொண்டு கையெழுத்திட்டனர். அதன் பிறகு அந்த அமைப்பை உருவாக்காமல் விட்டு தவறிழைத்தது மத்திய அரசு.

- 1976-77-ல் மத்திய அரசு அமைத்த நிபுணர் குழு கொடுத்தபடி விவரப்படி தண்ணீரைப் பகிர்ந்து கொள்ள முதலில் ஒப்புக்கொண்ட கர்நாடகா பிறகு மறுத்தது. இதற்கான பேச்சுவார்த்தை நடந்துகொண்டிருந்த போதே புதிய அணைகளை கர்நாடகா கட்டியது. இதற்காக அரசியலமைப்பு சட்டம் 256-ன் கீழ் மத்திய அரசு கர்நாடகா மீது நடவடிக்கை எடுக்கத் தவறியது.

- நடுவர் மன்ற இடைக்காலத் தீர்ப்புக்கு எதிராக அவசர சட்டம் இயற்றி, இந்தியாவின் ஒருமைப்பாட்டையே கேள்விக்குறியாக்கும் வகையில் கர்நாடகா நடந்து கொண்டது. தேசத்தையே அவமரியாதை செய்த செயலுக்காக மத்திய அரசு எந்த நடவடிக்கையையும் கர்நாடகா மீது எடுக்கவில்லை. மாறாக, உச்ச நீதிமன்றம் ஆணையிட்ட பிறகும் நடுவர் இடைக்கால உத்தரவை உரிய நேரத்தில் அரசிதழில் வெளியிடாமல் இழுத்தடித்தது. சட்டத்திற்குக் கட்டுப்பட்டு நடக்கும் தமிழகத்திற்குத் தண்டனையும், அப்பட்டமாக சட்டமீறல் செய்யும் கர்நாடகாவுக்குப் பரிசும் மத்திய அரசு கொடுத்தது.

- 2007-ல் நடுவர் மன்றம் அளித்த இறுதித் தீர்ப்பை உடனடியாக அரசிதழில் வெளியிட்டால் நடைமுறைக்கு வந்துவிடும் என்று அதைச் செய்யாமல் கர்நாடகாவுக்கு ஆதரவாக, தமிழ்நாட்டிற்குக் கெடுதலாக 6 ஆண்டுகள் இழுத்தடித்தது.

மாநிலப் பிரிவினையின் தவறு

1956-ல் மாநிலப்பிரிவினை நடந்தபோது, மாநிலங்களின் எல்லை சர்வதேச விதிகளின்படி மலைகளின் முகடுகளையோ (Ridges), நதிகளின் மையத்தையோ எல்லைகளாக கொண்டு அமைக்கப்படவில்லை. மாறாக அதிக மக்கள் பேசும் மொழிகளின் அடிப்படையில் கிராம, பிர்க்கா கணக்குகளைப் பார்த்து அதன்படி பிரிக்கப்பட்டது. புவியியல் ரீதியாக பிற்காலத்தில் ஏற்படக்கூடிய பிரச்சினைகளைப்பற்றி கூர்மையாக ஆராய்ந்து பார்க்காமல் நடத்தப்பட்ட இப்பிரிவினையால் அதிகம் பாதிக்கப்பட்டது தமிழ்நாடுதான். இயற்கையாக அதிக மழைவளம் கொண்ட பகுதிகள் எதுவுமின்றி ஆண்டுதோறும் அண்டை மாநிலங்களிடம் கையேந்தி நிற்பதே கதியாகிப்போனது சோகம்.

- 2012-ம் ஆண்டில் மத்திய அரசிதழில் நடுவர் மன்ற இறுதித் தீர்ப்பு வெளியிடப்பட்ட உடனேயே, அதில் குறிப்பிடப்படிருப்பதைப் போல காவிரி மேலாண்மை வாரியத்தை மத்திய அரசு அமைத்திருக்க வேண்டும். அதைச் செய்யாமல் விட்டது மட்டுமல்ல; இருமுறை மேலாண்மை வாரியம் அமைப்பதற்கு உச்ச நீதிமன்றம் உத்தரவிட்ட பிறகும் அதனை நிராகரித்து நீதிமன்றத்தில் மத்திய அரசு கருத்து தெரிவித்தது.

- 50 ஆண்டுகளாக உச்ச நீதிமன்றம், பிரதமர், நடுவர் மன்றம் உட்பட யார் பிறப்பித்த உத்தரவையும் செயல்படுத்தாமல். காவிரி பிரச்சினையில் அரசியல் சட்டத்தைக் காலில் போட்டு மிதிக்கும் கர்நாடகா மீது 356 மற்றும் 365-வது சட்டப்பிரிவுகளின் கீழ் இதுவரை மத்திய அரசு நடவடிக்கை எடுக்கவில்லை.

மற்ற மாநிலங்களில் உள்ள நதி நீர் பிரச்சினைகளிலும் மத்திய அரசு இப்படிதான் நடந்து கொள்கிறதா? உலகளவில் ஆற்றுநீரைப் பகிர்ந்து கொள்ள என்ன செய்கிறார்கள்?

42

உலக நீதி நம்ம ஊர் அநீதி!

மனிதர்களைப் பார்த்து நதிகள் தம் பாதைகளை அமைத்துக் கொண்டதில்லை. நதிகளை வைத்துதான் மனிதர்கள் தங்கள் வாழ்வியல் சூழலை ஏற்படுத்திக்கொண்டார்கள். உலகத்தின் 40% மக்கள் சற்றேறக்குறைய 300 நதிகளின் சமவெளிப்பகுதிகளில்தான் வாழ்கிறார்கள். ஆப்பிரிக்காவில் 60-க்கும் மேற்பட்ட பன்னாட்டு நதிகள் இருக்கின்றன. 'டான்யூப்' நதி ஐரோப்பாவிலுள்ள 17 நாடுகளின் வழியாகப் பாய்ந்து செல்கிறது. தென்கிழக்கு ஆசியாவில் ஓடும் 'மீகாங்' ஆறு, 7 நாடுகளில் பயணப்படுகிறது. ஆப்பிரிக்காவிலுள்ள 'நைல்' நதி 10 நாடுகளின் வழியாக ஓடுகிறது. இன்னும் எவ்வளவோ ஆறுகள் இப்படி இருக்கின்றன. அவற்றின் தண்ணீரைப் பகிர்ந்து கொள்வது குறித்து சிக்கல்களும் இருக்கவே செய்கின்றன. 'கொலம்பியா' ஆறு தொடர்பாக அமெரிக்காவுக்கும் கனடாவுக்கும் இடையே பிரச்சினை. 'ரியோ கிராண்டி' மற்றும் 'கொலரடோ' நதிகளின் நீரைப் பகிர்ந்து கொள்வதில் அதே அமெரிக்காவுக்கும் மெக்சிகோவுக்கும் சிக்கல். 'டான்யூப்' ஆற்றில் ஆஸ்திரியாவுக்கும் துருக்கி நாட்டுக்கும் மோதல். 'ரைன்' நதி தண்ணீரில் யாருக்கு எவ்வளவு என்பதில் ஜெர்மனிக்கும் பிரான்சுக்கும் சண்டை. நம்முடைய ஆசிய கண்டத்தில் 'மேகாங்' ஆறு தொடர்பாக வியட்நாம், கம்போடியா நாடுகளுக்கு இடையில் தகராறு.

உலகளவில் இன்னொரு முக்கியமான தண்ணீர் பிரச்சினை 'நைல் நதி'க்காக நடக்கிறது. காவிரி ஒப்பந்தம் போடப்பட்ட ஆண்டுகளில்தான் 'நைல் நதிநீர்ப் பகிர்வு' குறித்த ஒப்பந்தம் எகிப்து மற்றும் சூடான் நாடுகளுக்கு இடையில் கையெழுத்தானது. எகிப்து நாட்டைப் பற்றி வர்ணிக்கும் போது 'நைல் நதியின் நன்கொடை' என்று சொல்வார்கள். வேடிக்கை என்ன தெரியுமா? நைல் நதிக்கு கீழ்ப்படுகை நாடான எகிப்தில் அதற்கு பங்களிக்கக்கூடிய ஒரு துணை ஆறு கூட கிடையாது. நைல் உற்பத்தியாகும் சூடானிலும் எத்தியோப்பியாவிலும் தான் துணை ஆறுகள் அதனோடு வந்து கலக்கின்றன.

காவிரிப் பிரச்சினை போலவே அங்கும் வம்பு, வழக்கு இருந்தது. எகிப்து நாடு முழுவதிலும் சூடானின் ஒரு பகுதியிலும் ஆங்கிலேயர் ஆட்சி நடத்தினர். சூடானின் இன்னொரு பகுதி இத்தாலி அரசின் கீழ் இருந்தது. தண்ணீரைப் பகிர்ந்து கொள்வதில் சிக்கல் ஏற்பட்டபோது,

பிரம்மபுத்ரா நதி

ஆய்வுக்குழுக்களை அமைத்து 1914, 1919, 1925 ஆகிய ஆண்டுகளில் பேச்சு நடந்தது. கடைசியாக 1929-ம் ஆண்டில் இரு தரப்பிற்கும் இடையில் ஒப்பந்தம் கையெழுத்தானது. கீழ்ப்பகுதியில் உள்ள எகிப்து நாட்டிற்குத் தண்ணீர் கிடைப்பதற்கு முன்னுரிமை. அப்படி தண்ணீர் வருவதைத் தடுக்கும் வகையில் சூடான் நைல் நதியில் அணைகள் எதுவும் கட்டக்கூடாது என்பதே ஒப்பந்தத்தின் முக்கிய அம்சம். 1956-ல் சூடான் விடுதலை பெற்ற பிறகு பழைய ஒப்பந்தத்திற்கு எதிர்ப்பு கிளம்பினாலும், பன்னாட்டு நதி நீர்ச்சட்ட விதிகளின்படி கீழ்ப்பகுதி நாடான எகிப்திற்குள்ள உரிமை இன்று வரை அங்கீகரிக்கப்பட்டுள்ளது.

உலக நாடுகளுக்கு எல்லாம் போக வேண்டாம். இங்கே, இந்தியாவிலேயே ஏகப்பட்ட எடுத்துக்காட்டுகள் இருக்கின்றன. திபெத் நாட்டில் உற்பத்தியாகும் சிந்து நதியின் 93% நீரை பாகிஸ்தானும், சீனா 2%-மும், இந்தியா 5%-மும் பயன்படுத்துகின்றன. இந்தியாவிலிருந்து பாகிஸ்தான் பிரிந்தபோது, நதி நீர் ஒப்பந்தம் எதுவும் செய்து கொள்ளவில்லை. ஆனால், அப்போதைய பிரதமர் ஜவகர்லால் நேருவும் அந்நாட்டு அதிபர் அயூப்கானும் இதற்கான ஒப்பந்தம் செய்து கொள்வதில் பெரும் ஆர்வம் காட்டினர்.

'சிந்து நதி நீரை இந்தியாவின் பாலைவனப்பகுதியான ராஜஸ்தானுக்குத் திருப்பி விடுவோம்' என்றெல்லாம் உணர்வுப்பூர்வமாக அயூப்கான் பேசினார். எந்த முன்னறிவிப்பும் இன்றி டெல்லி வந்து நேருவைச் சந்தித்துப் பேசினார். உலக வங்கியின் உதவியோடு இந்தியாவுக்கும் பாகிஸ்தானுக்கும் இடையிலான சிந்து நதி ஒப்பந்தம் 1960-ல் அப்போதைய பிரதமர் ஜவகர்லால் நேருவுக்கும் அந்நாட்டு அதிபர் அயூப்கானுக்கும் இடையே

கங்கை நதி

கையெழுத்தானது. இந்த ஒப்பந்தத்தைச் செயல்படுத்த 1965-ல் ஆணையமும் அமைக்கப்பட்டது. ஆண்டுக்கு ஒரு முறை இந்த ஆணையம் கூடிப் பேசுவது என்று தீர்மானிக்கப்பட்டது. காலப்போக்கில் பாகிஸ்தான் இதற்குப் பெரிதாக ஒத்துழைப்பு கொடுக்கவில்லை என்றாலும் அந்த நாட்டுக்கு வழங்கிய தண்ணீரில் நாம் எந்தத் தடையையும் ஏற்படுத்தவில்லை.

இளம் வயதில் புத்தர்

தீவிரவாதத்தின் புகலிடமாகிப் போய் 2016-ல் இந்திய ராணுவ நிலைகள் மீது பாகிஸ்தான் அடுத்தடுத்து தாக்குதல் நடத்திய பிறகு, சிந்து நதி நீர் ஒப்பந்தத்தை மறுபரிசீலனை செய்வோம் என்று பிரதமர் நரேந்திரமோடி அறிவித்துள்ளார். பாகிஸ்தான் உலக வங்கியிடம் முறையிட்டுள்ளது. பன்னாட்டு நீதிமன்றத்திற்குச் செல்வோம் என்றும் எச்சரித்துள்து. எனவே, அது அவ்வளவு எளிதானல்ல. இருந்தாலும் இந்தியாவுக்கு மிகப்பெரிய குடைச்சலாக, தலைவலியாக அரை நூற்றாண்டுக்கு மேல் இருக்கும் பாகிஸ்தானுடன் கூட சிந்து நதி ஒப்பந்தத்தைக் காலம்தோறும் புதுப்பித்துக் கொண்டே தான் வந்திருக்கிறோம். 93% தண்ணீரை இப்போது வரை பாகிஸ்தானுக்கு கொடுத்து வருகிறோம்.

வங்கதேசமும் இந்தியாவும் கங்கை மற்றும் பிரம்மபுத்திரா நதிகளின் நீரைப் பங்கிட்டுக் கொள்வதற்கு, இரு நாடுகளுக்கு இடையே ஒருங்கிணைந்த நதி நீர் ஆணையத்தை உருவாக்கி வைத்திருக்கின்றன. 1977-ல் இருந்து இருநாடுகளும் ஒப்பந்தத்தை அழகாகச் செயல்படுத்தி வருகின்றன.

புத்தர் தீர்த்த தண்ணீர்த் தகராறு!

நேபாளத்தின் கபிலவஸ்து பகுதியில் சிவாலிக் மலையில் உற்பத்தியாகி, தெற்கு நோக்கி வந்து உத்தரபிரதேசத்தில் கங்கைக்கு நீர் வழங்கும் காஃஹரா ஆற்றுடன் கலக்கிறது ரோகிணி. கௌதம புத்தரின் சாக்யா வம்சமும் அவரது மனைவி சுத்தோதனா பிறந்த கோலியா வம்சமும் இந்நதியின் எதிரெதிர் கரைகளில் ஆட்சி செய்தனர். ரோகிணி ஆற்று நீரைப் பகிர்ந்து கொள்வதில் உருவான தகராறால், இவர்களுக்கிடையே போர் மூளும் சூழல் ஏற்பட்டது. அதில் தலையிட்ட புத்தர், இருதரப்பில் இருந்தும் தலா இரண்டு பேரைத் தேர்வு செய்து, அவர்கள் நால்வரும் சேர்ந்து ஒருவரை அடையாளம் கண்டு அவர் வழியாக பிரச்சினையைத் தீர்த்து வைத்தார். அப்போது தண்ணீருக்காக உறவினர்களான நாம் அடித்துக் கொள்ளலாமா? என்று புத்தர் உருக்கமாக பேசியிருக்கிறார்.

நம்முடைய கொல்கத்தா துறைமுகத்தின் பராமரிப்புக்கு கங்கையின் துணை ஆறான 'பத்மா'வில் வங்கதேசம் திறந்துவிடும் தண்ணீரே கைகொடுக்கிறது. 'கோசி', 'கந்தக்', 'காஹ்ரா' ஆறுகளின் நீரை எண்ணற்ற திட்டங்களுக்காக இந்தியாவும் நேபாளமும் சத்தமின்றி பிரித்துக்கொள்கின்றன. இவை போக, இந்தியா, வங்கதேசம், திபெத் ஆகிய நாடுகளுக்கிடையே முறையாக பிரம்மபுத்திரா நதிநீர் முறையாக பங்கீடு செய்யப்படுகிறது. தீஸ்டா நதி நீரையும் வங்கதேசம் பகிர்ந்து கொள்கிறது. சிந்து, கங்கை, பிரம்மபுத்திரா, மேக்னா போன்ற நதிகளில் உள்ள பிரச்சினைகள் எல்லாம் அண்டை நாடுகளுடன் தீர்க்கப்பட்டு உரிய நீர்வரத்து கிடைக்கிறது.

இந்தியாவுக்கும் வெளிநாடுகளுக்கும் இருக்கும் ஒப்பந்தங்கள் தவிர, நம் நாட்டிற்குள்ளேயே எத்தனையோ நதிநீர் பிரச்சினைகள் தீர்க்கப்பட்டு தண்ணீர் விநியோகம் நடைபெற்றுக் கொண்டிருக்கிறது. பஞ்சாப் மற்றும் ஹரியாணா மாநிலங்களுக்கு இடையே சட்லஜ் யமுனா நதிநீர் பங்கீட்டில் பிரச்சினை ஏற்பட்டது. உச்ச நீதிமன்ற தீர்ப்புக்குப் பின், 2004-ல் அப்போதைய குடியரசுத்தலைவர் அப்துல்கலாம் தலையீட்டால் சில முடிவுகள் மேற்கொள்ளப்பட்டன. ஒடிசாவும், சத்தீஸ்கருக்கும் இடையே மகாநதியில் இருக்கும் ஹிராகுட் அணையில் நீரைத்தேக்குவது பற்றி பிரச்சினை எழுந்தது. ஆந்திரா, தெலங்கானா, கர்நாடகா, மகாராஷ்டிராவுக்கு இடையில் கிருஷ்ணா நதிநீர்ப் பங்கீடும் தீர்க்கப்படாத சிக்கலாக உள்ளது. இருந்தாலும் காவிரி மாதிரி இல்லாமல் நீர் பங்கீடு ஓரளவு முறைப்படுத்தப்பட்டிருக்கிறது. கோதாவரி நதிநீர்ப் பிரச்சினையில் ஒடிசா, சத்தீஸ்கர், தெலங்கானா மாநிலங்களுக்கு இடையே கோலாவரம் அணை கட்டும் பிரச்சினை உள்ளது.

வன்சதாரா நதிநீர் பிரச்சினை ஒடிஸா ஆந்திரா இடையில் சிக்கலாக உள்ளது. இது குறித்து விசாரிக்க 2010-இல் நடுவர் மன்றம்

நேருவுடன் அயூப்கான்

அமைக்கப்பட்டது. மகாதாயி மண்டோவி நதிநீர் சிக்கல் மகாராஷ்டிரா, கோவா, கர்நாடகா ஆகிய மாநிலங்களுக்கு இடையே நிலவுகிறது. இதையும் விசாரிக்க 2010-ல் நடுவர் மன்றம் ஏற்படுத்தப்பட்டது. நர்மதா ஆற்றுநீர் குறித்து குஜராத், மகாராஷ்டிராம், மத்தியப் பிரதேசம், ராஜஸ்தான் இடையே பிரச்சினையாகி, 1979-ல் நடுவர் மன்றம் தீர்ப்பு அளித்தது. மகாராஷ்டிரா, ஆந்திரா, கர்நாடகா, மத்தியப் பிரதேசம், ஒடிஸா ஆகிய மாநிலங்களுக்கிடையில் நடந்த கோதாவரி நதிநீர் பிரச்சினையிலும் 1980-ல் நடுவர் மன்றம் தீர்ப்பு வழங்கியது. அதைப்போலவே மகாராஷ்டிரா, கர்நாடகா, ஆந்திரா மாநிலங்களுக்கு இடையிலான கிருஷ்ணா நதிநீர்ப் பிரச்சினையில் 1976-ல் நடுவர் மன்றம் தீர்ப்பு வழங்கியது.

உலகளவிலும் உள்நாட்டிலும் இப்படி எவ்வளவோ ஆற்றுநீர்ச் சிக்கல்கள் எப்படி தீர்க்கப்படுகின்றன? ஆறுகள் உருவான பிறகே மனிதன் எல்லைகளை வகுத்து தேசங்களைப் பிரித்தான். அதனால் தண்ணீரைப் பகிர்ந்து கொள்வதில் காலங்காலமாக பிரச்சினைகள் இருக்கவே செய்கின்றன. ஆகவே தண்ணீரைப் பகிர்ந்து கொள்வதில் ஏற்படும் தகராறுகளைத் தீர்க்க உலகளவில் ஐந்து வகையான கோட்பாடுகள் பரிசீலிக்கப்பட்டன. ஹார்மன் கொள்கை, இயற்கை நீரோட்டக் கொள்கை, முந்தையப் பகிர்வு கொள்கை, கூட்டுச் சமூக நலக்கொள்கை, விகிதாச்சாரக் கொள்கை ஆகிய கோட்பாடுகள் பல இடங்களில் பயன்படுத்தியும் பார்க்கப்பட்டன. இவை ஒவ்வொன்றிலும் ஒவ்வொரு விதமான குறைபாடுகள் எழுந்தன. இதையடுத்து உருவாக்கப்பட்டதே, இன்று உலகம் முழுக்க நதிநீர் பிரச்சினைகளைத் தீர்ப்பதில் கடைபிடிக்கப்படும் 'ஹெல்சிங்கி கோட்பாடு'! எல்லா நாடுகளும் ஏற்றுக்கொண்ட இக்கோட்பாடு என்ன சொல்கிறது? காவிரியில் கர்நாடகா செய்யும் வேலைகள் தமிழ்நாட்டைப் போல இன்னொரு மாநிலத்திடம் எடுபடாதது ஏன்?

43

ரத்தமும் தக்காளிச்சட்னியும்!

பின்லாந்து நாட்டுத்தலைநகரான ஹெல்சிங்கி நகரில் 1966-ம் ஆண்டு நடந்த பன்னாட்டு சட்டச் சங்கத்தின் மாநாட்டில் ஆற்று நீர் தகராறுகளைத் தீர்ப்பதற்கு 11 விதிமுறைகள் வகுக்கப்பட்டன. அவை:

- ஆற்றுப்படுகையின் நிலவியல் அமைப்பு: குறிப்பாக ஒவ்வொரு நாட்டுப்படுகையிலும் இருக்கும் வடிகால் பரப்பு.
- தொடர்புடைய நாடுகள் அந்த நதிக்கு பங்களிக்கும் நீரையும் சேர்த்து மொத்த தண்ணீரின் அளவு.
- ஆற்றுப்படுகையைப் பாதிக்கும் தட்பவெப்பநிலை.
- கடந்த காலத்தில் ஒவ்வொரு படுகையிலும் பயன்படுத்தப்பட்ட நீரின் அளவு.
- படுகைக்குரிய நாடுகளின் பொருளாதார மற்றும் சமூகத் தேவைகள்.
- தொடர்புடைய நாடுகளில் அந்த ஆற்றுப்படுகையை நம்பியுள்ள மக்கள் தொகை.
- ஆற்றுப்படுகையில் உள்ள மக்களின் பொருளாதாரம் மற்றும் சமூகத் தேவைகளை மாற்றுவழியில் ஈடுகட்டுவதற்கான செலவு பற்றிய ஒப்பீடு.
- இதர வளங்களின் இருப்பு.
- படுகைப் பகுதிகளில் தேவையின்றி வீணாகும் தண்ணீரை தவிர்த்தல்.
- நீரைப் பயன்படுத்தும் நாடுகள் ஒத்துப்போவதற்காக இழப்பீடு வழங்குவதற்குரிய நடைமுறை வாய்ப்பு.
- சக நாட்டிற்குப் பாதிப்பில்லாமல் ஒரு நாட்டின் தேவையை எந்த அளவு நிறைவுசெய்ய முடியும் என்ற கணக்கீடு.
- மேற்கண்ட விதிமுறைகளின் அடிப்படையில் நதிநீர் பிரச்சினைக்குத் தீர்வு காண்பதற்கான 5 அணுகுமுறைகளையும் 'ஹெல்சிங்கி கோட்பாடு' வகுத்து தந்தது. அதன்படி,
- பேச்சுவார்த்தை நடத்துதல்

கூர்க் பகுதி

- முழுமையாகவும், திறனுள்ள வகையிலும் தண்ணீரைப் பயன்படுத்தப் பரிந்துரை செய்யும்படி ஒரு கூட்டுக்குழுவிடம் ஒப்படைத்தல்.
- மூன்றாவது நாட்டின் சமரசத்திற்கோ அல்லது தகுந்த பன்னாட்டு அமைப்பின் தீர்ப்பிற்கோ அல்லது தகுதிமிக்க ஒரு நபர் தீர்ப்புக்கோ பிரச்சினையை விடுதல்.
- தொடர்புடைய அரசுகள் ஏற்கும் வகையில் விசாரணை ஆணையம் அல்லது தற்காலிக சமரச ஆணையம் அமைத்தல்.
- தொடர்புடைய அரசுகள் இறுதி ஆணையாக ஏற்கும் வகையில் தீர்ப்பாயத்திற்கு விடுதல்.

இப்படியான 'ஹெல்சிங்கி கோட்பாடு' ஐ.நா.சபையின் விதிமுறைகள் பட்டியல் 33-ல் உள்ள 'தகராறுகளுக்கான பசிபிக் தீர்வுகள்' என்பதன் அடிப்படையில் உருவாக்கப்பட்டன. எனவே, உலக நாடுகளின் நதிநீர் பிரச்சினைகளுக்கு இதைப் பின்பற்றியே தீர்வு காணப்படுகிறது.

உலகமே ஹெல்சிங்கி கோட்பாட்டை ஏற்றுக்கொண்டு செயல்படுத்தும் போது, உருவாக்கப்பட்ட நாட்டிலேயே உதறிவிடப்பட்ட ஹார்மன் கோட்பாட்டைப் பிடித்துக் கொண்டு கர்நாடகா தொங்குகிறது. அதென்ன ஹார்மன் கோட்பாடு? 'ரியோ கிராண்டி' நதிநீர்ப்பிரச்சினையில் மெக்சிகோவுக்கு தண்ணீர் கொடுக்காமல் தப்பிக்க அமெரிக்க அரசு வழக்கறிஞரான ஹார்மன் முன்வைத்த வாதம் தான், 'ஹார்மன் கோட்பாடு' எனப்பட்டது. அதாவது, 'ஒரு நாடு தமது எல்லையில் ஓடும் நதியை அதன் விருப்பப்படி பயன்படுத்திக் கொள்ளும் இறையாண்மை பெற்றிருக்கிறது' என்றார். அதே அமெரிக்கா, கொலம்பியா நதி குறித்து கனடாவுடன்

குடகும் தமிழகமும்

காவிரி உற்பத்தியாகும் குடகு பகுதிக்கும் தமிழ்நாட்டுக்கும் நெடிய வரலாற்றுத் தொடர்பு உண்டு. சோழர்களும் அவர்களுக்கு முன்னதாக பாண்டியர்களும் குடகை ஆட்சி செய்திருக்கிறார்கள். குடகர்களின் தாய்மொழியான குடகு, தமிழோடு நெருங்கிய தொடர்பு கொண்ட பழங்கன்னட மொழியின் ஒரு பிரிவாகும். கலாச்சாரம், பண்பாடு உள்ளிட்ட தளங்களில் குடகும், தமிழகமும் சில ஒற்றுமைகளையும் கொண்டிருக்கிறன. அங்கே பயணம் செய்து இதைப் பற்றியெல்லாம் ஆராய்ந்து ‘குடகு’ என்ற பெயரில் ஏ.கே.செட்டியார் எழுதியிருக்கும் நூலில் நிறைய சுவாரசியத் தகவல்கள் இருக்கின்றன. காவிரி விவகாரத்தில் கன்னடர்கள், தங்களை ஏமாற்றுவதாக தமிழர்களைப் போலவே குடகர்கள் புகார் சொன்னது உண்டு. பழைய படி தனி மாநிலம் கேட்டுப் போராடும் சில குடகு அமைப்புகளின் தலைவர்கள் தமிழ்நாட்டிற்கு வந்து ஆதரவைக் கேட்டிருக்கிறார்கள். 2018–ல் காவிரி பாசனப்பகுதிகளுக்கு வந்த குடகு அமைப்பினர், புதுச்சேரி போன்று குடகும் தனி மாநிலமானால் தமிழகத்திற்கு தடையின்றி தண்ணீர் கொடுப்போம் என்று கூறிச்சென்றார்கள்.

பிரச்சினை ஏற்பட்ட போது இந்த விதியை முன் வைக்கவில்லை. காரணம், ‘கொலம்பியா’ கனடாவில் உற்பத்தியாகி அமெரிக்காவுக்கு வருகிறது. அதன்பிறகே நினைத்தபடி எல்லாம் ஆற்றுநீர் பகிர்வு விதிமுறைகளை மாற்றமுடியாது என்ற முடிவுக்கு உலகம் வந்தது. ‘ஹெல்சிங்கி கோட்பாடு’ எல்லா இடத்திற்கும் ஏற்றது என ஒப்புக்கொள்ளப்பட்டது. இதே போன்றதொரு நிலை கர்நாடகாவுக்கும் வந்திருக்கிறது.

தமிழ்நாட்டுக்கு காவிரி எப்படியோ, அப்படிதான் கோவா மாநிலத்திற்கு மன்டோவி நதி. மேற்குத் தொடர்ச்சி மலையில் கர்நாடகாவின் பெல்காம் மாவட்டத்திற்குட்பட்ட வனப்பகுதியில் உற்பத்தியாகும் மகதாயி ஆறு தான் கோவா மாநிலத்தில் ‘மன்டோவி’ என்றழைக்கப்படுகிறது. 28 கி.மீ மட்டுமே கர்நாடகாவில் ஓடிவிட்டு கோவாவுக்குள் நுழையும் இதை அம்மாநிலத்தின் உயிர் நதி என்று வர்ணிக்கிறார்கள். காவிரியில் செய்த அதே வேலையை மகதாயி ஆற்றிலும் செய்வதற்கு ஏறத்தாழ கால் நூற்றாண்டுகளாக திட்டமிட்டுக் கொண்டிருக்கிறது கர்நாடகா. இதையடுத்து மகதாயி நடுவர் மன்றம் அமைக்கப்பட்டு, தீர்ப்பும் வழங்கப்பட்டுவிட்டது. சட்டத்தை மீறி எதுவும் கர்நாடகா செய்துவிட முடியாதபடி தங்களுக்கான தண்ணீர் உரிமையைக் காப்பாற்றுவதில் கோவா ஒன்றுபட்டு நிற்பதால், தமிழ்நாட்டைப் போல அவர்களை யாரும் கிள்ளுக்கீரையாக நினைக்க முடியவில்லை. இத்தனைக்கும் தமிழ்நாட்டை விட 50 மடங்கு குறைவான மக்கள் தொகை கொண்ட சிறிய மாநிலம் கோவா.

மண்டோவி நதி

ஆனாலும் காவிரியில் ருசி பார்த்துவிட்ட கர்நாடகா சும்மா இருக்குமா? மகதாயி ஆற்றில் கலசா மற்றும் பண்டூரி என்ற இடங்களில் கால்வாய்களை வெட்டி வட கர்நாடகாவின் தார்வாட், கதக், பெலகாவி, பாகல்கோட் ஆகிய மாவட்டங்களுக்கு 7.56 டி.எம்.சி தண்ணீரை எடுக்கப்போவதாக அறிவித்தது. இதற்கு கோவா கடும் எதிர்ப்பு தெரிவித்தது. 'இந்த நதிதான் எங்கள் வாழ்வாதாரம்; அதில் தண்ணீர் வராவிட்டால் இரண்டேகால் லட்சம் ஏக்கர் நிலத்தில் சாகுபடி செய்யமுடியாது; 200 கிராமங்கள் அழிந்து போய்விடும்' என்ற கோவா அரசு, உச்ச நீதிமன்றம் போய் தடை வாங்கியது. கர்நாடகா மகதாயி நடுவர் மன்றத்தை நாடியது. கர்நாடகாவின் கோரிக்கையில் நியாயமில்லை என்று நடுவர் மன்றம் 2016 ஜூலையில் நிராகரித்தது.

வழக்கம் போல முழு அடைப்பு நடத்தினார்கள். நான்கு மாவட்ட பிரச்சினைதானே என்று விட்டுவிடாமல் முழு அடைப்புக்கு ஆதரவு தெரிவித்து கர்நாடக மாநில விவசாயிகள் சங்கம், கன்னட அமைப்புகளின் கூட்டமைப்பு, திரைப்பட வர்த்தக சபை உள்ளிட்ட 1,080 கன்னட அமைப்புகள் களமிறங்கின. கர்நாடகத் தலைநகரான பெங்களூருவில் விவசாயிகளின் ஊர்வலம் நடந்தது. எதிர்வினையாக கோவாவிலும் கர்நாடகாவுக்கு எதிராக போராட்டங்கள் நடைபெற்றன. அப்போது கோவாவில் வசிக்கும் கன்னடர்கள் சிலரை அம்மாநிலத்தவர் அடித்து உதைத்தனர்.

மகதாயி நதியின் சிறு பகுதி மகாராஷ்டிராவிலும் ஓடுவதால் அம்மாநில முதலமைச்சர் பட்னாவிஸ், மூன்று மாநில முதலமைச்சர்களும் பேசி தீர்ப்போம் என்று முயற்சி எடுத்தார். காவிரி பிரச்சினையில் பேசுவதாக கூறிக்கொண்டே நினைத்ததை எல்லாம் செய்து முடிப்பது போல, இதையும் செய்துவிடலாம் என்று கர்நாடகா நினைத்தது. மத்திய அரசும் பிரதமரும்

சந்திரபாபு நாயுடு

மனோகர் பாரிக்கர்

தலையிட வேண்டும் என்று கோரிக்கை விடுத்தது. கோவா இதை ஏற்கவில்லை. அம்மாநிலத்தின் முதலமைச்சர் மனோகர் பாரிக்கர் சொன்னார்... "நான் மகதாயி பிரச்சினைக்கு பேச்சுவார்த்தை மூலம் தீர்வுகாண முயற்சித்தேன். ஆனால் கர்நாடக அரசு ஒத்துழைப்பு கொடுக்கவில்லை. இதனால் நடுவர் மன்றம் அமைக்கும் நிலை ஏற்பட்டது. இப்பிரச்சினை தற்போது மகதாயி நடுவர் மன்றத்தில் உள்ளதால், மத்திய அரசு தலையிட முடியாது. மூன்று மாநில முதல்வர்களும் நீதிமன்றத்திற்கு வெளியில் பேச்சுவார்த்தை நடத்த முடியாது. இந்த உண்மை தெரிந்தும், கர்நாடகாவில் இதை வைத்து அரசியல் செய்துகொண்டு இருக்கிறார்கள்" என்று அடித்த வாய் துடைத்தது போல சொல்லிவிட்டார் மனோகர் பாரிக்கர். மகதாயி நதிநீரில் கோவா மாநிலத்தின் உரிமையை நிலைநாட்ட அரசின் முயற்சி மட்டுமில்லாமல், அரசியல் சார்பற்ற மகதாயி பாதுகாப்புக்குழுவும் அங்கே இயங்குகிறது. 13 பேருடன் தொடங்கப்பட்ட இக்குழுவின் தொடர்ச்சியான முயற்சிகளால், கோவா மாநிலம் முழுக்க மகதாயி பிரச்சினை பற்றிய விழிப்புணர்வை ஏற்படுத்தி வைத்திருக்கிறார்கள்.

மகதாயி மட்டுமல்ல; ஆந்திராவுடனான அலமாட்டி அணை விவகாரத்திலும் கர்நாடகாவால் நினைத்தபடி செயல்படமுடியவில்லை. கர்நாடகா, ஆந்திரா, மகாராஷ்டிரா இடையே ஓடுகிறது கிருஷ்ணா நதி. வட கர்நாடகாவில் இந்த நதியின் மீது அமைந்துள்ளது அலமாட்டி அணை. தேவேகவுடா பிரதமராக இருந்தபோது, அலமாட்டி அணையின் உயரத்தை அதிகப்படுத்தி ஆந்திராவுக்குச் செல்லும் தண்ணீரின் அளவைக் குறைக்கப் பார்த்தது கர்நாடகா. மத்திய அரசும் இதற்காக ரூ.200 கோடியை வாரி வழங்கியது. அப்போது ஐக்கிய முன்னணி அரசில் அங்கம் வகித்த சந்திரபாபு நாயுடு, தமது தெலுங்கு தேசம் கட்சியின் ஆதரவை உடனடியாக திரும்பப்பெற்றார். அலமாட்டி அணையை உயர்த்த மத்திய அரசு அறிவித்த தொகையை ரத்துசெய்த பிறகே, தெலுங்கு தேசம் கட்சியின் ஆதரவு தேவேகவுடாவுக்கு மீண்டும் கிடைத்தது. நடுவர் மன்றத்திற்குப் போன பிறகே பிரச்சினை ஓரளவுக்குத் தீர்ந்தது.

கர்நாடகாவைப் பொறுத்தமட்டில் ஊருக்கு ஒரு நியாயம்; தனக்கு ஒரு நியாயம் என்றே எப்போதும் நடந்து வந்திருக்கிறது. இதற்கு இன்னொரு வரலாற்று ஆதாரம், பழைய மைசூருக்கும் குடகு மாநிலத்திற்கும் இருந்த

காவிரி பிரச்சினை. காவிரி ஆறு உற்பத்தியாகும் குடகு, 1956-ம் ஆண்டு வரை தனி மாநிலம். நாடு விடுதலை பெறுவதற்கு முன் தனி அரசாக இருந்த குடகு, காவிரியின் முக்கிய துணை ஆறுகளாக தமது பகுதியில் உள்ள லட்சுமணத்தீர்த்தா, ஹேரங்கி ஆகியவற்றில் சிறிய பாசனத் திட்டங்களைச் செயல்படுத்த முடிவு செய்தது. (இதில் ஹேரங்கி ஆறு முழுக்கவும் குடகு பகுதியிலேயே பாய்ந்து அங்கேயே காவிரியுடன் கலக்கிறது. இதனால்தான் 1892 காவிரி ஒப்பந்தத்தில், முக்கிய துணை ஆறுகளின் பட்டியலில் ஹேரங்கி இடம்பெற்றிருக்காது.) குடகு அரசாங்கத்தின் முடிவுக்கு அன்றைய மைசூர் அரசு பெரும் எதிர்ப்பு தெரிவித்தது. 'மேல் பகுதியில் இருக்கும் நீங்கள் தண்ணீரைத் தடுத்துவிட்டால் நாங்கள் என்ன செய்வது?' எனக் கோபம் கொப்பளிக்க கேட்டது. மெட்ராஸ் அரசுக்கு கடிதம் எழுதி 'நீங்களும் குடகு மாநிலத்திற்கு எதிர்ப்பு தெரிவியுங்கள்; இல்லாவிட்டால் உங்களுக்கு கிடைக்கவேண்டிய நீரின் அளவிலும் பாதிப்பு ஏற்படும்' என்று ஆதரவு திரட்டியது.

குடகு கர்நாடகத்துடன் சேர்ந்த பிறகு நியாயம் தலைகீழாக மாறிவிடுமா என்ன? இப்போது மட்டும் கீழ்ப்பகுதியான தமிழ்நாடு பாதிக்கும் அளவுக்கு அணை கட்டுவது சரியாகுமா? கர்நாடகாவின் நியாயம் எப்போதும் இப்படிதான்! 'தனக்கு வந்தால் ரத்தம்; அதுவே எதிராளிக்கு என்றால் தக்காளி சட்னி'! இந்தியாவின் உச்ச பதவிகளில் இருப்பவர்கள் கூட இதை ஆதரிப்பது ஏன்? திரையுலகில் காவிரி விவகாரம் எப்படி எதிரொலிக்கிறது?

44

அங்கேயும், இங்கேயும்!

மைசூர் சமஸ்தானமாக இருந்தபோதும் சரி; கர்நாடக மாநிலமாக ஆன பின்பும் சரி; காவிரிக்கு அவர்கள் தனி முக்கியத்துவம் கொடுத்தே வந்திருக்கிறார்கள். நியாயம், தர்மம், சட்டம் என்று எல்லாவற்றையும் தாண்டி காவிரியை உணர்ச்சி அம்சமாக மாற்றி வைத்திருக்கிறார்கள். இல்லையில்லை; உணர்ச்சிக்கும் மேலாக வெறியூட்டி வைத்திருக்கிறார்கள். 'காவிரி முழுமையும் நம்முடையது; இதனை யாருக்கும் தரத்தேவையில்லை' என்ற தப்பெண்ணம் ஆழமாக விதைக்கப்பட்டுள்ளது.

இத்தனைக்கும் தமிழ்நாட்டைவிட சாதிவெறியும் இனப்பாகுபாடும் மேலோங்கி நிற்கும் மாநிலம் கர்நாடகா. ஒரு காலத்தில் காவிரியை ஒக்கலிகர் சமூகத்தவரின் நதி என்றும் கிருஷ்ணா ஆற்றை லிங்காயத்து சமூகத்தவரின் ஆறு என்றும் வர்ணித்தவர்கள் உண்டு. இப்போதும் கூட எந்தக் கட்சி ஆட்சிக்கு வந்தாலும் இந்த இரு சமூகத்தவரைத் தாண்டி வேறு யாராலும் அங்கே முதலமைச்சராக முடியாது. ஆனால் காவிரி என்று வந்துவிட்டால் எல்லாம் காணாமல் போய்விடுகிறது. 'கன்னடர்' என்பதே மேலோங்கி நிற்கிறது. தேசியம் பேசுகிற கட்சிகளும் கூட அங்கே 'ஜெய் கன்னட மாதா' என்று முழங்க வேண்டிய கட்டாயம் இருக்கிறது. இல்லாவிட்டால் கர்நாடகாவில் வேலை இல்லை.

அனைத்துக்கட்சி கூட்டம் என்றால் எல்லோரும் ஒற்றுமையாக உட்கார்ந்து பேசுகிறார்கள். அரசியலில் எதிரும் புதிருமாக அடித்துக் கொண்டிருப்பவர்கள் அருகருகே அமர்ந்திருக்கிறார்கள். முன்னாள் முதலமைச்சரும் இந்நாள் முதலமைச்சரும் ஒரே காரில் பிரதமரைப் பார்க்கப் போகிறார்கள். புதிதாக பதவியேற்கும் முதலமைச்சர் காவிரி பிரச்சினையில் முந்தைய அரசின் கொள்கை அப்படியே பின்பற்றப்படும் என்று அறிவிக்கிறார். 'கட்சிக்கு ஒரு கொள்கை; ஆட்சிக்கு ஒரு கொள்கை' என்று இருந்தாலும் காவிரி என்று வந்துவிட்டால், 'ஒரே கொள்கை; ஒரே செயல்பாடு'. இதுவே, எல்லா ஆட்சிக்காலத்திலும் அங்கே நடக்கிறது.

அரசியல்வாதிகள் மட்டுமல்ல; தேசத்தின் உயர்பதவிகளை வகித்தவர்கள் கூட, காவிரி என்று வந்துவிட்டால் கன்னடர் என்று ஆகி விடுகிறார்கள். குடியரசு துணைத்தலைவராக பணியாற்றிய பி.டி.ஜாட்டி, உச்ச நீதிமன்ற

தலைமை நீதிபதியாக இருந்த வெங்கட்ராமையா போன்றவர்கள் கர்நாடகாவுக்கு ஆதரவாகச் செயல்பட்டார்கள். இன்னமும் முன்னாள் பிரதமருக்கான சலுகைகளை அனுபவிக்கும் தேவேகவுடா, காவிரியில் தமிழ்நாட்டிற்குத் தண்ணீர் கொடுக்கக்கூடாது என்று உண்ணாவிரதம் இருக்கிறார். காவிரி மேலாண்மை வாரியம் அமைப்பதற்கு உச்ச நீதிமன்றம் உத்தரவிட்டபோது, எதிர்க்கட்சியைச் சேர்ந்த முதலமைச்சர் சித்தராமையாவுக்கு அவர் ஆதரவு தெரிவிக்கிறார். ‘முதலமைச்சர் பதவி எல்லாம் விலக வேண்டாம்; தமிழ்நாட்டிற்கு தண்ணீர் திறக்காமல் இருந்தால் போதும்’ என்று தேவேகவுடா பேட்டி கொடுக்கிறார்.

பி.டி ஜாட்டி

வெங்கடராமையா

எம்.ஜி.ஆர்

கர்நாடகாவின் எந்தத் தலைவரும் காவிரி விவகாரத்தில் உள்ளடியோ, கீழறுப்போ செய்ய பயப்படுகிறார்கள். அறிவுஜீவிகள், இலக்கியவாதிகள், எழுத்தாளர்கள், சமூகச் செயற்பாட்டாளர்கள், ஊடகங்கள் என எல்லாரும் காவிரிக்காக ஒரே குரலில் ஒலிக்கிறார்கள். செய்வது நியாயமல்ல என்று பட்டவர்த்தனமாக தெரிந்தாலும் ஆதரிக்கிறார்கள். இனி இவர்களெல்லாம் நினைத்தாலும் கூட மாறிவிட முடியாத, தமிழ்நாட்டின் பக்கத்தில் உள்ள நியாயத்தைப் பேசிவிட முடியாத நிலைமைக்கு கர்நாடகா வந்துவிட்டது.

வெறும் பேச்சளவில் மட்டுமின்றி செயலிலும் அங்கே இருக்கும் அரசுகள் காட்டுகின்றன. ஆண்டுதோறும் ஆறுகளை முறையாக தூர்வாருகிறார்கள். நீர்நிலைகளை சரியாகப் பராமரிக்கிறார்கள். புதிய நீர்நிலைகளை உருவாக்குகிறார்கள். விவசாயத்திற்கும் பாசனத்திட்டங்களுக்கும் முன்னுரிமை கொடுக்கிறார்கள்.

காவிரி பிரச்சினையில் அவர்களுக்குச் சாதகமாக எது நடந்தாலும் அதைத் தனிநபர் சாதனையாக எந்த அரசியல் தலைவரும் கொண்டாடுவதில்லை.

பெயருக்கு போராடும் அல்லது குரல் கொடுக்கும் திரையுலகில் கூட அங்கேயும் இங்கேயும் பெரிய வித்தியாசம் உண்டு. 1991-ம் ஆண்டில் காவிரி நடுவர் மன்றத்தின் இடைக்காலத் தீர்ப்பு அரசிதழில் வெளியானதைக் கண்டித்து, பெங்களூரு பேரணியை நடத்தியதே

ராஜ்குமார்

சரோஜா தேவி

பாரதிராஜா

நடிகர் ராஜ்குமார் ரசிகர் மன்றத்தினர்தான். அதை வழிவழியாக அப்படியே தொடர்ந்து வருகிறார்கள். ராஜ்குமார் மகன் சிவராஜ்குமார், அவரது மகன் புனித் ராஜ்குமார் என இன்றைக்கும் காவிரி என்றால், விவகாரமான முதல் குரல் அவர்களிடம் இருந்தே வரும். ஒகேனக்கல் கூட்டுக்குடிநீர்த் திட்டம், நடுவர் மன்றத் தீர்ப்பு, உச்ச நீதிமன்ற உத்தரவுகள் என ஒவ்வொன்றுக்கும் கன்னட நடிகர்கள் ஒன்றாகக் கூடி விடுவார்கள். காவிரி என்று வந்தால் அவர்களுக்குள் எந்த சுருதி பேதங்களும் கிடையாது. கன்னட படங்களில் கூட 'காவேரி நம்முடையது', 'காவேரி தண்ணீர் குடிச்சவன்டா' போன்ற வசனங்களை அடிக்கடி வைப்பார்கள். மக்களிடம் அந்த உணர்வு மறைந்து போகாமல் பார்த்துக் கொள்வார்கள். காவிரி தொடர்பான போராட்டங்களுக்கு அத்தனை நடிகர்களும் வந்துவிடுவதால் அதற்கென்று தனிக் கவர்ச்சி கிடைத்துவிடுகிறது. மக்களும் கூட்டமாக திரண்டுவிடுகிறார்கள்.

தமிழ்நாட்டில் திரையுலகமும் இரண்டுபட்டு கிடக்கிறது. 2002-ல் காவிரிப் பிரச்சினைக்காக இயக்குநர் பாரதிராஜா 'தமிழ் மக்கள் பாதுகாப்பு அணி' என்று உருவாக்கினார். காவிரியில் தண்ணீர் கொடுக்க மறுக்கும் கர்நாடகாவுக்கு மின்சாரம் கொடுக்கக்கூடாது என்று கோரி நெய்வேலியில் திரையுலகின் சார்பில் பேரணி நடத்த முடிவானது. அப்போது ஜெயலலிதா தலைமையில் அ.தி.மு.க ஆட்சி நடந்தது. கட்சி ஆரம்பிக்காத விஜயகாந்த் நடிகர் சங்கத்தலைவராக இருந்தார். போராட்டத்தில் நடிகர்கள் கலந்து கொள்வதா என்பதிலே ஆயிரத்தெட்டு குழப்பங்கள் அரங்கேறின. திரையுலகினர் தங்கள் போராட்டத்தை மறுபரிசீலனை செய்ய வேண்டும் என்று ரஜினிகாந்த் அறிக்கை வெளியிட, அவருக்கு எதிராக கண்டனக் கணைகள் பாய்ந்தன. ஒருவழியாக பங்கேற்பது என முடிவெடுத்த பிறகும் தி.மு.க ஆதரவு நடிகர்கள் அதில் கலந்து கொள்ளவில்லை. அவர்கள் குற்றஞ்சாட்டியதைப் போலவே 2002, அக்டோபர் 12-ல் நடந்த நெய்வேலி பேரணியின் போது கருணாநிதியைப் பாரதிராஜா கண்டபடி விமர்சித்ததோடு, 'யார் அவர்?' என்றும் கேட்டார். மொத்தமும் அரசியலாகிப்போனது. காவிரிக்காக கூடுவதாக சொல்லி கட்சி மாநாடு போல நடத்தி முடித்தார்கள்.

'தமிழகத்திற்கு காவிரி நீர் வேண்டும். ஆனால் நீர் கேட்டுப்

வாட்டாள் நாகராஜ்

சிவராஜ்குமார்

போராடுவதால் ரத்த ஆறு ஓடிவிடக் கூடாது' என்று சொல்லி திரையுலகினரின் போராட்டத்திற்கு எதிர்ப்பு தெரிவித்த ரஜினி, அடுத்த நாள் சென்னையில் தனியாக உண்ணாவிரதம் இருந்தார். 'உச்ச நீதிமன்றத் தீர்ப்பு ஆண்டவன் தீர்ப்பு' என்ற வாசகங்களின் பின்னணியில் ரஜினி நடத்திய உண்ணாவிரதத்திற்கு தி.மு.க., காங்கிரஸ் கட்சிகளின் தலைவர்கள் நேரில் வந்து வாழ்த்துச் சொன்னார்கள். முதல் நாள் நெய்வேலி பேரணிக்குப் போன திரையுலகினரில் பலர், 'எங்கே ரஜினியின் பகை வந்துவிடுமோ?' என்ற அரக்க, பறக்க அடுத்த நாள் உண்ணாவிரதப் பந்தலிலும் வந்து விழுந்தார்கள். 9 மணி நேர உண்ணாவிரதத்திற்குப் பிறகு ஆளுநர் ராம மோகனராவைப் பார்த்து நதிகளை இணைக்க மனு கொடுத்து, அதற்கு முதல் தொகையாக ஒரு கோடி ரூபாய் தானே தருவதாக பேட்டியும் அளித்தார். (இப்போது வரை சில விவசாய அமைப்புகள் அந்த ஒரு கோடியை ரஜினி எப்போது கொடுக்கப்போகிறார் என்று கேட்டு அறிக்கை விடுகின்றனர்) '300 ஆண்டுகள் ஆனாலும் நதிகளை இணைக்க முடியாது என்பதால்தான் ரஜினி அப்படி சொல்லியிருக்கிறார்' என்று டாக்டர் ராமதாஸ் போன்றோர் கிண்டலடித்தனர். இப்படி காவிரிக்காக போராடுகிறோம் என்று சொல்லி கடைசியில் 'ரஜினிக்கு தமிழர்கள் மீது பற்று உண்டா? இல்லையா? என்ற பட்டிமன்றம் போல முடிந்து போனது. கன்னடர்களின் கிண்டலுக்கு ஆளானதுதான் மிச்சம்.

ஒகேனக்கல் குடிநீர்த்திட்டத்திற்கு எஸ்.எம்.கிருஷ்ணா, எடியூரப்பா போன்ற கர்நாடகத் தலைவர்கள் எதிர்ப்பு தெரிவித்தபோது 2008-ல் நடிகர்கள் சென்னையில் ஓர் உண்ணாவிரதம் நடத்தினார்கள். ரஜினி, கமல் போன்ற முன்னணி நடிகர்கள் இதில் பங்கேற்றனர். அப்போது சத்யராஜ் ரஜினிகாந்தை மறைமுகமாக விமர்சித்துப் பேசினார். அதே மேடையில், 'ஒகேனக்கல் குடிநீர்த் திட்டத்திற்கு எதிர்ப்பு தெரிவிப்பவர்களை உதைக்க வேண்டும்' என்று ரஜினி பேசினார். கர்நாடகாவில் இதற்குப் பெரும் எதிர்ப்பு எழுந்ததையடுத்து பின்னர் தொலைக்காட்சிகளில் தோன்றி கன்னடத்தில் பேசி வருத்தம் தெரிவித்தார். காவிரியைப் பொறுத்தமட்டில் தமிழ்நாட்டுத் திரைத் துறையிலும் அரசியல்தான்! அவர்களால் ஆக்கப்பூர்வமாக ஆனது ஒன்றுமில்லை.

தமிழகத்தில் 50 ஆண்டுகளுக்கும் மேலாக தேசிய கட்சிகளுக்குச் செல்வாக்கு இல்லாவிட்டாலும் தமிழக மக்கள் எப்போதும் தேசிய சிந்தனை கொண்டவர்கள். அரசியலோ, சினிமாவோ எல்லாவற்றிலுமே பரந்த மனப்பான்மையுடன் பிடித்தவர்களைக் கொண்டாடுவார்கள். அதனால்தான்

எம்.ஜி.ஆரும் வாட்டாளும்!

எம்.ஜி.ஆர் நடித்த 'காஞ்சித்தலைவன்' படம் கர்நாடகாவில் ஓடுவதற்கு கடும் எதிர்ப்பு கிளம்பியது. 'கன்னடர்களை இழிவுப்படுத்துவது போன்ற வசனங்கள் அதில் இடம் பெற்றிருப்பதாக குற்றஞ்சாட்டினார்கள். வாட்டாள் நாகராஜ் அமைப்பினர் அந்தப் படத்தை ஓடவிடாமல் செய்தார்கள். காவிரி பிரச்சினையைக் காரணமாக வைத்து எம்.ஜி.ஆர் படங்கள் உள்ளிட்ட எல்லா தமிழ்ப் படங்களுக்கும் அவ்வாறே இடைஞ்சல் செய்தனர். எம்.ஜி.ஆர். ஒரு நாள் நேரடியாக போய் வாட்டாள் நாகராஜை சந்தித்தார். 'பி.ஆர்.பந்தலு, சரோஜாதேவி போன்ற கன்னடர்கள் எத்தனையோ பேரை தமிழ்த்திரையுலகம் உருவாக்கிவிட்டிருக்கிறது; நீங்கள் இப்படிச் செய்யலாமா? எங்கள் படங்கள் ஓடாததால் உங்கள் ஊரைச் சேர்ந்த விநியோகஸ்தர்களுக்குதான் நஷ்டம்' என்று விளக்கமாகப் பேசினார். 'கவனிக்க வேண்டிய முறைப்படியும்' கவனித்தார். அதன் பிறகே எம்.ஜி.ஆருக்கு வாட்டாளின் எதிர்ப்பு குறைந்தது.

இந்தியாவின் எந்த மாநிலத்திலும் சாத்தியப்படாதது இங்கே நடக்கிறது. வேற்று மாநிலத்தைச் சேர்ந்தவர்கள் தமிழ்நாட்டில் முதலமைச்சர் ஆக முடிந்தது. கர்நாடகவைச் சேர்ந்த ஒருவர் நாட்டுக்கே பொதுவான மத்திய அமைச்சரானாலும் கர்நாடகாவுக்கு மட்டுமே ஆதரவாக பேசுவார். ஆனால் காவிரிப் படுகையில் பிறந்தவராக இருந்தாலும் அந்தப் பிரச்சினை பற்றி கேட்டால் 'நான் ஒட்டுமொத்த இந்தியாவுக்கும் அமைச்சர்; தமிழ்நாட்டுக்கு மட்டுமல்ல' என்று தஞ்சாவூரில் நின்றே பேட்டி கொடுக்க முடிகிறது. அதன்பிறகு அவரால் எந்தப் பயமும் இன்றி நடமாடவும் முடிகிறது. தொடர்ந்து தேசிய கட்சிகளே ஆண்டுவரும் கர்நாடகாவில் இதற்கெல்லாம் ஒரு துளியும் வாய்ப்பில்லை.

திரையுலகிலும் அப்படிதான். சரோஜாதேவியைக் 'கன்னடத்து பைங்கிளி' என்று கொஞ்சினார்கள். ரஜினியை சூப்பர் ஸ்டார் ஆக்கினார்கள். இன்னும் பி.ஆர்.பந்துலு, பண்டரிபாய் தொடங்கி பிரபுதேவா, அர்ஜுன், மோகன், முரளி, பிரகாஷ்ராஜ் போன்றவர்கள் வரிசையில் காவிரிக்காக இப்போது குரல் கொடுக்கும் குத்து ரம்யா வரை என்று தமிழ்த்திரையுலகில் கொடி நாட்டிய கன்னடர்களின் பட்டியல் பெரிது.

இங்கே நட்சத்திரங்களாக ஜொலித்துக்கொண்டே காவிரியில் கர்நாடகாவுக்கு ஆதரவாகப் பேசியவர்களைக் கூட பெருந்தன்மையோடு மன்னிப்பார்கள். ஏனென்றால் தமிழ் மக்கள் மனசு அப்படி. பலமும் அதுதான்; பலவீனமும் அதுவே!

கன்னடர்களைப் போல வெறியூட்ட வேண்டாம்; உணர்வாவது இருக்க வேண்டுமல்லவா? சரி அதுவும் வேண்டாம். ஒட்டுமொத்த மாநிலத்தின்

சிவாஜிக்காக அடிவாங்கிய கன்னட நடிகர்!

சாய்குமார் என்ற கன்னட நடிகர் ஒரு பேட்டியில் தமக்கு மிகவும் பிடித்த நடிகர் சிவாஜிகணேசன் என்று கூறிவிட்டார். 'அதெப்படி சொல்லலாம்? பிடித்த நடிகர் ராஜ்குமார் என்றுதான் சொல்ல வேண்டும்' என்று கர்நாடகாவில் அவரை விரட்டி, விரட்டி அடித்தார்கள். போகிற இடத்தில் எல்லாம் அடிதடியில் இறங்கினார்கள். அந்த அளவுக்கு தமிழர்கள் மீது அவர்கள் வெறுப்பை உமிழ்கிறார்கள்.

உயிர்ப்பிரச்சினையில் குறைந்தபட்ச புரிதலாவது இருக்க வேண்டியது அவசியம்தானே? இது மக்களுக்கு மட்டுமல்ல; அரசியல்வாதிகளுக்கும் சேர்த்துதான்! ஏனெனில் காவிரி பிரச்சினை, டெல்டா விவசாயிகளுக்கானது மட்டுமில்லை; மொத்த தமிழ்நாட்டுக்குமானது என்ற அடிப்படை புரியாத தலைவர்கள், அறிவுஜீவிகள் நிறைய பேர் இங்கே இருக்கிறார்கள் அல்லது புரிந்தும் புரியாதது போல இருக்கிறார்கள். தூங்குபவர்களை எழுப்பலாம். தூங்குவது போல நடிப்பவர்களை என்ன செய்வது? காவிரி பிரச்சினையைத் தீர்க்க வழி உண்டா?

45

காவிரி - தீர்வுதான் என்ன?

காவிரி பிரச்சினையைப்பற்றி பேசும் போதெல்லாம் சிலர் 'கங்கை – காவிரி' இணைப்புத்திட்டத்தைக் கையிலெடுப்பார்கள். இது அரை நூற்றாண்டு கால கற்பனைப் பேச்சு. விமான பைலட் ஆக இருந்த கேப்டன் தின்ஷா ஜே. தஸ்தூர் என்பவர் 'பூமாலைக் கால்வாய் திட்டம்' என்ற பெயரில் முதன்முதலாக இந்தக் கனவைச் சொன்னார். இமயமலையில் உற்பத்தியாகும் ஆறுகளையும் இந்தியாவின் மேற்கு, தெற்கு, கிழக்குப் பகுதிகளில் ஓடும் ஆறுகளையும் ஒன்று சேர்த்துவிட்டால் வறட்சியும் பற்றாக்குறையும் நீங்கி விடும் என்பது அவரது யோசனை. கேட்டதும் சிலிர்க்க வைக்கும் இந்த வண்ணக் கனவுக்கு வடிவம் கொடுக்கும் வகையில் மத்திய நீர்ப்பாசன அமைச்சராக இருந்த கே.எல்.ராவ் 1968-ல் கங்கை காவிரி இணைப்புக்குத் திட்டம் போட்டு கொடுத்தார். அதன் பிறகு நீண்ட நாட்களுக்கு இது பேசுபொருளாக இருந்தது.

சாத்தியம் இருக்கிறதோ, இல்லையோ கற்பனைகள் எப்போதும் நமக்குப் பிடித்தமானவை. திரைப்படத்தில் கதாநாயகன் ஒற்றை ஆளாக நின்று 50 பேரைப் பந்தாடும் போது நமக்குள் ஏற்படும் மகிழ்ச்சி. இதனுடைய நீட்சிதான். மாநிலங்களின் எதிர்ப்பு, கட்சித்தலைவர்களின் அரசியல் போன்றவற்றை எல்லாம் தாண்டி, மத்திய அரசின் ஆண்டு மொத்த வரிவருவாயைப் போல மூன்று மடங்கு தொகை அளவுக்கு செலவு பிடிக்கும் இத்திட்டம், இந்தியா போன்ற நாட்டில் எந்தக் காலத்திலும் சாத்தியமில்லை. இதை மத்திய அரசு 1980 முதல் பலமுறை தெளிவுபடுத்திவிட்டது. அரசியல், பொருளியல், சூழலியல், தொழில்நுட்பவியல் உள்ளிட்ட அத்தனை முனைகளிலும் துளியும் சாத்தியமற்ற திட்டம் என பாசனத் துறை அறிஞர்களும் தரவுகளோடு விளக்கிவிட்டனர். ஆனாலும், பொதுநல வழக்குகளில், அறிவுஜீவிகளான நீதிபதிகள் சிலர், 'இதைச் செயல்படுத்தினால் என்ன?' என அவ்வப்போது கேள்வி எழுப்புவதால் மட்டுமே கங்கை – காவிரி இணைப்பு எனும் மக்களை மயக்கும் சொற்கள் இன்னும் உயிர் வாழ்கின்றன.

இதைப் போன்றே மகாநதி கோதாவரி – கிருஷ்ணா – பெண்ணையாறு – காவிரி ஆகியவற்றைச் சேர்க்கும் தென்னக நதிகள் இணைப்புத் திட்டமும் ஆய்வுக்குப் பிறகு நிராகரிக்கப்பட்டுவிட்டது. இதில் கோதாவரி – கிருஷ்ணா

கர்நாடகாவுக்குள்ளேயே மாற்று!

நேத்ராவதி, பாராபோல், மகதாயி, ஆஹாஹசினி, வெத்தி போன்ற மேற்குத் தொடர்ச்சி மலைப்பகுதி ஆறுகள் 135 கி.மீ தொலைவுக்குள் மேற்கே ஓடி அரபிக்கடலில் கலக்கின்றன. இதனால் 1, 900 டி.எம்.சி தண்ணீர் கடலில் கலக்கிறது. இதில் 300 டி.எம்.சி நீரை மட்டும் மேலைநாடுகளைப் போல சிறிய கதவணைகள் மூலம் மேலேற்றி மேற்குத் தொடர்ச்சி மலையின் அடுத்தப் பக்கத்திற்கு கொண்டு செல்லலாம். அந்த நீர் ஹேமாவதி, கிருஷ்ணராஜசாகர் மூலமாக காவிரிக்கு கிடைக்கும். இதன்மூலம் பெங்களூரு, மைசூருக்கு குடிநீரும் கிடைக்கும். பாசனப்பரப்புக்கும் பயன்படுத்தலாம். தமிழ்நாட்டுக்குத் தண்ணீர் கொடுப்பதிலும் நிலையான தீர்வு கிடைக்கும். கர்நாடகாவின் பொதுப்பணித் துறை தலைமைப் பொறியாளராகவும், உலகவங்கியின் நீரியல் ஆலோசகராகவும் இருந்த நீர்ப்பாசன நிபுணர் டாக்டர். பவானிசங்கர் 2004-ம் ஆண்டில் அறிவித்த இத்திட்டத்தைச் செயல்படுத்தலாம். தண்ணீர் பற்றாக்குறை என்பதைத் தாண்டி தமிழ்நாட்டுக்கு கொடுக்கக்கூடாது என்ற எண்ணம் வைத்திருந்தால் நல்ல மாற்றுவழியை எப்படி நிறைவேற்றுவார்கள்?

– காவிரி இணைப்பை மட்டும் செயல்படுத்தலாம் என்று ஒருங்கிணைந்த நீர்வளர்ச்சிக்கான தேசிய ஆணையம் கூறியது. ஒப்பந்தபடி குடிப்பதற்கும் பாசனத்திற்கும் கொஞ்சம் தண்ணீர் கொடுக்காத கர்நாடகாவும், ஆந்திராவும் இத்திட்டத்திற்கு ஒப்புக்கொண்டுவிடுமா என்ன?

அடுத்தது ஆறுகள் தேசிய மயம். இந்தியா முழுவதும் உள்ள அத்தனை ஆறுகளையும் மாநில அரசுகளின் அதிகாரப் பட்டியலில் இருந்து மத்திய அரசின் கட்டுப்பாட்டில் கொண்டுவந்துவிடுவதே ஆறுகளை தேசியமயமாக்குதல். இவ்வாறு செய்துவிட்டால், மத்திய அரசே சட்டப்படி மாநிலங்களுக்குச் சேரவேண்டிய தண்ணீரைப் பிரித்து கொடுக்கும். எப்படி இருந்தாலும் இந்தியாவுக்குள் தான் இருக்கப் போகிறோம். இருந்துதான் ஆக வேண்டும். எனவே, 'மாநிலத்தின் உரிமை; சுயாட்சி' போன்ற முழக்கங்களை எல்லாம் தூக்கிப் போட்டுவிட்டு நதிகள் தேசியமயமாக்குவதை ஆதரித்துவிடலாம். ஆனால் அதிலும் சிக்கல் இருக்கிறது.

பிரதமர் தலைமையில் காவிரி ஆணையம் அமைந்த போது, 'உத்தரவைப் பின்பற்றாத மாநிலத்தின் அணைகள் மத்திய அரசின் கட்டுப்பாட்டில் கொண்டுவரப்படும்' என்ற விதியையே நீக்க வைத்த கர்நாடகா இதற்கு ஒருக்காலும் ஒப்புக்கொள்ளாது. அதையும் மீறி நதிகளைத் தேசியமயமாக்கினாலும், அடிப்படை தேவையான குறைந்தபட்ச தண்ணீரை வாங்கித்தருவதில் நடுவுநிலைமை இல்லாமல் எல்லா காலத்திலும் ஒருதலைச்சார்பாக நடந்து வந்திருக்கும் மத்திய அரசு, தமிழ்நாட்டுக்கான தண்ணீரை ஒழுங்காக வழங்கிடுமா?

அடுத்தது தமிழகத்தின் காவிரிப் பாசனப்பகுதிகளில் மாற்றுப்பயிர் திட்டம். கடல்மட்டத்தில் இருந்து 5 மீட்டர் உயரத்தில் இருக்கிறது நாகப்பட்டினம் மாவட்டத்தின் பழையாறு. 50 மீட்டர் உயரத்தில் உள்ளது கல்லணை. இவை இரண்டுக்கும் இடையே அமைந்திருக்கிற காவிரி டெல்டா ஒரு வெப்ப மண்டலப் பகுதி. கடல் மட்டத்தில் இருந்து 200 மீட்டர் உயரத்தில் இருக்கும் மேட்டூருக்கு மேலே இருக்கிறது கர்நாடகா. கிருஷ்ணராஜ சாகர், ஹேரங்கி, ஹேமாவதி, கபினி போன்ற அணைகள் 300 லிருந்து 1000 மீட்டர் வரையிலான உயரத்தில் இருக்கின்றன. இந்த கர்நாடக பீடபூமியில் தமிழகத்தின் காவிரி டெல்டாவில் உள்ளதைவிட ஆண்டு முழுதும் காற்றின் ஈரப்பதம் பல மடங்கு அதிகம். இதனால்தான் அங்கே பருப்பு - பயறு வகைகள், சிறுதானியங்கள், காய்கனிகள், ஆண்டாண்டுகளாக விளைச்சலை வழங்கி வந்தன. அந்த மண்ணில் நெல், கரும்பு என எக்கச்சக்கமாக தண்ணீர் கேட்கும் பயிர்களை விளைவித்துள்ளார்கள்.

தமிழ்நாட்டின் காவிரி டெல்டாவைப் பொறுத்தளவில் மண்ணின் தன்மைப் படி அதிகமாக நெல் விளையும் பகுதி. மற்ற பயிர்கள் இங்கே அவ்வளவாக எடுபடாது. வழக்கமாக குறுவைக்கு மேட்டூரில் தண்ணீர் திறந்துவிட்டால் டெல்டா முழுக்க நீர் நிறைந்திருக்கும். அதனால் ஈரப்பதம் உருவாகி, மேகங்களைத் தொட்டு கோடையிலும் கூட மழையாகப் பெய்யும். தற்போது நீர்ப்பதத்திற்கே பஞ்சம் வந்த பிறகு, மழைக்கு எங்கே போவது? சரி... ஒரு வாதத்திற்கு காவிரி டெல்டாவில் தண்ணீர் தேவை குறைவான மாற்றுப்பயிர் சாகுபடியைப் பின்பற்றுவதாக வைத்துக்கொள்ளலாம். அந்தக் குறைவான தண்ணீராவது வேண்டுமல்லவா? இதைத்தாண்டி தலைநகர் சென்னை உட்பட தமிழ்நாட்டின் 26 மாவட்டங்களுக்கு காவிரி தண்ணீர்தானே குடிநீர் ஆதாரம். பிறகு குடிப்பதற்கு என்ன செய்வீர்கள்? வேறு வழியே இல்லாத அரபுநாடுகளைப் போல, கண்டபடி செலவுபிடிக்கும் கடல் நீரைக் குடிநீராக்கும் திட்டத்தை ஊருக்கு ஊர் செயல்படுத்துவீர்களா?

அப்படி என்றால் காவிரி பிரச்சினைக்கு என்னதான் தீர்வு?

அரசியல் அழுத்தம் மட்டுமே ஒரே வழி. இங்கே எல்லாமே அரசியல் என்றான பிறகு அதன் வழியாகவே நாமும் பிரச்சினையைத் தீர்ப்பதுதான் புத்திசாலித்தனம். வேறு எதில் வேண்டுமானாலும் அடித்துக்கொள்ளுங்கள். காவிரி என்று வந்துவிட்டால் ஆளுங்கட்சி, எதிர்க்கட்சி உட்பட அனைத்துக் கட்சிகள், அமைப்புகள், அறிவுஜீவிகள், அதிகாரிகள், ஊடகங்கள் என அத்தனை பேரின் குரல்களும் ஒன்றாக இருக்க வேண்டும். ஒற்றுமையாக கைகோர்த்து நிற்க வேண்டும். காவிரிக்கு மட்டுமல்ல; மற்ற நதிநீர் சிக்கல்களிலும் தமிழ்நாடு ஒன்றாகவே இருக்க வேண்டும். தமிழகத்தில் இதுவரை ஓர் எழுத்தர் வேலை போன்று கடனே என்றுதான் காவிரி பிரச்சினையில் அரசுகளும் அதிகார வர்க்கமும் செயல்பட்டு வந்திருக்கின்றன. அந்த நிலை மாற வேண்டும். இது, மாநிலத்தின் உயிர்

கடலில் கலப்பது வீணா?

காவிரி தண்ணீரை வீணாக கடலில் கலக்கவிடுவதாக ஒரு குற்றச்சாட்டு தொடர்ந்து வைக்கப்படுகிறது. இது ஓரளவுக்குதான் சரி. போதிய தடுப்பணைகள் கட்டி கொஞ்சம் தண்ணீரைப் பயன்படுத்தி இருக்கலாம். ஆனால், ஒரு சொட்டு தண்ணீர் கூட கடலுக்குப் போகாமல் தடுப்பது இயற்கைக்கு எதிரானது. நதிநீர் கடலில் கலக்க வேண்டியது கட்டாயம். சில ஆண்டுகளுக்கு முன் மஞ்சளாற்றின் குறுக்கே அணை கட்டிய சீனா, அந்த தண்ணீரைப் பாலைவனத்தின் பக்கம் திருப்பி லட்சக்கணக்கான ஏக்கரைப் பசுமையாக்கியது. இதனால் அந்த ஆறு கடலில் சேரும் பகுதியில் நதிநீர் ஓடாமல், உப்புநீர் நிலத்தடி நீருக்குள் ஊடுருவியது. கடலில் உப்பு அளவு அதிகரித்தது. கடற்கரையோரம் இருந்த மஞ்சளாற்று பாசனப்பகுதிகள் பாலைவனமாகின. இந்த பாதிப்பைச் சரிசெய்ய சீனா இப்போது போராடுகிறது. காவிரியில் இருந்து போதுமான தண்ணீர் கடலில் கலக்காவிட்டாலும் டெல்டா பகுதி இதேபோன்ற ஆபத்தைச் சந்திக்க நேரிடும். காவிரி தண்ணீரில் கர்நாடகாவுக்கும் தமிழ்நாட்டுக்கும் இருப்பதை போலவே வங்கக்கடலுக்கும் உரிமை இருக்கிறது.

நாடி பிரச்சினை என்பதை உணர்ந்து, மத்திய அரசுக்கும் மற்றவர்களுக்கும் உணர்வுப்பூர்வமான அழுத்தத்தைக் கொடுக்க வேண்டும்.

தனிப்பட்ட நலன்களுக்காக டெல்லியில் உட்கார்ந்து செய்கிற 'லாபி'யைப் போல ஒட்டுமொத்த மாநிலத்தின் நலனுக்காகவும் செய்ய வேண்டும். இதில் கர்நாடகா, கேரளா போன்ற அண்டை மாநிலத் தலைவர்கள் சொல்லித்தரும் பாடத்தைத் தமிழ்நாட்டவரும் கட்டாயம் படித்தே தீர வேண்டும். கர்நாடகாவின் ஒற்றுமைக்கும் அழுத்தத்திற்கும் மத்திய அரசு அஞ்சுவதைப் போன்ற நிலை, தமிழ்நாட்டின் 100% நியாயமான கோரிக்கை மீதும் அவர்களுக்கு ஏற்பட வேண்டும். 'இதில் அரசியல் செய்யமுடியாது; உண்மையாக நடந்து கொள்வோம்' என்ற எண்ணத்தை ஏற்படுத்த வேண்டும். இப்படியான ஓர் அழுத்தத்தின் மூலம் சக்தி வாய்ந்த காவிரி மேலாண்மை வாரியத்தை அமைத்து செயல்பாட்டுக்கு கொண்டு வர வேண்டும். கர்நாடகா ஏற்கனவே கட்டிய அணைகளையும் செயல்படுத்திய திட்டங்களையும் இனி ஒன்றும் செய்யமுடியாது. ஆனால், மிச்ச சொச்சமாக வருகிற கடைசி தண்ணீரையும் தடுக்கவிருக்கும் மேகேதாட்டு அணைத் திட்டத்தைத் தலையைக் கொடுத்தாவது தடுத்துநிறுத்த வேண்டும். இல்லாவிட்டால் தமிழகம் காவிரியை மொத்தமாக மறக்க வேண்டியிருக்கும்.

கர்நாடகா தண்ணீர் கொடுக்கவில்லை என்று புகார் வாசித்துவிட்டு, நமக்கென்று இருக்கிற நீர் ஆதாரங்களையும் அழிக்கிற வேலைகளை எதைப்பற்றியும் கவலைப்படாமல் செய்து வருகிறோம். மணல் கொள்ளை போன்ற அத்தகைய அக்கிரமங்களை உடனடியாக நிறுத்த வேண்டும்.

காவிரியோடு சேர்த்து நமக்கு கிடைக்கும் நீர்வளத்தை முறைப்படுத்தி, நீர்நிலைகளைப் பாதுகாக்க வேண்டும். 100 நாள் வேலைத்திட்டத்தை வரப்பிரசாதமாக மாற்றிய கர்நாடகா, அதன்மூலம் நீர்நிலைகளைத் தூர் வாரி பராமரிக்கிறது. நாமோ அதிலும் 'கமிஷன்' அடித்து, படுத்து தூங்கிவிட்டு பணம் வாங்கிக்கொண்டு போகும் வேலையாக்கி வைத்திருக்கிறோம். ஆறுகளை ஆண்டுதோறும் முறையாக தூர்வாரி வைப்பதற்குப் பதிலாக, தூர் வாரியதாக கணக்கெழுதி ஆட்சியாளர்கள் துணையோடு ஒப்பந்ததாரர்கள் பணம் அடிப்பதை இனியும் தடுக்காவிட்டால் அவை ஆறுகளாக இருக்காது; புதர்களே எஞ்சி நிற்கும்.

எல்லாவற்றுக்கும் மேலாக கர்நாடகா காட்டுவதை விட மூன்று மடங்கு அதிகமான ஆர்வத்தை விவசாயத்தின் மீது தமிழக அரசு காட்ட வேண்டும். வீழ்ந்து கொண்டிருக்கும் விவசாயத்தைக் காப்பாற்ற தனியாக நிதி நிலை அறிக்கை (பட்ஜெட்) போட வேண்டும். முதல் வேலையாக நீர்ப்பாசனத்திற்கு என்று தனியாக அமைச்சரை நியமித்து, அவரின் கீழ் வேளாண்மையிலும் பாசனத்திலும் அனுபவம் வாய்ந்த அதிகாரிகளைக் கொண்டுவர வேண்டும். சட்டப்பூர்வமான சங்கதிகளைக் கையாள்வதில் இருந்து, பாசன வசதிகளைப் பராமரித்து, உருவாக்குவது வரையிலான பணிகளில் ஒரேவிதமான கொள்கைகளை ஏற்படுத்திச் செயல்படுத்திட வேண்டும். யார் ஆட்சிக்கு வந்தாலும், நீர் மேலாண்மையில் மாநிலத்திற்கு நன்மை தரும் ஒரே மாதிரியான செயல்திட்டமே தமிழகத்திடம் இருக்க வேண்டும். இவற்றின் மூலம் இதுவரை விட்டதையெல்லாம் பிடிக்க முடியுமா என்று தெரியாது; இருப்பதையாவது இழக்காமல் இருக்கலாம்.

ஒரே நேரத்தில் வெளியில் அரசியல் அழுத்தமும், உள்ளுக்குள் ஒழுங்கான மாற்றமும் நடந்தாக வேண்டும். அப்போதுதான் காவிரி உரிமையை மட்டுமல்ல; தமிழ்நாட்டையும் காப்பாற்ற முடியும்!

பின்னிணைப்பு

தலைக்காவிரி முதல் காவிரி பூம்பட்டினம் வரை... (காவிரியின் புவியியல் வடிவம்)

மேற்குத் தொடர்ச்சி மலையில் பச்சை போர்த்திக்கொண்டு, கண்ணுக்கும் நெஞ்சுக்கும் குளிர்ச்சியை வாரி வழங்கும் இடம் குடகு மலை. நாசியைத் துளைக்கும் காஃபியும், மூச்சுக்கு புதுவாசம் கொடுக்கும் ஏலக்காயும், நாவில் எச்சில் ஊற வைக்கும் ஆரஞ்சும், சுள்ளென்ற கொடி மிளகும் கொஞ்சி விளைந்து கிடக்கும் பூமி. கண்களுக்கு மட்டுமல்லாது, கருத்துக்கும் அழகு தரும் அரண்மனைகளும் அரிய வரலாற்றுச் சின்னங்களும் இங்கே நிறைந்திருக்கின்றன. இப்போது 'இந்தியாவின் ஸ்காட்லாந்து', 'கர்நாடகாவின் காஷ்மீர்' என்றெல்லாம் செல்லப்பெயர்களும் குடகு மலைக்கு உண்டு. இங்கே கடல் மட்டத்தில் இருந்து 1,341 மீட்டர், அதாவது 4,400 அடி உயரத்தில் இருக்கிறது தலைக்காவிரி. இதற்கு மேலே உள்ள பிரம்மகிரி (அ) சகாயத்திரி மலையில்தான் பிரம்ம குண்டம் அமைந்திருக்கிறது. அதனை ஒட்டியபடி அமைந்திருக்கிறது காவிரிக்குளம். அதாவது 'காவிரி தீர்த்த ஸ்நான சரோவர்'.

காவிரி ஊற்றிலிருந்து வெளிவரும் தண்ணீர், 42 அடி நீளமும் 28 அடி அகலமும் கொண்ட இந்தக் குளத்தில் பாய்கிறது. பிறகு அங்கிருந்து சுமார் 50 மீட்டர் தூரம் காட்டிற்குள்ளே ஓடி நெல்லி மரம் ஒன்றை அடைந்து, அங்கே வரும் இன்னொரு ஊற்றுடன் சேர்ந்து சிறு ஓடையாக மலைச்சரிவில் வழிகிறது. இரு கண்கள் கொண்டு பார்க்க முடியா அகண்ட காவிரியாக, பார்த்த கணத்தில் மிரள வைக்கும் ஆர்ப்பாட்ட காவிரியாக, வடிவங்கள் பல கொண்ட காவிரி பிறப்பெடுக்கும் இடத்தில் அவ்வளவு பவ்யம் குடி கொண்டிருக்கிறது. அப்படியே வளைந்து, நெளிந்து மேடு, பள்ளங்களைக் கடந்து தலைக்காவிரியைத் தாண்டி எட்டாவது கிலோ மீட்டரில் இருக்கும் பாகமண்டலாவை அடைகிறது. அங்கே முதல் துணை நதியான 'கனகா' (கன்னிகா, கனகே என்ற பெயர்களும் இதற்கு உண்டு) காவிரியுடன் சேருகிறது. அங்கிருந்து கீழ் நோக்கி ஓடிவரும் வழியில், 'கருகண்டகி' என்னும் சிறிய ஓடை சேர்ந்ததும், 'காவிரி' நதிக்குரிய வடிவம் பெறுகிறது. பிறகு, குஷால் நகர் வருகிறது. இந்த இடத்தில் காவிரியின் குறுக்கே கற்பாலம் கட்டப்பட்டுள்ளது. தொடர்ந்து பாய்ந்து ராமநாதபுரம் என்ற சிற்றூரைத் தாண்டி, கட்டேபுரத்திலுள்ள 'ஜங்கமா அணை'யை வந்தடைகிறது. அதற்கு கீழே 'சாமராஜ அணை' – 'ராம சமுத்திர அணை' போன்ற அணைக்கட்டுகளைக் கடந்து, கஞ்சன் கட்டா எனுமிடத்தில் காவிரியாறு 80 அடி உயரத்திலிருந்து 'தனுஷ்கோடி அருவி'யாக கொட்டுகிறது. அந்த இடத்திலிருந்து வடக்கு திசையில் பயணிக்கும் காவிரி மைசூர் மாவட்டத்திற்குள் நுழைவதற்கு

முன்பு, 'ஹேரங்கி' ஆறு வந்து சேருகிறது. பின்னர், எடத்தூரில் 'ஹேமாவதி' என்கிற முக்கியமான துணை ஆறு இடதுபுறமாக வந்து சேருகிறது. அங்கிருந்து தென்கிழக்கு நோக்கி பாய்ந்து பைரபூர் வந்தடைந்ததும் 'லட்சுமண தீர்த்தா' எனும் துணையாறு வலப்பக்கத்தில் காவிரியுடன் சேர்ந்து கொள்கிறது.

ஹேமாவதியும், லட்சுமண தீர்த்தமும் சேர்ந்த பிறகு, பெருநதியாக உருவெடுக்கும் இடம் 'திருமுக்கூடல்' எனப்படுகிறது. மூன்று ஆறுகளும் சங்கமிக்கும் இடம் சமுத்திரம் போன்றிருப்பதால், அந்த நீர்த்தேக்கம் 'கிருஷ்ணராஜ சாகரம்' எனப்படுகிறது. சாகரம் என்றால் சமுத்திரம் என்று அர்த்தம். மைசூருக்கு வடமேற்கில் 20 கி.மீ. தூரத்தில் கிருஷ்ணராஜ சாகரம் இருக்கிறது. இந்த நீர்த்தேக்கத்தின் மறுபக்கத்தில் கண்ணம்பாடி அணை கட்டப்பட்டுள்ளது. ஆரம்பத்தில் கண்ணம்பாடி அணை என்றழைக்கப்பட்டு, பின்னர் மைசூரு மன்னர் கிருஷ்ணராஜ உடையாரின் பெயரில் கிருஷ்ணராஜ சாகர அணைக்கட்டு (கே.ஆர்.எஸ்) என மாற்றப்பட்டது. இதன் முன்புறத்தில் புகழ்பெற்ற பிருந்தாவ நந்தவனமும் முதலையின் பின்னணியில் நிற்கும் காவிரி அன்னையின் சிலையும் அமைக்கப்பட்டுள்ளது.

கே.ஆர்.எஸ் அணையிலிருந்து வெளியேறும் காவிரி, மைசூருக்கு வடகிழக்கில் 17 கி.மீ. தொலைவில் இரண்டு பெரிய பாறைகள் உள்ள கௌதம ஆசிரமம் எனுமிடத்தில் இரு கிளைகளாக பிரிகிறது. அங்கிருந்து நடுவில் ஒரு தீவினை உருவாக்கியபடி தனித்தனியாக பயணித்து 13 கிலோமீட்டர் தாண்டி மீண்டும் ஒன்றாகச் சேருகிறது. காவிரி ஆறு உருவாக்கும் முதல் தீவு அல்லது அரங்கம் ஸ்ரீரங்கப்பட்டணமாகும். இரண்டாகப் பிரிவதில் வடக்கில் பாயும் காவிரியுடன் 'லோக பவானி' ஆறு இணைகிறது. ஸ்ரீங்கப்பட்டணத்திற்கு அப்பால் தென்கிழக்கில் பாய்ந்து வரும் காவிரியுடன் நரசிப்பூரில், கபினி ஆறு வலதுப்பக்கமாக வந்து கலக்கிறது. கொஞ்ச தூரம் பயணித்து தெற்கில் திரும்பியவுடன் 'சொர்ணாவதி', அதையடுத்து 'குண்டால்' என இரு ஆறுகள் வலதுபுறத்தில் காவிரியோடு சேர்கின்றன. பிறகு, இடது பக்கமாக 'சிம்ஷா' ஆறு காவிரியை வந்தடைகிறது. கபினி மற்றும் சொர்ணாவதி ஆறுகள் காவிரியில் சேருமிடத்தில் அந்த ஆறுகளின் பெயரால் இரு அணைகள் கட்டப்பட்டுள்ளன. இவற்றையெல்லாம் கடந்து 1,000 மீட்டர் வரை அகலம் கொண்ட பெரும் நதியாக சிவசமுத்திரம் என்ற இடத்தை அடைந்ததும், அந்த ஊரின் கிழக்கில் 'பார்சுகி' ஆகவும் மேற்கில் 'ககனசுகி' எனவும் இரு கிளைகளாக காவிரி பிரிகிறது. சிவசமுத்திரத்தை 6 கி.மீ தொலைவுக்கு ஒரு தீவாக மாற்றிய பின் இரண்டு ஆறுகளும் அருவிகளாக கீழே விழுகின்றன. இவற்றில் 300 அடி உயரத்தில் இருந்து பாறைகளுக்கு இடையே மூன்றாகப் பிரிந்து கொட்டும் ககனசுகி அருவியைப் பார்க்கவே பயமாக இருக்கும். மூன்றில் ஒன்று சற்று சாய்வாக விழுகிறது. மற்றொன்று செங்குத்தாக 150 அடி வீழ்ந்து, சில அடி தூரம் சென்று மீண்டும் 100 அடி செங்குத்தாக கீழே வருகிறது. மூன்றாவது பிரிவு மொத்தமாகவே செங்குத்தாக விழும். இவை மூன்றுமே வெவ்வேறு நிறம் கொண்ட பாறைகளில் மோதி, தெறித்து விழும்போது புகை மண்டலமாக காட்சியளிக்கும். 250 அடி உயரத்தில் இருந்து கொட்டும் பார்சுகி அருவி இரு கட்டங்களாக கீழே வருகிறது. முதலில் குதிரை லாட வடிவிலான குழியில்

விழுந்து, பிறகு 30 அடி பள்ளத்திற்கு வந்திறங்கி, சிவசமுத்திரம் தீவின் வடகிழக்கில் ஒன்று சேர்ந்து காவிரியுடன் இணைகிறது.

சிவசமுத்திரத்தில் உள்ள செங்குத்துப்பாறை என்ற இடத்தில் அமைந்திருக்கும் ஆசியாவின் முதல் நீர் மின்நிலையத்தில் தான் காவிரியில் இருந்து மின்சாரம் எடுக்கப்படுகிறது. ஆசிய கண்டத்திலேயே முதன்முதலாக மின்விளக்குகள் அமைக்கப்பட்ட தெருக்களுடன் 'மின்மயமான நகரம்' என்ற பெருமை பெங்களூருவுக்கு 1906-லேயே கிடைப்பதற்கு, இங்கிருந்து செல்லும் மின்சாரமே காரணம். கோலார் தங்கவயலுக்கும் சிவசமுத்திரத்தில் காவிரி தண்ணீரில் உற்பத்தியாகும் மின்சாரம்தான். சிவசமுத்திரத்தைக் கடக்கும் காவிரி, 'மாதவ மந்திரி கட்டே' எனும் அணைக்கட்டுக்குப் பிறகு சோமநாதபுரம் வருகிறது. இங்கிருந்து தாலக்காடு (தழைக்காடு) தாண்டி, கபிலா ஆறு இணையும் இடத்தில் இன்னொரு திருமுக்கூடல் நிகழ்கிறது. இடத்தின் பெயரும் திருமுக்கூடல் தான்! அதற்கடுத்து 'அர்க்காவதி' நதி காவிரியுடன் இணைகிறது. இதுதான் கர்நாடக எல்லைக்குள் காவிரியில் கலக்கும் கடைசி ஆறு. அங்கங்கே பல சிற்றாறுகளைச் சேர்த்து பெரும் நதியாக உருவெடுக்கும் காவிரி 400 அடி வரை அகண்டு விரிந்து அமர்க்களமான ஆறாக மாறுகிறது. இதற்குப் பிறகுதான் ஆயிரம் ஆண்டுகால காவிரி பிரச்சினையின் இப்போதைய புது வடிவம் பெரும் பூதமாக எழுந்து நிற்கிறது.

கர்நாடக எல்லைக்குள் கடைசியாக கலக்கும் அர்க்காவதியைத் தாண்டினால் வருவதுதான் 'மேகேதாட்டு'. தமிழில் 'மேகதாது'. இந்த இடத்தில் பெரிய பாறை ஒன்றை காவிரி எதிர்கொள்கிறது. வேகமாக வரும் தண்ணீர் பாறையைப் பயங்கர சுழலாகச் சுற்றி வெளியே வருகிறது. சுழலில் எந்தப் பொருளைப்போட்டாலும் அது 12 முறை சுழன்று நீருக்குள் மூழ்கிவிடும். சக்கரம் போல தண்ணீர் சுழலும் இந்த இடம் '12 சக்கரம்' என்ற பொருள்படும்படி கன்னடத்தில் 'ஹன்னடு சக்கரா' எனப்படுகிறது. மேகேதாட்டு என்னும் பெயருக்கு 'ஆடு தாண்டும்' என்று அர்த்தம். கன்னடத்தில் 'மேக்கே' என்றால் ஆடு, 'தாட்டு' என்றால் தாண்டு. பரந்து விரிந்து வரும் காவிரி இந்த இடத்தில் குறுகி, ஓர் ஆடு தாண்டுகிற அளவுக்கான இடைவெளி கொண்ட இரு பாறைகளுக்கு இடையில் பாய்ந்து வருவதால் 'மேகேதாட்டு' என்ற பெயர் பெற்றது. இதுவே தமிழ்நாட்டிற்கும் கர்நாடகாவுக்குமான எல்லைப்பகுதி. இங்கேதான் பிரம்மாண்டமான புதிய அணை கட்டி மற்ற இடங்களில் தேக்குவதற்கு வழியில்லாமல் வழிந்து ஓடிவரும் மிச்ச சொச்ச காவிரி தண்ணீரையும் தமிழகத்திற்குள் நுழையாமல் தடுத்து நிறுத்துவதற்கு கர்நாடகா அரசு ஏற்பாடு செய்து வருகிறது.

மேகேதாட்டுவுக்குப் பின்னர் 'பில்லிகுண்டுலு' என்னுமிடத்தில் தமிழக எல்லைக்குள் நுழைகிறது. காவிரியில் தமிழ்நாட்டிற்கு எவ்வளவு தண்ணீரைக் கர்நாடகா திறந்து விடுகிறது என்பதை அளப்பதற்கான மத்திய அரசின் நீரளவை நிலையம் பில்லிகுண்டுலுவில் தான் இருக்கிறது. அதனைக் கடந்து பல ஓடைகள் ஒன்றாக சேர்ந்த 'தொட்டஹள்ளி' சிற்றாறு காவிரியில் கலக்கிறது. இதுதான் தமிழ்நாட்டு எல்லையில் காவிரியுடன் சேரும் முதல் துணை ஆறு. பிறகு, கிருஷ்ணகிரி மாவட்டத்தின் மேற்குப் பகுதி வழியாக தமிழ்நாட்டிற்குள் தன் பயணத்தைத்

தொடங்குகிறது காவிரி. தர்மபுரி வழியாக வந்து தோப்பூர் மலைத்தொடரின் மேலகிரி மலையில் மாறுபட்ட செங்குத்து பாறைகளின் வழியாக அருவிகளாக பாய்ந்து விழும் இடமே, ஒகேனக்கல். பயமுறுத்தும் தோற்றத்துடன் ஆர்ப்பரித்து கொட்டும் அருவிகளின் தொகுப்பான ஒகேனக்கல், 'இந்தியாவின் நயாகரா'வாக திகழ்கிறது. ஒகேனக்கல் என்பதற்கு 'புகையைக் கக்கும் கல்' என்று பொருள். இங்கே காவிரி அருவியாக விழும்போது, நீர்த்துளிகள் சிதறி மேலெழுந்து புகையுண்டானது போல் காட்சியளிப்பதால் இந்தப் பெயர். 'மெயின் அருவி', படப்பிடிப்புகளால் புகழ்பெற்ற 'சினி அருவி', 'ஐவர் பாணி' என ஒவ்வொன்றுக்கும் தனித்தனியாக காரணப்பெயர்கள் வேறு. இங்கே உலகிலேயே பழமையான கார்பனைட் பாறைகள் இருப்பது கூடுதல் சிறப்பு.

ஒகேனக்கல்லுக்கு அருகில் 'சின்னாறு' எனப்படும் 'சனத் குமார நதி' சேருகிறது. தெற்கு நோக்கி சேலம் மாவட்டத்திற்குள் நுழையும் போது, 'பெரும் பாலை' ஆற்றைத் தன்னோடு சேர்த்துக்கொண்டு வரும் 'தொப்பையாறு,' சோழப்பாடியில் காவிரியோடு கலக்கிறது. அப்படியே பயணித்து காவேரிப்பட்டியில் 'பெரியாறு' ஆற்றினையும், பிறகு 'பாலாறு' எனும் சிற்றாறையும் சேர்த்துக்கொண்டு, மேட்டூரை வந்தடைகிறது. இங்கே மேட்டூர் அணை எனப்படும் 'ஸ்டான்லி நீர்த்தேக்கம்' அமைந்திருக்கிறது. தமிழகத்தைப் பொறுத்தவரை காவிரி என்றதும் நினைவுக்கு வருவது மேட்டூர் அணைதான். அங்கிருந்து 45 கி.மீ. தூரம் கிழக்கு தொடர்ச்சி மலைப்பகுதிகளில் பாய்ந்து, சமவெளியை வந்தடைகிறது. பாறைப் பிரதேசங்களைக் கடந்து சமவெளிக்கு வந்ததும் வேகம் குறைந்து, தான் தாங்கி வந்த மண் துகள்களை ஆற்றுப்படுகையில் படியவைக்கிறது. ஈரோடு மாவட்டத்தில் ஓடிவரும் காவிரியுடன் பவானி என்ற இடத்தில் பவானி ஆறு சேருகிறது. கேரளாவின் வள்ளுவ நாடு பகுதியில் உருவாகி, 'சிறுவாணி' உள்ளிட்ட செழிப்பான ஆறுகளை தன்னோடு சேர்த்துக்கொண்டு வளமான நதியாக காவிரியுடன் பவானி இணையும் இடமான ஈரோட்டின் வடபகுதியிலுள்ள 'கூடுதுறை' அல்லது 'திரிவேணி சங்கமம்' புனித நீராடும் இடமாகவும் திகழ்கிறது. இந்த இடத்தில் 'ஆகாய கங்கை' அரூபமாக வந்து காவிரியில் கலக்கிறது எனும் தொன்றுதொட்ட நம்பிக்கையே இதற்கு காரணம். ஈரோட்டைத் தாண்டி வரும்போது, 'கொடுமுடி' அருகே 'நொய்யல்' எனுமிடத்தில் நொய்யலாறு காவிரியுடன் சேருகிறது. கோவை மாவட்டம் வெள்ளியங்கிரி மலையில் உற்பத்தியாகி 'காஞ்சி மகா நதி' என போற்றப்பட்ட 'நொய்யல்', இப்போது கழிவுநீர் ஓடையாகி கிடப்பது தனி சோகம்.

நாமக்கல் மாவட்டத்தில் உள்ள 'கூடுதுறை'யில் (நன்செய் இடையார்) காவிரியுடன் இடது புறத்தில் வந்துசேரும் முக்கிய துணை நதி 'திருமணிமுத்தாறு'. சேர்வராயன் மலைப்பகுதியிலுள்ள 'மஞ்சவாடி' கணவாய்ப்பகுதியில் உற்பத்தியாகும் இரு சிற்றோடைகள் சேர்ந்ததுதான் திருமேனி முத்தாறு. திருமணிமுத்தாறைச் சேர்த்தபடி வரும் காவிரியில் கரூருக்கு அருகே 'கட்டளை' என்ற இடத்தில் 'அமராவதி' ஆறு சங்கமிக்கிறது. இது, மேற்குத் தொடர்ச்சி மலையின் 'யானை மலை'யில் உற்பத்தியாகி ஏகப்பட்ட ஓடைகளைச் சேர்த்துக்கொண்டு 225 கி.மீ. ஓடி வந்து காவிரியில் சேருகிறது. இதே இடத்தில் 'குடவனாறு'ம் சேருவதால் 'திருமுக்கூடல்' என்ற பெயரையும் பெற்றிருக்கிறது. காவிரி திருச்சி மாவட்டத்தை அடையும் முன்பு 'நல்லாறு' எனும் ஓடையும் இணைகிறது.

கரூர் மற்றும் திருச்சி மாவட்டங்களில் பரந்து விரிந்து பாய்ந்து வருவதால் இங்கே சுமார் 2 கி.மீ அகலத்துடன் அகண்ட காவிரியாகிறது. திருச்சி மாவட்டத்தின் முசிறி, குளித்தலை நகரங்களைக் கடந்து வரும் காவிரி, திருச்சிக்கு வடக்கே 15 கிலோ மீட்டரில் இரண்டு கிளைகளாகப் பிரிகிறது. 'முக்கொம்பு' எனப்படும் இந்த இடத்தில் 1857-ல் 'இந்திய நீர்ப்பாசனத்தின் தந்தை' என்றழைக்கப்படும் ஆங்கிலேய பொறியாளர் ஆர்தர் காட்டன் முயற்சியால் கட்டப்பட்டிருப்பது மேலணை. மேட்டூரில் இருந்து முக்கொம்பு 185 கி.மீ.. தலைக்காவிரியில் இருந்து கணக்கெடுத்தால் 656-வது கிலோமீட்டரில் உள்ளது முக்கொம்பு. இதற்கு முன்பு 'அய்யாறு' ஆறு, காவிரியின் கடைசி துணையாக வந்து சேருகிறது. முக்கொம்பில் இருந்துதான் காவிரி உருவாக்கும் மூன்றாவது தீவுப்பகுதியான ஸ்ரீரங்கம் ஆரம்பமாகிறது. மேலணையிலிருந்து தெற்கே காவிரியாகவே செல்லும் காவிரி, வடக்கே 'கொள்ளிடம்' எனும் பெயரோடு பயணிக்கிறது. இதில் தென்பகுதியில் ஓடி வரும் காவிரி, 'உள்ளாறு', 'வெண்ணாறு', 'புது ஆறு' என்ற பிரிவுகளாகிறது. அப்படிப் பிரியும் இடத்திற்கு முன்புதான் கரிகாலன் கட்டிவைத்த உலகின் ஆகப்பழமையான அணைகளில் ஒன்றான கல்லணை இருக்கிறது. முக்கொம்புவில் இருந்து 27 கி.மீ தூரத்தில் கல்லணை அமைந்துள்ளது.

காவிரியில் பிரியும் கிளை ஆறுகளில் ஒன்றான உள்ளாறு, ஸ்ரீரங்கத்தை 600 ஏக்கர் பரப்பளவு கொண்ட தீவுப்பகுதியாக உருவாக்கிவிட்டு, வடக்கு பக்கத்தில் வரும் கொள்ளிடத்துடன் இணைந்து கொள்கிறது. காவிரியில் வெள்ளம் வந்தால், முக்கொம்பில் உள்ள அணையிலிருந்து கொள்ளிடம் ஆற்றில் தண்ணீர் திருப்பி விடப்படும். அதனால்தான் அதற்குப் பெயர் கொள்ளிடம். அதாவது காவிரியில் வெள்ளம் வந்தால் 'கொள்ளும் இடம்' (நிரம்பும் இடம்) – கொள்ளிடம்.

இயற்கை எழுதிவைத்த சட்டப்படி வழிநெடுக தான் சேமித்து வந்த நீர்ச் செல்வத்தை புவியியல் ரீதியாக வஞ்சிக்கப்பட்ட தமிழகத்திற்கு வழங்கி, மலர வைப்பதற்கான பணியை மேட்டூர் அணைக்குப் பிறகே காவிரி தொடங்கிவிடுகிறது. அதன் தொடர்ச்சியாக, கொள்ளிடமாக பிரிவதற்கு முன்பாக கால்வாயாக குளித்தலை பகுதிக்கு காவிரி நீர் வழங்கினாலும் கல்லணையில் இருந்தே பாசனமாக முறைப்படுகிறது. டெல்டா எனப்படும் கழிமுகப்பகுதிக்காக கல்லணைக்குப் பிறகு பல்வேறு கிளை நதிகளாக பிரிகிறது காவிரி. நாட்டின் விடுதலைக்குப் பிறகு புதிதாக வெட்டப்பட்ட கல்லணைக் கால்வாய், தனி பாசன வாய்க்காலாக ஓடுகிறது. கல்லணை தாண்டியதும் காவிரியிலிருந்து வெண்ணாறு பிரிகிறது.

வெண்ணாற்றிலிருந்து வெட்டாறு, வடவாறு, கோரையாறு, பாமணியாறு, பாண்டவ ஆறு, வெள்ளாறு, அரசலாறு, முடிகொண்டான் ஆறு போன்றவை பிரிகின்றன. இவற்றிலிருந்து புத்தாறு, சோழ சிகாமணி ஆறு, பழவாறு, முள்ளி ஆறு, ஓடம் போக்கி ஆறு உள்ளிட்டவை பிரிகின்றன. இவ்வளவு கிளை ஆறுகளையும் பிரசவித்து அனுப்பிவிட்டு ஓடி வரும் காவிரியில் திருக்காட்டுப்பள்ளி அருகே குடமுருட்டி ஆறும், பாபநாசம் – சுந்தரப்பெருமாள் கோவில் இடையே திருமலைராசனாறும், கும்பகோணத்திற்கு கிழக்கே மணஞ்சேரி என்ற இடத்தில் வீரசோழன் ஆறும்

பிரிகின்றன. பின்னர் ஆடுதுறை, குத்தாலம், மயிலாடுதுறை (மாயூரம்) ஆகிய ஊர்களைத் தாண்டிய பிறகு மெல்ல, மெல்ல சுருங்கி குடகு மலை, தலைக்காவிரியில் உருவானது போன்ற தோற்றத்துடன் சிறு வாய்க்காலாக மாறி கல்லணையிலிருந்து 160 கி.மீ. தூரத்தில் உள்ள காவிரிப்பூம்பட்டினம் என்கிற பூம்புகாரில், சாயாவனம் எனுமிடத்தில் வங்கக்கடலில் சங்கமமாகிறது.

இன்னொரு பக்கம், கல்லணைக்கு அருகே கொள்ளிடத்தின் வலப்பக்கம் பிரியும் தெற்கு ராஜவாய்க்கால் சீர்காழிப் பகுதியையும், இடப்பக்கம் பிரியும் வடவாறு, வடக்கு ராஜவாய்க்கால் ஆகியவை சிதம்பரம் பகுதியையும் வளப்படுத்துகின்றன. வடவாற்றிலிருந்து வீராணம் ஏரிக்கு வரும் தண்ணீரே தமிழ்நாட்டு தலைநகரான சென்னையின் தாகம் தீர்க்கிறது. முக்கொம்பில் பிரியும் கொள்ளிடம் திருச்சி, தஞ்சை, நாகப்பட்டினம் மாவட்டங்களின் வழியாக பயணப்பட்டு, கடலூர் மாவட்டத்தை அடைந்து பரங்கிப்பேட்டைக்கு அருகிலுள்ள தேவிப்பட்டணத்தில் வங்கக்கடலில் கலக்கிறது. முக்கொம்பில் மேலணை கட்டப்பட்டுள்ள இடத்திலிருந்து 108 கி.மீ. தூரத்திலுள்ள அணைக்கரையில் கொள்ளிடம் ஆற்றின் மீது கீழணை அமைக்கப்பட்டுள்ளது. மேலணை எப்படி திருச்சி, தஞ்சாவூர், நாகப்பட்டினம், திருவாரூர் மற்றும் காரைக்கால் பகுதியின் செழிப்புக்கு வழிகாட்டுகிறதோ, அது போலவே கீழணை கடலூர் மாவட்டத்தின் தென்பகுதியைக் கவனித்துக்கொள்கிறது.

மேலே பார்த்த ஆறுகள் போக உய்யகொண்டான் ஆறு, விக்ரமனாறு, மன்னியாறு, திருமலை வடலாறு உட்பட டெல்டா பகுதியில் சுமார் 1,600 கிலோமீட்டரை மொத்த நீளமாக கொண்டிருக்கும் 36 சிற்றாறுகளைப் பெற்றிருக்கிறது காவிரி. இந்தக் கிளை ஆறுகளுக்கு சற்றேறக்குறைய 24, 000 கி.மீ மொத்த நீளம் கொண்ட 29,880 வாய்க்கால்கள் இருக்கின்றன. இவையெல்லாம் தண்ணீர் எனும் ரத்தம் பாய்ச்சும் நாடி நரம்புகளாக இருந்துதான் 'தமிழ்நாட்டின் நெற்களஞ்சியத்தை' உருவாக்குகின்றன.

நன்றிக்குரியோர்

- ‘சாகித்ய அகடமி’ சா.கந்தசாமி
- மோவூர் த.சுப்ரமணியன்
- ‘ஆனந்தம்’ செல்வக்குமார்
- க.குபேந்திரன்
- எஸ்.முருகானந்த கணபதி
- மு.ராம்குமார்
- பி.சங்கர்
- ச.ராஜ் கண்ணன்
- கூ.பாஸ்கரசந்திரன்
- ஆர்.தில்லை
- இர.சுபாஷ் சந்திரபோஸ்
- ஜி.ரமேஷ்
- எஸ்.கார்த்திகேயன்
- ஜோசப்ராஜ்
- தஞ்சாவூர்க் கவிராயர்
- சௌ.சிவச்சந்திரன்
- ப.தட்சிணாமூர்த்தி
- பேரளம் ரா.பாலு
- ஜே.கிங்பைசல்
- குளிச்சார் ரவிச்சந்திரன்
- கவி.மோகன்
- த.சுந்தர்
- த.வினோத்குமார்
- அகஸ்டின் விஜய்
- எம்.சிவகுமார்
- கருணாநிதி கண்ணையன்
- காயத்ரி அன்பரசன்
- இனியா.அ
- ‘காவிரி’ அமைப்பின் தம்பிகள், நண்பர்கள்
- கன்னிமரா, பேராசிரியர் ஆய்வக நூலகம்.

ஆதாரங்கள்

உச்ச நீதிமன்றம் & காவிரி நடுவர் மன்றம் தீர்ப்புகள், உத்தரவுகள்
தமிழக, கர்நாடக சட்டப்பேரவை தீர்மானங்கள் விவாதங்கள்

நூல்கள்

- குடகு - ஏ.கே.செட்டியார்
- நடந்தாய் வாழி காவிரி - சிட்டி & தி.ஜானகிராமன்
- காவிரி: தமிழகத்தின் உயிரோட்டம் - தஞ்சை தமிழ்ப் பல்கலைக்கழகம்
- காவிரி: உலக நீதியும் உள்நாட்டு அநீதியும் - பெ.மணியரசன்
- தமிழ்நாட்டு நதிகள் - வழக்கறிஞர் தமிழழகன்
- தமிழ்க்காவிரி - முனைவர் சுந்தர. சண்முகனார்
- தமிழ்நாட்டின் நீர்வளமும் எதிர்காலமும் - என். நடராஜன்
- காவிரி நதிநீர்ப்பங்கீடு - என்.நடராஜன்
- காவிரி பிரச்சினை: அங்கும் இங்கும் - பூ.அர.குப்புசாமி
- காவிரி பிரச்சினை சிக்கல்களும் தீர்வுகளும் - தமிழக பொதுப்பணித் துறை மூத்தப் பொறியாளர்கள் சங்கம்
- காவேரி - ஒரு துள்ளல், ஒரு இரைச்சல் - சேஷநாராயணா
- 1892 and 1924 agreements
- National water policy
- Mokshagundam-Visvesvaraya Anil Kumar & Manish Kumar
- The Cauvery water dispute : Towards conciliation-S. Gugan
- Interstate water disputes in India: suggestions for reform in law-S.N. Jain
- The Cauvery water resources development-R.Chikkanna
- My Life and Politics-S.Nijalingappa
- Rivers of India - Sunil Vidyanathan & Shayoni Mitra
- The Cauvery water dispute: A case for a Cauvery valley authority - T.Kalyani & C.A.Perumal
- India's water wealth: Its assessment, Uses and Projections-K.L.Rao